NGỌT HƠN MẬT

Giảng Các Sách Cựu Ước

Christopher J. H. Wright

Bản dịch tiếng Việt: Lan Khuê—Huệ Anh

Văn Phẩm Hạt Giống - 2020

Ngọt Hơn Mật: Giảng Các Sách Cựu Ước
Christopher J. H. Wright
Text copyright ©2015 by Christopher J. H. Wright
Originally published in English under the title *Sweeter than Honey*.
This translation is published by arrangement with Langham Publishing.

Vietnamese edition © 2019 by Van Pham Hat Giong.
Bản dịch bản quyền © 2019 Văn Phẩm Hạt Giống.
Mã ISBN (Vietnam): 978-604-61-6971-0
Mã ISBN (Canada): 978-1-988990-15-6
Thiết kế bìa: **Hoàng Bảo Trận**
Bảo lưu bản quyền. Không phần nào trong xuất bản phẩm này được phép sao chép hay phát hành dưới bất kỳ hình thức hoặc phương tiện nào mà không có sự cho phép bằng văn bản của nhà xuất bản giữ bản quyền, ngoại trừ các trích dẫn ngắn trong những bài phê bình sách.

Phần Kinh thánh được trích dẫn từ Bản Truyền Thống Hiệu Đính, trừ những phần có ghi chú bản dịch cụ thể. Bản quyền © 2010 bởi Liên hiệp Thánh kinh Hội. Đã được phép sử dụng. Bản quyền được bảo lưu.

Mục lục

Các Ký Hiệu Viết Tắt v

I   Tại Sao Phải Giảng Các Sách Cựu Ước?   1

1   Đức Chúa Trời Đã Phán 3
   1.1   Cựu Ước đến với chúng ta từ Đức Chúa Trời 3
   1.2   Cựu Ước đặt nền móng cho đức tin của chúng ta 6
   1.3   Cựu Ước là Kinh thánh của Chúa Giê-xu 8

2   Câu Chuyện và Lời Hứa 11
   2.1   Đích đến của hành trình 11
   2.2   Mục đích của hành trình 13
   2.3   Câu chuyện bằng biểu tượng 17
   2.4   Giảng những gì có trong câu chuyện 20

3   Hiểu Về Chúa Giê-Xu Thông Qua Cựu Ước 23
   3.1   Chúa Giê-xu nghĩ Ngài là ai? 23
   3.2   Chúa Giê-xu đến để làm gì? 27
   3.3   Phúc âm của bạn có đủ lớn? 29

4   Đừng Chỉ Cho Tôi Chúa Giê-Xu 35
   4.1   Nguy cơ bỏ qua ý nghĩa ban đầu của bản văn 37
   4.2   Nguy cơ giải nghĩa theo kiểu tưởng tượng 38
   4.3   Nguy cơ bỏ qua những điều quan trọng khác mà Chúa muốn dạy 39
   4.4   Nguy cơ chung chung hóa câu chuyện Kinh thánh và lấy đi tính độc nhất vô nhị của sự nhập thể 40
   4.5   Nguy cơ bài nào cũng giống bài nấy 42

5   Liên Kết với Đấng Christ **45**

    5.1   Liên hệ đến Đấng Christ thông qua câu chuyện 47

    5.2   Liên hệ đến Đấng Christ thông qua những lời hứa 49

    5.3   Liên hệ đến Đấng Christ thông qua những tương đồng 51

    5.4   Liên hệ đến Đấng Christ thông qua những tương phản 56

    5.5   Liên hệ đến Đấng Christ thông qua đáp ứng mà bản văn kêu gọi 60

    5.6   Liên hệ đến Đấng Christ thông qua Phúc âm ân điển 63

II   Giảng Các Sách Cựu Ước Như Thế Nào?   67

6   Câu Chuyện Của Đức Chúa Trời và Những Câu Chuyện Của Chúng Ta **69**

    6.1   Câu chuyện Chúa ban cho chúng ta 69

    6.2   Thế giới của những câu chuyện 73

7   Năm Điều Cần Hỏi Khi Giảng Những Câu Chuyện Cựu Ước **83**

    7.1   Khi nào và ở đâu? Bối cảnh 83

    7.2   Việc gì và như thế nào? Cốt truyện 85

    7.3   Ai? Nhân vật 88

    7.4   Tại sao? Người tường thuật 91

    7.5   Vậy thì sao? Độc giả 96

8   Bảy Nguy Cơ Cần Tránh Khi Giảng Các Câu Chuyện Trong Cựu Ước **99**

    8.1   Đừng biến câu chuyện thành một vài nguyên tắc đạo đức ... 99

    8.2   Đừng biến câu chuyện thành một vài lẽ thật thuộc linh 100

    8.3   Đừng đi tìm những ý nghĩa tưởng tượng ẩn giấu trong câu chuyện 101

    8.4   Đừng khái quát hóa câu chuyện thành những ý chính của bài giảng giáo lý 104

    8.5   Đừng sa lầy vào những chỗ khó và chi tiết 106

    8.6   Đừng tạo ra những mong đợi sai trật 107

    8.7   Đừng phá hỏng Phúc âm 110

9   Tìm Hiểu Luật Pháp Cựu Ước **117**

    9.1   Luật pháp Cựu Ước được ca ngợi là tặng phẩm của Đức Chúa Trời 118

    9.2   Luật pháp Cựu Ước được ban cho những người đã kinh nghiệm ân điển của Chúa 121

    9.3   Luật pháp Cựu Ước được ban nhằm định hình dân sự cho phù hợp với sứ mạng Chúa giao 126

	9.4 Luật pháp Cựu Ước phản chiếu bản tính của Đức Chúa Trời . .	131
	9.5 Luật pháp Cựu Ước đòi hỏi sự đoán phạt của Chúa	134

10 Giảng Các Phân Đoạn Luật Pháp Trong Cựu Ước **141**
    10.1 Luật pháp của Y-sơ-ra-ên phải là mẫu mực cho các dân tộc . . 142
    10.2 Luật pháp được ban cho vì ích lợi của nhân loại 145
    10.3 Thước đo giá trị trong luật pháp Cựu Ước 149
    10.4 Xây cầu nối luật pháp Cựu Ước với thế giới ngày nay 153

11 Gặp Gỡ Các Vị Tiên Tri **163**
    11.1 Tiên tri là ai? 163
    11.2 Biết lịch sử 171

12 Giảng Các Sách Tiên Tri **175**
    12.1 Đơn giản hóa sứ điệp 175
    12.2 Nhận diện phương pháp 177
    12.3 Hiểu ngôn ngữ 179
    12.4 Thận trọng với những lời tiên báo 182
    12.5 Tầm nhìn 184
    12.6 Xây cầu nối 190

13 Tìm Hiểu Thi Thiên **199**
    13.1 Bài hát dạng thơ 199
    13.2 Những bài hát đa dạng về thể loại 207
    13.3 Tập hợp những bài ca 215

14 Giảng Thi Thiên **219**
    14.1 Bài ca về đức tin 219
    14.2 Bài ca về cách sống 222
    14.3 Bài ca về sứ mạng 225

15 Giảng Văn Chương Khôn Ngoan **233**
    15.1 Những sách khôn ngoan của những người khôn ngoan 233
    15.2 Văn chương khôn ngoan khác với luật pháp 234
    15.3 Văn chương khôn ngoan khác với các sách tiên tri 236
    15.4 Văn chương khôn ngoan nhấn mạnh Đức Chúa Trời là Đấng Sáng Tạo 237
    15.5 Văn chương khôn ngoan đặt ra những câu hỏi hóc búa 239
    15.6 Văn chương khôn ngoan là cầu nối với Phúc âm 242

Phụ lục 1 . . . . **253**

Phụ lục 2 . . . . **255**

Sách Tham khảo 257
Phụ lục theo Câu Kinh Thánh 261

Các Ký Hiệu Viết Tắt

Cựu Ước

Sáng Thế Ký	Sáng	Truyền Đạo	Truyền
Xuất Ê-díp-tô Ký	Xuất	Nhã Ca	Nhã Ca
Lê-vi Ký	Lê	Ê-sai	Ê-sai
Dân Số Ký	Dân	Giê-rê-mi	Giê
Phục Truyền Luật Lệ Ký	Phục	Ca Thương	Ca Thương
Giô-suê	Giôs	Ê-xê-chi-ên	Ê-xê
Các Quan Xét	Quan	Đa-ni-ên	Đa
Ru-tơ	Ru-tơ	Ô-sê	Ô-sê
1 Sa-mu-ên	1 Sa	Giô-ên	Giô-ên
2 Sa-mu-ên	2 Sa	A-mốt	A-mốt
1 Các Vua	1 Vua	Áp-đia	Áp-đia
2 Các Vua	2 Vua	Giô-na	Giô-na
1 Sử Ký	1 Sử	Mi-chê	Mi
2 Sử Ký	2 Sử	Na-hum	Na-hum
E-xơ-ra	Era	Ha-ba-cúc	Ha
Nê-hê-mi	Nê	Sô-phô-ni	Sô
Ê-xơ-tê	Êxê	A-ghê	A-ghê
Gióp	Gióp	Xa-cha-ri	Xa
Thi Thiên	Thi	Ma-la-chi	Mal
Châm Ngôn	Châm		

Tân Ước

Ma-thi-ơ	Mat	1 Ti-mô-thê	1 Ti
Mác	Mác	2 Ti-mô-thê	2 Ti
Lu-ca	Lu	Tít	Tít
Giăng	Giăng	Phi-lê-môn	Phlm
Công Vụ Các Sứ Đồ	Công	Hê-bơ-rơ	Hê
Rô-ma	Rô	Gia-cơ	Gia
1 Cô-rinh-tô	1 Cô	1 Phi-e-rơ	1 Phi
2 Cô-rinh-tô	2 Cô	2 Phi-e-rơ	2 Phi
Ga-la-ti	Ga	1 Giăng	1 Gi
Ê-phê-sô	Êph	2 Giăng	2 Gi
Phi-líp	Phil	3 Giăng	3 Gi
Cô-lô-se	Côl	Giu-đe	Giu
1 Tê-sa-lô-ni-ca	1 Tê	Khải Huyền	Khải
2 Tê-sa-lô-ni-ca	2 Tê		

Phần I

Tại Sao Phải Giảng Các Sách Cựu Ước?

1

Đức Chúa Trời Đã Phán

Tại sao chúng ta phải bận tâm đến việc giảng từ các sách trong Cựu Ước? Nhiều người giảng dạy Lời Chúa hầu như không bao giờ đụng đến các sách này. Nhiều hội thánh hết năm này qua năm khác chỉ nghe giảng các sách Tân Ước, và có lẽ thỉnh thoảng được nghe một bài Thi Thiên. Có thể bạn sẽ nói: "Làm vậy có gì sai? Chúng ta là môn đệ của Chúa Giê-xu Christ, thì chúng ta cần đọc về Ngài trong Tân Ước chứ! Và có vô khối điều để giảng từ các sách trong Tân Ước. Chúng ta còn muốn gì hơn?"

Thành thật mà nói, Cựu Ước là một tập hợp các sách khó. Có nhiều chi tiết lịch sử, mà chúng ta thì lại chẳng thích lịch sử tí nào, nhất là khi nó chứa đầy những cái tên xa lạ. Có nhiều chi tiết bạo lực và chiến tranh, và chúng ta cũng không thích điều đó. Rồi, có nhiều thứ lễ nghi khó hiểu nói về thầy tế lễ và của tế lễ, thức ăn sạch và không sạch, các quy luật nghiêm ngặt cùng với những hình phạt ác độc. Làm sao có thể áp dụng những phong tục cổ xưa như thế cho chúng ta ngày nay? Dường như cả Cựu Ước đều nói về một dân tộc "được chọn", tức dân Y-sơ-ra-ên, và điều này có vẻ như rất không công bằng với các dân còn lại trên thế giới. Và vì tất cả đều xảy ra trước thời Chúa Giê-xu, nên chẳng phải giờ đây đã trở nên lỗi thời và không còn thích hợp nữa sao? Dĩ nhiên, cũng có vài câu chuyện hay mà từ đó bạn có thể giảng một sứ điệp đơn giản và rõ ràng, và một số bài trong Thi Thiên khích lệ đức tin tín hữu rất nhiều. Ngoài hai điều đó ra, thì cố gắng giảng từ các sách trong Cựu Ước là điều làm các mục sư tổn hao sức lực còn hội chúng thì chỉ bị rối thêm mà thôi. Cứ giảng điều chúng ta biết, tức Tân Ước, chẳng phải dễ hơn sao?

1.1 Cựu Ước đến với chúng ta từ Đức Chúa Trời

Nếu tổng thống của đất nước bạn, hoặc một nhân vật nào đó quan trọng như vậy, tặng cho riêng bạn một món quà, tôi nghĩ bạn sẽ cẩn thận đem món quà ấy về nhà và giữ nó thật kỹ. Có thể bạn sẽ đặt món quà ấy lên kệ để mọi người nhìn thấy. Hay giả sử bạn tặng một món quà thật đặc biệt cho một người mà bạn thương nhất trên đời. Đó là một món quà rất đắt tiền, và bạn đã dành dụm nhiều năm mới có thể mua tặng. Nhưng người được tặng chỉ nhìn vào một phần trên món quà đó, thậm chí còn không thèm mở hết giấy gói quà ra. Người đó để món quà qua một bên và quên nó luôn. Bạn sẽ cảm thấy thế nào? Đức Chúa Trời quan trọng hơn bất kỳ con người nào trong vũ trụ, và Ngài yêu chúng ta nhiều đến đỗi Ngài ban Con Ngài đến để cứu chúng ta. Và cũng chính Đức Chúa Trời này là Đấng đã tặng chúng ta toàn bộ Kinh thánh, gồm cả phần mà ngày nay chúng ta gọi là Cựu Ước. Đức Chúa Trời sẽ cảm thấy thế nào nếu chúng ta không thèm mở hết món quà Ngài tặng? Ngài đã ban tặng cho chúng ta những sách Cựu Ước này; nhưng nếu chúng ta chẳng đả động gì đến chúng hết năm này sang năm khác, điều đó nói gì về chúng ta?

Đôi khi chúng ta nói Kinh thánh là những sách thánh ("the Scriptures"), dĩ nhiên chúng ta muốn nói đến cả Cựu Ước lẫn Tân Ước. Nhưng trong thời Chúa Giê-xu và Phao-lô, khi người ta nói "các sách thánh" (the Scriptures) là nói đến những sách mà ngày nay chúng ta gọi là Cựu Ước. Với họ, "các sách thánh" (the Scriptures) là món quà vĩ đại nhất Đức Chúa Trời ban cho con dân Chúa (chỉ sau Chúa Giê-xu Christ). Họ trân quý Kinh thánh. Họ nghiên cứu Kinh thánh với lòng mến yêu và dạy cho con cái họ.

Vì vậy, Phao-lô biết rằng bạn ông là Ti-mô-thê, có mẹ và bà ngoại là người Do Thái, đã học biết Kinh thánh (tức Cựu Ước) từ khi còn nhỏ, và ông khích lệ Ti-mô-thê cẩn thận nghiên cứu rồi khẩn trương và thường xuyên giảng dạy. Khi Phao-lô nói "Kinh Thánh" (Holy Scriptures) và "cả Kinh thánh", ông muốn nói toàn bộ phần chúng ta gọi là Cựu Ước. Hãy đọc điều Phao-lô nói về Cựu Ước ở đây, và lưu ý những lý do Phao-lô nói Ti-mô-thê phải giảng từ trong Cựu Ước.

> Về phần con, hãy đứng vững trong những sự con đã đem lòng tin chắc mà học và nhận lấy, vì biết con đã học những điều đó với ai, và từ khi con còn thơ ấu đã biết Kinh thánh vốn có thể khiến con khôn ngoan để được cứu bởi đức tin trong Đức Chúa Jêsus Christ. Cả Kinh thánh đều là bởi Đức Chúa Trời soi dẫn, có ích cho sự dạy dỗ, bẻ trách, sửa trị, dạy người trong sự công bình, hầu cho người thuộc về Đức Chúa Trời được trọn vẹn và sắm sẵn để làm mọi việc lành.
>
> Ta ở trước mặt Đức Chúa Trời và trước mặt Đức Chúa Jêsus Christ là Đấng sẽ đoán xét kẻ sống và kẻ chết, nhân sự đến của Ngài và nước Ngài mà răn bảo con rằng: hãy giảng đạo, cố khuyên, bất luận gặp thời hay không gặp thời, hãy đem lòng rất nhịn nhục mà bẻ trách, nài khuyên, sửa trị, cứ dạy dỗ chẳng thôi. (2 Ti 3:14–4:2)

Phao-lô nói ba điều mà chúng ta cần nghiêm túc suy xét.

Thứ nhất, "Kinh thánh" (xin nhớ là ông muốn nói đến Cựu Ước) có thể dẫn người ta đến sự cứu rỗi qua đức tin nơi Chúa Giê-xu Christ. Cựu Ước dọn đường cho Chúa Giê-xu là Đấng Mê-si-a, và chỉ ra chính Đức Chúa Trời, Đấng cứu dân Ngài trong quá khứ, giờ đây hành động qua Chúa Giê-xu để đem sự cứu rỗi đến cho con người ở khắp mọi nơi. Phao-lô biết điều này vì ông đã dành cả cuộc đời để đem người ta đến chỗ tin nhận Chúa Giê-xu, dùng Cựu Ước để biện luận và chứng minh cho lập trường của mình. Vì vậy, Cựu Ước không phải là "quyển sách chết". Cựu Ước chứa đựng sự cứu rỗi và chỉ về Đấng Cứu Thế.

Thứ hai, Kinh thánh Cựu Ước được "Đức Chúa Trời hà hơi". Từ này thường được dịch là "được linh cảm" hay "được soi dẫn" (từ "inspired" có nghĩa là "được soi dẫn" hay "được truyền cảm hứng". Nhưng Phao-lô không có ý nói rằng các tác giả được "truyền cảm hứng" theo cách chúng ta nói về một tác phẩm nghệ thuật thật đẹp, một bản nhạc tuyệt vời hay một cầu thủ bóng đá tài ba. Phao-lô muốn nói rằng những lời chúng ta hiện có trong các sách Cựu Ước được Đức Chúa Trời "hà hơi vào". Điều đó có nghĩa là mặc dù những lời này được nói và viết ra bởi những con người bình thường như chúng ta, nhưng những điều được nói và viết xuống đó như thể ra từ miệng Đức Chúa Trời.

Giả sử bạn là phóng viên đi dự hội nghị báo chí do chính phủ tổ chức. Người phát ngôn phát biểu một câu. Ngay lập tức bạn hỏi người ấy "Anh/ chị căn cứ vào đâu để phát biểu điều đó?" Người phát ngôn trả lời: "Tôi nghe điều này từ miệng của tổng thống [hoặc thủ tướng]." Nghĩa là: "Điều tôi nói cho bạn biết chứa đựng thẩm quyền của tổng thống". Điều đó giống như chính tổng thống đã phát biểu như thế, nên bạn phải xem trọng.

Kinh thánh—bao gồm cả Cựu Ước–cũng vậy. Điều chúng ta đọc là điều khi ấy Chúa muốn chúng được nói ra. Vì vậy Kinh thánh mang thẩm quyền của Ngài. Dĩ nhiên, điều đó vẫn khiến chúng ta suy nghĩ nhiều về *ý nghĩa* của những lời ấy đối với những người nghe nguyên thủy, và *ý nghĩa* của chúng đối với chúng ta ngày nay, và xem thử *chúng ta phải đáp ứng như thế nào*. Phải, tất cả những điều đó là để chúng ta làm, và chúng ta *phải làm*, bởi những việc đó *đáng* làm, vì những bản văn ấy đến từ chính Đức Chúa Trời.

Thứ ba, Phao-lô nói Kinh thánh Cựu Ước "có ích". Rồi ông liệt kê những cách "có ích" mà Kinh thánh đem đến ("dạy dỗ, bẻ trách, sửa trị và dạy trong sự công bình")—tất cả đều là những điều cần diễn ra trong cộng đồng hội thánh để giúp con người hiện thời có thể sống theo cách Chúa muốn. Đó là lý do Phao-lô ngay lập tức bảo Ti-mô-thê phải "giảng lời Chúa". Không phải Cựu Ước chỉ vận hành trong *quá khứ* để dẫn con người đến đức tin và sự cứu chuộc trong Đấng Christ. Nó cũng không phải là điều gì đó chúng ta bỏ lại phía sau một khi chúng ta đã đến với Đấng Christ. Không hề! Vì Cựu Ước đến từ Đức Chúa Trời nên Cựu Ước chứa đựng *thẩm quyền* của Đức Chúa Trời, và Cựu Ước vẫn tiếp tục *liên hệ* đến chúng ta. Chúng ta có thể và nên *dùng* Cựu Ước để dạy dỗ và hướng dẫn trong cuộc sống—như Phao-lô dặn Ti-mô-thê phải làm. Dĩ nhiên, chúng ta phải cẩn thận xem thử Cựu Ước liên hệ với chúng ta *như thế nào*. Chắc chắn điều đó không có nghĩa là chúng ta chỉ đơn giản làm theo mọi điều Cựu Ước nói, giống y như những gì được viết ra. Chúng ta sẽ suy nghĩ về điều này trong các chương sau. Còn bây giờ, điều chúng ta cần thống nhất là Cựu Ước có *thẩm quyền* (vì Cựu Ước đến từ Đức Chúa Trời), và Cựu Ước *có liên hệ đến chúng ta* (vì Cựu Ước "có ích" cho chúng ta trong cuộc sống).

1.2   Cựu Ước đặt nền móng cho đức tin của chúng ta

Có bao giờ cuộc họp sắp kết thúc thì bạn mới bước vào phòng họp và ráng tham gia vào cuộc bàn luận mà ở đó mọi người đang nói về một đề tài quan trọng nào đó đến gần cuối nội dung của buổi họp chưa? *Bạn* không biết mọi người đã nói gì, còn những người đang nói thì lại *mặc định* những điều đã được nói và thống nhất trước đó. Bạn sẽ dễ dàng hiểu sai điều được nói lúc này vì bạn không biết những gì đã diễn ra trước đó. Mọi người đã có mặt không phải lặp lại mọi điều đã được nói nãy giờ vì họ đã biết hết rồi. Họ nghĩ rằng biết những ý đã được nói trước đó là chuyện đương nhiên. Còn bạn lại không nắm được ý, và có thể hiểu lầm nhiều điều, nhất là khi những điều đã được thống nhất và quyết định trong phần đầu buổi họp là rất quan trọng.

Nếu bạn chỉ đọc Tân Ước, thì cũng giống như tham dự cuộc họp rất muộn và bỏ mất những phần thảo luận cùng những quyết định trước đó. Đó là vì Tân Ước *bao hàm* tất cả những điều Đức Chúa Trời đã nói và làm trong lịch sử Cựu Ước, và Tân Ước không nhất thiết phải nhắc lại những điều ấy nữa. Và nó bao gồm một số điều vốn là những chân lý căn bản của niềm tin Cơ Đốc được nói đến trong Kinh thánh. Dưới đây là một số điều Đức Chúa Trời dạy chúng ta trong *Cựu Ước*, được giả định trong Tân Ước và được đem vào trong mối liên hệ với Đấng Christ.

- *Sự sáng tạo*. Không chỉ ở Sáng Thế Ký chương 1 và 2, mà ở những chỗ khác (các Thi Thiên, và một số các sách Tiên Tri) chúng ta cũng biết được lẽ thật về thế giới của mình. Đó không phải là một sự tình cờ, hay ảo tưởng, hay không là gì cả ngoài các nguyên tử. Mọi vật hiện hữu (ngoài Chúa) đều được tạo dựng và sắp xếp bởi một Đức Chúa Trời hằng sống. Cả công trình sáng tạo không ngừng được duy trì bởi Đức Chúa Trời, thuộc về Đức Chúa Trời, và đem lại sự khen ngợi cùng vinh quang cho Đức Chúa Trời. Ngài yêu quý mọi vật Ngài đã dựng nên. Đây là những chân lý được dạy trong Cựu Ước và được thừa nhận trong Tân Ước.

- *Đức Chúa Trời*. Khi dùng từ "Chúa" trong tiếng Anh (hoặc từ tương đương trong bất kỳ ngôn ngữ nào khác), chúng ta muốn nói đến ai? Các tác giả Tân Ước muốn nói đến ai khi họ nói về *theos* (tiếng Hy Lạp)? Câu trả lời có vẻ hiển nhiên, nhưng đây là câu hỏi rất quan trọng vì, dĩ nhiên, có nhiều "thần" và nhiều khái niệm về "Chúa" trên thế giới—cũng như hiện thời. Vì vậy cho dù chúng ta nói "Chúa Giê-xu là Chúa" cũng có thể gây ra đủ kiểu nhầm lẫn, trừ phi chúng ta nói rõ "Chúa" là ai. Dĩ nhiên, các tác giả Tân Ước cũng rất rõ ràng về điều này. Họ muốn nói đến Đức Chúa Trời, Đấng tự bày tỏ trong Cựu Ước, trong lịch sử, trong đời sống và sự thờ phượng của Y-sơ-ra-ên vào thời Cựu Ước. Họ muốn nói đến Đức Chúa Trời mà tên riêng của Ngài luôn được dịch là "CHÚA" trong Anh ngữ. Họ không nhắc lại vô số những chiều sâu của sự mặc khải về Đức Chúa Trời, Đấng có trong Kinh thánh Cựu Ước này. Họ xem như mọi người đã biết rồi. Họ biết họ đang nói về ai.

Vì vậy, chúng ta cần đọc Cựu Ước kỹ càng để biết Đức Chúa Trời chân thật—Đức Chúa Trời mà chúng ta gặp khi Ngài đến sống giữa chúng ta qua Chúa Giê-xu ở Na-xa-rét. Nếu không, chúng ta có thể gán cho Chúa Giê-xu mọi ý niệm sai trật về "chúa/thần" mà chúng ta hấp thu từ bối cảnh văn hóa hoặc tôn giáo của chính mình.

- *Bản thân*. Chúng ta là ai, và làm người có nghĩa là gì? Một lần nữa, chính Cựu Ước dạy chúng ta những chân lý cơ bản về bản thân. Chúng ta là những vật thọ tạo (không phải thần hay thiên sứ). Nhưng Chúa đã tạo dựng chúng ta theo hình ảnh của chính Ngài để chúng ta có thể thực thi thẩm quyền của Ngài trên phần còn lại của cõi thọ tạo, bằng cách sử dụng và chăm sóc cõi thọ tạo một cách đúng đắn.

- *Tội lỗi*. Điều gì sai trật với thế giới này vậy? Các tôn giáo và triết lý của thế gian đưa ra nhiều câu trả lời khác nhau cho câu hỏi này. Cựu Ước nói rõ rằng con người chúng ta đã chống nghịch Đấng tạo nên mình. Chúng ta không chịu nương cậy nơi lòng nhân từ của Ngài mà chọn bất tuân mạng lệnh Ngài. Cựu Ước cho thấy tội lỗi của chúng ta bám rễ sâu, ảnh hưởng đến mọi phương diện của tâm tính, mọi thế hệ, và từng nền văn hóa ra sao. Chỉ khi nào chúng ta biết vấn đề nghiêm trọng thế nào (theo Cựu Ước), thì chúng ta mới có thể hiểu được quy mô giải pháp của Chúa cho vấn đề này qua Đấng Christ trong Tân Ước.

- *Kế hoạch của Đức Chúa Trời*. Sáng Thế Ký 3–11 cho chúng ta biết điều sai trật gì đã xảy ra với dòng dõi loài người—ở cả mức độ cá nhân lẫn toàn thể nhân loại. Trái đất bị rủa sả và các dân tộc bị tan lạc. Sáng Thế Ký 12 cho chúng ta biết điều Đức Chúa Trời định làm đối với nan đề này. Khi Ngài kêu gọi Áp-ra-ham, đó là để triển khai kế hoạch cứu rỗi vĩ đại của Ngài, là kế hoạch chiếm toàn bộ phần còn lại của Kinh thánh, đến tận Khải Huyền. Đức Chúa Trời hứa chuyển rủa sả thành phước lành. Ngài sẽ làm điều đó qua con cháu Áp-ra-ham trước nhất. Rồi, qua Y-sơ-ra-ên, Ngài sẽ đem phước lành ấy đến cho mọi dân trên đất và cuối cùng phục hồi toàn cõi thọ tạo—trời mới đất mới (Ê-sai 65:17–25). Đó là kế hoạch cứu rỗi vĩ đại của Chúa dành cho thế giới (thế giới loài người và thế giới tự nhiên), được hoàn tất bởi Đấng Christ trong Tân Ước. Tân Ước cho chúng ta câu trả lời cuối cùng của Đức Chúa Trời, nhưng chính Cựu Ước nói cho chúng ta biết phạm vi của vấn đề lẫn phạm vi lời hứa của Chúa.

Vì vậy, chúng ta sẽ hiểu Phúc âm một cách đầy đủ và toàn diện hơn khi trước hết chúng ta đọc Phúc âm trong Cựu Ước trước.

Vậy thì, chúng ta cần nghiên cứu và giảng Cựu Ước để chúng ta hiểu được những lẽ thật căn bản quan trọng mà Đức Chúa Trời đã mất hàng ngàn năm để dạy dỗ con dân Chúa trước khi sai Con Ngài đến thế gian. Nếu chúng ta chỉ đọc và giảng Tân Ước, thì điều đó giống như chúng ta muốn sống ở tầng trên cùng của ngôi nhà không có móng và không có các tầng bên dưới, hay muốn thưởng thức trái cây mà lại cắt mất gốc cây và cưa luôn thân cây vậy.

1.3 Cựu Ước là Kinh thánh của Chúa Giê-xu

Tuy nhiên, lý do quan trọng nhất cho việc tại sao chúng ta cần thật sự biết Cựu Ước là vì đó là Kinh thánh của Chúa Giê-xu. Dĩ nhiên, chúng ta đọc biết *về* Chúa Giê-xu qua Tân Ước. Nhưng chính Chúa Giê-xu chưa hề đọc Tân Ước! Như đã nói, với Chúa Giê-xu, Kinh thánh là các sách Cựu Ước mà chúng ta có ngày nay. Và Chúa Giê-xu biết chúng rất tận tường. Có lẽ, như bất kỳ trẻ em Do Thái nào thời bấy giờ, Ngài đã được học về chúng trước nhất thông qua bà Ma-ri và ông Giô-sép. Năm mười hai tuổi, Ngài đã hiểu rất rõ những sách này nên Ngài mới có thể ngồi trong đền thờ Giê-ru-sa-lem hàng mấy ngày, tranh luận với những người lớn là các nhà thần học và học giả. Các bé trai Do Thái vào thời Chúa Giê-xu thường học thuộc lòng toàn bộ các sách Cựu Ước. Nếu chúng giỏi (giống như Chúa Giê-xu), thì chúng sẽ biết hết các phần (Tô-ra, các sách Tiên tri) và đủ tư cách trở thành "ra-bi"—giáo sư. Đó là danh hiệu họ đã gọi Chúa Giê-xu. Ngài biết rõ Kinh thánh như biết các đồ nghề làm mộc của mình.

Khi đến thời điểm bắt đầu chức vụ công khai, sau khi chịu Giăng làm báp-tem ở sông Giô-đanh, Chúa Giê-xu đi vào đồng vắng một mình trong bốn mươi ngày và vật lộn với nhiệm vụ lớn lao trước mắt. Lúc đó Ngài đang làm gì? Khi Sa-tan cám dỗ Ngài chọn một hướng đi khác với hướng đi Ngài biết mình phải đi vì vâng lời Cha, ba lần Ngài đều trả lời bằng những trích dẫn từ Kinh thánh. Cả ba bản văn Chúa Giê-xu trích đều lấy từ Phục Truyền chương 6 và chương 8. Điều đó cho thấy Ngài đang suy nghĩ sâu xa những hàm ý của cả phần Phục Truyền (1–11) cho chính Ngài và sứ mạng của Ngài. Và trong suốt thời gian thi hành chức vụ, cả khi lên thập tự giá và sau khi sống lại, Chúa Giê-xu cũng quả quyết rằng Kinh thánh phải được ứng nghiệm. Toàn bộ sự hiểu biết của Ngài về bản thân–cuộc đời, sứ mạng, tương lai của Ngài–đều được xây trên nền tảng Kinh thánh Cựu Ước.

Bạn có bao giờ đến Xứ Thánh hay muốn được đến đó chưa? Một số người hành hương đến đó vì, khi bước đi trên vùng đất Ngài đã từng đi, nhìn thấy những ngọn đồi Ngài từng thấy, ngồi bên bờ biển Ga-li-lê, v.v..., họ nói (hay các tờ bướm quảng cáo nói) điều đó sẽ đem họ đến gần Chúa Giê-xu hơn. Phải, chắc chắn khi bạn thăm viếng xứ sở nơi có nhiều việc đã xảy ra, thì chuyến đi ấy sẽ làm cho Kinh thánh trở nên sống động hơn. Hãy nắm lấy cơ hội khi có thể! Nhưng nếu bạn thật sự muốn biết Chúa Giê-xu, muốn hiểu điều lấp đầy tâm trí Ngài và điều hướng ý muốn Ngài, thì cách tốt hơn cả việc hành hương đến Y-sơ-ra-ên (và sẽ ít tốn kém hơn nhiều!) đó là hãy đọc Kinh thánh mà Chúa Giê-xu đã đọc! Hãy đọc Cựu Ước!

Vì đây là những câu chuyện Chúa Giê-xu đã nghe từ thuở ấu thơ. Đây là những bài hát Ngài từng hát. Đây là những cuộn giấy da được đọc mỗi tuần trong nhà hội. Đây là những khải tượng tiên tri đã đem lại hy vọng cho dân Ngài trải bao thế hệ. Đây là nơi Chúa Giê-xu thấy rõ kế hoạch và mục đích vĩ đại của Đức Chúa Trời cho dân Y-sơ-ra-ên của Ngài, và qua họ cho cả thế giới. Đây là nơi Chúa Giê-xu tìm thấy những bản văn gốc quyết định bản chất của Ngài và việc Ngài phải làm.

Dĩ nhiên, bây giờ thì chúng ta nhắc nhở mình rằng Chúa Giê-xu là Con Đức Chúa Trời, và Ngài có mối liên hệ rất gần gũi và trực tiếp với Đức Chúa Cha. Chắc chắn Ngài hiểu bản thân và sứ mạng của Ngài dưới sự nhận thức thiên thượng. Tuy nhiên, Lu-ca hai lần cho chúng ta biết Chúa Giê-xu lớn lên như một đứa trẻ bình thường, tăng trưởng về thể chất, tâm trí và tâm linh (Lu 2:40, 52). Tôi nghĩ điều này ắt hẳn bao hàm việc lớn lên trong sự hiểu biết thông qua việc nghiên cứu Kinh thánh. Dù sao đi nữa, Ngài chắc chắn *sử dụng* Kinh thánh Cựu Ước để diễn tả ý mình muốn nói cho các môn đồ và giúp họ hiểu ý nghĩa của sự sống, sự chết và sự sống lại của Ngài cho Y-sơ-ra-ên và cho thế giới– không chỉ trong lúc Ngài còn sống trên đất, mà nhất là sau khi Ngài sống lại (Lu 24).

Vậy thì, nếu Chúa Giê-xu đã làm thế, thì lẽ nào chúng ta lại không bắt chước Ngài? Lẽ nào chúng ta không "rao giảng Đấng Christ" theo cách Đấng Christ đã giảng về chính Ngài—tức là dùng Kinh thánh, sao? Trong hai chương tiếp theo, chúng ta sẽ thấy nếu muốn hiểu về Chúa Giê-xu thì Cựu Ước quan trọng ra sao. Chúng ta cần Cựu Ước để hiểu câu chuyện và lời hứa mà Chúa Giê-xu đã làm cho ứng nghiệm. Và chúng ta cần Cựu Ước để hiểu Chúa Giê-xu nghĩ Ngài là ai và Ngài đến để làm gì?

CÂU HỎI VÀ BÀI TẬP

1. Bạn sẽ nói gì với người bỏ qua Cựu Ước, có lẽ người bảo bạn đừng mất công giảng Cựu Ước làm gì, vì họ cho rằng "chúng ta là Cơ Đốc nhân thời Tân Ước. Chúng ta có Chúa Giê-xu. Chúng ta không cần Cựu Ước nữa"?
2. Hãy liệt kê vắn tắt những sự dạy dỗ căn bản về đức tin Cơ Đốc. Bao nhiêu điều trong số đó đã được Cựu Ước dạy? Chúng ta sẽ *không* biết (hay không biết rõ) điều gì nếu chúng ta không có Cựu Ước?
3. Chuẩn bị một bài giảng ở 2 Ti-mô-thê 3:14–16. Hãy nói rõ là Phao-lô đang nói về Kinh thánh Cựu Ước. Giải thích điều ông nói về nguồn gốc, thẩm quyền, sức mạnh và tính hữu ích của Kinh Thánh Cựu Ước. Ý chính của bạn sẽ là gì–điểm chính bạn muốn hội chúng làm sau khi nghe bài giảng của bạn là gì?

2

Câu Chuyện và Lời Hứa

Họ phải ngồi trên chiếc xe buýt nhỏ suốt mười giờ liền. Họ là một nhóm các mục sư, và hành trình họ đi là từ Guayaquil trên bờ Thái Bình Dương ở Ecuador lên đến thủ phủ Quito, ở độ cao gần ba ngàn mét trên núi. Họ đến để tham dự hội thảo về giảng dạy của Langham ở Quito màtôi là một trong những điều phối viên. Khi biết về chuyến đi dài của họ, tôi muốn dạy thật tốt để chuyến đi của họ không trở nên vô ích!

2.1 Đích đến của hành trình

Thử tưởng tượng lúc nào đó trên quãng đường đi, bạn dừng xe lại hỏi hành khách "Quý vị đang đi đâu thế?" Họ sẽ trả lời "đi đến Quito!" một cách vui vẻ hoặc mệt mỏi. Bạn sẽ có cùng một câu trả lời cho dù bạn dừng lại hỏi họ lúc mới khởi hành, giữa cuộc hành trình hay lúc sắp đến nơi. Toàn bộ chuyến đi, từ đầu đến cuối, có cùng một đích đến, đó là Quito. Đường đi có lẽ quanh co. Có thể vài lần họ phải đi đường vòng. Thỉnh thoảng xe cộ đông đúc, có thể dường như họ không nhúc nhích gì cả. Đôi khi có thể họ phải dừng lại nghỉ ngơi và xuống xe để ngắm cảnh. Có thể đâu đó có lở đất hay vật cản và họ phải quay đầu đi đường khác. Nhưng cho dù chuyện gì xảy ra trên đường đi, cho dù đường đi có dài và quanh co thế nào đi nữa, đích đến cũng vẫn là Quito. Và cuối cùng, họ đã đến đó. Đích đến là nơi kết thúc hành trình.

Cựu Ước là một hành trình dẫn tới một đích đến, và đích đến đó là Chúa Giê-xu Christ. Đó là một hành trình rất dài, với nhiều ngã rẽ và khúc quanh, dừng lại rồi đi tiếp. Đó là một hành trình bị gián đoạn và đe dọa bởi đủ các điều tồi tệ và đủ các hạng người xấu xa. Đó là một hành trình cần đến nhiều người mà chiếc xe buýt nhỏ không thể chở hết, và phải đi nhiều dặm đường hơn là từ Guayaquil đến Quito. Và không phải chỉ mất mười tiếng đồng hồ mà là hai mươi thế kỷ! Đó là một hành trình liên quan đến lịch sử của cả một dân tộc–Y-sơ-ra-ên–được đặt trong lịch sử của nhiều dân tộc khác. Nhưng cho dù bạn bước vào hành trình từ chỗ nào–lúc mới khởi hành, giữa đoạn đường, hay gần cuối—thì hướng đi vẫn luôn là như vậy. Đây là câu chuyện Đức Chúa Trời dẫn dắt dân Ngài đến với Đấng Mê-si-a của Ngài, là Giê-xu ở Na-xa-rét. Đó là hướng đi không đổi. Chúa Giê-xu là đích đến. *Cựu Ước kể câu chuyện mà Chúa Giê-xu sẽ là đoạn kết.*

Bạn có bao giờ thắc mắc vì sao Ma-thi-ơ bắt đầu ký thuật trong Phúc âm của mình theo cách như vậy không? Ông nói trong câu đầu tiên rằng ông muốn kể cho chúng ta nghe về Chúa Giê-xu. Vậy thì tại sao ông không đi thẳng vào câu 18 "Đây là cách Chúa Giê-xu- Đấng Mê-si-a được sinh ra" luôn? Chẳng phải đây là điều chúng ta muốn biết sao? Tại sao ông lại bắt đầu với Áp-ra-ham, rồi liệt kê cả một danh sách tổ phụ con cháu đến bốn mươi hai đời? Vì tất cả những con người đó là một phần trong câu chuyện lớn của Cựu Ước. Một số là vua thuộc dòng dõi Đa-vít—và Chúa Giê-xu là Con cháu Đa-vít, Đấng sẽ là Vua thật sự của Y-sơ-ra-ên như Đức Chúa Trời đã hứa. Tất cả những người đó đều là con cháu Áp-ra-ham—Chúa Giê-xu là Đấng mà qua Ngài lời hứa Đức Chúa Trời ban phước cho muôn dân qua dòng dõi Áp-ra-ham được thực hiện.

Vì vậy, Ma-thi-ơ đang nói với độc giả: "Quý vị muốn biết về Chúa Giê-xu phải không? Tốt lắm, nhưng quý vị sẽ không hiểu về Chúa Giê-xu cho đến khi nào quý vị thấy Ngài đến như đoạn kết của câu chuyện lớn được giới thiệu trong dòng dõi của Ngài. Đây là hành trình dẫn đến Chúa Giê-xu. Chúa Giê-xu là đích đến của cuộc hành trình vĩ đại trong lịch sử, được bắt đầu với Áp-ra-ham. Để hiểu về Chúa Giê-xu, trước tiên quý vị cần hiểu xuất phát điểm và hành trình đó."

Quay lại chuyến đi của các vị mục sư, chúng ta có thể nói như thế này: hành trình (từ Guayaquil) chỉ có ý nghĩa vì đích đến của nó (Quito). Nếu họ đi mà không biết đi đâu, họ sẽ chỉ đi vòng vòng không mục đích, không lý do. Vì vậy, khi được kết hợp thành một câu chuyện, Cựu Ước trở nên có ý nghĩa nhờ vào đích đến của nó, là Chúa Giê-xu Christ. Đó không chỉ là một chiếc túi chứa hầm bà lằng nhẳng nhiều câu chuyện. Đó không chỉ là quyển truyện trẻ em không liên quan hay phương hướng gì. (Thật đáng tiếc, đây lại là cách một số người sử dụng Kinh thánh, và cách một số hội thánh dạy Kinh thánh. Đây là cách nhiều Cơ Đốc nhân nghĩ về Cựu Ước—chỉ như là một mớ các câu chuyện kể và một vài câu chuyện trong đó thì không được hay cho lắm). Không phải như vậy. Cựu Ước thật ra là một chuyện kể dài và phức tạp, gồm nhiều câu chuyện nhỏ bên trong, mà cuối cùng dẫn đến Chúa Giê-xu và câu chuyện đó trở nên hợp lý khi nó đi đến đích là Chúa Giê-xu.

Tôi vừa nói là "dài và phức tạp" phải không? Đúng vậy, thật sự là như vậy. Và đó là lý do khiến người ta lúng túng. Cựu Ước gồm nhiều thể loại, nhiều câu chuyện nhỏ đến nỗi thật dễ bị lạc đường. Cha tôi từng bị lạc trong khu rừng nhiệt đới Amazon. Ông là giáo sĩ truyền giáo giữa vòng nhiều bộ lạc người da đỏ thời kỳ trước khi người ta mở đường và máy bay có thể bay đến đó, vì vậy ông phải cuốc bộ. Ông nói lúc đó thật là kinh khủng. Ở dưới vòm cây mà bạn không thể định hướng nhờ mặt trời. Trên bờ sông, nếu không có la bàn, bạn không thể biết dòng sông đang chảy theo hướng nào. Cựu Ước cũng rộng lớn và phức tạp như sông Amazon. Cựu Ước không giống như cống dẫn nước được lắp đặt gọn gàng, chạy theo đường thẳng từ nơi này đến nơi khác. Và với những đoạn cong, ngã rẽ cùng những nhánh phụ, Amazon chứa đựng một lượng nước khổng lồ, gom lại từ nhiều nguồn khác nhau, nhưng tất cả đều chảy về một hướng, đó là Đại Tây Dương. Đó là đích đến cuối cùng của các dòng chảy. Cũng vậy, dù có nhiều dòng suối và nhánh phụ, cả Cựu Ước đều chảy về một hướng là Chúa Giê-xu Christ.

Chúng ta không chỉ xem Cựu Ước như một câu chuyện có ý nghĩa dưới ánh sáng là Chúa Giê-xu, mà còn phải hiểu Chúa Giê-xu dưới ánh sáng của câu chuyện xảy ra trước đó. Chúa Giê-xu đã đến thế gian vì tất cả những gì đã xảy ra trong câu chuyện cho đến thời điểm đó. Đó là lý do chúng ta cần đọc, cần hiểu và cần giảng Cựu Ước. Chúng ta làm như vậy là vì Đấng Christ. Đó là câu chuyện của Ngài. Chúng ta có thể nói đó là ADN của Ngài.

2.2 Mục đích của hành trình

Giả sử, khi bạn dừng chiếc mini buýt, sau khi hành khách nói cho bạn biết *nơi* bạn sẽ đến (là Quito), bạn hỏi họ câu hỏi thứ hai: "*Tại sao* quý vị đến Quito?"

Họ sẽ trả lời "Vì hội thảo về giảng dạy của Langham sẽ diễn ra vào tuần tới, và chúng tôi muốn tham dự." Vậy thì hành trình của họ không chỉ có đích đến, mà còn có *mục đích*. Có một sự kiện thú vị sẽ diễn ra ở Quito và họ dự tính có mặt tại đó để tham dự. Trong suốt nhiều tiếng đồng hồ của chuyến đi, họ nghĩ đến những gì sẽ diễn ra và mong chờ điều đó. Họ thực hiện chuyến đi này thật không uổng phí vì nó sẽ dẫn đến điều tốt đẹp phía trước. Hành trình dài thật nhưng đầy hứa hẹn.

Thật vậy, trên một phương diện, hành trình của họ đã bắt đầu từ lâu trước khi họ chen chúc lên chiếc mini buýt. Trước đó rất lâu họ đã nhận được thư thông báo về hội thảo ở Quito, mời họ đến tham dự, và hứa rằng đó sẽ là thì giờ giảng dạy và thông công tuyệt vời. Họ sẽ nhận được phước hạnh và được bồi bổ sức lực nếu họ đến tham dự. Vì vậy, toàn bộ hành trình của họ, sự chuẩn bị, việc thu dọn hành lý, di chuyển, chịu đựng tất cả những điều bất tiện và khó khăn trên đường đi—tất cả đều nhằm đáp lại lời mời và lời hứa, tất cả đều được thực hiện bằng đức tin (tin vào lời hứa của ban tổ chức) và hy vọng (mong chờ những điều tốt đẹp mà hội thảo mang lại cho họ trong tương lai khi họ đến tham dự).

Cựu Ước cũng như vậy. Đó không chỉ là cuộc hành trình theo thời gian—một chuỗi dài hết sự kiện này đến sự kiện khác cho đến cuối cùng khi Chúa Giê-xu đến là thời điểm kết thúc–mà đó còn là một cuộc hành trình có mục đích và ý nghĩa. Việc Chúa Giê-xu đến không chỉ kết thúc hành trình, mà là toàn bộ mục đích của hành trình. Ngài không chỉ là đích đến, mà là *sự ứng nghiệm* hay *sự làm trọn*. Thư mời gửi đến các vị mục sư ở Guayaquil hứa hẹn với họ những điều sẽ xảy ra ở Quito và thôi thúc họ thực hiện chuyến đi thế nào, thì Cựu Ước cũng trình bày lời hứa của Chúa thế ấy. Rồi khi Chúa Giê-xu đến, Đức Chúa Trời thực hiện lời hứa của Ngài. *Cựu Ước công bố lời hứa mà Chúa Giê-xu làm ứng nghiệm.*

Chúng ta hãy quay về hai chương đầu của Ma-thi-ơ. Năm lần Ma-thi-ơ nhắc đến Cựu Ước ngay sau khi kể cho chúng ta câu chuyện về hài nhi Giê-xu. Và mỗi lần như vậy, ông nói rằng bản văn Cựu Ước được ứng nghiệm theo cách nào đó. Bảng bên dưới cho thấy tất cả năm lần đó. Hãy dành chút thời gian đọc các câu trong Ma-thi-ơ rồi tìm câu trích dẫn từ Cựu Ước được ghi bên cạnh.

Ma-thi-ơ	Sự kiện	"Ứng nghiệm"
1:22–23	Thông báo về sự ra đời và tên của Ngài	Ê-sai 7:14
2:5–6	Được sinh ở Bết-lê-hem	Mi-chê 5:2–4
2:14–15	Được đem qua Ai Cập	Ô-sê 11:1
2:16–18	Việc giết các bé trai ở Bết-lê-hem	Giê-rê-mi 31:15
2:23	Lớn lên ở Na-xa-rét	Không rõ

Tại sao Ma-thi-ơ làm việc này? Trước tiên, rõ ràng ông không chỉ trích dẫn *lời tiên tri.*

- Chỉ có một bản văn Cựu Ước duy nhất rõ ràng là lời tiên tri được ứng nghiệm trực tiếp bởi Chúa Giê-xu. Đó là lời tiên tri của *Mi-chê* về vị vua tương lai của Y-sơ-ra-ên sẽ được sinh tại Bết-lê-hem.
- *Ê-sai* cho vua A-cha dấu hiệu rằng một con trẻ sẽ sớm được sinh ra và được đặt tên là "Em-ma-nu-ên" ("Đức Chúa Trời ở cùng chúng ta"), vì trong khoảng thời gian đó, các kẻ thù đang đe dọa vương quốc Giu-đa (Y-sơ-ra-ên và Sy-ri) sẽ bị đánh bại. Ma-thi-ơ nhìn thấy tầng nghĩa sâu xa hơn liên hệ đến Đấng Mê-si-a trong danh xưng của Ngài ("Em-ma-nu-ên") và trong sự kiện "cô gái trẻ" sinh ra Chúa Giê-xu thật ra lúc thụ thai và sinh Chúa Giê-xu vẫn còn là một trinh nữ. (Đây không phải dạng "lời tiên tri được ứng nghiệm" một cách rõ ràng vì, trong sự kiện này, người ta không gọi con trai của Ma-ri là "Em-ma-nu-ên" mà là "Giê-xu". Tầm quan trọng nằm ở *ý nghĩa* của từ "Em-ma-nu-ên". Chúa Giê-xu thật sự là "Đức Chúa Trời ở cùng chúng ta".)
- Không phải *Ô-sê* đang báo trước tương lai, mà đang nói đến việc Đức Chúa Trời đem Y-sơ-ra-ên ra khỏi Ai Cập trong cuộc xuất hành ở quá khứ.
- *Giê-rê-mi* đang nói về dân Giu-đa năm 587 TC đi lưu đày ngang qua mộ Ra-chên, và tưởng tượng bà đang than khóc (trong mộ) vì con cháu mình đang chịu khổ. Tuy nhiên, ngay câu kế tiếp của Giê-rê-mi bảo Ra-

chên hãy lau khô dòng lệ, vì con cháu bà sẽ trở về. Cuộc lưu đày sẽ chấm dứt.
- Trích dẫn cuối cùng của Ma-thi-ơ khá khó hiểu vì không có bản văn nào nói cách chính xác rằng "Ngài sẽ được gọi là người Na-xa-rét".

Vậy thì Ma-thi-ơ đang làm gì khi hầu hết các bản văn đều không phải là những lời tiên tri dễ hiểu? Ông đang chỉ cho chúng ta thấy rằng ngay trong thời thơ ấu của Chúa Giê-xu cũng đã có những sự kiện gợi nhớ đến những lời Kinh thánh Cựu Ước. Ông xem *cả* Cựu Ước là *lời hứa* vĩ đại của Đức Chúa Trời. Tất cả đều nói đến cam kết của Đức Chúa Trời đối với dân sự Ngài (và với cả thế giới qua Y-sơ-ra-ên). Vậy thì, ngay cả hài nhi Giê-xu cũng có "trải nghiệm xuất hành" gợi nhớ đến việc Đức Chúa Trời giải cứu Y-sơ-ra-ên ra khỏi Ai Cập. Và sự xuất hiện của Chúa Giê-xu giống với sự kiện kết thúc cuộc lưu đày (Ra-chên không còn khóc nữa). Và trên hết, qua Chúa Giê-xu, Đức Chúa Trời thật sự "ở với chúng ta". *Cựu Ước công bố lời hứa mà Chúa Giê-xu làm cho ứng nghiệm.*

Tại đây, sẽ hữu ích khi suy nghĩ đôi chút về sự khác nhau giữa *lời tiên báo* và *lời hứa*. Lời báo trước khá dễ hiểu. Tôi có thể tiên báo điều gì đó sẽ xảy ra vào một thời điểm nào đó trong tương lai. Nếu điều đó xảy ra, lời tiên báo của tôi thành sự thật. Nếu không xảy ra, hoặc là lời tiên báo của tôi sai, hoặc là nó chưa được ứng nghiệm. Đưa ra một lời tiên báo có thể liên hệ đến điều gì đó hoàn toàn không liên quan đến và tồn tại bên ngoài bản thân tôi. Lời tiên báo ấy không dính dáng gì đến tôi cả. Nhưng nếu tôi *hứa* với người nào đó, thì đó là chuyện hoàn toàn khác. Khi đó, tôi cam kết trong mối quan hệ với người đó, chí ít là liên hệ đến điều tôi đã hứa. Đó không chỉ là vấn đề lời hứa của tôi có "thành sự thật" hay không, mà vấn đề là người ta có thể tin tưởng ở tôi hay không. Điều đó liên hệ đến sự liêm chính của tôi. Danh tiếng của tôi đang bị đe dọa. Lời nói của tôi đang được thử nghiệm. Lời hứa làm thay đổi nhiều điều.

Khi tôi đang dạy tại All Nations Christian College (trường Cao đẳng Cơ Đốc Mọi Dân Tộc), tôi thường giải thích sự khác biệt giữa lời báo trước và lời hứa cho lớp mình như sau. Tôi nói thế này: "Tôi có thể *báo trước* rằng cuối năm nay, ít nhất một trong quý vị ở đây sẽ kết hôn với một trong những người nữ ở đây". (Đó là một lời dự báo khá an toàn. Mỗi năm đều có một vài sinh viên khi vào học thì độc thân nhưng khi ra trường thì có gia đình!) "Nhưng vì là lời dự báo, nên nó không liên quan đến cá nhân tôi trong phương diện nào cả. Còn nếu vào một ngày rất đặc biệt, một trong những quý ông và một trong các cô nói với nhau rằng 'Anh/em nhận em/anh làm vợ/chồng. Anh/em hứa sẽ thương yêu và quý trọng em/anh, khi hoạn nạn hay bình an, khi giàu hay khi nghèo, khi đau yếu hay khỏe mạnh. Anh/em sẽ chung thủy với em/anh, chỉ có sự chết mới chia lìa chúng ta'- thì đó không chỉ là lời tiên báo. Đó là *lời hứa*, và nó thay đổi cuộc sống bạn mãi mãi."

Lời hứa như thế bày tỏ cam kết và ý định *lâu dài*. Và đó là một việc khác nữa. Lời dự báo thì chỉ thành sự thật (hay không) mà thôi. Còn lời hứa có thể tiếp tục được thực hiện suốt một khoảng thời gian rất dài, ở mọi phương diện và hoàn cảnh mới. Tôi đã kết hôn được bốn mươi bốn năm. Vợ tôi và tôi đã hứa nguyện với nhau vào tháng Tám năm 1970. Chúng tôi không phải nhắc lại hay thay đổi lời hứa nguyện đó mỗi khi có điều gì mới mẻ xảy đến trong cuộc sống hay gia đình chúng tôi. Lời hứa đi qua, mở rộng, tiếp nối những mức độ cam kết mới mẻ, và được "ứng nghiệm" trong mọi phương diện chúng ta chưa hề mơ đến trong ngày cưới.

Với Cựu Ước cũng vậy. Đức Chúa Trời công bố lời hứa của Ngài—ngay từ Sáng Thế Ký. Ngay trong vườn Ê-đen, ngay sau khi A-đam và Ê-va phạm tội, Đức Chúa Trời khẳng định rằng dòng dõi người nữ cuối cùng sẽ giày đạp đầu con rắn. Nhưng rõ ràng hơn cả là ở Sáng Thế Ký 12:1–3, Đức Chúa Trời hứa rằng mọi dân trên đất sẽ được phước qua con cháu Áp-ra-ham. Đó là lời hứa quan trọng đến nỗi Phao-lô thậm chí gọi đó là "Phúc âm được báo trước" (Ga 3:8). Đó không chỉ là lời tiên báo. Đó là điều Đức Chúa Trời tự cam kết. Đó là lời hứa Đức Chúa Trời sẽ thực hiện vì sự chính trực và sự thành tín đáng tin cậy của Ngài. Đức Chúa Trời đã đặt chính bản tính của Ngài vào lời hứa đó.

Từ đó trở đi, toàn bộ câu chuyện Cựu Ước được lèo lái hướng về lời hứa đó. Từ ngữ "giao ước" được dùng để chỉ những lời hứa quan trọng của Đức Chúa Trời trong Kinh thánh. Những lời hứa đó tiếp nối nhau và có liên hệ với nhau. Bạn có thể nói rằng những lời hứa quan trọng của Chúa tiếp tục được ứng nghiệm, và rồi được "tiếp nhiên liệu" cho chặng đường khác trong hành trình. Bạn có thể lần theo toàn bộ câu chuyện Kinh thánh như sợi dây xích, với các mắt xích tạo thành trong chuỗi giao ước—tức là với mỗi giao ước là một sự nhắc lại mới mẻ hoặc mở rộng lời hứa của Đức Chúa Trời.[1]

- Giao ước với Nô-ê
- Giao ước với Áp-ra-ham
- Giao ước với Y-sơ-ra-ên tại núi Si-nai
- Giao ước với Đa-vít
- Giao ước mới, được hứa bởi các tiên tri và mở đầu bởi Chúa Giê-xu.

Vì thế, cuối cùng, khi chúng ta lật từ trang sách Ma-la-chi sang Ma-thi-ơ, sứ điệp là "Tất cả những gì Đức Chúa Trời đã hứa sắp thành sự thật!" Cho đến lúc này, chúng ta chỉ mới xem Ma-thi-ơ 1–2, nhưng khi các bạn đọc phần còn lại của Phúc âm này, các bạn sẽ thấy ông nhấn mạnh ý này nhiều lần. Lu-ca còn nhấn mạnh một cách thú vị hơn trong Lu-ca chương 1. Chương đó hoàn toàn thấm đẫm những âm vang và trích dẫn từ Kinh thánh Cựu Ước. Thật vậy, khi Ma-ri, mẹ Chúa Giê-xu, và Xa-cha-ri, cha của Giăng Báp-tít, hát bài ca vui mừng, họ đều ca ngợi thể nào Đức Chúa Trời đã *nhớ*. Họ không có ý nói rằng đến lúc đó Đức Chúa Trời mới nhớ, mà là bây giờ Đức Chúa Trời sắp hành động để thực hiện những lời hứa vĩ đại mà Ngài đã hứa từ thời Áp-ra-ham (1:54–55,

---

[1] Để xem xét phần mô tả đầy đủ hơn về những giao ước này, xin đọc quyển sách của tôi *Knowing Jesus through the Old Testament* (Carlisle: Langham Preaching Resources, 2014).

72–73). Và đến cuối Phúc âm, Lu-ca cho chúng ta thấy Chúa Giê-xu giúp các môn đồ thấy rằng Cựu Ước chỉ về chính Ngài (Lu 24:25–27, 44–48).

Vậy thì, các bạn thấy đó, nói rằng Cựu Ước chứa đựng một số *lời tiên báo* thú vị về Đấng Mê-si-a đã thành hiện thực trong Chúa Giê-xu thôi thì chưa đủ (tức là Ngài được sinh ở Bết-lê-hem). Thay vào đó, Cựu Ước chứa đựng cam kết, giao ước và *lời hứa* của Đức Chúa Trời (trước tiên là dành cho Y-sơ-ra-ên, nhưng sau đó cho cả thế gian – cho mọi dân tộc, như Đức Chúa Trời đã phán với Áp-ra-ham).

Trong chương tiếp theo, chúng ta sẽ cùng suy ngẫm về việc *Chúa Giê-xu nghĩ Ngài là ai* và *Chúa Giê-xu nghĩ Ngài đến thế gian để làm gì*. Nhưng, vì chính Chúa Giê-xu trả lời cả hai câu hỏi này bằng các câu Kinh thánh Cựu Ước, nên chúng ta cũng cần làm như vậy. Có nghĩa là nếu chúng ta muốn hiểu cách đầy đủ điều Chúa Giê-xu đã làm trọn thì chúng ta cần hiểu cách đầy đủ điều Đức Chúa Trời hứa Ngài sẽ làm (lời hứa của Ngài trong Cựu Ước). Mà để hiểu điều Đức Chúa Trời hứa làm, thì chúng ta cần hiểu vấn đề Đức Chúa Trời bắt đầu giải quyết (vấn đề được mô tả ngay khi bắt đầu Cựu Ước). Mà để hiểu vấn đề đó, thì chúng ta phải quay lại lúc mới bắt đầu. Vậy thì bây giờ chúng ta hãy làm điều đó.

2.3 Câu chuyện bằng biểu tượng[2]

Thật vậy, toàn bộ Kinh thánh (không phải chỉ Cựu Ước) là một câu chuyện lớn. Câu chuyện có phần mở đầu (sự sáng tạo), phần kết thúc (sự tạo dựng mới—thật ra là một khởi đầu mới), và phần thân (câu chuyện dài về sự cứu chuộc trong lịch sử, tập trung vào Đấng Christ).

Một thành viên của hội thánh tại Phoenix, Arizona nơi Chris Gonzales đang quản nhiệm, đã nói rằng "Kinh thánh là một câu chuyện lớn sao? Tôi không thấy như vậy". Lúc đó, ông đang đứng cạnh bàn làm việc của cô ấy. Hoàn cảnh thôi thúc, ông với tay lấy chiếc phong bì đã sử dụng và vẽ các biểu tượng dạng biểu đồ dưới đây ở mặt sau, rồi giải thích cho cô hiểu. Ông nói: "Đây là toàn bộ câu chuyện Kinh thánh, ngay ở mặt sau của chiếc phong bì."

Kinh thánh giống như vở kịch gồm sáu màn, hay sáu cảnh.

Màn 1: Sự sáng tạo. Mũi tên quay xuống chỉ thời điểm Đức Chúa Trời giáng xuống, có thể nói như vậy, và tạo dựng trái đất (Sáng 1–2). Dĩ nhiên, sự sáng tạo bao gồm toàn bộ vũ trụ về không gian và thời gian, nhưng Kinh thánh chỉ tập trung vào cách Đức Chúa Trời dựng nên trái đất mà chúng ta đang sống. Ngài đã dựng nên để trái đất vận hành cách hoàn hảo, có ngày và đêm, thời tiết và mùa màng, và đầy đủ tất cả mọi vật có trên đất, biển và bầu trời. Ngài đã làm nên trái đất vừa là nơi cho con người – là loài mang hình ảnh

---

[2]Tôi có khái niệm và biểu đồ này là nhờ Chris Gonzales và Tyler Johnson, người hướng dẫn Missional Pastors Training Network ở Phoenix, Arizona, USA.

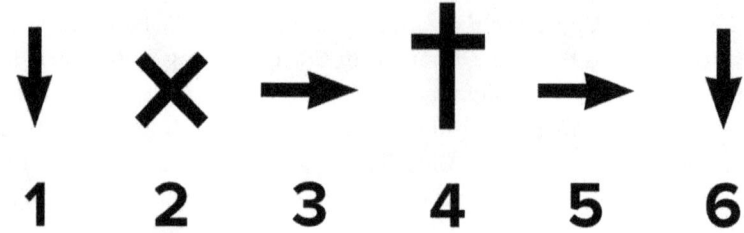

của Ngài trên đất—sinh sống, vừa là một nơi để Ngài có thể sống với chúng ta. Công trình sáng tạo giống như một đền thờ rộng lớn để Đức Chúa Trời ngự, vinh quang và mọi sự giàu có dư dật của cuộc sống đầy dẫy nơi đó.

Màn 2: Sự sa ngã. Chữ thập giống như chữ X biểu thị điều gì đó sai trật. Và thật vậy, đã có điều sai trật xảy ra. Sáng Thế Ký 3–11 mô tả thế nào tội lỗi và điều ác đã bước vào trải nghiệm của nhân loại. Chúng ta đã chọn chống nghịch Chúa, nghi ngờ sự nhân từ và khước từ thẩm quyền của Ngài. Hậu quả là cả cuộc đời chúng ta trên đất này, và chính trái đất nữa, bị tiêm nhiễm tội lỗi của chúng ta và hậu quả của nó.

Màn 3: Lời hứa. Trong một thế giới lạc lối (và ngày càng tồi tệ), Đức Chúa Trời hứa sẽ sửa lại cho đúng đắn. Trong một thế giới bị rủa sả, Đức Chúa Trời hứa ban phước lành. Lời hứa của Ngài cho Áp-ra-ham ở Sáng Thế Ký 12 khởi đầu toàn bộ phần còn lại của câu chuyện Kinh thánh, đặc biệt là câu chuyện về Y-sơ-ra-ên trong Cựu Ước. Đức Chúa Trời đã dự định ban phước và sự cứu rỗi cho thế giới *qua* dân tộc này. Điều đó không có nghĩa là Y-sơ-ra-ên sẽ cứu thế giới bằng cách nào đó. Cựu Ước sẽ cho thấy rằng, là một dân tộc, họ cũng phạm tội và cần đến sự cứu rỗi như bất kỳ dân tộc nào khác. Ý ở đây là Đức Chúa Trời sẽ dùng Y-sơ-ra-ên làm phương tiện qua đó Ngài đem sự cứu rỗi vào thế gian—sự cứu rỗi mà chúng ta biết rằng chỉ được thực hiện bởi Chúa Giê-xu, Đấng Mê-si-a của Y-sơ-ra-ên, mà thôi. Như đã nói, cả Cựu Ước giống như cuộc hành trình có đích đến và có mục đích, tất cả đều dẫn đến Chúa Giê-xu Christ. Đó là câu chuyện về lời hứa và hy vọng, ngay cả khi tội lỗi và điều ác vẫn đang tiếp tục hiện diện.

Màn 4: Phúc âm. Ở đây, chúng ta có trọng tâm của toàn bộ vở kịch Kinh thánh. Bởi thành tín với lời hứa của Ngài dành cho Y-sơ-ra-ên, Đức Chúa Trời đã ban Chúa Giê-xu là Đấng Mê-si-a của Y-sơ-ra-ên và (do đó) cũng là Cứu Chúa của thế gian. Phúc âm là tin tức tốt lành về tất cả những gì Đức Chúa Trời đã thực hiện qua sự ra đời, đời sống, sự dạy dỗ, sự chết, sự sống lại và sự thăng thiên của Chúa Giê-xu ở Na-xa-rét. Biểu tượng chữ thập ở đây có ý bao hàm tất cả những điều có trong các chuyện kể của Phúc âm (không chỉ thập tự ở Gô-gô-tha mà thôi).

Màn 5: Sứ mạng. Sau các sách Phúc âm là sách Công Vụ Các Sứ Đồ, mô tả Đức Chúa Trời đã tuôn đổ Đức Thánh Linh vào ngày lễ Ngũ Tuần, ban quyền năng cho các môn đồ của Chúa Giê-xu để họ thực thi sứ mạng làm chứng nhân cho Ngài giữa các dân cho đến tận cùng trái đất ra sao. Cộng đồng con dân Chúa mà Ngài đã thiết lập qua Áp-ra-ham (ban đầu là Y-sơ-ra-ên của Cựu Ước) bây giờ bao gồm cả người Do Thái lẫn người Ngoại bang đặt lòng tin nơi Chúa Giê-xu Christ. Chúng ta gọi Màn 5 là kỷ nguyên hội thánh, nhưng cũng phải nhớ rằng hội thánh không chỉ bắt đầu ở Tân Ước. Nếu chúng ta "ở trong Đấng Christ", thì chúng ta thuộc về dân tộc của Áp-ra-ham (Ga-la-ti 3). Và lý do chúng ta hiện hữu trong tư cách con dân Chúa vẫn không thay đổi. Nhiệm vụ của chúng ta là dự phần vào sứ mạng của Đức Chúa Trời, đem phước lành đến cho muôn dân trên đất.

Dĩ nhiên, Tân Ước không kể toàn bộ câu chuyện cho đến khi Đấng Christ. Tân Ước cho thấy Đức Chúa Trời đã giữ lời hứa của Ngài với Y-sơ-ra-ên của Cựu Ước bằng cách ban Chúa Giê-xu, và thể nào Đấng Christ đã hoàn tất sự cứu rỗi cho thế gian qua sự chết và sự sống lại của Ngài. Bằng quyền năng của Thánh Linh, nhiệm vụ của hội thánh là đem tin cứu rỗi tốt lành đến cùng trái đất như mạng lệnh của Chúa Giê-xu. Đó là chỗ chúng ta đứng. Chúng ta là một phần của câu chuyện đang tiếp diễn trong Màn 5. Chúng ta là những cộng sự trong kế hoạch lớn của Đức Chúa Trời qua nếp sống và công việc hằng ngày của mình. Chúng ta sống trong giai đoạn giữa công tác cứu chuộc của Đấng Christ được hoàn tất ở Màn 4 và thời điểm Đấng Christ sẽ trở lại để cảnh thú vị cuối cùng của Kinh thánh—Màn 6 – được thực hiện.

Màn 6: Sự tạo dựng mới. Mũi tên cuối cùng trong biểu đồ tượng trưng cho sự trở lại của Đấng Christ. Từ ban đầu, Đức Chúa Trời đã quan tâm đến toàn bộ công trình sáng tạo. Sáng Thế Ký 1–2 (hai chương đầu trong Kinh thánh) cho thấy "ban đầu" Đức Chúa Trời tạo dựng mọi thứ như thế nào. Khải Huyền 21– 22 (hai chương cuối) cho thấy cách Đức Chúa Trời sẽ thanh tẩy và khôi phục cõi tạo vật trở thành nơi Ngài sẽ ngự với dân được Ngài chuộc từ các nước, và là nơi mọi đau khổ, điều ác, tội lỗi, sự chết và rủa sả sẽ không còn. Điều này cũng đã được hứa từ Cựu Ước (Ê-sai 65:17–25), và đã được hoàn tất, qua sự chết và sống lại của Chúa Giê-xu (Côl 1:15–20). Vì vậy, mặc dù đây là đoạn kết của câu chuyện Kinh thánh, nhưng nó không thật sự là sự "kết thúc thế giới", mà là một khởi đầu mới. Nó sẽ chấm dứt thế giới tội lỗi, xấu xa và chống nghịch Chúa, nhưng sẽ bắt đầu một cõi thọ tạo mới, là cõi thọ tạo còn đến đời đời.

Có lẽ bạn đang suy nghĩ mũi tên cuối cùng phải hướng lên chứ không hướng xuống, để khắc họa việc chúng ta được lên thiên đàng. Nhưng đó không phải cách Kinh thánh thật sự kết lại. Kinh Thánh không khắc họa chúng ta biến đi đâu đó, mà thông báo Đức Chúa Trời giáng xuống (Khải 21:1–5), biến chính trái đất thành thành của Ngài. Các bản văn khác nói đến lửa đoán phạt của Đức Chúa Trời (2 Phi 3), nhưng đó không phải lửa xóa sạch toàn bộ cõi tạo vật. Đó là ngọn lửa thanh tẩy cõi sáng tạo khỏi mọi tội lỗi và điều ác, để nó được sạch sẽ, được phục hồi và thích hợp để Đức Chúa Trời trở lại sống với chúng ta (đây là điều Ngài thông báo—Khải 21:3). Ý nghĩa của danh xưng "Em-ma-nu-ên" cũng áp dụng cho lần đến thứ hai của Đấng Christ cũng như cho lần đến thứ nhất. Em-ma-nu-ên có nghĩa là *"Đức Chúa Trời [đến đây để] ở với chúng ta"*, không phải *"chúng ta [đi đến nơi nào đó để] ở với Đức Chúa Trời."*

2.4 Giảng những gì có trong câu chuyện

Tất cả những điều này ảnh hưởng thế nào đến sự giảng dạy của chúng ta, đặc biệt khi giảng Cựu Ước? Điều đó có nghĩa là chúng ta hiện đang sống và rao giảng đâu đó ở Màn 5, nhưng chúng ta đang giảng lời Chúa là lời được ban cho chúng ta trong suốt Màn 3 (Cựu Ước), dựa trên những gì xảy ra trong Màn 4 (các sách Phúc âm), và báo trước việc sẽ xảy đến trong Màn 6 (sự tạo dựng mới). Dĩ nhiên, tôi không có ý nói rằng bài giảng của chúng ta cũng cùng một mức độ giá trị như chính Kinh thánh! Có một số người giảng lời Chúa làm cho người ta có cảm giác họ nghĩ như vậy. Nhưng chúng ta cần biết rõ rằng bản văn Kinh thánh là lời độc nhất vô nhị và trọn vẹn của Đức Chúa Trời, và có thẩm quyền tối thượng. Không điều gì chúng ta nói hay giảng có thể ngang hàng với lời ấy, và chúng ta cũng không bao giờ nên khẳng định những lời chúng ta giảng, tự nó, chính là lời của Đức Chúa Trời.

Điều tôi muốn nói là, những người trong vai trò giảng dạy Lời Chúa–chúng ta–và những người chúng ta phục vụ trong tư cách mục sư thật sự đều sống *trong khung cảnh* của toàn bộ câu chuyện Kinh thánh. *Chúng ta đang tham dự vào Màn 5 của vở kịch trong Kinh Thánh*, được bắt đầu vào ngày lễ Ngũ Tuần và sẽ tiếp tục cho đến khi Đấng Christ trở lại. Việc giảng dạy của chúng ta phải nhắm mục đích trang bị cho thính giả để họ bước vào thế giới trong tư cách con dân của Chúa. Đó là sứ mạng của họ. Đó là điều Chúa kêu gọi họ trở thành và thực hiện. Sứ mạng của chúng ta trong tư cách người giảng dạy là thêm sức cho họ trong vai trò và nhiệm vụ đó. Là Cơ Đốc nhân, chúng ta được định nghĩa và tạo hình bởi những điều Chúa làm qua Đấng Christ trong Màn 4. Và chúng ta sống trong thế giới này với tinh thần mong đợi đến Màn 6. Đó là câu chuyện chúng ta đang sống trong đó—với tư cách Cơ Đốc nhân nói chung và người giảng giải Kinh thánh nói riêng.

Khi chúng ta nghĩ bản thân là những người tham gia vào toàn bộ câu chuyện Kinh thánh theo cách này, điều đó cũng giúp chúng ta ghi nhớ rằng khi chúng ta giảng Cựu Ước, đó không chỉ là vô khối những câu chuyện, bài hát và lời tiên tri cổ lỗ từ Y-sơ-ra-ên cổ đại—xa xôi và cách biệt đối với chúng ta. Không phải vậy, Cựu Ước là Màn 3 trong một vở kịch lớn mà chính chúng ta đang sống trong đó. Họ sống ở Màn 3. Chúng ta sống ở Màn 5. Nhưng tất cả chúng ta đều sống trong cùng câu chuyện lớn của Kinh thánh. Câu chuyện *của họ* là một phần trong câu chuyện *của chúng ta*. Chúng ta *cùng là* con dân của Đức

Chúa Trời. Và điều nối kết họ với chúng ta, cũng như chúng ta với họ, là Màn 4—các sự kiện Phúc âm. Đó là sự ứng nghiệm phần của họ trong câu chuyện, và mở đầu phần của chúng ta trong câu chuyện.

Dĩ nhiên, Cựu Ước bao hàm Màn 1 và 2, sự sáng tạo và sự sa ngã. Và, mặc dù đó là những thời khắc rõ ràng trong câu chuyện lớn, nhưng chúng cũng thật sự có định rõ "chỗ chúng ta đang đứng hiện thời". Chúng ta vẫn sống trong cõi thọ tạo của Đức Chúa Trời như những quản gia có trách nhiệm trước những nguồn tài nguyên trên đất của Chúa. Và cả dòng dõi loài người vẫn sống trong sự chống nghịch đầy tội lỗi cùng Đức Chúa Trời. Vì vậy, lời giảng của chúng ta cũng phải giải thích thực tế này cùng những hàm ý của chúng. Cụ thể, lời rao giảng của chúng ta cần thường xuyên chỉ ra thế nào những hiện thực về tội lỗi và điều ác (trong thế giới kể từ Màn 2) thúc đẩy chúng ta thấy mình cần đến giải pháp của Chúa để giải quyết vấn đề cơ bản đó (trong Phúc âm ở Màn 4). Trong chương tiếp theo, chúng ta sẽ suy nghĩ chi tiết làm thế nào việc giảng Cựu Ước cần phải dẫn người ta đến với Đấng Christ—bằng nhiều cách khác nhau, nhưng cơ bản là vì đó là nơi chính Cựu Ước sẽ dẫn người ta đến.

Tóm lại, đây là những điều chúng ta thấy được trong chương này:

- Chúng ta so sánh Cựu Ước với cuộc hành trình không chỉ có đích đến mà còn có một mục đích cần hoàn thành. Chúa Giê-xu là đích đến. Và Chúa Giê-xu đã hoàn thành mục đích của Đức Chúa Trời được công bố trong Cựu Ước. Nghĩa là, Cựu Ước kể câu chuyện về Y-sơ-ra-ên mà Chúa Giê-xu sẽ là người hoàn tất, và Cựu Ước công bố lời hứa của Chúa cho Y-sơ-ra-ên mà Chúa Giê-xu sẽ làm trọn.
- Rồi chúng ta cũng thấy rằng bản thân Cựu Ước đã là một phần trong toàn bộ câu chuyện Kinh thánh. Trọng tâm của "câu chuyện Kinh thánh vĩ đại" đó là câu chuyện Phúc âm về Chúa Giê-xu Christ, và câu chuyện ấy kết thúc bằng sự trở lại của Đấng Christ cùng sự tạo dựng mới. Chúng ta cần giảng dạy sao cho người nghe không chỉ hiểu toàn bộ câu chuyện Kinh thánh mà còn nhìn thấy chỗ đứng của chính mình trong câu chuyện ấy và sống dưới sự soi sáng đó.

CÂU HỎI VÀ BÀI TẬP

1. Bạn giải thích như thế nào về việc Cựu Ước không chỉ chứa đầy *những lời tiên báo* về Chúa Giê-xu, mà còn công bố *lời hứa* của Đức Chúa Trời mà Chúa Giê-xu sẽ thực hiện?
2. Thảo luận ý cho rằng Kinh thánh giống một vở kịch gồm sáu màn hay sáu phân cảnh. Bạn thấy cách phân chia (và những biểu tượng đi cùng) như vậy hữu ích ra sao trong việc giải thích "nội dung của Kinh thánh" cho (a) một tân tín hữu, và cho (b) người chưa tin nhưng quan tâm đến niềm tin Cơ Đốc?
3. Hãy chuẩn bị một bài giảng, hoặc một loạt sáu bài giảng, để minh họa mỗi cảnh trong vở kịch Kinh thánh gồm sáu màn này. Cẩn thận chọn các bản văn chính yếu có thể tóm lược nội dung của từng cảnh.

3

Hiểu Về Chúa Giê-Xu Thông Qua Cựu Ước

Trong chương 2, chúng ta đã so sánh Cựu Ước với cuộc hành trình dẫn đến Đấng Christ. Lúc nào chúng ta đang nghiên cứu hoặc đang chuẩn bị giảng từ một phân đoạn trong Cựu Ước thì chúng ta cũng đang hướng đến, đối diện với hướng đi của hành trình, suy nghĩ về đích đến của toàn bộ cuộc hành trình ấy. Nhưng khi đến đích rồi thì sao nữa? Khi chúng ta đến với các sách Phúc âm và gặp Chúa Giê-xu tại đó, thì chúng ta có thể hoàn toàn lãng quên hành trình ấy và quăng chiếc vé đã sử dụng vào sọt rác không? Kể từ bây giờ, chúng ta có được lờ đi Cựu Ước, vì chúng ta đã nhận biết chính Chúa Giê-xu rồi hay không? Ồ, chúng ta sẽ không làm vậy nếu chúng ta noi gương của chính Chúa Giê-xu và của bốn nhân vật đã cho chúng ta bốn bản ký thuật Phúc âm là Ma-thi-ơ, Mác, Lu-ca và Giăng. Với Chúa Giê-xu và các môn đồ (kể cả sứ đồ Phao-lô), *Cựu Ước là tối cần* để có thể hiểu nhân thân và sứ mạng của Chúa Giê-xu—tức là hiểu được Chúa Giê-xu là ai và Ngài đến để làm gì.

Vậy thì, ý chính của chúng ta trong chương này là nhấn mạnh lý do rất quan trọng cho việc chúng ta phải giảng Cựu Ước: người ta cần biết Cựu Ước để hiểu về Chúa Giê-xu—vừa theo như cách Ngài hiểu về chính mình vừa theo như cách các môn đồ đầu tiên giải thích về Ngài.[1]

3.1 Chúa Giê-xu nghĩ Ngài là ai?

Chúa Giê-xu khiến tâm trí con người nảy sinh nhiều câu hỏi. Có lần, khi Ngài dẹp yên cơn bão tí nữa thì nhấn chìm chiếc thuyền của họ, các môn đồ kinh

---

[1] Muốn biết thêm chi tiết về việc Cựu Ước giúp chúng ta hiểu Chúa Giê-xu ra sao, xin đọc quyển *Knowing Jesus through the Old Testament* (Carlisle: Langham Preaching Resource, 2014).

ngạc đến nỗi đặt ra câu hỏi thẳng thừng: "Người này là ai mà ngay cả gió và biển cũng đều vâng lệnh người?" (Mác 4:41).

Đó là câu hỏi đúng. *Người này là ai?*

Chúa Giê-xu quan tâm đến cách *người ta* trả lời câu hỏi đó, vì vậy Ngài hỏi các môn đồ: "Người ta nói Con Người là ai?" (Mat 16:13). Dường như một số người nghĩ Ngài là Giăng Báp-tít sống lại sau khi đã bị Hê-rốt giết chết. Nhưng hầu hết thì trở về thời xa xưa hơn—trở về với Kinh thánh của họ. Chúa Giê-xu làm họ nhớ đến Ê-li hoặc Giê-rê-mi hoặc một trong các tiên tri. Dĩ nhiên, họ nói cũng có phần đúng. Chúa Giê-xu đúng là một tiên tri, nói lời Đức Chúa Trời cho dân chúng. Ngài có quyền năng chữa lành giống Ê-li. Ngài rao giảng một sứ điệp mà vì đó Ngài phải chịu khổ và bị khước từ giống như Giê-rê-mi. Vì vậy, khi dân chúng xung quanh cố hiểu Ngài và tất cả những điều Ngài nói và làm, thì họ tìm kiếm câu trả lời trong Kinh thánh của họ—tức là Cựu Ước.

Chúa Giê-xu thậm chí quan tâm hơn đến cách *các môn đồ* trả lời câu hỏi đó, vì vậy Ngài hỏi họ "Còn các ngươi thì sao? Các ngươi nói Ta là ai?" (16:15). Phi-e-rơ trả lời "Ngài là Đấng Mê-si-a", nghĩa là Đấng được Đức Chúa Trời xức dầu để thực hiện mục đích của Ngài; Đấng phải đến để hoàn tất những lời hứa khác nhau trong Cựu Ước. Và Chúa Giê-xu đồng ý với câu trả lời của Phi-e-rơ, Ngài nói rằng Đức Chúa Trời đã bày tỏ điều đó cho ông (câu 17). Vì vậy, Chúa Giê-xu đã biết Ngài thật là Đấng được xức dầu. Tuy nhiên, Ngài không muốn các môn đồ đi rêu rao điều đó (câu 20). Vì sao? Dường như nhiều người vẫn có suy nghĩ rằng khi Đấng Mê-si-a đến, Ngài sẽ dẫn dắt họ đến chiến thắng vẻ vang trước kẻ thù về mặt quân sự. Nhưng điều đó không hề nằm trong kế hoạch của Chúa Giê-xu. Ngài thấy vai trò Mê-si-a của mình ở những phương diện rất khác—những phương diện không hấp dẫn lắm đối với Phi-e-rơ (câu 21–28).

Còn *Đức Chúa Cha* trả lời câu hỏi này thế nào? Cả Ma-thi-ơ, Mác và Lu-ca đều ký thuật phép báp-tem của Chúa Giê-xu. Đó là một thời khắc tuyệt vời mà ở đó cả Ba Ngôi đều dự phần vào. Đức Chúa Con bước lên khỏi nước sông Giô-đanh. Đức Thánh Linh giáng xuống trong hình hài của chim bồ câu. Và Đức Chúa Trời phán từ trời. Tiếng phán từ Đức Chúa Trời ấy mô tả ra sao về Chúa Giê-xu? Không phải bằng những từ ngữ hoàn toàn mới mẻ, chưa từng nghe bao giờ. Không hề! Ngay cả Đức Chúa Trời cũng đã trích dẫn Kinh thánh. "Đây là Con yêu dấu của Ta, đẹp lòng Ta hoàn toàn" (Mat 3:16–17). Những lời này vang vọng ít nhất hai và có lẽ là ba bản văn Cựu Ước.

- *Ê-sai 42:1.* "Đây là đầy tớ Ta, Người mà Ta nâng đỡ, là Người mà Ta đã chọn, và linh hồn Ta hài lòng." Đầy tớ của Đức Giê-hô-va trong Ê-sai sẽ là người kêu gọi Y-sơ-ra-ên quay trở về cùng Đức Chúa Trời và đem sự cứu rỗi của Đức Chúa Trời đến cùng trái đất. Đức Chúa Trời đang đồng nhất Chúa Giê-xu là người đó—Đầy tớ/Con yêu dấu của Ngài. Ê-sai tiếp tục mô tả Đầy tớ sẽ chịu khổ và chịu chết để thực hiện ý muốn của Đức Chúa Trời ra sao (Ê-sai 53).

- *Thi Thiên 2:7.* "Con là Con Ta; ngày nay Ta đã sinh ra Con." Những lời này do Đức Chúa Trời phán với vua Đa-vít và con cháu ông, những người kế vị ông. Đến thời của Chúa Giê-xu, thật sự không có vua thuộc dòng dõi Đa-vít nào ngồi trên ngai ở Giê-ru-sa-lem. Vì vậy, những lời của Thi Thiên này được hiểu là áp dụng cho Đấng Mê-si-a, con cháu Đa-vít trong tương lai sẽ là vị vua đích thực của họ. Đức Chúa Trời đang đồng nhất Chúa Giê-xu với vua đó—"con cháu vĩ đại nhất của Đa-vít vĩ đại."
- *Sáng Thế Ký 22:2.* "Hãy dẫn con trai của con, đứa con một mà con yêu dấu, là Y-sác... dâng đứa trẻ..." Có lẽ những lời Đức Chúa Cha phán tại lễ báp-tem của Chúa Giê-xu là tiếng vọng từ những huấn thị mà Đức Chúa Trời dành cho Áp-ra-ham. Chúa Giê-xu thật sự là "con một" mà Cha sẵn sàng hy sinh vì tội lỗi của thế gian.

Vậy thì người bước lên khỏi sông Giô-đanh sau khi được Giăng làm báp-tem là ai? Theo chính Cha của người ấy, đó là Đầy tớ Đức Chúa Trời và Con Đức Chúa Trời. Ngài sẽ thực thi sứ mạng của Đức Chúa Trời, Ngài không chỉ cai trị trên Y-sơ-ra-ên mà còn cai trị mọi dân trên đất (Thi 2:8). Nhưng trước nhất Ngài sẽ bị khước từ và chịu chết. Và tất cả những việc này được mô tả bằng ngôn ngữ lấy từ Cựu Ước. Chính Kinh thánh của Chúa Giê-xu đã giải thích nhân thân của Chúa Giê-xu.

Còn *chính Chúa Giê-xu* trả lời câu hỏi này như thế nào? Như chúng ta đã thấy, Chúa Giê-xu chấp nhận danh hiệu "Đấng Mê-si-a/Đấng Christ", nhưng không công khai quá nhiều, vì dân chúng hiểu sai về danh hiệu này. Nhưng cách Ngài thích gọi chính mình đó là *"Con Người"*. Ngài lấy thuật ngữ này từ đâu, và ý nghĩa của nó là gì? Một số người cho rằng đó chỉ là một danh hiệu tương ứng với "Con Đức Chúa Trời"; tức là họ nghĩ rằng hai thuật ngữ—Con Đức Chúa Trời và Con Người—chỉ là những cách để nói rằng Chúa Giê-xu vừa là thần vừa là người. Đôi khi từ "con người" thật sự chỉ có nghĩa là "loài người", nhưng lúc khác thì không chỉ mang nghĩa đó.

Ở một trong những khải tượng của Đa-ni-ên (Đa 7), ông thấy các con thú từ dưới biển đi lên. Chúng tượng trưng cho tội ác điên cuồng của các đế quốc khác nhau sẽ xuất hiện. Nhưng sau đó Đa-ni-ên cũng nhìn thấy Đức Chúa Trời ngồi trên ngai, cai trị trên tất cả những "con thú" này. Rồi Đa-ni-ên thấy một nhân vật khác:

> ...một vị giống như con người, đến với những đám mây trời. Vị ấy đến gần và được đưa đến trước mặt Đấng Thượng Cổ [Đức Chúa Trời ngồi trên ngai]. Đấng Thượng cổ ban cho vị ấy quyền thống trị, vinh quang và vương quốc. Mọi dân tộc, mọi quốc gia, mọi ngôn ngữ đều phục vụ vị ấy. Quyền thống trị Ngài là quyền đời đời, chẳng hề mai một, và vương quốc Ngài không bao giờ suy vong. (Đa 7:13–14)

"Con người" là một nhân vật được tôn vinh, người sẽ đồng cai trị với chính Đức Chúa Trời. Vì vậy, không có gì ngạc nhiên, lúc bị xét xử, khi Chúa đã quả quyết mình là Con Người mà Đa-ni-ên mô tả thì Ngài liền bị các thầy tế lễ cả buộc tội Ngài là phạm thượng (Mác 14:62–63). Ý ở đây đó là từ điều Kinh thánh Cựu Ước đã nói thì cả Chúa Giê-xu lẫn các vị thẩm phán đều hiểu ý nghĩa của danh xưng "Con Người". Vì vậy, nếu chúng ta muốn biết Chúa Giê-xu nghĩ Ngài là ai, thì chúng ta cần biết các bản văn Kinh thánh Ngài dùng để giải thích về mình.

Vậy Chúa Giê-xu có nghĩ rằng Ngài là Đức Chúa Trời không? Chắc chắn Ngài không đứng lên nói rằng: "Chào mọi người, Ta là Đức Chúa Trời". Làm như thế chắc Ngài sẽ bị ném đá ngay lập tức. Dẫu vậy, thật sự Ngài gần như đã nói như thế khi dùng danh xưng lớn của Đức Chúa Trời được bày tỏ trong Xuất Ê-díp-tô Ký ("Ta là Đấng Tự Hữu Hằng Hữu"), và khi nói với các lãnh đạo Do Thái "Trước khi có Áp-ra-ham, đã có Ta!" Và họ thật đã tìm cách ném đá Ngài về tội lộng ngôn (Giăng 8:58–59). Đó là giây phút hiếm hoi. Nhưng điều Chúa Giê-xu thường hay làm hơn là nói và làm những việc mà Cựu Ước nói hoặc hứa về Đức Chúa Trời, rồi để cho dân chúng tự rút ra kết luận. **Ví dụ**

- Đức Chúa Trời có phán Ngài sẽ sai Ê-li đến trước khi chính Ngài sẽ đến với dân chúng (Mal 3:1; 4:5). Chúa Giê-xu nói rằng Giăng Báp-tít chính là Ê-li, được sai đến để dọn đường cho Chúa. Nhưng nếu Giăng là Ê-li, và Chúa Giê-xu đến sau Giăng, thì Chúa Giê-xu là ai (Mat 11:11–15; 17:10–13)?
- Đức Chúa Trời có hứa rằng khi Ngài đến, thì kẻ mù sẽ thấy, kẻ điếc được nghe, kẻ què được đi, v.v... (Ê-sai 35:4–6). Khi các môn đồ của Giăng hỏi Chúa Giê-xu có phải Ngài là Đấng sẽ đến không, thì Chúa Giê-xu trả lời "Hãy nhìn xung quanh các ngươi. Chuyện gì đang xảy ra? Ai đang ở đây?" (Mat 11:1–6).
- Có những người được Chúa phán rằng tội lỗi họ đã được tha. Dân chúng đã hỏi thật đúng "Ngoài Đức Chúa Trời thì ai có quyền tha tội?" (Mat 9:1–7; Lu 7:36–50). Thế thì Chúa Giê-xu đang khẳng định Ngài là ai?
- Chúa Giê-xu nói Ngài đang đuổi quỷ "bằng ngón tay của Đức Chúa Trời", đây là bằng chứng cho thấy sự cai trị của Chúa đã đến giữa dân chúng—trong thân vị và hành động của chính Chúa Giê-xu (Mat 12:28; Lu 11:20).
- Và sau khi sống lại, Ngài phán: "Mọi thẩm quyền trên trời và dưới đất đã giao cho Ta" (Mat 28:18). Đó là cách Cựu Ước nói về YHWH, Giê-hô-va Đức Chúa Trời của Y-sơ-ra-ên (Phục 4:39), nhưng Chúa Giê-xu bình tĩnh áp dụng những lời này cho chính Ngài.

Chúng ta có thể kể ra thêm nữa. Chúa Giê-xu là ai? Hãy nghĩ đến tất cả những từ ngữ hay danh xưng mà bạn biết. Chúa, Đấng Christ/Đấng Mê-si-a, Chúa Cứu Thế, Đấng Cứu Chuộc, Vua, Tiên tri, Thầy tế lễ Thượng phẩm, Con Đức Chúa Trời, Con Người, Con vua Đa-vít, Chiên Con của Đức Chúa Trời,

Người chăn Nhân lành, Chúa Bình an, Em-ma-nu-ên.... Tất cả những danh xưng này và nhiều danh xưng khác nữa đều đến từ Kinh thánh Cựu Ước. Chúng không phải là những cụm từ vô nghĩa, như những danh hiệu trên mây mà một số vị vua và tổng thống thích khoe khoang ngày nay tự đặt cho mình. Những danh xưng này mô tả những khía cạnh thiết yếu ở những việc Chúa Giê-xu đã làm hay vẫn còn làm. Vì vậy nếu chúng ta muốn hiểu và giải thích về Chúa Giê-xu thông qua những từ ngữ này, thì chúng ta cần biết chúng được dùng như thế nào trong Cựu Ước.

Vậy thì, dù là để hiểu được rằng Chúa Giê-xu là thần có nghĩa là gì, rằng Ngài vừa hoàn toàn là Đức Chúa Trời vừa hoàn toàn là người có nghĩa là gì, thì chúng ta cũng cần Cựu Ước. Vì chính Cựu Ước bày tỏ cho chúng ta biết về Đức Chúa Trời Đấng trở thành người và bước đi giữa chúng ta qua con người Giê-xu ở Na-xa-rét.

3.2 Chúa Giê-xu đến để làm gì?

Có phải Chúa Giê-xu đến để khởi xướng một tôn giáo mới không? Nhiều người nghĩ như vậy, phải không? Hỏi: Ai là người sáng lập Cơ Đốc giáo? Đáp: Chúa Giê-xu. Điều đó làm cho ta có cảm giác như thể một ngày nọ Chúa Giê-xu đến và nói: "Các bạn hãy nghe đây, chúng ta đã theo Do Thái giáo đủ lâu và dường như không đạt được điều chúng ta mong đợi. Đây là một tôn giáo hoàn toàn mới mà Ta đã nghĩ ra. Hãy theo Ta để trở thành Cơ Đốc nhân."[2] Nhưng dĩ nhiên Ngài không làm như vậy. Thật vậy, Ngài phán với những người *nghĩ* rằng Ngài đang hủy bỏ Luật pháp và các sách Tiên tri (nền tảng Kinh thánh cho đức tin của Y-sơ-ra-ên): "Đừng nghĩ như vậy! Ta không đến để phá bỏ chúng, nhưng để hoàn tất."

Hãy nhớ trong chương 2, phần "Câu chuyện và Lời hứa", Chúa Giê-xu biết câu chuyện mà Ngài tham dự vào—câu chuyện vĩ đại của Y-sơ-ra-ên trong Kinh thánh Cựu Ước, và lời hứa của Đức Chúa Trời mà câu chuyện ấy chứa đựng. Và Chúa Giê-xu biết rằng Ngài đến để thực hiện lời hứa đó và để hoàn tất điều Đức Chúa Trời đã hứa sẽ làm qua Y-sơ-ra-ên, vì ích lợi của cả thế gian. Chúa Giê-xu đến để kết thúc câu chuyện mà Cựu Ước đã bắt đầu.

Hãy nhớ lại những biểu tượng tượng trưng cho câu chuyện Kinh Thánh ở chương 2. Hình thức đơn giản nhất của phần câu chuyện Cựu Ước (Màn 1–3 của toàn bộ câu chuyện Kinh thánh) đơn giản như sau:

---

[2]Chúa Giê-xu không bao giờ dùng từ "Cơ Đốc nhân" hay "Cơ Đốc giáo". Những từ ấy mới có sau này. *"Chritisnoi"* (nghĩa là "người không ngừng nói về Đấng Christ") lần đầu tiên được dùng như biệt danh chỉ những người đi theo Chúa Giê-xu ở An-ti-ốt xứ Sy-ri. Từ "Cơ Đốc nhân" chỉ xuất hiện ba lần trong Tân Ước. Từ thường được dùng là "môn đồ"- tức người đi theo Chúa Giê-xu, xuất hiện hơn hai trăm lần trong Tân Ước.

- Đức Chúa Trời đã dựng nên thế giới tốt đẹp và tạo nên con người theo hình ảnh của Ngài để họ yêu mến và thờ phượng Ngài, để sử dụng và săn sóc cõi thọ tạo và để yêu thương cũng như phục vụ lẫn nhau.
- Chúng ta đã nổi loạn và không vâng lời Đức Chúa Trời, tự chuốc lấy sự phán xét và sự chết cho chính mình, sự chia rẽ và xung đột giữa các dân tộc, và công trình sáng tạo bị hư hoại.
- Đức Chúa Trời đã kêu gọi Áp-ra-ham và qua dòng dõi của ông, là dân Y-sơ-ra-ên, Ngài hứa sẽ biến sự rủa sả thành phước lành cho muôn dân.
- Nhưng vì Y-sơ-ra-ên là một dân tộc của những tội nhân giống như toàn thể nhân loại, nên những người mang lấy sự chữa lành của Đức Chúa Trời cũng mang lấy chính căn bệnh đó nữa. Y-sơ-ra-ên cho thấy rằng chính họ cũng cần đến sự cứu rỗi như tất cả các dân tộc còn lại.
- Tuy nhiên, lời hứa của Chúa không hề thay đổi. Cựu Ước chỉ về Đấng sẽ hoàn thành sứ mạng của Y-sơ-ra-ên, Đấng mang lấy tội lỗi của Y-sơ-ra-ên và của thế gian, và đem tin tốt lành về sự cứu rỗi của Đức Chúa Trời ấy đến tận cùng trái đất. Đó là điều Chúa Giê-xu đến thế gian để thực hiện.

Vì vậy Chúa Giê-xu đã đến, trong tư cách Đấng Mê-si-a của Y-sơ-ra-ên, để hoàn thành sứ mạng của Y-sơ-ra-ên, và để thực hiện lời hứa của Đức Chúa Trời vì ích lợi của mọi dân tộc. Ngài đã công bố tin tốt lành rằng sự cai trị của Đức Chúa Trời đã bắt đầu. Đó là điều Chúa Giê-xu gọi là "tin tốt lành [Phúc âm] về vương quốc." Chúa Giê-xu kêu gọi dân chúng ăn năn và tin vào tin tốt lành về vương quốc Đức Chúa Trời bằng cách tin cậy và đi theo chính Chúa Giê-xu—vị Vua.

Dân chúng biết về vương quốc Đức Chúa Trời thông qua Thi Thiên và các tiên tri. Họ hăm hở chờ đợi Chúa đến để bắt đầu cai trị trên đất. Họ nghĩ đến điều đó như một thời kỳ trong tương lai. Họ mường tượng toàn bộ kỷ nguyên mới của Đấng Mê-si-a. Cả Giăng Báp-tít và Chúa Giê-xu đều công bố rằng niềm hy vọng của dân chúng cuối cùng sẽ thành hiện thực. "Kỳ đã trọn! Vương quốc Đức Chúa Trời đang rất gần!" Điều đó có nghĩa là *Đức Chúa Trời đã đến*, trong thân vị của chính Giê-xu. Đức Chúa Trời *đang sửa lại mọi việc cho đúng* trong một thế giới sai trật. Đức Chúa Trời *đang chế ngự quyền lực của Sa-tan*, như Chúa Giê-xu đã chứng minh trong các phép lạ của Ngài. Đức Chúa Trời đang *mang sự cứu rỗi* đến trong thế gian qua Chúa Giê-xu (tên của Ngài có nghĩa là "Đức Giê-hô-va là sự cứu rỗi", giống như tên Giô-suê vậy).

Nhưng Đức Chúa Trời *không* làm tất cả những điều này theo cách một số người mong đợi. Vương quốc của Đức Chúa Trời *không* được thiết lập bằng sức mạnh quân sự, trái ngược với suy nghĩ của những người muốn lật đổ người La Mã. Vương quốc Đức Chúa Trời *không* được thiết lập bằng cách buộc mọi người phải trở nên "tốt", như người Pha-ri-si vẫn làm ("tốt" theo tiêu chuẩn riêng của họ). Thay vào đó, phương cách của Đức Chúa Trời là phương cách của Chúa Giê-xu. Hay nói ngược lại, phương cách của Chúa Giê-xu là phương cách Đức Chúa Trời thực hiện lời hứa đem đến phước hạnh và sự cứu rỗi của vương quốc Đức Chúa Trời. Đó là việc Chúa Giê-xu đến để hoàn tất.

Chúa Giê-xu đã sống cuộc đời vâng phục Đức Chúa Trời (còn Y-sơ-ra-ên thì chống nghịch và bất tuân). Giống Y-sơ-ra-ên, Chúa Giê-xu cũng "bị thử nghiệm trong đồng vắng" (bốn mươi ngày, cho bốn mươi năm của họ), nhưng không giống Y-sơ-ra-ên, Ngài chọn tin cậy và vâng lời Đức Chúa Cha. Và Ngài vâng phục cho đến chết. Khi Chúa Giê-xu chết trên thập tự giá, Đức Chúa Trời chất trên chính Chúa Giê-xu, trong thân vị Con Ngài, sự đoán phạt và hậu quả của tội lỗi—không chỉ cho Y-sơ-ra-ên mà cho cả thế giới... Và vì vậy qua thập tự giá và sự sống lại, Đấng Christ đã chiến thắng tội lỗi và Sa-tan cùng mọi quyền lực xấu xa. Đó là lý do Ngài kêu lên "Mọi sự đã được trọn!"- tức là "Mọi việc đã hoàn tất!"

Rồi sau khi sống lại, Chúa Giê-xu nói với các môn đồ rằng con đường *nhân danh Ngài* rao giảng về sự ăn năn và tha thứ cho muôn dân đã được mở ra—vì Ngài nói "Đây là điều đã được viết". Ý Ngài muốn nói qua cụm từ này là Kinh thánh Cựu Ước đã "lên chương trình" không chỉ cho những việc Chúa Giê-xu sẽ hoàn tất khi sống trên đất với vai trò Đấng Mê-si-a, qua sự chết và sự sống lại, mà còn cho những việc Chúa Giê-xu sẽ tiếp tục thực hiện qua sứ mạng của hội thánh (Lu 24:45–47; Công 1:1). Vì vậy, Chúa Giê-xu nói rằng chúng ta phải đọc và hiểu Kinh thánh Cựu Ước (như Ngài đã dạy cho các môn đồ), vừa liên quan đến *Đấng Mê-si-a* và những việc Ngài đã làm, vừa liên quan đến *sứ mạng*—điều chúng ta được ủy thác thực hiện cho đến cùng trái đất.

3.3 Phúc âm của bạn có đủ lớn?

Vì vậy bạn thấy rằng chúng ta cần Cựu Ước không chỉ để hiểu Chúa Giê-xu là ai (đúng như cách Ngài hiểu chính mình), mà còn để hiểu đầy đủ điều Chúa Giê-xu đã thực hiện. Chúng ta đặc biệt cần hiểu để tránh không biến toàn bộ sứ điệp Kinh thánh thành sứ điệp chỉ dành cho cá nhân.

Rất dễ mà chúng ta rút gọn Kinh thánh xuống chỉ còn là sứ điệp kiểu sau:
- Tôi biết mình là tội nhân
- Nhưng tôi tin rằng Chúa Giê-xu đã gánh lấy tội lỗi của tôi
- Vì vậy tôi được tha tội và lên thiên đàng khi qua đời.

Với kiểu sứ điệp như thế thì bạn không cần đến Cựu Ước đâu (có lẽ ngoại trừ câu chuyện về sự sa ngã và vài câu nói về tội lỗi). Thật ra, bạn cũng không cần biết nhiều về Tân Ước. Tất cả bạn cần chỉ là câu chuyện về sự chết của Giê-xu và vài câu trích dẫn từ thư tín của Phao-lô để giải thích cho điều đó. Có lẽ đó là lý do một vài mục sư chỉ giảng dựa trên rất ít bản văn như thế. Họ không bao giờ nhìn thấy bức tranh lớn, không bao giờ nhìn thấy toàn bộ câu chuyện. Và vì vậy họ không bao giờ giảng phần còn lại của Kinh thánh.

Dĩ nhiên, ba ý ở bên trên đều đúng—cám ơn Chúa—và tôi cũng tin như vậy. Nhưng Kinh thánh kể một câu chuyện lớn hơn thế nhiều. Tội lỗi không phải chỉ là điều gì đó của cá nhân, và sự cứu rỗi cũng vậy. Kinh thánh kể câu chuyện về kế hoạch lớn của Đức Chúa Trời là phục hồi toàn cõi tạo vật qua Đấng Christ, chữa lành một phần các dân tộc và đem đến sự cứu rỗi ở mọi tầng lớp con người và mọi mức độ nhu cầu cũng như mọi mức độ tổn hại trong công trình sáng tạo. Đó là "câu chuyện lớn" của Kinh thánh về sự cứu rỗi. Đó là cách sứ đồ Phao-lô nghĩ về sự cứu rỗi. Nó dành cho toàn cõi tạo vật, toàn hội thánh và từng cá nhân tín hữu (trong Côl 1:15–23, đó là thứ tự ông sắp xếp).

Nói cách khác, vấn đề Đức Chúa Trời đã giải quyết thông qua sự chết và sống lại của Chúa Giê-xu Christ là gì? Một số người nói (và giảng, và hát) như thể vấn đề *duy nhất* là "tôi và tội của tôi". Dĩ nhiên đó là một trong các vấn đề. Nếu không có Đấng Christ, tôi đã bị định tội như một tội nhân, không có hy vọng và không có tương lai đời đời với Đức Chúa Trời. Nhờ Đấng Christ và sự chết thay của Ngài vì tôi, tôi có thể biết rằng Đức Chúa Trời tha thứ cho tôi và tôi có thể tin chắc mình được sự sống đời đời. Thật là tin tốt lành! Tôi tin như vậy! Nhưng nếu đó là cách *duy nhất* chúng ta nghĩ đến và nói về Phúc âm, thì chúng ta làm cho Phúc âm chỉ toàn đặt bản thân chúng ta làm trung tâm. Phúc âm chỉ nói về tôi, tội của tôi và sự cứu rỗi của tôi. Mà như vậy là làm cho Phúc âm trở nên hạn hẹp hơn chính Kinh thánh rất nhiều. Và chắc chắn tập trung vào bản thân khi nghĩ về Phúc âm là điều xa lạ và sai trật, khi Phúc âm là kế hoạch lớn của Đức Chúa Trời cho toàn cõi tạo vật.

Khi chúng ta quay lại và đọc câu chuyện Kinh thánh ngay từ ban đầu, thì chúng ta thấy gì? Một lần nữa, hãy nghĩ đến sáu cảnh trong vở kịch lớn của Kinh thánh. Kinh thánh bắt đầu với cõi tạo vật. Sự sống con người là diễn ra trên quả đất và nảy sinh từ quả đất mà Đức Chúa Trời đã đặt chúng ta vào (Màn 1). Nhưng khi A-đam và Ê-va không vâng lời Đức Chúa Trời (Màn 2), thì hậu quả không chỉ ảnh hưởng đến mối quan hệ giữa từng con người với Chúa (như thể vấn đề duy nhất ấy là A-đam và Ê-va là những tội nhân riêng biệt cần được tha thứ). Chính cõi tạo vật cũng phải gánh chịu hậu quả. "Đất đai sẽ vì con mà bị nguyền rủa" (Sáng 3:17). *Toàn cõi tạo vật* bị ảnh hưởng bởi tội lỗi và điều ác, như Phao-lô đã xác nhận một cách rõ ràng (Rô 8:18–22). Rồi câu chuyện tiếp tục để cho thấy tội lỗi đã làm hư hoại *tất cả những mối quan hệ của con người trong xã hội*—trong hôn nhân, giữa anh chị em, trong xã hội rộng lớn hơn và qua nhiều thế hệ. Cuối cùng, tội lỗi và sự cao ngạo của con người dẫn đến việc *các dân tộc bị chia rẽ và phân tán* (Sáng 11).

Vậy thì, kết hợp Sáng Thế Ký 3–11 lại với nhau, nan đề trước mắt Chúa không chỉ là những con người là tội nhân cần được cứu khỏi sự đoán xét và sự chết, mà còn là gia đình, xã hội, quốc gia và văn hóa của con người bị phá vỡ và đang giao chiến, và bản thân trái đất đang chịu đựng hậu quả của tội lỗi và điều ác. Và cũng vì *tất cả* những việc này, mà chúng ta đối diện với thực tế về sự phán xét tối hậu của Đức Chúa Trời. Đó là vấn đề lớn! Và đó là lý do chúng ta có một Phúc âm vĩ đại!

Phúc âm *bắt đầu* từ đâu? Tôi thường hỏi câu này trong lớp tôi dạy ở Ấn Độ, và lúc nào cũng có người trả lời là "Từ sách Ma-thi-ơ". Tôi đáp lại "Không đúng! Phúc âm bắt đầu từ Sáng Thế Ký!" Đó là điều Phao-lô nói. Hãy kiểm chứng ở Ga-la-ti 3:8. Đúng thế! Phúc âm vĩ đại của Đức Chúa Trời bắt đầu ở Sáng Thế Ký 12 ngay đầu Màn 3 trong câu chuyện Kinh thánh. Phúc âm bắt đầu khi Đức Chúa Trời kêu gọi Áp-ra-ham và hứa ban phước lành—không chỉ là phước lành cá nhân cho chính ông, mà còn cho tất cả gia đình/dân tộc trên đất. Đức Chúa Trời đang không chỉ nghĩ đến từng cá nhân, mà còn nghĩ đến các dân tộc và trái đất. Đó là tin tốt lành của Phúc âm theo Kinh thánh. Và chúng ta cần Cựu Ước để chuẩn bị cho mình. Rồi chúng ta có thể thấy phạm vi thật sự to lớn, bao hàm trên toàn cõi vũ trụ và vẻ vang của những gì Đức Chúa Trời đã thực hiện qua sự chết và sự sống lại của Chúa Jêsus Christ.

Phúc âm *kết thúc* (nếu chúng ta có thể nói như thế) ở đâu? Vở kịch lớn của Kinh thánh dẫn chúng ta đến ngay Màn 6, khi tin tốt lành về kế hoạch cứu rỗi lớn lao của Đức Chúa Trời đi đến đoạn kết khải hoàn–nhiệm vụ hoàn tất. Nếu đọc Khải Huyền 21–22, bạn sẽ thấy ở đó nhiều tiếng vọng từ Sáng Thế Ký 3–11. Giải pháp tối hậu của Đức Chúa Trời khớp với vấn đề nguyên thủy ở nhiều điểm.

Hãy nghĩ đến những hậu quả kinh khủng của tội lỗi được mô tả trong Sáng Thế Ký 3–11 (Màn 2). Sau đó nghĩ đến bức tranh cuộc sống tuyệt vời trong sự tạo dựng mới (Màn 6).

Hậu quả của tội lỗi	Sự tạo dựng mới
Đất bị nguyền rủa.	Sẽ không còn sự nguyền rủa nữa.
Chúng ta phải sống dưới bản án tử hình vì tội lỗi.	Sẽ không còn có sự chết nữa
Chúng ta bị đuổi ra khỏi sự hiện diện của Đức Chúa Trời.	Đức Chúa Trời sẽ đến ở với chúng ta trong trời mới đất mới, được hợp nhất thành "thành của Đức Chúa Trời".
Chúng ta không được phép đến gần cây sự sống.	Cây sự sống sẽ sinh sôi bên cạnh sông nước sự sống ở "thành cây xanh" (garden city).
Cuộc sống con người đầy những bạo lực, đau khổ và nước mắt.	Sẽ không còn có nước mắt, than vãn, khóc lóc hay đau đớn, vì sẽ không còn tội lỗi, phóng đãng, lừa dối hay áp bức.

Hậu quả của tội lỗi	Sự tạo dựng mới
Các dân tộc bị chia rẽ trong sự hỗn loạn, bất hòa và xung đột.	Con người thuộc mọi chi tộc, quốc gia và ngôn ngữ sẽ được hiệp nhất trong sự thờ phượng Đức Chúa Trời. "Lá cây dùng để chữa lành cho các dân" (tức là, không chỉ từng cá nhân có sự sống đời đời, mà các nền văn hóa của con người và các dân tộc cũng sẽ được giải hòa).

Toàn bộ câu chuyện cứu rỗi trong Kinh thánh—tức là lịch sử cứu chuộc chạy xuyên suốt Màn 3 (lời hứa trong Cựu Ước), Màn 4 (Phúc âm) và Màn 5 (sứ mạng của hội thánh)—lấp đầy khoảng cách giữa sự chống nghịch nghiêm trọng (Màn 2) và sự phục hồi quan trọng (Màn 6). Một khi chúng ta hiểu rõ toàn bộ câu chuyện này, chúng ta sẽ không còn nghĩ "Phúc âm" chỉ là câu trả lời cho nan đề tội lỗi của cá nhân tôi và là cách tôi có thể "lên thiên đàng" nữa. Thay vào đó, chúng ta sẽ nhận ra rằng "sự cứu rỗi của cá nhân tôi", dù quý báu, khớp với kế hoạch lớn hơn nhiều của Đức Chúa Trời, tức là kế hoạch đem đến sự chữa lành cho các dân và sự giải hòa của toàn cõi thọ tạo với Đức Chúa Trời.

Đó là điều Đấng Christ đã đến thế gian để thực hiện. Đó là điều Đấng Christ đã đạt được qua sự chết và sự sống lại của Ngài. Đó là ý nghĩa trong những lời đắc thắng cuối cùng trên thập tự giá "Mọi sự đã được trọn!", nghĩa là "Mọi sự đã hoàn tất." Điều gì được hoàn tất? Tất cả những điều Đức Chúa Trời đã hứa trong Kinh thánh Cựu Ước.

Để tôi hỏi bạn một câu: Bạn có giảng Phúc âm không? Tôi hy vọng bạn sẽ trả lời ngay là "Có chứ!" Vậy thì, dựa vào những điều bạn vừa đọc, bạn có giảng toàn bộ Phúc âm có trong Kinh thánh, được gọi là "tin tốt lành" không? Hay bạn giới hạn Phúc âm chỉ còn là sứ điệp cứu rỗi cho các cá nhân? Và nếu bạn đủ thành thật để nói rằng có lẽ bạn đang làm điều thứ hai, thì trước tiên, bạn thuộc số đông, vì rất nhiều người giảng dạy Lời Chúa dường như cũng làm y như vậy. Tuy nhiên, bạn có sẵn sàng thay đổi không? Bạn có đồng ý rằng thu nhỏ Phúc âm như vậy là điều sỉ nhục cho Đức Giê-hô-va không? Suy cho cùng, làm như thế là thu hẹp phạm vi và tầm quan trọng của tất cả những điều Kinh thánh nói với chúng ta mà Chúa Giê-xu đã hoàn tất trên thập tự giá và Chúa Giê-xu đã tuyên bố qua quyền năng của sự sống lại. Tôi chắc rằng tất cả chúng ta đều muốn trung thành với Kinh thánh và giảng lẽ thật. Nhưng điều đáng buồn là cái mà một số người gọi là "Phúc âm thuần túy" lại là một Phúc âm bị cắt xén, làm suy yếu sứ điệp vinh quang của Kinh thánh nói chung.

Chúng ta bắt đầu chương này với suy nghĩ về hành trình đó, như hành trình của các mục sư từ Guayaquil đến Quito. Khi đọc Cựu Ước, chúng ta cần nhớ phải hướng mặt về đúng hướng cần đi. Tất cả đều dẫn đến Chúa Giê-xu. Đó là lý do chúng ta cần Cựu Ước để hiểu Chúa Giê-xu là ai, và Ngài đến để làm gì—và điều Ngài thật sự hoàn tất qua các sự kiện trong Phúc âm. Chúng ta đọc Cựu Ước với thái độ hướng về Chúa Giê-xu. Tôi hy vọng chương này giúp bạn thấy điều đó vận hành như thế nào và thấy tầm quan trọng của nó đối với việc hiểu cách đúng đắn theo Kinh thánh về Chúa Giê-xu.

Nhưng khi bạn đến đích rồi thì bạn vẫn có thể nhìn lại hành trình ấy. Khi các mục sư đang tận hưởng kỳ hội thảo về giảng dạy của Langham tại Quito, có lẽ họ đã nghĩ về chuyến đi đường dài trước đó. Tôi hy vọng họ nghĩ chuyến đi đó thật không uổng công chút nào! Có thể họ đã vẽ hành trình ấy trên bản đồ và chỉ ra từng điểm dừng trong chuyến đi ấy liên hệ với nhau như thế nào dọc đường đi để rồi cuối cùng đến Quito. Đó là một hành trình nối kết các quãng đường ngắn lại với nhau và đi đến đích. Cựu Ước cũng thế.

Họ có thể cầm bài chia sẻ, các ghi chép và các tập tài liệu họ nhận được tại hội thảo ấy (và cả hình chụp với những người trong hội thảo nữa!) lên, rồi so sánh tất cả những sự phong phú ấy với lá thư họ nhận được từ trước đó rất lâu, mời họ đến dự hội thảo. Lá thư là lời hứa về những điều sẽ diễn ra khi họ đến Quito. Họ đi với đức tin rằng lời hứa sẽ được thực hiện, và quả đúng như vậy. Tôi thích hy vọng rằng việc thực hiện lời hứa ấy (hội thảo ở Quito và tất cả những gì họ nhận được) còn tốt hơn nhiều so với điều họ có thể đã tưởng tượng trong suốt chuyến đi. Vì vậy, họ sẽ luôn luôn nhìn lại hành trình dài như thế trong ánh sáng của phước hạnh họ đã nhận được cuối hội thảo ấy.

Tương tự, Tân Ước chỉ cho chúng ta cách Chúa Giê-xu làm ứng nghiệm mọi lời hứa của Cựu Ước—ứng nghiệm một cách vừa tuyệt vời vừa đáng kinh ngạc, tốt đẹp hơn rất nhiều so với bất kỳ điều gì mà con dân Chúa thời Cựu Ước có thể tưởng tượng. Họ tin vào lời hứa của Đức Chúa Trời, và cho dù nhiều người trong số họ không thấy chúng được ứng nghiệm, nhưng Chúa thật có giữ lời (đó là thông điệp của Hê-bơ-rơ 11). Vậy thì, chúng ta có thể nhìn lại hành trình của Cựu Ước trong ánh sáng của điều đã xảy ra vào cuối hành trình ấy.

Điều đó có nghĩa là, khi chúng ta đọc và chuẩn bị giảng một phân đoạn Cựu Ước, chúng ta cần làm hai việc. Trước nhất, chúng ta cần nghĩ rằng chính mình "đang ngồi trong bản văn", giống như những mục sư này đang ở trong chiếc xe buýt nhỏ, quay mặt về hướng đi, mong chờ đến nơi cuộc hành trình cuối cùng sẽ đưa họ đến—Đấng Christ. Nhưng, thứ nhì, chúng ta cần nhìn lại bản văn (được trích từ Màn 3) trong ánh sáng của điều thật sự đã xảy ra ở cuối hành trình ấy—tức là, trong ánh sáng của Đấng Christ và của toàn bộ câu chuyện Phúc âm ở Màn 4. Chúng ta đang đọc và giảng những bản văn này *trong tư cách những tín hữu Cơ Đốc và cho những khán giả là tín hữu Cơ Đốc khác*, tất cả chúng ta đang sống trong Màn 5. Vì vậy, chúng ta phải "kết nối" các bản văn Cựu Ước với Chúa Giê-xu Christ. Hoặc, như cách đôi khi người ta vẫn nói, chúng ta nên "giảng Đấng Christ từ Cựu Ước."

Trong hai chương tiếp theo, chúng ta sẽ suy nghĩ đến những phương cách hiệu quả lẫn sai trật khi làm việc này.

> **CÂU HỎI VÀ BÀI TẬP**
>
> 1. Hãy đưa ra câu trả lời của bạn cho câu tôi đã hỏi trong đoạn "Để tôi hỏi bạn một câu" (tr.32). Hãy thành thật! Bạn cần thực hiện những bước nào để việc giảng Phúc âm của mình đầy đủ hơn về mặt nội dung?
> 2. Kể ra một vài danh xưng hay danh hiệu chúng ta thường dùng để chỉ về Chúa Giê-xu. Những danh xưng đó nằm ở đâu trong Cựu Ước? Những danh xưng đó dạy chúng ta điều gì về Chúa Giê-xu và mục đích Ngài đến thế gian?
> 3. Hãy chuẩn bị một bài giảng về phép báp-tem của Chúa Giê-xu, đặc biệt tập trung vào lời phán của Đức Chúa Cha ở Ma-thi-ơ 3:16–17. Xin cho thấy Đức Chúa Trời đang lặp lại những từ ngữ từ bản văn Cựu Ước và dùng chúng để giải thích Chúa Giê-xu thật sự là ai và Ngài đến để làm gì như thế nào.

4

Đừng Chỉ Cho Tôi Chúa Giê-Xu

Con gái của Billy Graham là Anne Graham Lotz, một nhà truyền giáo và một diễn giả tài ba. Sau khi trải qua một khoảng thời gian đặc biệt căng thẳng trong cuộc sống, bà đã viết một bài thơ và một quyển sách có tựa đề *Chỉ Cần Cho Tôi Chúa Giê-xu*. Đó là một bài thơ tuyệt vời mô tả Chúa Giê-xu theo nhiều cách khác nhau, mỗi phần kết thúc bằng cụm từ được lặp đi lặp lại "Chỉ cần cho tôi Chúa Giê-xu."[1] Bà cũng hướng dẫn nhiều hội thảo và các hội nghị phấn hưng với cùng chủ đề này. Dĩ nhiên, ý của bà là Cứu Chúa Giê-xu Christ của chúng ta là đủ để chúng ta đối diện với mọi điều trong cuộc sống, trong sự chết và đời sau. Ngài là tất cả những gì chúng ta cần cho sự cứu rỗi của chúng ta, và Ngài là nguồn của mọi ân điển, phước hạnh và sức mạnh mà Đức Chúa Trời ban cho để chúng ta sống trên đời và sống trong cõi tạo vật mới.

Vậy thì, nó thật là một cụm từ tuyệt vời khi nắm bắt được tính chất đầy đủ của Đấng Christ đối với mọi nhu cầu cá nhân và mục vụ của chúng ta. Nhưng khi nói đến việc giảng từ trong Cựu Ước, tôi e rằng điều này không hữu ích. Người giảng ấy không nên tưởng tượng rằng khi người ấy giảng giải Kinh thánh, thì hội chúng đang ngồi đó sẽ nói "chỉ cần giảng cho tôi Chúa Giê-xu thôi!" Giảng từ trong Cựu Ước không chỉ là giảng *về* Chúa Giêxu, dù chắc chắn cuối cùng nó sẽ dẫn người ta *đến với* Chúa Giê-xu.

Có lần tôi nhận được tờ bướm quảng bá cho một hội nghị mà tôi làm diễn giả. Đề tài của tôi là nền tảng Cựu Ước cho truyền giáo. Trên đỉnh của tờ bướm có dòng "và điều tuyệt vời nhất của Cựu Ước là Cựu Ước chỉ toàn nói về Chúa Giê-xu mà thôi!" Họ đang cố gắng đem đến sự khích lệ. Nhưng nếu tôi được viết tờ bướm ấy, tôi sẽ không viết như thế. Vì nói như vậy không thật sự đúng, mà là quá đơn giản.

---

[1] Bạn có thể đọc toàn bộ bài thơ tại www.askeugene.wordpress.com/2010/11/24/give-me-Jesus/. Điều quan trọng cần nhấn mạnh đó là tiêu đề của chương "Đừng chỉ cho tôi Chúa Giê-xu" chỉ áp dụng cho việc giảng các sách Cựu Ước, chứ không hề có ý phê phán Anne Graham Lots và các mục vụ của bà.

Có lẽ sau khi đọc hai chương cuối của quyển sách này, bạn cũng suy nghĩ giống như tờ bướm của hội nghị ấy. Tôi đã và đang nhấn mạnh rất nhiều rằng chúng ta cần hiểu Cựu Ước trong ánh sáng của Đấng Christ (Cựu Ước giống như hành trình dẫn đến Đấng Christ, và công bố lời hứa được Đấng Christ làm trọn). Vì vậy, có thể bạn đang suy nghĩ "Cựu Ước ư? Cựu Ước toàn nói về Chúa Giê-xu thôi mà!"

Nhưng không phải như vậy, không trực tiếp như vậy.

Điều tôi đã và đang nói trong hai chương vừa qua không phải là Cựu Ước "toàn nói về Chúa Giê-xu", mà đó là một hành trình dẫn đến Chúa Giê-xu. Toàn Cựu ước *chỉ về* Đấng Christ. Không phải Cựu Ước nói *"về* Đấng Christ."

Hãy nghĩ về những mục sư trên chuyến xe buýt mini từ Guayaquil đến Quito một lần nữa. Phải, toàn bộ hành trình của họ hướng đến Quito. Phải, Quito là đích họ nhắm đến. Phải, họ đang suy nghĩ và nói về những điều phía trước khi họ đến Quito. Toàn bộ trọng tâm của chuyến đi là đi đến Quito. Nhưng điều đó không có nghĩa là mỗi lần họ nhìn ra cửa sổ của chiếc xe mini buýt là họ đang nhìn thấy Quito. Không phải vậy, điều họ đang thấy là phong cảnh trên đường đến Quito. Có lẽ thỉnh thoảng họ còn thấy bảng chỉ đường ghi "Quito 150 km". Nhưng cho dù như thế, thì bảng chỉ đường ấy vẫn không phải là Quito. Đó là lời bảo đảm rằng họ đang đi đúng đường. Vậy nếu có một đứa trẻ ở phía sau cứ liên tục hỏi "mình tới chưa?" thì người lớn sẽ trả lời "Chưa, chưa tới đâu! Hãy kiên nhẫn. Chúng ta sẽ sớm đến Quito thôi."

Đang trên đường *đến* Quito thì không giống như đang *ở* Quito. Cũng vậy, nói rằng Cựu Ước dẫn *đến* Đấng Christ không giống với việc Cựu Ước *nói về* Đấng Christ.

Vậy thì, điều này ảnh hưởng thế nào đến việc giảng Cựu Ước? Có phải nó có nghĩa là, bất chấp mọi điều tôi đã nói trong hai chương qua, chúng ta vẫn không thể giảng về Đấng Christ dựa trên các bản văn Cựu Ước phải không? Không phải như vậy! Trong chương 5, tôi nói rằng chắc chắn chúng ta có thể, và thật ra là chúng ta phải giảng về Đấng Christ từ Cựu Ước. Và tôi sẽ cố gắng giải thích làm thế nào chúng ta có thể làm điều này một cách đúng đắn. Nhưng trước tiên, trong chương này chúng ta cần giải quyết một vài điểm tiêu cực cái đã.

Đáng tiếc là một số người giảng dạy lại tưởng rằng cho dù bản văn họ đang giảng nằm ở đâu trong Kinh thánh đi nữa thì kiểu gì họ cũng phải nói về Chúa Giê-xu. Họ đã tiếp nhận *lẽ thật* rằng cả Kinh thánh *tập trung và xoay quanh* Chúa Giê-xu Christ và làm chứng về Ngài theo nhiều cách khác nhau, nên họ biến lẽ thật ấy thành phương pháp giải nghĩa quá giản đơn, trong đó từng câu trong Cựu Ước đều phải nói *"về* Chúa Giê-xu" theo cách nào đó. Và khi làm như vậy, họ khiến cho bài giảng của mình nghe rất thú vị. Nhưng phương pháp này chứa đựng đủ mọi vấn đề. Sau đây là một số vấn đề đơn cử. Làm cho mọi bản văn Cựu Ước đều nói *"về* Chúa Giê-xu" có thể gây ra những tác hại sau đây:

4.1 Nguy cơ bỏ qua ý nghĩa ban đầu của bản văn

Nguyên tắc đầu tiên của giải kinh nguyên ngữ—điều đầu tiên chúng ta phải làm khi đọc và tìm hiểu bất kỳ bản văn Kinh thánh nào—là gì? Chúng ta phải hỏi "Bản văn này muốn nói gì vào thời điểm nó được viết ra cho những người đầu tiên nghe hay đọc nó? Tác giả đang nói về việc gì, và đang *nói* gì về điều họ đang nói đến?" Nói cách khác, chúng ta phải nỗ lực hiểu bản văn trong ngữ cảnh nguyên thủy của nó, *trước khi* chúng ta đặt bất kỳ câu hỏi nào khác hay trước khi đưa ra áp dụng.[2]

Còn nếu bạn tiếp cận một bản văn Cựu Ước với giả định rằng "Điều này ắt hẳn nói về Chúa Giê-xu", thì bạn dễ dàng bỏ qua tất cả những gì tác giả nguyên thủy đang thật sự muốn nói. Thật vậy, rốt cuộc bạn bịt miệng tác giả nguyên thủy, buộc tác giả phải nói điều bạn cho là bản văn đó phải nói đến, vì bản văn ắt hẳn "nói về Chúa Giê-xu". Và đó là điều rất sai lầm khi học Kinh thánh!

Tôi từng nghe một người giảng ở A-mốt 5:24 "Nhưng hãy làm cho công lý chảy xuống như nước, và sự công chính như sông lớn chảy cuồn cuộn." Vị diễn giả đó đã dành vài phút nói về A-mốt, sau đó ông tiếp: "Sự công chính duy nhất chúng ta có thể có là sự công chính của Đấng Christ". Rồi từ đó ông ấy nói đến sự xưng công bình bởi đức tin. Có lẽ ông cũng đang giảng từ Rô-ma cũng nên. Dĩ nhiên tất cả những điều ông nói đều đúng. Nhưng nó chẳng liên quan gì đến điều A-mốt nói cả! Và tệ hơn nữa là nó đang *bóp méo* bản văn Kinh thánh. Nó làm nín lặng điều A-mốt thật sự đang nói đến trong phân đoạn đó về việc *thực hiện* sự công chính và chấm dứt tình trạng bóc lột, lừa đảo và áp bức.

Cho nên, vì quá quan tâm đến việc đem Chúa Giê-xu vào bản văn hoặc lấy Chúa Giê-xu ra khỏi bản văn đó, vị diễn giả ấy đã thật sự bỏ qua ý nghĩa ban đầu của chính bản văn. Khi A-mốt viết những lời này, *không* phải ông đang nói về Chúa Giê-xu. Ông đang thách thức dân Y-sơ-ra-ên sống như cách Chúa muốn họ sống. Ta vẫn có thể giảng bản văn đó theo cách *vừa* giải thích và áp dụng một cách đầy đủ điều A-mốt muốn nói, *vừa* liên kết với Chúa Giê-xu và Phúc âm. Trong chương tiếp theo, tôi sẽ gợi ý vài cách chúng ta có thể thực hiện điều này sao cho đúng. Còn "nhảy bổ sang Chúa Giê-xu" ngay khi mới bắt đầu bài giảng thì không phải là cách!

---

[2]Nếu bạn tham dự chương trình Langham Preaching ở đất nước của bạn, thì bạn sẽ được học điều này ngay từ đầu. Đó là nguyên tắc cơ bản ở Cấp độ 1. Nhưng đó không phải là điều "không còn phù hợp" với chúng ta rồi bỏ lại đằng sau khi chúng ta đạt đến "những cấp độ" khác. Đó *luôn luôn* là điều đầu tiên phải làm, mỗi khi chúng ta học bất kỳ phân đoạn Kinh thánh nào.

4.2   Nguy cơ giải nghĩa theo kiểu tưởng tượng

Cũng lâu rồi, tôi có tham dự một buổi học Kinh thánh trong đó một vài người tham dự bị ám ảnh với ý nghĩ rằng ở đâu đó trong bất kỳ và trong từng phân đoạn Cựu Ước ắt hẳn phải nói đến Chúa Giê-xu. Vì vậy, họ dành toàn bộ thời gian tìm cho ra và đưa đến một số ý tưởng rất lạ. Một người trong số họ chú ý thấy rằng có mười ba người Lê-vi đứng bên cạnh E-xơ-ra khi ông đọc luật pháp trong Nê-hê-mi chương 8 và kết luận rằng điều đó ắt hẳn tượng trưng cho mười hai sứ đồ ban đầu của Chúa Giê-xu cộng với Phao-lô. Vì vậy E-xơ-ra trở thành Chúa Giê-xu đang dạy dỗ trong đền thờ—và Nê-hê-mi 8 hóa ra thật sự nói về Chúa Giê-xu! Một khi bạn thả trí tưởng tượng của mình theo cách như vậy, thì bất kỳ điều gì cũng có thể "nói về Chúa Giê-xu", không theo cách này thì theo cách khác.

Nhưng đó là kiểu giải nghĩa Kinh thánh vô trách nhiệm. Và nếu chúng ta giảng những điều kiểu như thế, thì chỉ củng cố thêm sự ngờ vực của mọi người rằng Kinh thánh là quyển sách họ không bao giờ có thể tự hiểu được. Họ nghĩ rằng họ phải cần những người giảng khôn ngoan xuất chúng có thể rút ra từ bất kỳ bản văn nào đủ mọi loại ý nghĩa "về Chúa Giê-xu" mà tự họ không bao giờ nghĩ đến. Nhưng Kinh thánh không phải một trò chơi. Quý vị có bao giờ xem những quyển truyện tranh thiếu nhi như "Wally ở đâu? (Where's Wally)" hay "Where's Waldow" chưa? Chúng đầy những hình ảnh phức tạp, và nhân vật Wally (hoặc Waldow) được giấu ở đâu đó trong mỗi bức hình, và việc cố gắng tìm cho ra nhân vật đó thật rất thú vị. Nhưng chúng ta không nên xem Cựu Ước giống như vậy, như thể đó là quyển truyện "Chúa Giê-xu ở đâu?".

Tôi đồng ý với Dale Ralph Davis, người cũng quan tâm đến tác dụng phụ không hay ho của việc giảng về Chúa Giê-xu từ bất kỳ và mọi bản văn Cựu Ước. Đây là điều ông viết về ý Chúa Giê-xu nói trong Lu-ca 24:25–27, 44–47:

> Tôi nghĩ Chúa Giê-xu đang dạy rằng *tất cả các phần* của Cựu Ước làm chứng về Đấng Mê-si-a trong sự chịu khổ và vinh hiển của Ngài, nhưng tôi không nghĩ Chúa Giê-xu đang nói rằng *mọi* phân đoạn/bản văn Cựu Ước đều làm chứng về Ngài. Chúa Giê-xu nói đến những việc được viết về Ngài *trong* luật pháp Môi-se, các sách tiên tri và các Thi Thiên—Ngài không nói rằng mọi phân đoạn đều nói về Ngài (câu 44). Do đó, tôi không cảm thấy bị buộc phải làm cho mọi phân đoạn Cựu Ước đều chỉ về Đấng Christ theo cách nào đó vì tôi không cho rằng chính Đấng Christ đòi hỏi như vậy... [nhưng]... chỉ vì tôi không nghĩ rằng mọi bản văn Cựu Ước đều nói về Đấng Christ không có nghĩa là tôi phản đối việc giảng về Đấng Christ từ các bản văn trong Cựu Ước nếu Ngài thật có được nhắc đến trong đó ...Tuy nhiên, tôi tin chắc rằng tôi sẽ không tôn

cao Đấng Christ khi tôi ép Ngài vào những bản văn không nói về Ngài.³

4.3 Nguy cơ bỏ qua những điều quan trọng khác mà Chúa muốn dạy

Nghe có thể không được đúng lắm. Có điều gì "quan trọng hơn" Chúa Giê-xu sao? Dĩ nhiên là không! Và đúng là chúng ta có thể kết nối tất cả những điều tuyệt vời Chúa đã bày tỏ và dạy trong Cựu Ước với Chúa Giê-xu. Ví dụ, Cựu Ước bắt đầu (Màn 1 trong Câu chuyện Kinh thánh) bằng sự sáng tạo. Và trong Tân Ước, chúng ta biết rằng mọi vật đều được tạo dựng bởi và cho Đấng Christ (Giăng 1:1–3; Côl 1:15–20; Hê 1:3). Phải, nhưng khi Kinh Thánh nói về sự sáng tạo (không chỉ ở Sáng 1–2, mà còn ở nhiều chỗ khác, chẳng hạn Thi 19, 33, 104; Giê 10; Gióp 28, 38–41), là nói đến sự tạo dựng—không phải "nói về Chúa Giê-xu". Chúng ta có nhiều điều để học từ những bản văn nói về Đức Chúa Trời, về vũ trụ, về trái đất, và về chính chúng ta. Vì vậy, chúng ta hãy học (và giảng) điều bản văn nói, không phải điều chúng ta suy ra sau này trong Kinh thánh.

Hãy nghĩ đến tất cả những điều tuyệt vời khác Đức Chúa Trời bày tỏ trong Cựu Ước:

- Là con người, được tạo dựng theo ảnh tượng của Đức Chúa Trời nghĩa là gì?
- Thực tại tội lỗi và hậu quả kinh khủng của điều ác
- Cơn giận của Chúa đối với sự bất công và áp bức
- Tình yêu và sự thành tín của Chúa với lời hứa của Ngài
- Sự cai trị tối cao của Chúa trên mọi quốc gia và lịch sử
- Cách Chúa muốn con dân Chúa thờ phượng Ngài
- Cách Chúa muốn con dân Chúa sống và cư xử với nhau
- Kế hoạch của Chúa nhằm phục hồi toàn cõi tạo vật

Dĩ nhiên, chúng ta có thể chỉ ra những chủ đề chính này cuối cùng dẫn chúng ta đến Đấng Christ như thế nào (và chúng ta sẽ suy nghĩ về điều này ở phần sau). Nhưng nếu chúng ta đọc những bản văn quan trọng mà Chúa dạy về những *việc này*, và lúc nào cũng nghĩ rằng "điều này ắt hẳn nói về Chúa Giê-xu", thì chúng ta sẽ bỏ qua mọi sự phong phú và chiều sâu của những điều Chúa *thật sự* đang phán với chúng ta qua những bản văn nguyên thủy đó. Và đây không chỉ là điều đáng buồn—mà còn là bi kịch. Vì nó để mặc cho con người không hiểu và không áp dụng phần lớn những điều có trong Kinh thánh. Thật vậy, nó khiến họ không lắng nghe điều Chúa muốn nói với họ trong những bản văn đó—và đó là điều vô cùng tồi tệ khi học Kinh thánh.

---

³Dale Ralph Davis, *The Word Became Flesh: How to Preach from Old Testament Narrative Texts* (Fearn: Christian Focus, 2006), pp. 135–138.

Có lẽ bạn đang nghĩ đến sứ đồ Phao-lô, là người nói rằng "chúng tôi giảng Đấng Christ bị đóng đinh" và thể nào ông quyết định "không biết gì khác... ngoài Đức Chúa Giê-xu Christ và Đức Chúa Giê-xu Christ bị đóng đinh vào thập tự giá" (1 Cô 1:23; 2:2). Một số người nghĩ rằng điều này có nghĩa là Phao-lô chỉ giảng về Chúa Giê-xu và thập tự giá và chỉ nhiêu đó. Nhưng điều đó không đúng.

Trước tiên, xin chú ý ngữ cảnh của cả hai câu này. Phao-lô đang đối chiếu cách giảng Phúc âm của ông với tài hùng biện khác thường của các triết gia Hy Lạp. Ông không dùng những lập luận khéo léo và lối nói khoa trương điệu nghệ như họ, mà chỉ nói lẽ thật lịch sử về Chúa Giê-xu, bằng quyền năng của Đức Thánh Linh. Thứ hai, chính Phao-lô nói rằng ông không chỉ dạy cho các hội thánh câu chuyện về sự đóng đinh, mà nhiều hơn thế nữa. Ông nhắc những lãnh đạo các hội thánh ở Ê-phê-sô rằng trong những năm ở tại đó, "tôi rao truyền mọi điều lợi ích cho anh em, chẳng giữ lại điều gì, và dạy dỗ anh em nơi công chúng, hay từ nhà nầy sang nhà kia" và "tôi đã công bố toàn bộ mục đích của Đức Chúa Trời cho anh em, không giữ lại điều gì" (Công 20:20, 27). Tức là sự giảng dạy của Phao-lô vừa *theo chủ đề* (câu 20; nói đến những nhu cầu và nan đề của hội thánh), vừa *theo Kinh thánh* (câu 27; giải thích toàn bộ "ý muốn Chúa"- nghĩa là kế hoạch và mục đích của Chúa như được bày tỏ trong Kinh thánh—tức Cựu Ước). Dĩ nhiên, tất cả những điều này *tập trung* vào Đấng Christ, nhưng không phải chỉ *"nói về Chúa Giê-xu"*. Đúng hơn, đó là sự giảng dạy phong phú từ cả Kinh thánh—nhất là khi ông liên hệ đến người Do Thái. Phao-lô dành nhiều thời gian trong hai năm ở Ê-phê-sô để thuyết giảng và bàn luận mỗi ngày trong sảnh đường công cộng ở Ti-ra-nu. Ắt hẳn ông không chỉ nói về sự đóng đinh mà thôi!

4.4 Nguy cơ chung chung hóa câu chuyện Kinh thánh và lấy đi tính độc nhất vô nhị của sự nhập thể

Khi chúng ta nói về "Chúa Giê-xu trong Cựu Ước", điều đó có thể mang đến hiệu ứng đó là đem cả Kinh thánh vào cùng một múi giờ, có thể nói như thế. Giống như thể mọi người trong Cựu Ước đều đang sống cùng thời với Chúa Giê-xu và "biết" Ngài, cầu nguyện với Ngài, thậm chí thỉnh thoảng còn gặp gỡ Ngài. Dĩ nhiên chúng ta đồng ý rằng Đức Chúa Con, Thân vị thứ hai trong Ba Ngôi, hiện hữu và hoạt động từ trước công cuộc sáng tạo thế giới. Vậy thì theo ý nghĩa này, Đức Chúa Trời mà các thánh thời Cựu Ước thờ phượng là Đức Chúa Trời mà *chúng ta* biết trong thân vị Cha, Con và Thánh Linh. Cho nên thân vị thiên thượng mà chúng ta gặp có tên là Giê-xu ở Na-xa-rét trong Tân Ước cũng đã tồn tại từ thời Cựu Ước. Thỉnh thoảng Ngài được nói đến là *"Đấng Christ tiền nhập thể"*- tức là Đức Chúa Con *trước khi* Ngài mang lấy thân xác con người qua việc được thai dựng bởi Đức Thánh Linh trong tử cung của nữ đồng trinh Ma-ri.

Dĩ nhiên, bản thân Đức Chúa Trời là thần linh vô hình. Chúng ta không thể nhìn thấy Ngài theo nghĩa thể lý với bản chất của Ngài là Đức Chúa Trời. Tuy nhiên, nhiều lần trong Cựu Ước, Đức Chúa Trời đã đồng ý mặc lấy hình dáng con người để nói chuyện với con người—như khi Chúa hiện ra cho Áp-ra-ham hoặc cho Môi-se và những người khác nữa. Một số người cho rằng đó là sự xuất hiện của Thân vị thứ Hai trong Ba Ngôi—Đức Chúa Con, là "Đấng Christ tiền nhập thể", như tôi đã nói. Có thể là như thế, nhưng tôi không cho rằng chúng ta phải nhất quyết tin như vậy. Kinh thánh chỉ nói "Đức Chúa Trời, hay Đức Giê-hô-va, hiện ra." Chúa dựng nên con người theo hình ảnh Ngài. Việc Chúa mang lấy hình dáng con người khi muốn tham gia trò chuyện trực tiếp với người nào đó là điều hết sức bình thường.

Tuy nhiên, chúng ta không được bỏ qua cách Kinh thánh trình bày câu chuyện cứu chuộc vĩ đại—như là một câu chuyện đi từ màn hay cảnh này đến màn hay cảnh kế tiếp. Có sự khác biệt quan trọng giữa Màn 3 và Màn 4 của Câu chuyện Kinh thánh. Mãi tới Màn 4 thì Chúa mới bước vào lịch sử nhân loại trong thân xác con người. Mãi tới Màn 4 Đức Chúa Trời mới thật sự *trở thành* người, từ được thụ thai, được sinh ra, thời thơ ấu, thời niên thiếu tới tuổi trưởng thành. Và chỉ *khi đó* Đức Chúa Trời, trong tư cách con người, mới mang lấy danh "Giê-xu". "Giê-xu" là tên gọi được ban cho con trai của Ma-ri, Giê-xu ở Na-xa-rét. Và chúng ta cần hiểu rằng có điều gì đó mới mẻ và độc đáo đã xảy ra tại sự nhập thể, khi Đức Chúa Trời thành người, khi Ngôi Lời trở nên xác thịt và ngự giữa chúng ta. Đây là điều *chưa từng xảy ra trước đây*. Chúa Giê-xu không chỉ là một trong những lần hiện ra khác nữa của Đức Chúa Trời trong hình hài con người mà chúng ta đã biết trong Cựu Ước. Chúa Giê-xu không hề là "sự hiện ra"- mà là một con người thật sự, bằng xương bằng thịt như quý vị và tôi.

Như các sách Phúc âm nói rõ ràng trong các đoạn mở đầu, sự ra đời của Chúa Giê-xu và cuộc sống của Ngài trên đất là khởi đầu của một thời đại cứu rỗi mới của Đức Chúa Trời. Những sự kiện này báo hiệu vương quốc của Đức Chúa Trời sắp đến. Chúng là sự ứng nghiệm tất cả những điều Đức Chúa Trời đã hứa trong Cựu Ước. Ma-thi-ơ nói khi Giô-sép và Ma-ri đặt tên cho hài nhi là "Giê-xu", thì điều đó ứng nghiệm lời tiên tri về Em-ma-nu-ên. Cuối cùng, Đức Chúa Trời đã đến để "ở với chúng ta". Khi Chúa Giê-xu được sinh ra, một thế giới mới bắt đầu.

Vì vậy, chúng ta thật sự không nên dùng danh xưng "Giê-xu" trước khi Ngài được sinh ra, và không nên nói về Chúa Giê-xu trong Cựu Ước. Đó là danh xưng của người tên là Giê-xu, được sinh ra ở Bết-lê-hem, bị đóng đinh dưới tay Bôn-xơ Phi-lát, được làm cho sống lại, thăng thiên và hiện ngồi bên hữu Đức Chúa Trời là Chúa. "Giê-xu", theo nghĩa của Tân Ước—người tên là Giê-xu— hoàn toàn "không có mặt" trong Cựu Ước (dù dĩ nhiên, như tôi đã nói, Đức

Chúa Con chắc chắn đã tồn tại trong thời Cựu Ước!). Vì vậy, chúng ta không nên đọc và giảng Kinh thánh từ Màn 1 đến Màn 3 của Câu chuyện Kinh thánh (Cựu Ước) như thể Màn 4 đã xảy ra, hoặc như thể các nhân vật trong các màn trước đã biết tất cả những điều xảy ra ở Màn 4 (mặc dù họ hướng đến màn 4 khi họ tin cậy lời hứa của Chúa).

4.5   Nguy cơ bài nào cũng giống bài nấy

Tại một hội thánh mà tôi biết từng có thời gian nhiều diễn giả ở đó đi theo quan điểm này—tức toàn bộ Cựu Ước đều "nói về Chúa Giê-xu." Họ giảng rất tốt, nhưng với tôi (và với nhiều người khác trong hội thánh), các bài giảng của họ luôn luôn giống nhau. Bất kể họ giảng ở phân đoạn Kinh thánh nào, thì người nghe đều *có thể đoán trước* được nội dung bài giảng ấy. Lúc nào chúng tôi cũng nhanh chóng được nghe về Chúa Giê-xu. Cũng vậy, vì họ rất quan tâm đến truyền giảng, nên các bài giảng hầu như lúc nào cũng kết thúc với việc kêu gọi người ta cải đạo và đặt đức tin nơi Đấng Christ. Thật ra, một số người cho rằng bài giảng nào cũng phải có tính truyền giảng và phải kết thúc bằng lời kêu gọi tin Chúa. Tôi không nghĩ tôi đồng ý với quan điểm ấy, và tôi nghĩ sứ đồ Phao-lô cũng không đồng ý, khi chúng ta xem xét cách ông miêu tả sự giảng dạy của mình trong Công Vụ 20:20, 27.

Xin đừng hiểu lầm ý tôi. Dĩ nhiên, tôi tin vào tầm quan trọng của việc giảng truyền giảng, và nói với người khác về Chúa Giê-xu rồi mời gọi họ tin nhận Ngài. Có nhiều bản văn trong cả Kinh thánh thực hiện đúng y như vậy một cách rất tự nhiên, kể cả trong bốn sách Phúc âm. Nhưng cũng có nhiều bản văn trong Kinh Thánh *không* làm như thế. Và nếu việc rao giảng của chúng ta là để dạy người khác điều Kinh thánh thật sự phán dạy, thì chúng ta nên làm vậy—tức *giảng điều bản văn Kinh thánh nói*, không phải điều chúng ta bắt Kinh thánh nói bằng cách nhanh chóng nhảy bổ sang Chúa Giê-xu và kêu gọi tin Chúa. Thật ra, tôi muốn nói rằng việc trung thành rao giảng nhiều sự dạy dỗ khác nhau của Kinh thánh một thời gian *sẽ* dẫn người ta đến hiểu biết sâu sắc hơn về Đấng Christ và hiểu ý nghĩa thật sự của việc tin cậy Ngài là Cứu Chúa và theo Ngài như Chúa của đời sống mình. Người ta sẽ thấy Đấng Christ từ nhiều góc độ và cách nhìn khác nhau. Và họ sẽ kết nối Chúa Giê-xu với nhiều điều tuyệt vời của sự dạy dỗ đã được mạc khải của Đức Chúa Trời trong cả Cựu Ước lẫn Tân Ước.

Trong một vài phút, hãy thử tưởng tượng Kinh thánh là một ngôi nhà rộng lớn. Một số diễn giả luôn luôn đứng ở cửa trước, giảng về Chúa Giê-xu (từ mọi bản văn), và mời gọi người ta đến chiêm ngưỡng cánh cửa rồi bước qua để vào sự cứu rỗi và trở thành thuộc viên hội thánh. Đó là việc tốt đẹp cần làm, và Chúa Giê-xu đã có nói "Ta là cái cửa". Chúng ta cần giảng Phúc âm theo cách như vậy, và kêu gọi người ta ăn năn tin nhận Chúa. Nhưng giảng truyền giảng không phải chỉ có vậy. Không phải lúc nào chúng ta cũng nên đứng ở cửa trước. Tại sao không mời họ bước vào và chỉ cho họ phần còn lại của ngôi nhà? Có rất nhiều điều trong Kinh thánh, có nhiều điều về Đức Chúa Trời, về cuộc đời, về việc sống cuộc đời có Chúa Giê-xu làm trung tâm của đời sống, của vũ trụ và mọi thứ là như thế nào.

Tại sao không lên kế hoạch giảng sao cho sau một thời gian bạn trung thành giảng qua nhiều phần khác nhau của Kinh thánh và dạy hội chúng điều Kinh thánh thật sự nói? Điều đó giống như hướng dẫn họ đi dạo, nhìn ngắm phần còn lại của ngôi nhà Kinh thánh. Rồi bạn có thể chỉ cho họ thấy những sự đa dạng tuyệt vời ở mỗi phòng, để họ ao ước được vào và tận hưởng cuộc sống ở đó. Như thế, việc giảng dạy của bạn sẽ trở nên phong phú. Đồng thời, nó cũng cho thấy rõ ràng rằng cách duy nhất để vào nhà là đi qua cánh cửa, tức là Đấng Christ.

CÂU HỎI VÀ BÀI TẬP

1. Thảo luận làm thế nào bạn giải thích sự khác biệt khi nói Cựu Ước chỉ về Đấng Christ với việc nói rằng mọi phân đoạn trong Cựu Ước đều "nói về Chúa Giê-xu."
2. Hãy nhìn lại cách giảng của bạn trong nhiều năm qua. Dĩ nhiên, việc chúng ta để việc tập chú vào Chúa Giê-xu Christ làm trọng tâm cho sự giảng dạy của mình là điều tốt đẹp, đúng đắn và cần thiết. Nhưng có những phần nào của Kinh thánh, hay những chủ đề dạy dỗ nào trong Kinh thánh, mà bạn chưa từng nói đến không? Hãy lập một danh sách những phần đó, và suy ngẫm (hoặc thảo luận với nhóm) làm thế nào bạn có thể đưa chúng vào việc giảng dạy của mình trong tương lai—mà không quên nói về Đấng Christ!

5

Liên Kết với Đấng Christ

Chúng ta hãy trở lại với những vị mục sư trên chiếc xe buýt mini trên đường từ Guayaquil đến Quito. Đó là một cung đường nhiều cảnh đẹp. Có nhiều nơi họ có thể dừng lại để thưởng ngoạn cảnh núi đồi hùng vĩ và chụp hình. Bây giờ hãy tưởng tượng một trong những vị mục sư đó đưa hình cho gia đình xem sau khi ông từ hội thảo giảng dạy Langham ở Quito trở về. Khi ông cho xem từng tấm hình một, ông sẽ làm gì? Ông ấy sẽ mô tả những gì có trong từng bức hình. Có lẽ ông sẽ chỉ vào tấm hình có ngọn núi lớn và cho biết tên của ngọn núi đó. Có thể ông có tấm hình của một nhà hàng họ đã ghé vào trên đường đi, và ông sẽ nói cho họ biết tên của những người khác trong bức hình. Có thể ông cho họ xem bức hình nơi con đường bị hỏng vì lở đất và họ phải đi đường vòng. Vậy, ông ấy sẽ nói về điều thật sự có trong từng bức hình và đặt chúng vào đúng ngữ cảnh. "Đó là lúc chúng tôi dừng lại ăn trưa". "Đó là lúc chúng tôi phải quay đầu và tìm đường khác." Đó là anh bạn Ricardo, lúc này anh ấy phải xuống xe nghỉ vì say xe." Mỗi bức hình là một câu chuyện.

Cũng vậy, ông ấy sẽ đặt cả bộ sưu tập hình ảnh vào ngữ cảnh rộng hơn của chúng. Tất cả bức hình đều được chụp *trong chuyến đi đến Quito để tham dự hội thảo giảng dạy Langham*. Vì vậy, vị mục sư ấy có thể nói: "Đây là bức hình tất cả chúng tôi đang trên chiếc xe buýt mini *đến Quito* từ sáng sớm." Hoặc ông có thể chỉ cho thấy một bức hình phong cảnh tuyệt vời được chụp từ đỉnh núi và nói "Đây là chỗ chúng tôi *nhìn xuống Quito từ xa.*" Vì vậy, ông ấy sẽ *kết nối* giữa nội dung thật sự của từng bức hình với đích đến và mục đích của cuộc hành trình mà họ đang thực hiện. Thậm chí ông có thể cho xem bức hình biển báo chỉ đường đến Quito. Tất cả các bức hình đều là hình của chuyến đi và mang nội dung cụ thể. Nhưng chúng được *nối kết* với những sự kiện ở cuối hành trình. Những bức hình đặc biệt này chỉ có thể được chụp vì họ đang trên đường đến Quito chứ không phải nơi nào khác. Vì vậy các tấm hình được *kết nối với nhau* (tất cả đều ở trong một chuyến đi), và chúng được *liên kết với đích đến* (là chuyến đi đến Quito để dự hội thảo về giảng dạy).

Điều vị mục sư ấy sẽ *không* làm là chỉ ra tấm hình được chụp khi họ vẫn đang trên đường và nói "Xem tấm hình này này. Đây là Quito." Ông ấy không thể làm như thế cho đến khi ông thật sự đã đến Quito và chụp hình chính thành phố đó.

Bây giờ, hãy nghĩ đến Cựu Ước. Chúng ta đã biết rằng đó là một hành trình dẫn đến Đấng Christ. Và đó là một chuyến đi với đủ loại phong cảnh tuyệt trần. Thử tưởng tượng nội dung Cựu Ước giống như một cuốn album khổng lồ. Khi bạn chọn ra một trong những bức hình đó (tức một bản văn cụ thể), công việc đầu tiên của bạn là gì? Bạn phải nói *điều thật sự có trong bản văn đó.* Tức là, giống như nguyên tắc đầu tiên trong phương pháp giải kinh nguyên ngữ đúng đắn, thì bạn phải quan sát điều bản văn thật sự nói (nội dung bản văn) trong chính ngữ cảnh của nó. Bạn thực hiện tất cả mọi bước nghiên cứu và tìm hiểu chính bản văn đó. Rồi khi bạn giảng, thì nó phải là khởi điểm của bạn. Bài giảng của bạn phải tập trung vào việc giải thích và áp dụng điều tác giả muốn nói. Bạn phải đặt bản văn vào chính ngữ cảnh của nó (vị trí của nó trong chuyến đi) và giúp người nghe hiểu điều đó. Cho nên, như chúng ta đã biết trong chương trước, bạn đừng "nhảy bổ sang Chúa Giê-xu" và bỏ qua ý chính của chính bản văn. Làm thế chẳng khác nào một vị mục sư chỉ vào một tấm hình chụp núi non trên đường đi và nói: "Bức hình này được chụp trên đường đến Quito, cho nên để tôi kể cho anh nghe về Quito."

Tuy nhiên, vì tất cả các bản văn được kết nối với nhau như là một phần trong cuộc hành trình lớn dẫn đến Chúa Giê-xu, nên chắc chắn bạn có thể và nên giúp hội chúng của mình hiểu điều đó bằng cách *kết nối* với Chúa Giê-xu và Phúc âm của Tân Ước. Có nhiều cách để làm điều này, và chúng ta sẽ xem xét chúng ở phần sau. Trong chương này, chúng ta chỉ cần liệt kê những cách kết nối ấy cùng với vài lời nhận xét ở từng cách liên kết là đủ rồi. Khi đến Phần 2 và suy nghĩ đến cách giảng nhiều thể văn khác nhau trong Cựu Ước, chúng ta sẽ giải thích chi tiết hơn một vài liên kết trong số đó và đưa ra nhiều ví dụ hơn. Nhưng trước khi chúng ta xem xét một vài điểm kết nối giữa bản văn Cựu Ước và Đấng Christ, chúng ta hãy lưu ý một vài điểm vắn tắt:

- Ích lợi tích cực của những liên kết như thế trong việc giảng dạy của bạn là nó giúp hội chúng của bạn thường xuyên *nhìn thấy toàn bộ Kinh thánh đúng với những gì Kinh thánh viết* - một chuyến đi—một câu chuyện lớn, trong đó Cựu Ước dẫn đến Đấng Christ, còn Tân Ước tiếp tục hướng đến sự trở lại của Đấng Christ và sự tạo dựng mới. Họ sẽ bắt đầu thấy sự liên kết giữa các phần khác nhau và học cách tự đọc, tìm kiếm những liên kết đó. Họ sẽ học cách thấy chính mình *bên trong* câu chuyện Kinh thánh, đọc nó từ góc nhìn của Màn 5.

- Tuy nhiên bạn không nên biến những liên kết này thành bài giảng chính. Hãy tập trung giảng điều nằm trong chính bản văn, nhưng cho thấy bản

văn vẫn có sự liên kết với Đấng Christ như thế nào khi thích hợp, và tại sao đó là điều quan trọng (chúng ta sẽ giải thích thêm ở bên dưới).
- Đừng cố gắng sử dụng mọi hình thức liên kết được liệt kê dưới đây trong bất kỳ bài giảng nào. Thông thường chỉ một liên kết là đủ, hoặc thi thoảng có thể dùng hai kết nối có thể kết hợp được với nhau.

5.1 Liên hệ đến Đấng Christ thông qua câu chuyện

Cách đầu tiên và rõ ràng nhất để liên hệ bất kỳ bản văn Cựu Ước nào với Đấng Christ là chỉ ra bản văn đó ăn khớp với câu chuyện cuối cùng dẫn đến Chúa Giê-xu ra sao. Điều này trở nên rõ ràng nhất khi chúng ta nhớ rằng toàn bộ Cựu Ước là "Trước Công Nguyên" – Trước Chúa (Before Christ). Nhưng chúng ta có thể cho thấy rằng chữ này cũng có nghĩa là "Hướng đến Chúa" – Towards Christ (TC).

Tạo sự kết nối như thế trong câu chuyện là việc khá đơn giản khi bài giảng của bạn dựa trên bản văn tường thuật của Cựu Ước. Bạn có thể mở ra bối cảnh của câu chuyện nhỏ để cho thấy câu chuyện ấy nằm trong câu chuyện lớn về Đức Chúa Trời và Y-sơ-ra-ên, và chỉ ra câu chuyện dài đó cuối cùng dẫn chúng ta đến với Đấng Christ ra sao. Không cần phải nói dài dòng. Bài giảng không phải bài học lịch sử chi tiết. Nhưng bài giảng có thể trở thành khoảnh khắc giúp hội chúng nhướng tầm mắt khỏi kiểu suy nghĩ đơn thuần "câu chuyện này áp dụng cho tôi như thế nào?" mà ngước lên với câu hỏi "Nói câu chuyện này là một phần của câu chuyện lớn hơn dẫn đến Chúa Giê-xu có nghĩa là gì?"

Ví dụ

Giả sử phân đoạn Kinh thánh của bạn là **Giô-suê 1**. Bạn có thể chỉ ra vì sao câu chuyện này nằm sau câu chuyện Đức Chúa Trời cứu Y-sơ-ra-ên ra khỏi Ai Cập xảy ra trước đó, rồi Ngài dẫn dắt cũng như chu cấp cho họ trong đồng vắng (Xuất Ê-díp-tô Ký đến Phục Truyền) như thế nào. Bây giờ, Ngài ban cho họ xứ như đã hứa. Vì vậy, đây là bước tiếp theo trong câu chuyện dài dẫn đến Đấng Christ, nhờ Đấng đó mà Đức Chúa Trời chuộc chúng ta ra khỏi tội lỗi và ban cho chúng ta cơ nghiệp cùng sự "an nghỉ" còn tốt hơn cả xứ Ca-na-an, được nói đến ở Hê-bơ-rơ 4. Ở thời điểm đó, bạn cần tập trung vào điều Giô-suê chương 1 dạy dỗ và giảng từ bản văn đó. Bạn đừng vội nhảy ngay vào Chúa Giê-xu hay Hê-bơ-rơ. Nhưng qua việc nhắc đến Chúa Giê-xu và Hê-bơ-rơ, bạn chỉ cho hội chúng thấy câu chuyện *này* (Giô-suê 1) khớp với và dọn đường cho câu chuyện *kia* (Tân Ước) như thế nào. **Ví dụ**

Giả sử phân đoạn Kinh thánh bạn giảng nằm trong sách **Ru-tơ**. Tác giả kết thúc sách bằng cách chỉ ra con cháu của Ru-tơ và Bô-ô trở thành ông nội của vua Đavít như thế nào. Sách Ru-tơ đặt câu chuyện của mình vào câu chuyện rộng lớn hơn về Y-sơ-ra-ên và vị vua sẽ đến. Vì vậy, bạn có thể chỉ ra Ma-thi-ơ kết nối câu chuyện Ru-tơ với Chúa Giê-xu như thế nào khi ông kể tên Ru-tơ trong gia phả (Mat 1:5–6), khiến Chúa Giê-xu trở thành "Đứa Con cao quý nhất của vua Đavít vĩ đại."

Việc liên hệ xuyên suốt toàn bộ câu chuyện Kinh thánh có vẻ khó hơn nếu bản văn thuộc một trong các thể văn, chẳng hạn luật pháp, tiên tri hay thi thiên. Nhưng dẫu vậy, ta vẫn có thể kết nối được. Tất cả những bản văn đó đều có chỗ của chúng trong lịch sử của Y-sơ-ra-ên, và bạn có thể suy nghĩ ngược về quá khứ hay hướng đến tương lai ngay trong lịch sử đó.

Ví dụ

Giả sử bản văn bạn chọn là **Thi Thiên 96.** Thi Thiên này chúc tụng danh xưng, sự cứu rỗi, sự vinh hiển và những công việc phi thường của Giê-hô-va Đức Chúa Trời của Y-sơ-ra-ên. Những lời ca ngợi này có nghĩa gì đối với người Y-sơ-ra-ên thời Cựu Ước? Nếu bạn đặt câu hỏi này cho tác giả hay cho một trong những người hát bài đó, họ sẽ kể cho bạn nghe câu chuyện về lịch sử của Y-sơ-ra-ên. Danh xưng của Chúa được bày tỏ cho Môi-se và cho Y-sơ-ra-ên tại núi Si-nai. Họ kinh nghiệm sự cứu rỗi của Chúa khi Ngài giải phóng họ khỏi Ai Cập. Vinh quang của Đức Chúa Trời bao phủ đền tạm trong hoang mạc, và sau này là bao phủ đền thờ tại Giê-ru-sa-lem. Những việc quyền năng của Chúa bao gồm chiến thắng của Ngài trước kẻ thù và quà tặng của Ngài là xứ Ca-na-an. Nhưng bạn có thể chỉ ra rằng tác giả Thi Thiên mong đợi "các nước", "các dân", trong "cả trái đất", hát "một bài ca mới" về những việc vĩ đại của Đức Chúa Trời. Sao điều đó có thể xảy ra? Với tác giả Thi Thiên, đó phải là hành động của đức tin và trí tưởng tượng. Nhưng chúng ta biết rằng qua Đức Chúa Giê-xu Christ, danh xưng, sự cứu rỗi, vinh quang và những việc phi thường của Giê-hô-va Đức Chúa Trời của cả Kinh thánh được công bố giữa các dân trên khắp thế giới. Chính Thi Thiên này cũng hướng về câu chuyện ở *đằng sau* nó, để hướng đến câu chuyện còn ở *phía trước* nó.

Với phân đoạn lấy từ các sách luật pháp, bạn có thể chỉ ra ngay trong chính luật pháp (vd: trong **Phục Truyền 29–30**) người ta nhận ra rằng Y-sơ-ra-ên sẽ không vâng lời Chúa—giống như chúng ta ngày nay – như thế nào. Vì vậy, mặc dù luật pháp giống như "vị hiệu trưởng" và chúng ta có nhiều điều để học từ luật pháp, nhưng luật pháp thông qua tội lỗi và sự thất bại của chúng ta chỉ chúng ta đến với Đấng Christ. Luật pháp cũng dẫn chúng ta đến với Đấng Christ nữa (chúng ta sẽ suy nghĩ nhiều hơn về vấn đề này sau).

5.2 Liên hệ đến Đấng Christ thông qua những lời hứa

Đây là liên kết thường rất ăn khớp với mắt xích câu chuyện ở trên. Đó là vì, như chúng ta đã thấy trong chương 2, hành trình của câu chuyện Cựu Ước không chỉ có *đích đến* (Chúa Giê-xu Christ), mà còn có một *mục đích* (tất cả những gì Chúa hứa trong Cựu Ước và sau đó được làm trọn trong Tân Ước). Vì vậy, hễ khi nào có thể thì chúng ta nên chỉ ra bản văn Cựu Ước liên kết bằng cách nào đó với lời hứa ấy. Đó có thể là sự liên kết trực tiếp, khi chính bản văn chứa đựng yếu tố của lời hứa hay nói về mục đích của Chúa trong tương lai. Hoặc có thể là sự liên kết gián tiếp, khi bản văn chỉ giả định lời hứa của Chúa như một kiểu nhận thức về bối cảnh. Bạn còn nhớ cách Ma-thi-ơ rút ra từ nhiều bản văn Cựu Ước khác nhau, một số trực tiếp, một số gián tiếp, và thấy tất cả đều được ứng nghiệm qua Chúa Giê-xu không? Đó là cách toàn thể phần còn lại của Tân Ước cũng nhìn về Cựu Ước nữa. Tất cả những điều đó cấu thành lời hứa vĩ đại của Đức Chúa Trời liên quan đến cả cõi thọ tạo và mọi dân tộc.

Những nối kết trực tiếp sẽ bao gồm các phân đoạn như Sáng Thế Ký 12, 15, 17, v.v... khi Đức Chúa Trời hứa với Áp-ra-ham (lời hứa của Ngài thật sự được ghi lại năm lần trong Sáng Thế Ký); những lời hứa của Chúa với Y-sơ-ra-ên ở Ai Cập (Xuất 6:6–8); những lời hứa của Ngài với Đa-vít (2 Sa 7); và các phân đoạn trong các sách tiên tri nói về sự phục hồi Y-sơ-ra-ên trong tương lai, sau khi bị lưu đày. Tất cả những điều này đều chỉ về Đấng Christ và thường được vọng lại trong chính Tân Ước.

Những kết nối gián tiếp cần nhiều thời gian hơn để suy ngẫm và tìm thấy. Ví dụ, hãy nhớ rằng toàn bộ câu chuyện về *Y-sơ-ra-ên trong tư cách một dân tộc* là câu chuyện về lời hứa của Đức Chúa Trời. Y-sơ-ra-ên trong tư cách một dân tộc chỉ hiện hữu bởi Đức Chúa Trời hứa ban phước lành cho muôn dân thông qua họ. Trong Ga-la-ti 3:8, Phao-lô trích dẫn Sáng Thế Ký 12:3 và gọi đó là "Phúc âm". Cho nên, về lý thuyết, hễ khi nào bạn phân tích một bản văn nói về Y-sơ-ra-ên, thì bạn nên lưu ý bối cảnh là lời hứa của Đức Chúa Trời—*cho dù* bản văn sẽ cho thấy Y-sơ-ra-ên của Cựu Ước *không* sống theo sự kêu gọi dành cho họ và làm hỏng mục đích của Chúa cho họ như thế nào. Thất bại đó tự thân nó là một dấu chỉ gián tiếp về Đấng sẽ đến để hoàn thành sứ mạng của Y-sơ-ra-ên, trong sự vâng phục trọn vẹn, rồi trong sự chịu khổ, sự chết và sự sống lại. Thất bại của Y-sơ-ra-ên tạo mối liên kết gián tiếp nhưng rất mạnh mẽ với Đấng Christ.

Có thể có những gợi ý khác trong bản văn. Hãy tìm ngôn ngữ *giao ước,* là điều nhắc nhở về lời hứa của Chúa: ví dụ, khi bản văn nói đến "Đức Chúa Trời của các ngươi" hay "dân Ta". Những cụm từ này chỉ về mối liên hệ cuối cùng trở thành mối liên hệ mà chúng ta có trong giao ước mới thông qua Đấng Christ hay khi Đức Chúa Trời hứa ở "với" ai đó, hay với dân Ngài. Hy vọng và những mong đợi của các tác giả Thi Thiên rằng Chúa sẽ giải cứu họ, dựa trên sự thành tín của Chúa đối với lời Ngài hứa, và điều đó chỉ về sự thành tín vĩ đại nhất của

Ngài, trong Đấng Christ. Vì vậy, hãy tìm những cách bản văn dùng để mặc định câu chuyện lời hứa của Chúa ẩn bên dưới, và suy nghĩ điều đó có thể kết nối với việc làm trọn tất cả những lời hứa của Đức Chúa Trời qua Đấng Christ như thế nào.

Điều mấu chốt cần nhớ là *toàn bộ Kinh thánh là một câu chuyện về sự làm trọn công tác cứu chuộc*. Tức là, Đức Chúa Trời đã đưa ra lời hứa vĩ đại là đem phước lành và sự cứu rỗi đến cho thế giới loài người tội lỗi, tuyệt vọng và cõi tạo vật bị hư hỏng. Cựu Ước không ngừng đi tới để xem cuối cùng bằng cách nào Đức Chúa Trời sẽ thực hiện lời hứa đó và cứu chuộc thế giới. Và Tân Ước cho thấy Đức Chúa Trời đã làm điều đó qua Cứu Chúa Giê-xu Christ. Phao-lô đã trình bày cách đơn giản nhất khi ông nói với người Do Thái trong nhà hội tại An-ti-ốt xứ Bi-si-đi: "Còn chúng tôi thì rao truyền cho anh em Tin lành [Phúc âm] mà Đức Chúa Trời đã hứa cho tổ phụ chúng ta rằng Ngài đã làm ứng nghiệm lời hứa đó cho chúng ta, là con cháu của họ, bằng cách khiến Đức Chúa Giê-xu sống lại" (Công 13:32–33).

Ví dụ

Giả sử bản văn bạn chọn lại là **Giô-suê 1.** Đây là cách tôi bắt đầu bài giảng về đoạn Kinh thánh đó của mình (mở đầu cho loạt bài giảng theo sách Giô-suê). Tôi bắt đầu bằng cách yêu cầu mọi người chú ý ba câu đầu tiên đề cập đến nhiều điều quan trọng ra sao: (a) sự chết của Môi-se; (b) "cả dân này"—tức dân Y-sơ-ra-ên, tuyển dân của Chúa; và (c) lời hứa của Chúa. Sau đó, tôi mời họ lật ngược về phần phía trước một trang để thấy sự qua đời của Môi-se đã được chép ở Phục Truyền 34. Ở đó, chúng ta thấy lời hứa của Đức Chúa Trời và tuyển dân của Đức Chúa Trời. Phục Truyền 34:4 nói đến lời hứa của Chúa dành cho Áp-ra-ham. Điều này dẫn chúng ta theo đường xoắn ốc quay ngược về Sáng Thế Ký. Và ngay lập tức chúng ta thấy sách Giô-suê khớp với câu chuyện của Kinh thánh như thế nào. Sách Giô-suê nằm ngay sau Ngũ Kinh (Sáng Thế Ký – Phục Truyền), và chúng ta cần biết câu chuyện cho đến thời điểm này được ghi lại trong năm sách đó. Đức Chúa Trời đã tạo dựng nên thế giới tốt đẹp, nhưng tội lỗi và sự chống nghịch của con người đã phá hỏng mọi thứ. Nhưng trong Sáng Thế Ký 12, Đức Chúa Trời hứa với Áp-ra-ham rằng qua ông và dân tộc ông, Ngài sẽ biến lời rủa sả thành phước lành cho muôn dân. Đức Chúa Trời cũng hứa với Áp-ra-ham rằng Ngài sẽ ban cho con cháu ông xứ này. Và đó là điều Chúa sẽ làm trong sách Giô-suê. Nhưng chúng ta cần thấy rằng câu chuyện của Giô-suê và xứ không kết thúc tại đó. Đó là một bước trên hành trình dẫn đến Đấng Christ, và đến với cơ nghiệp chúng ta có trong Ngài. Thật vậy, đất hứa không những chỉ về điều chúng ta hiện có trong Đấng Christ (Êph 2:19–25; Hê 4:1–11; 12:22–24; 1 Phi 1:4), mà cuối cùng còn dẫn đến trời mới đất mới, tức sự tạo dựng mới là nơi Đức Chúa Trời sẽ ngự với dân Ngài mãi mãi (Khải 21–22). Vì vậy, tôi giúp hội chúng từ bản văn nhìn ngược về quá khứ, rồi cũng từ bản văn nhìn hướng về phía trước.

Chỉ mất vài phút để nói những ý này ở gần phần đầu của bài giảng (và quay lại những ý này ở cuối bài giảng, để nêu lên một vài hàm ý về cách chúng ta phải sống trong hiện tại.) Ngay khi tôi đặt đoạn Kinh thánh đó vào ngữ cảnh rộng hơn liên quan đến lời hứa của Chúa và tuyển dân của Chúa trong câu chuyện lớn của Kinh Thánh, thì tôi đã tập trung vào điều Đức Chúa Trời thật sự đã phán với Giô-suê và giảng đúng thông điệp của những câu Kinh Thánh tuyệt vời này. Vậy nên, mục đích của tôi là *giảng bản văn Kinh thánh*, nhưng *liên kết bản văn ấy với Đấng Christ* bằng cả câu chuyện về lời hứa của Đức Chúa Trời và sự ứng nghiệm lời hứa đó.

Khi xem xét Phần 2 trong phần giảng các sách tiên tri, chúng ta sẽ suy nghĩ chi tiết hơn về "ba nhận thức" (three horizons) của bản văn Cựu Ước. Nhận thức 1 là chính giai đoạn thời Cựu Ước—điều bản văn đang nói trong chính ngữ cảnh của nó. Nhận thức 2 là tầm nhìn hướng về Đấng Christ, đặc biệt các sách Phúc âm và Công Vụ Các Sứ Đồ. Nhận thức 3 là sự trở lại của Đấng Christ và sự tạo dựng mới. Lúc này, chỉ cần ghi nhớ những nhận thức này là đủ rồi. Khi nghiên cứu bất kỳ bản văn Cựu Ước nào để giảng, sẽ không vô ích khi đặt câu hỏi: "Bản văn này *nằm* ở đâu trong ngữ cảnh rộng hơn về lời Chúa hứa ngay sau khi bắt đầu câu chuyện? Và bản văn này *chỉ* về đâu trong mối liên quan với việc hoàn thành lời hứa của Chúa qua Đấng Christ—cho dù khi Ngài đến thế gian lần thứ nhất hay thứ hai?

5.3 Liên hệ đến Đấng Christ thông qua những tương đồng

"God is always Godding!" (Đức Chúa Trời hằng luôn làm Chúa!) Tôi nhớ mãi sự phấn khích của người chị em khi thốt lên những lời này—thật ra là chị tự nghĩ ra cách dùng từ "Godding" này! Chị mới tin nhận Chúa và ở trong nhóm tế bào của chúng tôi. Chị ấy rất xúc động về cách Chúa hành động trong cuộc đời mình. Đức Chúa Trời đang làm cho chị điều Ngài vẫn thường làm và làm hết lần này đến lần khác—cũng như đã và đang làm trải suốt dòng lịch sử. Đức Chúa Trời không hề thay đổi.

Không phải Đức Chúa Trời nhàm chán lặp đi lặp lại việc mình đã làm. Thay vào đó, Ngài hành động theo những cách *rất đặc trưng*. Khi một người chúng ta biết làm điều gì đó mà chúng ta biết rằng đó là cách họ thường làm, điều gì đó là đặc trưng cho tính cách của họ, thì chúng ta chỉ cười và nói: "Anh ấy là thế!" hoặc "John luôn như thế!" Họ đang hành động "đúng với típ người của họ." Đó là điều chúng ta mong đợi từ một người như thế. Một khi bạn hiểu rõ người nào đó, bạn có thể nhìn thấy những khuôn mẫu và những điểm tương đồng trong cách họ cư xử. Vợ tôi nói với tôi nào là tôi lúc nào cũng đứng có tư thế đó khi chải răng; rồi tôi sắp xếp mọi thứ y như nhau trong mỗi bữa ăn sáng;

rồi tôi lúc nào cũng mặc bộ quần áo đó (nếu để tôi tự chọn). Tôi là vậy. Đó là tính cách tiêu biểu của tôi. Tạo vật sống theo thói quen.

Dĩ nhiên, Đức Chúa Trời không phải một tạo vật, và Ngài không hoàn toàn có "những thói quen". Nhưng Đức Chúa Trời chắc chắn hành động theo những cách đặc trưng, để những ai biết rõ Ngài trong thời Kinh thánh có thể nhận ra đường lối của Ngài. Họ nhìn thấy những khuôn mẫu và điểm tương đồng giữa cách Chúa hành động ở lần này và lần khác. Họ nhìn thấy điều Ngài đã làm trong cuộc xuất hành, và họ biết Ngài có thể làm việc đó một lần nữa—cho Y-sơ-ra-ên (khi phục hồi họ sau thất bại hay lưu đày), và cả cho cá nhân (đang chịu bất công hay nguy hiểm). Họ nghe việc Chúa đã làm cho Sô-đôm và Gô-mô-rơ, và điều đó trở thành một bức tranh về thời điểm đoán phạt khủng khiếp của Đức Chúa Trời, trong đó có cả Giê-ru-sa-lem vào ngày cuối cùng. Họ biết Đức Chúa Trời đã chu cấp cho một thế hệ người Y-sơ-ra-ên trong hoang mạc, vì vậy họ tin rằng Đức Chúa Trời có thể làm điều tương tự cho những người đang túng thiếu, ngay cả khi lưu đày. Họ cũng biết Đức Chúa Trời đã thử nghiệm dân Y-sơ-ra-ên trong hoang mạc và thấy chính sự thử nghiệm đó ở giai đoạn lịch sử sau này, để xem họ có tin cậy và vâng lời Ngài không.

Giờ đây, những người đã kinh nghiệm Chúa Giê-xu trong Tân Ước đều thấy một cách rõ ràng Đức Chúa Trời–Đấng họ biết rõ ràng trong Cựu Ước–đang "làm Chúa" trong mọi cách. ". Họ chỉ ra những điểm tương đồng quan trọng giữa những việc Đức Chúa Trời đã làm trong Cựu Ước với điều Chúa đã làm trong và qua Chúa Giê-xu Christ. Và họ dùng những điều trong Cựu Ước đó để giải thích nhiều phương diện trong ý nghĩa của sự ra đời, sự sống, sự chết, sự sống lại và sự thăng thiên của Đấng Christ.

Một từ ngữ khác để chỉ cách giải thích như thế là từ "sự tương đồng hóa" (analogy). Tương đồng hóa là khi bạn dùng một điều mình biết rõ để giải thích một điều mới có vài điểm tương tự. Cả hai không hoàn toàn giống nhau, nhưng có thể có *những tương đồng*. Trong Kinh thánh, chúng ta thấy những tương đồng được rút ra giữa Chúa Giê-xu Christ với các sự kiện, con người, định chế, chủ đề và hình ảnh được tìm thấy trong Cựu Ước. Bảng biểu bên dưới cho thấy một vài ví dụ trong từng phân loại. Dĩ nhiên, còn nhiều ví dụ nữa nhưng bảng này chỉ đưa ra chút khái niệm về điều tôi muốn nói. Tôi nghĩ có vài ví dụ quen thuộc với bạn. Những ví dụ khác bạn có thể tự tìm thấy khi đọc và học Kinh thánh cũng như các sách chú giải hữu ích.[1]

---

[1] Tôi đã giải thích đầy đủ hơn nhiều về "hình bóng" (typology)—tức là thấy những khuôn mẫu tương ứng này giữa Chúa Giê-xu và Cựu Ước – trong quyển *Knowing Jesus through the Old Testament (Biết Chúa Giê-xu qua Cựu Ước).*

Thực tại Cựu Ước	Liên hệ đến Đấng Christ
Sự kiện	
Công cuộc sáng tạo	Chúa Giê-xu là Lời Đức Chúa Trời, qua Ngài mọi vật được tạo dựng
Cuộc xuất hành	Chúa Giê-xu là Đấng đánh bại mọi thế lực áp bức và giải phóng con người khỏi ách nô lệ
Sự ban xứ	Chúa Giê-xu là cơ nghiệp của chúng ta, và Chúa ban cho chúng ta "sự yên nghỉ" trước kẻ thù
Xức dầu cho Đa-vít làm vua	Chúa Giê-xu là Vua được xức dầu thuộc dòng dõi Mê-si-a, con cháu Đa-vít
Từ lưu đày trở về	Chúa Giê-xu đem đến sự tha thứ, sự phục hòa với Đức Chúa Trời và một giao ước mới
Con người	
A-đam	Chúa Giê-xu là hình ảnh trọn vẹn của Đức Chúa Trời
Nô-ê	Chúa Giê-xu giải cứu khỏi sự đoán phạt
Áp-ra-ham	Chúa Giê-xu sống với đức tin và sự vâng phục trọn vẹn
Mên-chi-xê-đéc/ A-rôn	Chúa Giê-xu là Thầy tế lễ Thượng phẩm
Môi-se	Chúa Giê-xu là Đấng giải phóng dân Ngài và Đấng trung bảo của giao ước mới
Giô-suê	Chúa Giê-xu (hình thức tiếng Hy Lạp của tên Giô-suê) là Đấng Cứu Thế và lãnh tụ của dân Ngài
Đa-vít và Sa-lô-môn	Chúa Giê-xu là Vua được xức dầu của Đức Chúa Trời
Ê-xơ-tê	Chúa Giê-xu là Đấng cứu dân Ngài, trả giá bằng chính mạng sống Ngài
Định chế	
Lễ Vượt Qua	Chúa Giê-xu là con chiên dùng làm sinh tế, huyết Ngài bảo vệ khỏi sự chết
Đền thờ, chức tế lễ, của tế lễ	Chúa Giê-xu là "nơi" mà qua đó chúng ta có được sự chuộc tội, sự tha thứ hoàn toàn và được bước vào trong sự hiện diện của Đức Chúa Trời.
Năm Hân Hỉ	Chúa Giê-xu là Đấng phóng thích và phục hồi cho những người bị giam cầm

Lúc nào cũng vậy, chúng ta cần phải cẩn thận trong cách sử dụng những điểm tương đồng như vậy khi giảng dạy. Dưới đây là một vài điều cần nhớ:

- Nếu bạn đang giảng dựa trên một phân đoạn Kinh thánh Cựu Ước và bạn thấy có điểm tương đồng hay so sánh nào đó với Đấng Christ–đặc biệt nếu một trong những tác giả Tân Ước có *trích dẫn* từ bản văn Cựu Ước bạn đang giảng và có sự so sánh—thì dĩ nhiên, ở thời điểm nào đó trong bài giảng, bạn nên nói với hội chúng điều này và giải thích về nó. Chỉ ra cho hội chúng thấy Kinh Thánh liên kết với nhau theo cách đó như thế nào và qua Đấng Christ "tất cả điều đó được nối kết với nhau" như thế nào luôn luôn là điều ích lợi. Nhưng hãy nhớ rằng công việc chính của bạn là giải thích và áp dụng chính bản văn Cựu Ước ấy vào ngay ngữ cảnh của nó và giảng ra sứ điệp mà Đức Chúa Trời muốn người ta nghe từ bản văn *đó*. Tất nhiên, bạn liên hệ tới Đấng Christ, nhưng đừng "nhảy bổ sang Chúa Giê-xu" ngay tức thì mà bỏ qua điều tác giả Cựu Ước muốn nói.

- Hãy nhớ rằng khi một tác giả Tân Ước trích dẫn một bản văn Cựu Ước, đó là vì một mục đích cụ thể hay nhằm minh họa cho một ý cụ thể mà người đó (tác giả Tân Ước) muốn nói đến. Điều đó không có nghĩa là khi *bạn* giảng bản văn Cựu Ước được trích dẫn đó, bạn bị hạn chế trong cách Tân Ước dùng bản văn ấy để nói ý cụ thể đó. Ví dụ: tiếng phán từ trời trong phép báp-tem của Chúa Giê-xu là tiếng vang của ba bản văn Cựu Ước—Ê-sai 42:1; Thi Thiên 2:7; và Sáng Thế Ký 22:2. Nhưng nếu bạn giảng từ một trong ba bản văn này (trong cả đoạn có bản văn này), bạn không thể chỉ nói rằng "Câu này nói về phép báp-tem của Chúa Giê-xu". Không, bạn phải hỏi toàn bộ đoạn đó có ý nghĩa gì trong bối cảnh Cựu Ước nguyên thủy và giảng thông điệp *đó*. Trong lúc giảng, bạn có thể liên kết với Đấng Christ ở những chỗ thích hợp, nhưng bài giảng của bạn phải nói về bản văn Cựu Ước, không chỉ nói về Chúa Giê-xu. Một ví dụ khác: cả hai tác giả sách Hê-bơ-rơ và sách Gia-cơ đều dùng Ra-háp làm ví dụ *minh họa* cho đức tin được bày tỏ qua hành động (Hê 11:31; Gia 2:25–26). Nhưng nếu bạn giảng về toàn bộ câu chuyện ở Giô-suê chương 2 và chương 6, thì sẽ có nhiều điều để suy nghĩ và giảng hơn là chỉ nói về đức tin của Ra-háp (mặc dù chắc chắn bà là nhân vật chính trong câu chuyện).

- Tương đồng ở *một* phương diện không có nghĩa là giống nhau ở *mọi* phương diện. Những nhân vật trong Cựu Ước báo trước về Đấng Christ trong phương diện nào đó (như ở trên) cũng đều là những tội nhân như chúng ta và một vài người trong số họ còn làm những chuyện khác kinh khủng trong cuộc đời họ. Dĩ nhiên, không có điểm tương đồng với Đấng Christ ở những ý đó.

- Bám chặt vào nghĩa *bao quát* của điểm tương đồng mà chính Tân Ước dạy, và đừng bị cám dỗ lạc vào việc suy đoán mọi tương đồng khác trong các tiểu tiết của bản văn Cựu Ước. Ví dụ, đền tạm trước hết chỉ về nơi Đức Chúa Trời hiện diện ở giữa con dân Chúa, và là nơi dâng của tế lễ vì tội lỗi và sự ô uế của họ. Trong cả hai phương diện này, Tân Ước xem Đấng Christ là sự ứng nghiệm. Đấng Christ hiện thời là "Đức Chúa Trời ở giữa chúng ta" và Đấng Christ cung ứng sự chuộc tội và thanh tẩy tội lỗi để con người có thể đến với Đức Chúa Trời. Nhưng một số người đã suy đoán đủ thứ ý nghĩa cho các sợi chỉ màu và đá quý được dùng để xây đền tạm—đủ thứ ý nghĩa giàu trí tưởng tượng, nhưng đi lạc hướng và Kinh thánh không hề nói đến.

Ví dụ

Có lần tôi giảng trong **Các Quan Xét 3:7–11**, câu chuyện ngắn về Ốt-ni-ên, ngay khi bắt đầu loạt bài giảng trong sách Các Quan Xét. Tôi muốn chỉ ra rằng Ốt-ni-ên là người tạo ra khuôn mẫu cho các quan xét khác trong sách. Nhưng tôi cũng muốn giải thích tại sao những quan xét như ông lại được liệt kê trong Hê-bơ-rơ 11 như những tấm gương về việc đức tin được bày tỏ qua hành động (mặc dù một vài người trong số họ, như Sam-sôn chẳng hạn, đã làm những việc rất kỳ lạ). Đơn giản là:

- Ốt-ni-ên là người Chúa chọn (Ngài đưa ông lên).
- Thánh Linh của Chúa hành động qua ông.
- Ông là tác nhân trong sự cứu rỗi của Chúa—ông sửa lại mọi việc cho đúng và giải cứu Y-sơ-ra-ên khỏi kẻ thù.
- Ông đem sự bình an (hay "an nghỉ") của Đức Chúa Trời đến cho họ.

Vì vậy, ở những phương diện này, Ốt-ni-ên là gương mẫu cho kiểu mẫu người lãnh đạo Đức Chúa Trời kêu gọi và sử dụng vào thời đó, khi họ hành động bằng đức tin và sự vâng lời. Nhưng toàn bộ sách Các Quan Xét vẽ nên một bức tranh rất ảm đạm về tội lỗi của con người và điều ác cứ tiếp diễn và ngày càng tồi tệ. Ngay cả vị quan xét vĩ đại nhất cũng không thể ngăn chặn điều đó xảy ra về lâu về dài. Sách vượt ra khỏi giới hạn của quyển sách để chỉ ra sự gian ác nghiêm trọng của cả nhân loại sa ngã, và cuối cùng hướng đến giải pháp vĩ đại của Đức Chúa Trời qua Đấng đã đến để sửa lại mọi điều mãi mãi.

Vì vậy, tôi chỉ ra cách ngắn gọn Ốt-ni-ên, dù ít người biết đến, là một gương mẫu thu nhỏ của Đấng Christ trong những điểm tương đồng này như thế nào. Vì Đấng Christ đã được Đức Chúa Trời lựa chọn và dấy lên để trở thành Đấng Mê-si-a được xức dầu. Đấng Christ được đầy dẫy Thánh Linh của Đức Chúa Trời. Đấng Christ đã đến để cứu chuộc và giải phóng dân Ngài, không chỉ trong xứ Ca-na-an, mà còn trong cả thế gian. Và Đấng Christ đã giải hòa – con người với Đức Chúa Trời và với nhau. Tôi cố gắng đi theo khuôn mẫu của Hê-bơ-rơ 11, tức không kết luận bằng cách bảo chúng ta phải tập trung vào những anh hùng đức tin vĩ đại của Cựu Ước, mà "nhìn xem Chúa Giê-xu" (Hê 12:1–2). Vì vậy, trong bài giảng nói chung, tôi chủ yếu giảng về chính câu chuyện, đặc biệt dựa vào bối cảnh của nội dung câu chuyện ở Các Quan Xét 2. Tôi không giảng rằng Các Quan Xét 3 *"nói về"* Chúa Giê-xu. Nhưng tôi tạo mắt xích kết nối giữa bản văn và Đấng Christ bằng cách quan sát điểm giống nhau giữa công tác của các quan xét như ông và công tác tối hậu của Đấng Christ.

5.4 Liên hệ đến Đấng Christ thông qua những tương phản

Còn bây giờ là dựa trên một điều hoàn toàn khác! Đôi lúc chúng ta có thể kết nối Cựu Ước với Đấng Christ (hoặc với Tân Ước nói chung) bằng cách xem xét những khác biệt hay tương phản hoàn toàn, chứ không phải điểm tương đồng. Có những điểm tương phản trong số đó là tương phản rất lớn và dễ thấy, và chúng ta biết đó là những yếu tố thiết yếu trong chính Phúc âm. Bạn khó mà không nhận ra chúng, chẳng hạn như:

- A-đam và Ê-va không vâng lời và dẫn chúng ta đến sự chết. Đấng Christ, là A-đam cuối cùng, lại vâng lời và đem chúng ta đến sự sống.
- Cựu Ước cho chúng ta thấy tội lỗi ở mọi phương diện của nó. Đấng Christ đem đến sự cứu rỗi ở mọi phương diện của nó.
- Giao ước với Y-sơ-ra-ên được thực hiện qua Môi-se tại núi Si-nai, được đóng ấn bởi huyết của sinh tế, và đòi hỏi sự vâng giữ luật pháp. Giao ước mới được thực hiện qua Đấng Christ, được đóng ấn bằng huyết của sinh tế là chính Ngài, và đòi hỏi sự vâng lời của đức tin qua Đức Thánh Linh.
- Trong Cựu Ước, không ai có thể vào trong sự hiện diện của Đức Chúa Trời ở nơi chí thánh trong đền thờ, ngoại trừ thầy tế lễ thượng phẩm, mỗi năm một lần vào Ngày Đại Lễ Chuộc Tội. Điều đáng chú ý là ngay lúc Đấng Christ chết, bức màn trong đền thờ bị xé làm hai từ trên xuống dưới, vì sự hy sinh của chính Đấng Christ đã mở cho chúng ta con đường bước vào sự hiện diện của Đức Chúa Trời.
- Trong Cựu Ước, Đức Chúa Trời đã chuộc một dân tộc, là Y-sơ-ra-ên, còn các dân tộc khác chưa được kể là dân của Chúa. Trong Đấng Christ, Đức Chúa Trời mở rộng sự cứu chuộc cho mọi dân tộc, và dân ngoại cũng được bước vào trong gia đình Đức Chúa Trời.
- Câu chuyện Cựu Ước xảy ra chủ yếu ở một xứ, được hứa và được ban cho một dân tộc. Đấng Christ sai các môn đồ đem tin tốt lành đến tận cùng trái đất và cho các dân tộc (như chính Cựu Ước đã hứa).

Vậy thì, nếu chúng ta giảng một bản văn Cựu Ước mà trong đó chúng ta thấy nói đến tội lỗi hay sự thất bại nào đó (nhiều phân đoạn như thế lắm!), thì chúng ta có thể hướng đến sự cứu rỗi mà chỉ một mình Đấng Christ mới có thể đem đến. Nếu chúng ta giảng một bản văn mà trong đó có những hạn chế hay giới hạn chúng ta biết đã được Đấng Christ phá bỏ hoặc cất đi, thì chúng ta có thể chỉ ra. Nếu bản văn tập trung vào điều gì đó chỉ ảnh hưởng đến Y-sơ-ra-ên trong xứ của họ, thì chúng ta có thể thu hút sự chú ý vào câu chuyện Kinh thánh dài hơn mở rộng ra cho mọi dân tộc và cả trái đất.

Tuy nhiên, như đã nói, chúng ta cần cẩn thận trong cách xử lý những điểm tương phản và khác biệt một cách rõ ràng. Chúng ta không nên chỉ vẽ một quan điểm tiêu cực và đen tối về Cựu Ước để làm cho Phúc âm long lanh hơn. Đó là cách tạo ra sự tương phản sai trật.

Sau đây là một vài điều thật sự tạo sự khác biệt đáng kể.

a) Lịch sử tạo sự khác biệt

Lý do chính cho sự khác biệt và tương phản giữa Cựu Ước và Tân Ước là chuyển động lịch sử trong câu chuyện vĩ đại về công tác cứu chuộc của Đức Chúa Trời. Từ ban đầu cho đến các phần sau của câu chuyện ấy, mọi việc đều đi tới và thay đổi. Cho nên, điều được Đức Chúa Trời chấp nhận ở giai đoạn này lại không còn là cách cư xử đúng đắn ở giai đoạn sau đó nữa. Nhưng điều này không có nghĩa là có sự *mâu thuẫn* giữa Cựu Ước và Tân Ước. Thay vào đó, có sự phát triển và tiến bộ khi Đức Chúa Trời bày tỏ nhiều hơn về chính Ngài và tiếp tục hành động, giải cứu, phán xét và dạy dỗ, trong nhiều cách khác nhau qua nhiều thế hệ.

Có những thay đổi và tương phản rất đáng kể giữa tình trạng hiện tại của tôi khi là một người trưởng thành với tình trạng khi tôi còn là trẻ con. Có những việc đúng đắn và tốt đẹp trong những năm tháng đầu đời mà bây giờ không còn đúng đắn và tốt đẹp nữa. Có những điều lúc đó tôi không thể làm nhưng bây giờ thì có thể, và có những điều thỉnh thoảng tôi được phép làm nhưng bây giờ không còn thích hợp nữa. Dẫu thế, điều đó không có nghĩa là tình trạng hiện tại của tôi *mâu thuẫn* với thời thơ ấu, hay tình trạng trưởng thành hiện tại làm cho thời thơ ấu không còn tầm quan trọng nào cả. Những năm đầu đời là khoảng thời gian quan trọng để học hỏi và phát triển, là sự *chuẩn bị* cần thiết để tôi trở thành một người lớn như ngày hôm nay. Chúng là một phần trong câu chuyện dài của toàn bộ cuộc đời tôi (cho đến lúc này).

Đó là lý do tại sao giúp người khác thấy rằng toàn bộ Kinh thánh là một câu chuyện liên tục (giống như cả cuộc đời, chỉ dài hơn cuộc đời gấp nhiều lần thôi!) là điều quan trọng. Chúng ta cần phải nhớ những biểu tượng trong Chương 2. Dĩ nhiên, có nhiều điểm khác biệt giữa điều chúng ta đọc trong Màn 3 và thời điểm hiện tại của chúng ta là Màn 5. Nhưng phải đúng như thế vì đó là *những giai đoạn*. Đức Chúa Trời là Đức Chúa Trời hằng sống của lịch sử, và Ngài không làm cùng lúc tất cả mọi việc, hay bày tỏ mọi thứ một lần duy nhất.

b) Đấng Christ tạo ra khác biệt

Dĩ nhiên, giữa Màn 3 và Màn 5 là Màn 4—những câu chuyện Phúc âm nói về Chúa Giê-xu Christ. Và *đó* là điều tạo ra sự khác biệt. Tất cả những điều Đức Chúa Trời hứa trong Cựu Ước đã, hay sẽ, được ứng nghiệm qua Đấng Christ. Nhiều điều được liên kết theo cách nào đó với hình thức ban đầu của những lời hứa trong Cựu Ước đã thay đổi vì Đấng Christ đã đến. Chính Đấng Christ đã làm nên sự khác biệt. Chính Đấng Christ đã tạo ra sự tương phản giữa Cựu Ước và Tân Ước.

Điều này có nghĩa là khi thấy có điều gì đó trong Cựu Ước đã không còn như xưa, hay khi Cựu Ước răn dạy phải làm điều gì đó mà chúng ta ngày nay không còn làm, hoặc khi thấy có sự tương phản rõ rệt giữa điều người Y-sơ-ra-ên được bảo phải làm hay được phép làm với cách Cơ Đốc nhân chúng ta ngày nay cư xử, thì chúng ta nên đặt câu hỏi quan trọng: "Điều gì về *Đấng Christ* (Ngài là ai và Ngài đã làm gì) đã tạo ra sự khác biệt hay gây ra sự trái ngược này?"

Chúng ta không nên chỉ nhún vai nói "Ồ, tất cả những điều đó là từ thời Cựu Ước, chúng ta ở Tân Ước không còn áp dụng nữa, nên hãy quên nó đi." Không phải như thế, chúng ta phải tìm ra *những lý do trong Kinh thánh và trên phương diện thần học* để giải thích cho sự thay đổi đó. Chúng ta hãy xem vài ví dụ, bắt đầu với ví dụ dễ thấy và quen thuộc.

Ví dụ: sinh tế

Cơ Đốc nhân chúng ta ngày nay có đem theo con chiên đến nơi thờ phượng, tìm thầy tế lễ giúp chúng ta dâng sinh tế sau khi xưng tội mình trên đầu con chiên, rồi rảy huyết trên bàn thờ không? Dĩ nhiên là không. Nhưng người Y-sơ-ra-ên trong Cựu Ước đã làm việc này suốt nhiều thế kỷ. Có những luật lệ quy định việc này trong Cựu Ước mà chúng ta không vâng theo. Điều gì đã làm nên sự khác biệt ấy? Chúng ta biết câu trả lời vì nhiều chỗ trong Tân Ước giải thích rõ ràng sự tương phản này, nhất là trong Hê-bơ-rơ. Chính Chúa Giê-xu đã dâng sinh tế tối hậu là chính Ngài, mang lấy tội của chúng ta trong thân thể của chính Ngài trên cây thập tự. Huyết Ngài là của lễ đền tội trọn vẹn cho cả thế gian. Và qua Đấng Christ, chúng ta được bước vào trong sự hiện diện của Đức Chúa Trời, mà không cần thầy tế lễ dâng tế lễ, không cần bàn thờ hay đền thờ. Thật vậy, chính Đấng Christ *là* đền thờ đó, nơi ngự của Đức Chúa Trời với chúng ta. Vì vậy, *tương phản* rõ rệt giữa điều người Y-sơ-ra-ên trong Cựu Ước *được răn bảo* phải làm và điều chúng ta *bị cấm* làm, được giải thích là nhờ *những việc Đấng Christ đã làm*. Vậy thì nếu chúng ta phải giảng về sinh tế thời Cựu Ước, chúng ta sẽ phải chỉ ra bằng cách nào những sinh tế đó dọn đường cho sinh tế là Đấng Christ và giúp ta hiểu ý nghĩa của sinh tế Đấng Christ.

Ví dụ: thức ăn

Vậy còn thức ăn thì sao? Cơ Đốc nhân chúng ta ngày nay có phải hết sức cẩn thận để tránh tất cả những thức ăn được xem là không tinh sạch trong Lê-vi Ký (nhất là thịt heo), và phải bảo đảm là không bao giờ pha trộn sữa với sản phẩm từ thịt không? Hầu hết chúng ta đều không hề bận tâm nghĩ đến những điểm phân biệt giữa "tinh sạch/ không tinh sạch" trong luật Cựu Ước nữa.[2] Nhưng

---

[2] Người Do Thái nào công nhận và tin Chúa Giê-xu là Đấng Mê-si-a, là Chúa và Chúa Cứu Thế (người Do Thái tin vào Đấng Mê-si-a) thường vẫn giữ các luật ăn uống trong Cựu Ước,

tại sao không? Nếu được hỏi, nhiều người có lẽ sẽ trả lời "Vì chúng thuộc về Cựu Ước." Nhưng nói như vậy thì chưa đủ. Mạng lệnh "Đừng tà dâm" cũng bắt nguồn từ Cựu Ước, nhưng chúng ta không nói chúng thuộc về Cựu Ước để có ý muốn nói rằng ngày nay chúng ta không áp dụng nữa. Chúng ta phải hỏi *"Đấng Christ* đã đem đến khác biệt gì đối với luật ăn uống, để tạo sự trái ngược giữa khi đó và bây giờ?"

Để trả lời câu hỏi này, chúng ta phải đặt một câu hỏi khác: "Mục đích ban đầu của việc phân biệt tinh sạch/ không tinh sạch là gì?" Câu trả lời ở Lê-vi Ký 20:25–26. Mục đích ấy mang tính tượng trưng. Đó là sự nhắc nhở thường xuyên cho người Y-sơ-ra-ên rằng Đức Chúa Trời có sự phân biệt giữa họ trong tư cách dân giao ước của Ngài với các dân tộc còn lại—vào thời điểm đó trong lịch sử. Mỗi lần họ nấu một nữa ăn, họ được nhắc nhở rằng họ được kêu gọi phải khác với các dân xung quanh. Trong thời Cựu Ước, việc phân biệt giữa người Do Thái và Dân ngoại là cơ sở cho mục đích của Chúa, vì Ngài đang đem sự cứu rỗi đến cho cả thế giới *qua* Y-sơ-ra-ên.

Nhưng Đấng Christ, là Đấng Mê-si-a của Y-sơ-ra-ên, đã đem sự cứu rỗi cho *cả* thế gian, thực hiện lời hứa của Chúa dành cho Áp-ra-ham. Cho nên, *trong Đấng Christ*, sự phân biệt giữa người Do Thái và dân ngoại đã bị xóa bỏ. Trong Đấng Christ, Đức Chúa Trời đã kết hiệp cả hai trở nên một nhân loại mới, như lời Phao-lô giải thích (Ga 3; Êph 2–3). Vậy thì, vì sự phân biệt giữa người Do Thái và dân ngoại trong thời Cựu Ước đã bị hủy bỏ trong Đấng Christ, nên luật lệ tượng trưng cho sự phân biệt đó cũng bị hủy bỏ. Đó là điều Đức Chúa Trời đã dạy Phi-e-rơ trong khải tượng ông nhìn thấy, để chuẩn bị cho ông tinh thần sẵn sàng đi đến nhà của người ngoại là Cọt-nây để giảng Phúc âm cho cả nhà ông (Công 10).

Ví dụ: Bạo lực, trả thù và rủa sả

Chắc hẳn đây là vấn đề khó hiểu hơn. Một trong những đối lập lớn nhất mà hầu hết chúng ta đều cảm nhận giữa Cựu Ước và Tân Ước là bạo lực, sự trả thù và rủa sả được phép trong Cựu Ước, trong khi lại bị ngăn cấm trong Tân Ước. Đúng là như vậy, nhưng chúng ta cần cẩn thận để không hoàn toàn gạt bỏ Cựu Ước.[3]

Trước tiên, chúng ta cần nhớ rằng Màn 3 của câu chuyện Kinh Thánh liên quan đến xứ và dân Y-sơ-ra-ên, dù là dân giao ước của Chúa, nhưng họ vẫn phạm tội và sống giữa thế giới sa ngã mà trong đó xung đột và chiến tranh là

---

với lý do đó là một phần trong di sản văn hóa Do Thái, và họ chọn cách sống như người Do Thái mặc dù thờ phượng Chúa Giê-xu. Cho nên, đối với hầu hết những người Do Thái tin Chúa Giê-xu là Đấng Mê-si-a, việc họ tuân giữ luật ăn uống chỉ là vấn đề liên quan đến sự tự do lựa chọn gia nhập vào văn hóa của chính dân tộc mình, không phải là bổn phận *theo* luật pháp.

[3]Tôi tranh biện về vấn đề này cách toàn diện hơn trong quyển sách do tôi viết *The God I Don't Understand: Reflections on Tough Questions of Faith* (Grand Rapids, MI: Zondervan, 2009). Chúng ta cũng sẽ suy nghĩ thêm một chút về vấn đề này trong chương 14, khi bàn về các Thi Thiên rủa sả.

chuyện phổ biến thời bấy giờ cũng như ngày hôm nay. Đức Chúa Trời không từ thiên đàng cứu thế giới. Ngài bước vào thế giới có thật, và thế giới có thật đó là một nơi bẩn thỉu. Cựu Ước không đánh bóng câu chuyện, nhưng kể lại một cách trung thực.

Và Đấng Christ đã tạo sự khác biệt nào? Đấng Christ đã chiến thắng cuộc chiến cuối cùng chống lại tội lỗi và điều ác bằng cách bước vào thế giới của chúng và đánh bại chúng tại thập tự giá. Và con dân Chúa trong Đấng Christ không còn là một dân tộc đơn nhất vun xới và bảo vệ một vùng đất, mà là một cộng đồng đa quốc gia không có biên giới lãnh thổ. Hội thánh vượt qua mọi biên giới và chúng ta được Chúa Bình an gọi là sứ giả hòa bình và là tác nhân giải hòa trong thế gian, thông qua Đấng Christ—không nhờ chiến tranh và xâm chiếm.

Thứ nhì, chúng ta nên nhớ rằng người Y-sơ-ra-ên tin rằng Đức Chúa Trời là Chúa của sự công bằng. Ngài nhiều lần nói rằng Ngài sẽ đánh hạ những kẻ áp bức gian ác và giải cứu cũng như giúp đỡ người nghèo khổ. Người Y-sơ-ra-ên đã kinh nghiệm Đức Chúa Trời làm điều này cho họ trong cuộc xuất hành, và trong nhiều sự kiện sau đó. Vì vậy, chúng ta cần xem xét lời cầu nguyện liên quan đến việc trả thù và rủa sả kẻ thù vào ngữ cảnh đó. Họ đang kêu cầu Đức Chúa Trời làm điều Ngài nói Ngài *sẽ* làm đối với kẻ ác—xin Ngài hãy mau mau làm thành.

Và Đấng Christ đã tạo sự khác biệt nào? Ngài gánh sự rủa sả tối hậu của Đức Chúa Trời trên chính Ngài, gánh chịu thay cho chúng ta toàn bộ sự đoán phạt công bình của Đức Chúa Trời. Vì vậy, mặc dù Ngài vẫn kêu gọi chúng ta khao khát sự công chính và khao khát ý muốn Chúa được nên dưới đất cũng như trên trời, nhưng đường lối của chúng ta phải là con đường thập tự giá, con đường của tình yêu chấp nhận đớn đau và tình yêu tha thứ. Chúng ta phải chúc phước chứ không phải rủa sả; phải từ bỏ sự trả thù, và lấy điều thiện thắng điều ác; phải tha thứ như Chúa đã tha thứ chúng ta trong Đấng Christ.

Vì vậy, chúng ta phải giảng Cựu Ước sao cho chỉ ra một cách đúng đắn chỗ nào Phúc âm của Đấng Christ và phương cách của Đấng Christ tạo ra sự khác biệt và đem đến những tương phản như những điều được kể ở trên. Nhưng chúng ta không nên chỉ ra theo kiểu lên án hay xem thường Cựu Ước. Ngược lại, chúng ta nên chỉ cho thấy Đấng Christ đã đem đến sự khác biệt trong dòng chảy lớn của câu chuyện Kinh thánh ra sao—và bây giờ chúng ta sống thế nào để đáp ứng với tất cả những điều Ngài đã thực hiện và dạy dỗ ở Màn 4.

5.5 Liên hệ đến Đấng Christ thông qua đáp ứng mà bản văn kêu gọi

Tôi vừa mới nói "Chúng ta sống trong tinh thần đáp ứng". Đúng thế, và người Y-sơ-ra-ên thời Cựu Ước cũng thế. Đời sống của con dân Chúa (trong thời kỳ

Cựu Ước hay Tân Ước) luôn luôn là sự đáp ứng với điều Đức Chúa Trời đã làm và đã phán. Đó là lý do khi chúng ta giảng lời Chúa từ bất kỳ phân đoạn Kinh thánh nào, chúng ta cũng phải nhắm đến tấm lòng và ý chí của người nghe—tìm kiếm sự đáp ứng. Cho nên, khi nghiên cứu Kinh thánh để giảng, chúng ta nên hỏi "Bản văn này đòi hỏi đáp ứng gì vào lúc đó? Tác giả hay người nói những lời này mong đợi độc giả hay thính giả mình làm gì? *Mục đích* của bản văn khi được viết ra và được đọc giữa vòng con dân Đức Chúa Trời là gì? Sau đó, chúng ta sẽ tiếp tục hỏi "Tôi muốn thính giả của tôi đáp ứng thế nào khi tôi *giảng* bản văn này trong thế giới ngày nay—đáp ứng phù hợp với mục đích của chính bản văn trong phương diện nào đó?" Chỉ giải thích bản văn thôi thì chưa đủ. Thậm chí kết nối với Đấng Christ bằng cách nào đó thôi cũng chưa đủ. Mà có lúc phải hỏi "Vậy thì sao?" Lời Chúa đòi hỏi sự đáp ứng, và một phần trách nhiệm của chúng ta khi rao giảng là kêu gọi hội chúng đáp ứng cách chắc chắn rõ ràng.

Khi tôi đang giảng trong Cựu Ước, tôi thường thấy rằng đáp ứng mà bản văn đòi hỏi là đáp ứng có thể kết nối thích hợp với các tín hữu Cơ Đốc. Suy cho cùng, điều này chẳng có gì ngạc nhiên vì câu chuyện Cựu Ước là một phần trong câu chuyện của chúng ta. Qua Đấng Christ, chúng ta cũng là dân tộc của Áp-ra-ham. Chúng ta thờ phượng cùng một Đức Chúa Trời hằng sống. Chúng ta được kêu gọi đến cùng một sứ mạng—đó là phục vụ Chúa trong thế gian, là làm chứng nhân giữa các dân là sống và bước đi theo đường lối của Đức Giê-hô-va. Vậy thì khi Kinh thánh Cựu Ước phán với người Y-sơ-ra-ên những lời khích lệ, phước lành, lời hứa và hy vọng, hay những mạng lệnh và khuyên bảo, hoặc lời quở trách, thách thức và đoán phạt—thì chúng ta cũng có thể "nghe lén", biết rằng chính Đức Chúa Trời đó cũng phán với chúng ta theo những cách tương tự.

Nhưng dĩ nhiên, tôi luôn cần phải nhớ rằng *không* phải tôi đang giảng cho người Y-sơ-ra-ên trong Cựu Ước, cho dù bản văn tôi đang giảng được phán hay được viết ra trước tiên là cho họ. Tôi đang giảng cho những người biết Đức Chúa Giê-xu Christ (giả sử đây là bài giảng cho Cơ Đốc nhân—và cho dù là không phải đi nữa, thì tôi cũng kêu gọi người nghe, trên tinh thần truyền bá Phúc âm, đáp ứng với Đấng Christ bằng đức tin). Tôi đang giảng những lời được viết ở Màn 3 cho những người sống ở Màn 5, mà tôi không được bỏ qua Màn 4. Tôi cần kêu gọi người nghe đáp ứng với Đức Chúa Trời, như Cựu Ước đã làm; nhưng tôi phải làm điều ấy trong mối liên hệ với việc Đức Chúa Trời đã làm qua Đấng Christ. Điều đó có nghĩa là gì? Dưới đây là một ví dụ.

Ví dụ

Tôi thích giảng **Xuất Ê-díp-tô Ký 19:1–6**. Ở đây, Đức Chúa Trời đang phán với người Y-sơ-ra-ên sau khi Ngài đem họ ra khỏi Ai Cập để đi đến núi Si-nai. Ngài nói cho họ điều Ngài muốn họ làm cho Ngài trong thế gian này—làm một dân thánh và nước thầy tế lễ giữa các dân tộc. Và Ngài cho họ biết làm thế nào để họ có thể trở thành một dân như vậy—đó là nhờ giữ giao ước Ngài và vâng lời Ngài. Tất cả những điểm này đều có thể áp dụng cho Cơ Đốc nhân. Thật vậy, Phi-e-rơ làm y như vậy trong 1 Phi-e-rơ 2:9–12. Vì vậy, khi giảng, chúng ta có thể giải thích, với Y-sơ-ra-ên trở nên "thánh" (có lẽ nói đến Lê 19) và vâng theo luật pháp Chúa nghĩa là gì, và vì sao điều đó cần định hình đời sống của họ trong cương vị một xã hội làm chứng nhân cho các dân tộc khác. Họ thuộc "dòng dõi thầy tế lễ" theo nghĩa đem hiểu biết về Đức Chúa Trời đến cho các nước (giống như các thầy tế lễ của Y-sơ-ra-ên phải dạy luật pháp của Chúa cho dân chúng). Và họ thuộc "dòng dõi thầy tế lễ" qua việc làm phương tiện để nhờ đó Đức Chúa Trời sẽ kéo các dân đến với Ngài (cũng như các thầy tế lễ của Y-sơ-ra-ên đem dân chúng trở về trong mối thông công với Đức Chúa Trời qua sinh tế của họ). Rồi chúng ta có thể áp dụng những ý này để nói đến việc Cơ Đốc nhân phải sống cuộc đời khác biệt ("thánh") như thế giữa các dân tộc sao cho cả thế giới biết đến Chúa và đến với Ngài (1 Phi 2:12). Tất cả đều chứa đựng tinh thần truyền giáo, dễ đáp ứng, rất thực tiễn và thích hợp để giảng.

Nhưng đây là điều quan trọng cần lưu ý. *Trước nhất*, Đức Chúa Trời thật sự nói gì với người Y-sơ-ra-ên trong Xuất Ê-díp-tô Ký 19:4? Ngài chỉ rõ *sự chủ động bày tỏ ân điển cứu rỗi của Ngài* qua việc giải cứu Y-sơ-ra-ên ra khỏi ách nô lệ ở Ai Cập. Ngài phán "Các ngươi đã thấy điều Ta đã làm". Và thật họ đã thấy. Chỉ mới ba tháng trước đó, họ còn là những nô lệ—chịu áp bức, bóc lột và bị họa diệt chủng từ chính người đứng đầu nhà nước. Còn bây giờ họ được tự do. Đức Chúa Trời đã cứu họ. *Đó chính là nền tảng* mà Đức Chúa Trời kêu gọi họ đáp ứng. Vâng giữ luật pháp Chúa phải được thúc đẩy bởi việc kinh nghiệm ân điển cứu rỗi của Ngài.

Điều đó dẫn chúng ta đến đâu? Nó đưa chúng ta đến thẳng Đấng Christ và đến với "sự ra đi [*cuộc xuất hành*], mà Ngài phải... làm ứng nghiệm ở Giê-ru-sa-lem" (như Lu-ca nói trong ký thuật của ông về Chúa Giê-xu trò chuyện cùng Môi-se và Ê-li tại núi hóa hình, Lu-ca 9:31). Và vì vậy, tôi liên kết cuộc xuất hành Cựu Ước với Đấng Christ, Đấng Cứu Chuộc chúng ta, và dùng sự liên kết này để nói về đáp ứng mà bản văn đòi hỏi—thánh khiết và vâng lời Đức Chúa Trời. Chúng ta cũng được kêu gọi để trở nên thánh khiết và sống sao cho Chúa đẹp lòng và danh Ngài được tôn vinh (lưu ý cách Phi-e-rơ sử dụng Xuất 19:3–6 trong 1 Phi 2:9–12). Nhưng, cũng như Y-sơ-ra-ên, tất cả sự vâng phục của chúng ta đều phải được đặt vào trong ngữ cảnh ân điển cứu rỗi của Chúa, với Cơ Đốc nhân thì điều đó dẫn chúng ta đến với Đấng Christ. Giống như thế Đức Chúa Trời chỉ vào thập tự giá của Đấng Christ và nói "Con đã thấy điều Ta làm. Bây giờ, con sẽ sống thế nào để đáp lại những gì Ta đã làm cho con?" Khi đó, đáp ứng của chúng ta tập trung vào Đấng Christ và được thúc đẩy bởi Phúc âm.

Dĩ nhiên, có nhiều đáp ứng khác nữa mà các bản văn Kinh thánh đòi hỏi chứ không chỉ là sự vâng lời. Trong Cựu Ước, chúng ta thấy Đức Chúa Trời phán qua những câu chuyện, qua các sách Luật pháp, các sách Tiên tri, qua

Thi Thiên, qua những người nam người nữ khôn ngoan. Và chúng ta phải đáp ứng bằng nhiều cách: tin cậy, kiên trì, can đảm, hy vọng, vui mừng, đau đớn, ăn năn, sống khôn ngoan hoặc hành động vâng phục cụ thể nào đó. Và thường thì chúng ta sẽ thấy sự giảng dạy của Chúa Giê-xu trong các sách Phúc âm và trong phần còn lại của Tân Ước vang vọng những cách đáp ứng y như vậy. Chúng ta có thể tạo ra những liên kết này và giữ làm sao cho chúng luôn gắn liền với Đấng Christ và được thôi thúc bởi ân điển của chính Phúc âm.

5.6 Liên hệ đến Đấng Christ thông qua Phúc âm ân điển

Tôi nói đến ý này sau cùng, không phải vì nó kém quan trọng, mà vì đây là điều quan trọng nhất. Đây là nền tảng của tất cả những điều được nói ở trên. Giảng dạy trung thành với Kinh thánh phải, và sẽ, dẫn đến đáp ứng như chúng ta vừa nói. Và qua sự hiện diện và hành động của Đức Thánh Linh, đáp ứng của người nghe phải phản chiếu đáp ứng mà chính bản văn Kinh thánh đang tìm kiếm. Chúng ta muốn hội chúng suy nghĩ, cảm nhận và hành động sao cho phù hợp với điều Chúa phán trong lời Ngài cho dù chúng ta giảng phân đoạn nào đi chăng nữa.

Nhưng đáp ứng với Lời Chúa có thể (và phải) tạo ra khủng hoảng. Đó là khủng hoảng về việc "Làm sao tôi có thể?"

- Làm sao tôi có thể sống theo cách Chúa muốn?
- Làm sao tôi có thể ăn năn khi tôi biết mình không muốn?
- Làm sao tôi có thể tin cậy Chúa và lời Ngài hứa để bước ra bằng đức tin?
- Làm sao tôi có thể ca ngợi và cảm tạ Chúa khi cuộc sống khó khăn và tôi cảm thấy bị bỏ rơi?
- Làm sao tôi có thể trung thành với Chúa trong thế giới được bao bọc bởi thần tượng của những người xung quanh tôi?
- Làm sao tôi có thể làm chứng nhân cho Chúa khi tôi hoàn toàn sợ hãi?
- Làm sao tôi có thể tìm được công lý và bình an trong thế gian này, khi điều ác quá mạnh mẽ khiến tôi cảm thấy mình thật nhỏ bé và yếu đuối?
- Làm sao tôi có thể sống với sự đau khổ này khi Chúa dường như ở quá xa?
- Làm sao tôi có thể trở thành người liêm chính và chân thật, khi sống trong thế giới buộc con người ta phải sa đọa chỉ để tồn tại?
- Làm sao tôi có thể tin vào quyền tể trị của Đức Chúa Trời trong thế giới đương đại này khi có quá nhiều điều dường như không theo ý muốn Ngài?
- Làm sao tôi có thể tìm thấy sự thỏa lòng trong cuộc sống và công việc khi trước sau gì tất cả đều chết?

Tất cả đều là những câu hỏi mà con người thời Cựu Ước cũng đã phải vật lộn. Và tất cả đều bắt nguồn từ đáp ứng mà Lời Chúa thách thức họ phải có, bằng cách này hay cách khác. Nhiều lần, Cựu Ước nhận ra rằng câu trả lời trung thực nhất cho phần nhiều những câu hỏi đó là "tôi không thể." Đó chính là đáp ứng chúng ta nghe từ Môi-se, Ghi-đê-ôn và Giê-rê-mi khi Đức Chúa Trời kêu gọi họ phục vụ Ngài. Và đó là điều Giô-suê đã nói với dân Y-sơ-ra-ên khi họ hăng hái nói rằng họ *sẽ* phục vụ một mình Giê-hô-va Đức Chúa Trời mà thôi. Không hề tâng bốc hay hoa mỹ, Giô-suê thẳng thắn nói với họ "Các ngươi không thể phục vụ Đức Giê-hô-va đâu" (Giôs 24:19). Tương tự, cả Đức Chúa Trời lẫn Môi-se đều cảnh báo người Y-sơ-ra-ên rằng họ sẽ không làm theo mọi điều Chúa muốn, và họ sẽ phải chịu sự phán xét của Chúa (Phục 29:22–28; 31:20–21, 24–29).

Vậy, một mặt, điều rõ ràng ấy là Lời Chúa khiến chúng ta nhìn thấy đáp ứng chúng ta *phải* có, mặt khác, Lời Chúa cũng cho chúng ta biết một sự thật phũ phàng là chúng ta sẽ *không* đáp ứng một cách đúng đắn, hoặc trọn vẹn hay thậm chí không hề đáp ứng gì cả.

Và nếu sự giảng dạy của chúng ta là trung thành với Lời Chúa, nhất là khi giảng Cựu Ước, thì điều đó phải sản sinh ra hiệu quả *kép*.

- Việc giảng dạy của chúng ta phải giương cao cho mọi người thấy rõ điều Chúa muốn, điều Chúa mong ước, điều Chúa đang tìm kiếm ở chúng ta trong tư cách con dân Ngài. Đây là cách Chúa *muốn* chúng ta sống. Đây là những tiêu chuẩn của Đức Chúa Trời. Và mỗi khi có thể, chúng ta nên khuyến khích mọi người tích cực đáp ứng. Chúng ta nhân danh Chúa kêu gọi mọi người yêu mến Ngài và vâng lời Ngài bằng hết cả tấm lòng và linh hồn của họ.

- Thế nhưng... tận đáy lòng chúng ta biết rất rõ sự yếu đuối và thất bại của chính mình, và thậm chí khi lòng chúng ta tự nguyện đáp ứng bằng chữ "A-men!" với những gì Kinh thánh dạy, thì chúng ta cũng biết rằng ý chí và hành động của chúng ta không phải lúc nào cũng đi theo lòng mình muốn. Chúng ta biết mình sẽ thất bại "bởi sự yếu đuối, sự lơ đễnh và cố tình phạm lỗi nữa" (như lời cầu nguyện xưng tội của Giáo hội Anh giáo). Chúng ta cần nhận biết điều này trong sự giảng dạy của mình.

Vậy thì khi ấy người giảng phải làm gì?

Lúc nào bạn cũng có thể giảng lớn tiếng hơn, và nhiều diễn giả đã làm như thế! Bạn có thể cứ tiếp tục nhồi nhét cho mọi người những điều họ nên và không nên làm. Bạn có thể chất lên họ mặc cảm tội lỗi rồi cố gắng xây dựng lòng can đảm cho họ. Bạn có thể hô hào, lải nhải, cảnh báo và đe dọa. Nhưng chẳng có cách nào trong những cách này giải quyết vấn đề "tôi không thể". Vì cách giảng như thế thật sự rõ ràng là theo kiểu chủ nghĩa luật pháp hay chủ nghĩa đạo đức. Đó chỉ là giảng tất cả những quy luật và nghĩa vụ, tất cả những điều Cơ Đốc nhân phải làm và không được làm. Hay chỉ là bảo mọi người lúc nào cũng phải cố gắng hơn nữa, làm tốt hơn nữa, làm nhiều hơn nữa, yêu thương nhiều hơn, quan tâm nhiều hơn, (đặc biệt là) ban cho nhiều hơn.

Không phải như thế đâu, khi lời giảng của chúng ta đưa ra đáp ứng mà Chúa muốn, đồng thời cũng cho thấy tất cả chúng ta đều thiếu hụt so với điều Chúa muốn như thế nào (kể cả người giảng), thì đó là lúc chúng ta *phải* rao giảng Đấng Christ. Trung thành giảng giải Kinh Thánh (nhất là Cựu Ước) phải sản sinh *một sự trống không mang hình hài Đấng Christ*–tức là cảm nhận nhu cầu bức thiết cần ân điển và quyền năng của Đức Chúa Trời mà chỉ Phúc âm mới có thể đáp ứng. Vì lý do đó, giảng Cựu Ước phải tập trung vào Phúc âm—*không* phải vì Phúc âm luôn luôn có tính truyền giảng, mà vì Phúc âm luôn giúp chúng ta thấy rằng Phúc âm về ân điển cứu rỗi của Đức Chúa Trời qua Chúa Giê-xu Christ là động lực, trung tâm, ý nghĩa và mục đích của toàn bộ Kinh thánh từ đầu đến cuối. Đây là mục đích tối hậu của toàn bộ câu chuyện Kinh thánh.

Nói như vậy không có nghĩa là khi chúng ta đã liên hệ đến Đấng Christ và ân điển của Phúc âm là chúng ta để cho người ta khỏi phải đáp ứng với Lời Chúa. Không hề như vậy! Chính ân điển của Phúc âm *sản sinh* ra đáp ứng đúng đắn – về mặt đức tin, sự ăn năn hay sự vâng lời – bằng thực tế. Đó là lý do Phao-lô nói rằng việc của cả cuộc đời ông là nhằm sản sinh "sự vâng lời của đức tin... giữa muôn dân". Ông muốn trước hết đem người ta đến chỗ tin nơi Đấng Christ, thông qua Phúc âm và việc rao giảng Kinh thánh (cần nhớ là Cựu Ước). Nhưng sau đó *ông muốn những người đã đến với đức tin ấy bày tỏ đức tin ấy trong đời sống*, qua năng quyền của Thánh Linh Đấng sống trong lòng họ, bằng những cuộc đời được biến đổi, là bằng chứng và bông trái của đức tin vào Phúc âm.

CÂU HỎI VÀ BÀI TẬP

1. Nếu bạn có ghi chú những bài trước đây bạn đã giảng dựa trên các bản văn Cựu Ước, xin hãy lấy ra đọc lại. Bạn có liên hệ đến Đấng Christ theo cách được nói đến ở trên không? Bạn có liên kết bản văn ấy với Phúc âm của ân điển theo cách nào đó không? Nếu không, bạn muốn thay đổi điều gì nếu được giảng lại bài đó?
2. Nhìn vào biểu đồ trong phần 3. Hãy chọn bản văn Kinh thánh minh họa cho từng ô: bản văn Cựu Ước ở cột bên trái; bản văn Tân Ước ở cột bên phải.
3. Hãy chuẩn bị một hoặc nhiều bài giảng dựa trên những phân đoạn sau:

- Phục Truyền 6:1–9
- Phục Truyền 30:11–20
- 1 Sa-mu-ên 3
- Ê-sai 52:7–10
- Ô-sê 6:1–16

Mục tiêu của bạn là hiểu, giải thích và áp dụng chính bản văn ấy. Nhưng cũng cần xem xét làm cách nào bạn có thể liên kết bản văn ấy với Đấng Christ, theo những cách được đề cập trong chương này.

Phần II

Giảng Các Sách Cựu Ước Như Thế Nào?

6

Câu Chuyện Của Đức Chúa Trời và Những Câu Chuyện Của Chúng Ta

Ai cũng thích được nghe những câu chuyện hay. Kể chuyện là một phần của cuộc sống con người, ngay từ khi còn rất nhỏ. Trẻ con thích nghe kể chuyện ngay cả trước khi chúng biết tự đọc truyện. Chuyện kể vô cùng thú vị và hấp dẫn khiến chúng ta có thể nhớ rất lâu sau khi chúng ta đã quên béng những thứ khác. Nhiều người giảng lời Chúa biết rõ điều này nên dành phần lớn bài giảng của mình để kể chuyện. Vấn đề duy nhất nằm ở chỗ thường những câu chuyện được kể là chuyện của chính người giảng (hoặc được lấy từ mấy quyển sách dạng "chuyện hay ý đẹp"), trong khi tự thân Kinh thánh – quyển sách Chúa ban cho chúng ta—về bản chất đã là một câu chuyện lớn và chứa đầy những câu chuyện nhỏ bên trong. Nhiều hội chúng sống sót nhờ bữa ăn nghèo nàn với "những câu chuyện của người giảng", mà không bao giờ được thưởng thức bữa tiệc hoành tráng của các câu chuyện Kinh Thánh—có lẽ ngoại trừ lúc họ còn nhỏ, và khi ấy đó chỉ còn là vài câu chuyện an toàn và cải tiến sao cho "phù hợp".

6.1 Câu chuyện Chúa ban cho chúng ta

Trong Kinh thánh, Đức Chúa Trời kể cho chúng ta *một câu chuyện vĩ đại* trải dài qua cả không gian lẫn thời gian. Câu chuyện vĩ đại đó được chia thành nhiều *câu chuyện lớn (mega-stories)* bàn đến toàn bộ các giai đoạn lịch sử. Và mỗi một câu chuyện lớn đều được xây dựng từ nhiều *câu chuyện nhỏ*—những câu chuyện chúng ta thường nhớ đến khi nói về "truyện tích Kinh thánh". Hãy dành một chút thời gian suy nghĩ về ba mức độ chuyện kể trong Kinh thánh, vì đây là điều quan trọng sau này. Hãy xem phần Phụ lục 1 để hiểu rõ hơn.

a) Câu chuyện vĩ đại độc nhất của Kinh thánh

Ta có thể kể câu chuyện này một cách nhanh chóng. Hãy xem lại sáu biểu tượng ở chương 2. Chúng cho chúng ta biết toàn bộ Kinh Thánh trên mặt sau của phong bì.

 1. Đức Chúa Trời dựng nên thế giới và mọi vật trong đó, kể cả dòng dõi loài người là loài được tạo dựng theo hình ảnh của Ngài.

 2. Chúng ta nổi loạn chống lại Chúa và làm cho thế giới thành nơi hỗn độn và xấu xa.

 3. Đức Chúa Trời hứa với Áp-ra-ham rằng Ngài sẽ đảo ngược điều đó và đem phước lành cùng sự cứu rỗi đến với thế giới qua dân Ngài, là dân Y-sơ-ra-ên trong Cựu Ước, mặc dù chính họ cũng phạm tội và thất bại.

 4. Đức Chúa Trời giữ lời Ngài hứa qua Con Ngài là Chúa Giê-xu Christ, Đấng giải quyết tội lỗi và điều ác bằng sự chết và sự sống lại của mình.

 5. Kể từ đó, những môn đệ của Chúa Giê-xu đã và vẫn đang nỗ lực, bằng năng quyền của Đức Thánh Linh, để đem tin tức tốt lành về sự cứu rỗi đến cho các dân tộc trên khắp thế giới.

 6. Chúa Giê-xu Christ sẽ trở lại, và sau sự phán xét cuối cùng cũng như sự hủy diệt tất cả những điều xấu, Đức Chúa Trời sẽ sống mãi mãi với những người được Ngài chuộc từ các dân trong cõi tạo vật mới.

Đôi khi câu chuyện này được gọi là *câu chuyện vĩ đại* hay *siêu tường thuật* (meta-narrative) của Kinh thánh. Nghĩa là đây là chuyện kể vượt trội hơn tất cả các câu chuyện khác trong Kinh thánh và bao gồm cả những câu chuyện đó. Nó bao quát toàn bộ thông điệp Kinh thánh. Và bạn có thể thấy rằng nó có phần mở đầu (sự tạo dựng) và phần kết thúc (sự tạo dựng mới, thật ra là một khởi đầu mới). Rồi bạn cũng có thể thấy ở ngay chính giữa, phần quan trọng của toàn bộ câu chuyện, là Đức Chúa Giê-xu Christ và điều Đức Chúa Trời đã làm qua Ngài.

Siêu tường thuật của Kinh thánh, hay câu chuyện vĩ đại, trả lời những câu hỏi cơ bản mà cả nhân loại đều thắc mắc:

- Thế giới mà chúng ta đang sống là gì?
- Chúng ta là ai, và làm con người nghĩa là gì?
- Điều gì đã sai trật với mọi thứ, và tại sao chúng ta sống trong tình trạng hỗn độn như thế này?

- Giải pháp cho tất cả "những sai trật" trong thế giới và trong chính chúng ta là gì?
- Tất cả sẽ kết thúc ở đâu, và có hy vọng gì cho tương lai không?

Dĩ nhiên, những câu trả lời Kinh thánh đưa ra, bằng cách kể câu chuyện vĩ đại của Kinh thánh, là cốt lõi của niềm tin Cơ Đốc. "Thế giới quan" Cơ Đốc của chúng ta, và tất cả những tín lý lẫn thần học Cơ Đốc, đều thật sự bắt nguồn từ câu chuyện vĩ đại của Kinh thánh. Tất cả những yếu tố quan trọng của những gì các Cơ Đốc nhân chúng ta tin đều được rút ra từ câu chuyện vĩ đại của cả cõi hoàn vũ này. Hãy nghĩ đến tất cả những tín lý Cơ Đốc quan trọng, bạn sẽ thấy tất cả đều được tìm thấy đâu đó trong câu chuyện lớn này: giáo lý về Đức Chúa Trời, về sự sáng tạo, về nhân loại, tội lỗi, sự cứu rỗi, Đấng Christ học, giáo lý về Đức Thánh Linh, về Hội thánh, truyền giáo học, lai thế học. Đây không phải những tín điều trừu tượng của triết học, mà chúng tóm tắt ý nghĩa của tất cả những thời điểm quan trọng trong câu chuyện Kinh thánh. Chúng ta cần có sự hiểu biết mạch lạc về đức tin của mình, cần có một quan điểm nhất quán. Và vì vậy, chúng ta cần hiểu rõ toàn bộ câu chuyện Kinh thánh—một câu chuyện vĩ đại đơn nhất.

b) Những câu chuyện lớn bên trong Kinh thánh

Đây là những mảng tường thuật mô tả các giai đoạn chính trong toàn bộ câu chuyện Kinh thánh tổng quát. Chúng ta có thể thấy nhiều mảng tường thuật lớn trong Cựu Ước.

Ví dụ
- Quãng thời gian từ khi Đức Chúa Trời hứa với Áp-ra-ham cho đến khi vương quốc của Đa-vít được thiết lập.
- Quãng thời gian từ Sa-lô-môn đến cuộc lưu đày.
- Sau đó là quãng thời gian từ lúc hồi hương cho đến khi Đấng Christ đến.

Đây chính là ba phần lớn mà Ma-thi-ơ nhìn thấy khi ông nhận xét về gia phả của Chúa Giê-xu (Mat 1:1–17).

Rồi ngay trong những mảng chuyện kể lớn này, còn có các phần tường thuật lớn "cùng nối kết với nhau", chẳng hạn cuộc đời của Áp-ra-ham, hay cuộc xuất hành và giai đoạn trong hoang mạc, hoặc việc định cư trong xứ và thời kỳ các quan xét, hay giai đoạn từ sự giáng sinh của Chúa Giê-xu đến sự kiện Phao-lô đến La Mã (trải dài trong hai tập sách của Lu-ca—Phúc âm Lu-ca và Công Vụ Các Sứ Đồ), v.v... Đôi khi cả quyển sách được dành để viết về một giai đoạn lớn đơn nhất trong lịch sử Kinh Thánh—chẳng hạn Giô-suê hay Công Vụ.

Chúng ta cần biết bố cục tổng quát của những câu chuyện lớn trong Kinh thánh. Thường thì những câu chuyện lớn này mang thông điệp ở phạm vi rộng lớn mà chúng nhấn mạnh qua tất cả những câu chuyện nhỏ.

Ví dụ
- Thông điệp nổi bật của câu chuyện lớn từ Áp-ra-ham đến Đa-vít là Đức Chúa Trời giữ lời hứa, cho dù có nhiều ngăn trở. Đức Chúa Trời thành tín. Chúng ta cần ghi nhớ thông điệp này khi đọc bất kỳ câu chuyện nhỏ nào nằm trong câu chuyện lớn đó.
- Thông điệp nổi bật từ Sa-lô-môn đến cuộc lưu đày là Đức Chúa Trời kiên nhẫn với các thế hệ người Y-sơ-ra-ên phạm tội qua nhiều thế kỷ. Họ ngày càng từ bỏ Chúa và các mạng lệnh của Ngài—nhưng cuối cùng Đức Chúa Trời đoán phạt họ cách công minh. Tội của Y-sơ-ra-ên khiến Y-sơ-ra-ên gần như bị tiêu diệt. Đức Chúa Trời công bằng.

Khi chúng ta nắm được sứ điệp bao quát của những câu chuyện lớn này, chúng ta sẽ đọc những câu chuyện nhỏ từ góc nhìn đúng đắn trong ngữ cảnh của chúng.

c) Những câu chuyện nhỏ

Có hàng trăm chương hồi xảy ra trong những câu chuyện tường thuật lớn hơn. Mỗi một chương hồi tự thân nó đã là một câu chuyện, nhưng được liên kết với các chương hồi khác để tạo thành một câu chuyện lớn hơn. Có thể có nhiều câu chuyện nhỏ trong một câu chuyện lớn.

Có thể điều này khó dịch sang ngôn ngữ khác, nhưng trong Anh ngữ, chúng ta có thể phân biệt ba mức độ như sau (từ nhỏ đến lớn):
- *Câu chuyện (stories)*: những câu chuyện nhỏ, đơn lẻ. Mỗi một câu chuyện mô tả một sự kiện nào đó liên quan đến một hoặc vài nhân vật chính và một quãng thời gian ngắn.
- *Tường thuật (narratives)*: những mảng tường thuật lớn hơn (câu chuyện lớn) được hình thành từ nhiều câu chuyện nhỏ, mô tả một thời kỳ đặc biệt quan trọng trong một quãng thời gian dài.
- *Siêu tường thuật* hay *câu chuyện lớn (the meta-narrative)*: hình dáng bao quát toàn bộ Kinh thánh, trình bày thông điệp và lẽ thật trọng yếu.

Khi chúng ta giảng chuyện tích Kinh thánh, điều quan trọng là phải nghĩ đến cả ba mức độ. Dĩ nhiên, bạn thường giảng một trong những câu chuyện nhỏ trong Kinh thánh. Nhưng bạn cần nhìn thấy câu chuyện của bạn (bản văn bạn đang giảng) trong ngữ cảnh của phần tường thuật rộng lớn hơn mà câu chuyện của bạn là một phần trong tường thuật đó (có khi là cả một sách trong Kinh thánh). Bạn không nên giảng một câu chuyện riêng biệt rồi rút ra vài bài học đạo đức từ câu chuyện đó. Nếu bạn chỉ nói được vài ý từ câu chuyện đơn lẻ đó mà không nhìn thấy câu chuyện trong ngữ cảnh lớn hơn, thì có thể bạn thật sự không nắm được toàn bộ ý nghĩa của câu chuyện. Bạn không nghĩ đến lý do tại sao tác giả Kinh Thánh lại đặt câu chuyện đó vào thời điểm đó trong phần tường thuật lớn hơn. Thậm chí bạn có thể có nguy cơ bóp méo điều tác giả muốn nói, bằng cách tập trung vào những ý *phụ* trong câu chuyện mà không giải thích dưới ánh sáng của *toàn bộ ngữ cảnh*. Tôi sẽ giải thích điều này nhiều hơn ở phần bên dưới. Còn bây giờ, đây là ý tôi muốn nói:

Đừng đọc câu chuyện Kinh thánh mà không suy nghĩ đến phần tường thuật lớn hơn bao trùm câu chuyện đó, cũng như vị trí của nó trong toàn bộ câu chuyện vĩ đại của Kinh thánh. Thật ra, đây không phải là điều gì khác biệt so với điều bạn đã biết về việc giải nghĩa Kinh thánh: *đọc mỗi bản văn trong ngữ cảnh của nó*. Tất cả những gì chúng ta đang làm ở đây là mở rộng nguyên tắc đó từ chỗ nghĩ về một câu Kinh thánh, hay một phân đoạn ngắn sang nghĩ đến các câu chuyện Kinh thánh. Hãy làm tương tự. Hãy đọc trong ngữ cảnh của nó.

6.2 Thế giới của những câu chuyện

Vậy bản thân Kinh thánh đã là một câu chuyện, bao hàm nhiều câu chuyện. Nhưng dĩ nhiên, Kinh thánh không phải là quyển sách duy nhất như thế trên thế giới. Đâu đó chúng ta có thể tìm thấy những câu chuyện kể, trong mọi nền văn hóa—một số câu chuyện được ghi lại, nhưng nhiều câu chuyện được nhớ và truyền miệng. Chuyện kể là một phần rất quan trọng trong đời sống con người. Chúng ta hãy nghĩ đến mục đích của chuyện kể và tác động của chúng. Điều đó sẽ giúp chúng ta càng trân trọng hơn lý do Chúa chọn làm cho quyển sách của Ngài, tức Kinh thánh, trở thành một câu chuyện vĩ đại gồm nhiều câu chuyện. Và điều đó sẽ giúp chúng ta nhận ra việc đưa những câu chuyện Kinh thánh vào bài giảng là quan trọng thế nào. Tôi hy vọng ít ra điều này sẽ cho bạn thêm động lực để sử dụng chuyện kể Kinh thánh trong bài giảng, chứ không chỉ câu chuyện của chính bạn hay của người khác!

a) Mục đích của chuyện kể là gì?

Đây là năm điều chuyện kể nói chung làm trong xã hội loài người. Khi nghĩ về năm điểm này, chúng ta sẽ thấy rằng mỗi một điểm cũng là một chức năng của những câu chuyện trong Kinh thánh.

1. *Qua chuyện kể, chúng ta nói cho nhau biết chúng ta là ai.* Trong quá trình làm việc, tôi được giới thiệu với nhiều thính giả khác nhau trong hội thánh, trong trường học và ở những buổi họp mặt cộng đồng. Người giới thiệu tôi lúc nào cũng hỏi tôi về "câu chuyện của tôi". Vì vậy, tùy vào lượng thời gian mà tôi có thể nói về những điểm chính đã diễn ra trong cuộc đời mình. Đó là tôi. Dĩ nhiên, là một con người được tạo dựng theo hình ảnh của Chúa, tôi không phải chỉ là một câu chuyện. Nhưng nhờ kể câu chuyện đó (dù chỉ là một vài chi tiết) nhưng nó giúp người khác biết tôi—cho dù trước đó họ chưa từng gặp tôi. Và dĩ nhiên, những người biết rõ tôi nhất là những người góp một phần nhỏ hay phần lớn vào câu chuyện của tôi—gia đình và những người bạn lâu năm. Chuyện kể rất cần thiết đối với nhân thân một người. Đó là lý do Đức Chúa Trời

ban cho chúng ta món quà tuyệt vời là trí nhớ. Đã bao lần bạn bè và gia đình nói "Anh có nhớ hồi...." rồi kể lại câu chuyện mà cả hai cùng biết một lần nữa. Đó là lý do khi ai đó vì chứng mất trí nhớ hay vì bị thương không thể nhớ thì đó là một bi kịch cá nhân rất thương tâm. Mất trí nhớ giống như thể họ đánh mất nhân thân, đánh mất điều làm nên chính con người họ—câu chuyện của đời họ. Với tất cả chúng ta, cuộc đời tự nó đã là một câu chuyện.

2. *Qua chuyện kể, chúng ta gắn kết cộng đồng lại với nhau.* Những người gắn bó với nhau bởi một trải nghiệm chung sẽ kể những câu chuyện giữ cho ký ức đó sống động. Những câu chuyện nói rằng "Chúng tôi như bây giờ là vì những gì đã xảy đến với chúng tôi." Những câu chuyện này có thể rất xưa hoặc mới vừa xảy ra gần đây. Điều đó không quan trọng—đây là những câu chuyện chung mà mọi người đều biết. Tôi lớn lên ở miền Bắc Ái Nhĩ Lan. Cộng đồng Tin Lành ở đó cứ kể đi kể lại những câu chuyện về chiến thắng của Vua William III trước các lực lượng Công Giáo của vua James II năm 1689–90, mỗi năm tổ chức kỷ niệm bằng những cuộc diễu hành đầy sắc màu và náo nhiệt. Họ đã làm như thế hơn ba trăm năm nay. Những câu chuyện đó là một phần danh tính của họ.

Những cộng đồng cùng trải qua bi kịch sẽ kể lại những câu chuyện của mình về thời điểm đó, và gắn kết với nhau quanh trải nghiệm chung đó. Có thể đó là một thiên tai, một thời kỳ suy thoái và thiệt hại về kinh tế, hay sự tàn phá thời chiến tranh. Những câu chuyện hình thành ký ức văn hóa của cộng đồng. Và nếu bạn là một phần trong câu chuyện đó— câu chuyện của chính bạn kết nối với câu chuyện của cộng đồng—thì bạn thuộc về cộng đồng đó. Mọi người biết bạn đang nói về điều gì khi bạn kể câu chuyện của mình.

3. *Qua chuyện kể, chúng ta diễn đạt và lưu truyền các giá trị đạo đức.* Ở nước bạn, cha mẹ hay kể cho con cái nghe những câu chuyện gì? Dĩ nhiên, nhiều câu chuyện dành cho trẻ con chỉ để cho vui và giải trí. Nhưng thường thì chúng chứa đựng một thông điệp. Chúng cho chúng ta những tấm gương về cách cư xử sản sinh ra kết quả tốt, và cách cư xử sẽ dẫn đến nước mắt hoặc điều tồi tệ hơn nữa. Phổ biến là những câu chuyện về các loài thú. Có loài thú thì tốt và anh hùng. Có loài thì dối trá, xảo quyệt và dễ đi đến kết cuộc xấu. Một vài con ngỗ ngược, nhưng đến cuối cùng trở nên tốt. Nhưng nhờ nghe những câu chuyện này nhiều lần mà trẻ con học biết về cuộc sống, biết hành vi nào là tốt cần bắt chước, hành vi nào cần tránh. Chuyện kể là cách xã hội lưu truyền giá trị của mình cho nhiều thế hệ.

4. *Qua chuyện kể, chúng ta biết cách giải quyết hiện tại và hy vọng một tương lai tốt đẹp hơn.* Trong bất kỳ nền văn hóa nào, những câu chuyện có sức ảnh hưởng mạnh nhất là những câu chuyện giải thích được phần nào ý nghĩa tại sao mọi việc lại như cách chúng đang hiện hữu trong hiện

tại—đặc biệt khi hiện tại đầy đau khổ (ví dụ như tình trạng nô lệ). Đồng thời, một số câu chuyện (cũng như bài hát) có thể làm sống động hy vọng về một tương lai tốt đẹp hơn. Các câu chuyện có thể tưởng tượng một thực tại mới mẻ. Chúng có thể tạo ra một thế giới mới mà chúng ta mong đợi.

5. *Qua chuyện kể, chúng ta có thể phơi bày và thách thức những điều sai trật.* Ở những đất nước mà báo chí và phương tiện truyền thông đại chúng có quyền tự do ngôn luận, một trong những phương cách mạnh mẽ nhất để thách thức tình trạng tham nhũng và phạm pháp trong xã hội là kể những câu chuyện cá nhân. Một tờ báo, hay một bộ phim tài liệu trên truyền hình sẽ kể chuyện về một cá nhân chịu sự bất công dưới bàn tay của "một hệ thống". Câu chuyện sẽ được kể lại trên các phương tiện truyền thông đại chúng khác và sẽ được bàn tán rộng rãi. Chúng có thể "làm dậy sóng" mạng xã hội. Câu chuyện có thể gây sốc. Nó có thể trái ngược với những giả định của mọi người về giới cầm quyền. Với mối quan tâm về con người, câu chuyện sẽ có sức tác động mạnh mẽ hơn bất kỳ lượng câu hỏi, báo cáo và diễn văn nào của các nhà chính trị. Chúng ta nhớ câu chuyện đó lâu hơn những tranh luận chính trị rất nhiều.

Tất cả những ý trên đều đúng khi nói đến những điều chuyện kể có thể làm được trong xã hội con người nói chung. Bạn có thể thêm vào các ý khác khi nghĩ đến những câu chuyện phổ biến hay mới đăng tải trên trang tin tức ở đất nước của bạn. Nhưng điều tôi muốn nhấn mạnh ngay tại đây là *những câu chuyện trong Kinh thánh cũng có những chức năng và sức mạnh tương tự*. Năm ý dưới đây cho thấy Kinh thánh thực hiện tất cả những điều được nói đến trong năm điểm trên như thế nào.

1. Làm sao chúng ta biết Áp-ra-ham, hay Đa-vít, An-ne và Ê-li-sê hay ngay cả Chúa Giê-xu là ai? Qua câu chuyện của họ. Nhân thân và tâm tính của họ được bày tỏ qua những câu chuyện Kinh thánh nói về họ—dù ít hay nhiều.

2. Điều gì nắm giữ dân tộc Y-sơ-ra-ên lại với nhau hơn hàng ngàn năm? Đó chính là nhờ vào việc không ngừng kể lại những câu chuyện cốt lõi của họ từ Kinh thánh. Cơ Đốc nhân cũng được định nghĩa là một cộng đồng (ngay trong nhiều nền văn hóa khác nhau mà họ ở) bởi câu chuyện trọng tâm của Phúc âm về Chúa Giê-xu ở Na-xa-rét, và những điều xảy đến với Ngài qua sự ra đời, đời sống, sự chết và sự sống lại của Ngài. Câu chuyện đó, và những chuyện nhỏ bên trong câu chuyện đó, cho chúng ta biết chúng ta là ai trong tư cách cộng đồng những người theo Chúa.

3. Làm sao Y-sơ-ra-ên biết Giê-hô-va Đức Chúa Trời của họ như thế nào và làm sao để họ sống đẹp lòng Ngài? Bằng cách kể những câu chuyện về việc Chúa làm—đặc biệt trong câu chuyện xuất hành và tất cả những diễn biến tiếp theo. Nếu Đức Gia-vê là Đức Chúa Trời, Đấng hành động bằng tình yêu thương, lòng thương xót, sự công bằng, cũng là Đấng

khước từ dối trá và điều ác, thì dân sự Ngài cũng phải như vậy. Những câu chuyện của Cựu Ước là một kế hoạch đồ sộ trong nền giáo dục đạo đức của cả một nền văn hóa. Thông điệp ấy là "Đó là chúng tôi và là cách chúng tôi cư xử, vì đó là câu chuyện của chúng tôi."

4. Rồi khi Y-sơ-ra-ên bị ở dưới búa rìu thách thức, làm thế nào để họ nuôi hy vọng? Bằng cách kể lại những câu chuyện nói về việc Chúa cứu chuộc họ ra khỏi Ai Cập trong quá khứ và tin rằng Ngài có thể làm việc tương tự như vậy trong tương lai—cũng như bằng cách vẽ nên bức tranh sinh động bằng ngôn từ mô tả tương lai ấy sẽ ra sao, vào thời điểm của Ngài.

5. Khi Vua Đa-vít cần được thách thức về tội tà dâm với Bát-sê-ba và tội giết U-ri, tiên tri Na-than đã làm gì? Ông kể cho Đa-vít nghe một câu chuyện—có lẽ Đa-vít nghĩ là một vụ án pháp lý—rồi để cho Đa-vít tự xét xử. Câu chuyện là một cái bẫy để Đa-vít tự kết tội mình. Và nếu chúng ta vẫn chưa thấy thuyết phục về sức mạnh của chuyện kể, thì hãy nghĩ đến những ẩn dụ của Chúa Giê-xu. Nhiều ẩn dụ thật đáng ngạc nhiên và gây sốc—và phơi bày những thái độ cũng như suy nghĩ sai trật. Và chúng ta sẽ nhớ đến chúng lâu hơn nhiều so với việc nếu Chúa Giê-xu dùng cách đưa ra những bài phát biểu mang tính chính trị...

Vậy thì, khi chúng ta giảng những câu chuyện Kinh thánh, những câu chuyện đó không *"chỉ là những câu chuyện Kinh Thánh"*- một ít những mẩu chuyện thể hiện sự quan tâm mang tính địa phương, giống như một địa điểm thu hút khách du lịch, mà từ đó chúng ta có thể chỉ ra vài bài học nông cạn, bề ngoài. Đó là những công cụ đầy sức mạnh trong tay Chúa, Đấng đã ban chúng cho chúng ta. Chuyện kể tác động nhiều đến tấm lòng và tâm trí của chúng ta. Chúa biết điều đó. Vì vậy, hãy giảng những câu chuyện Chúa ban cho chúng ta và hãy để chúng thực hiện công tác mà Chúa định cho chúng.

b) Điều gì làm cho câu chuyện kể trở nên hiệu quả?

Chúng ta có thể nhận ra điều gì ở chuyện kể khiến chúng hiệu quả theo những cách như thế không? Nếu chúng ta có thể chỉ ra, thì điều đó sẽ giúp chúng ta khi chúng ta giải nghĩa những câu chuyện trong Cựu Ước. Nếu chúng ta biết cách những câu chuyện nói chung thực hiện chức năng của mình, thì chúng ta có thể "hợp tác với chúng" khi giảng dạy những câu chuyện Kinh thánh. Dưới đây là vài cách trong đó chúng ta thấy câu chuyện trở nên công hiệu và sống động, cho thấy vì sao chúng hiệu quả đến vậy. Những ý bên dưới là dấu hiệu của những câu chuyện *hay* –chuyện hay không phải là chuyện kể về người *tốt*, mà là những câu chuyện được sắp xếp hợp lý và vượt thời gian. Những câu chuyện như thế tồn tại qua nhiều thế hệ. Theo nghĩa đó, lý do chuyện Kinh thánh nổi tiếng giữa những nền văn hóa chịu ảnh hưởng bởi niềm tin Cơ Đốc không chỉ bởi vì chúng có trong Kinh Thánh, mà còn vì chúng là những câu chuyện "hay" có sức tác động lớn—những câu chuyện rất đáng nhớ và tiếp tục "làm việc" trong tâm trí cũng như tấm lòng chúng ta nhiều lần nữa.

Những ý sau đây đúng với chuyện kể nói chung. Trong chương tiếp theo, chúng ta sẽ xem một vài ví dụ từ chuyện kể trong Cựu Ước.

i) Một câu chuyện hay thu hút *sự quan tâm và trí tưởng tượng* của chúng ta

Theo bản năng, ai giảng thì cũng biết điều này. Nếu hội chúng có vẻ không đáp ứng bài giảng với của bạn—có thể nhìn có vẻ hơi chán nghe—nếu bạn bắt đầu kể chuyện, thì ngay cả khi bạn kịp kể xong dòng đầu hoặc dòng thứ hai, thì bạn đã có thể thấy họ bắt đầu quan tâm đến điều bạn nói.[1] Mọi người muốn nghe điều gì đã xảy ra, rồi chuyện gì xảy ra tiếp theo và kết thúc thế nào. Có lẽ đó là lý do một số người giảng chẳng làm gì khác ngoài kể chuyện—đó là cách duy nhất họ biết có thể khiến thính giả chú ý vì họ chẳng có gì nhiều để nói.

Vì sao một câu chuyện hay lại khiến chúng ta chú ý? Vì nó thu hút trí tưởng tượng của chúng ta. Trí tưởng tượng là một trong những tặng phẩm tuyệt vời nhất mà Đức Chúa Trời ban cho nhân loại. Chúng ta có khả năng kỳ diệu là tạo ra trong trí mình những hiện thực tưởng tượng thay thế hoàn toàn khác với nơi chúng ta thật sự đang ở vào lúc đó. Ngay bây giờ, trong tâm trí tôi, tôi có thể ở một nơi khác. Tôi có thể tưởng tượng mình đang ở một nơi nào đó khác trên thế giới, và tôi đang làm gì ở đó. Tôi ở đây, đang bơi trên biển ngoài khơi Phi Châu. Hoặc tôi có thể tưởng tượng đang ở trong tình huống nào đó trong quá khứ có thật và tưởng tượng tình hình lúc đó ra sao. Tôi đang ở đây bên cạnh Giê-rê-mi trong thành Giê-ru-sa-lem bị bao vây. Tôi có thể tưởng tượng một tương lai "ảo" nào đó, và nó sẽ như thế nào—có thể tốt hoặc xấu. Tôi có thể tưởng tượng ra những cuộc trò chuyện tôi chưa từng có hay sẽ không bao giờ có với những người tôi biết rõ hoặc không hề biết gì cả. Tôi có thể tưởng tượng những giấc mơ lớn về tương lai—không chỉ cho chính mình, mà còn cho đất nước hay cho cả loài người. Kiểu tưởng tượng như thế được gọi là "khải tượng."

Những câu chuyện hay làm cho chúng ta như sống "trong" những câu chuyện đó, trong trí tưởng tượng của chúng ta. Chúng ta thấy, nghe và trải nghiệm bằng trí tưởng tượng của mình điều người kể chuyện mô tả. Và vì vậy chúng ta nóng lòng muốn biết điều gì xảy ra tiếp theo và sự việc sẽ ra sao.

---

[1] Tôi cũng đã chứng minh điều này trong lớp học. Khi tôi đã dạy được một lúc, thỉnh thoảng tôi có đột ngột dừng lại nói "Các em biết không, hôm nay có một việc rất lạ đã xảy ra khi tôi trên đường đi đến đây." Ngay lập tức, mọi người ngước lên và chú ý lắng nghe. Các em muốn biết chuyện gì đã xảy ra. Các em muốn nghe kể chuyện. Khi đó tôi thường làm các em thất vọng bằng cách nói rằng: "Thật ra chẳng có gì xảy ra hết. Nhưng tôi để ý thấy các em đều chú ý khi các em *nghĩ* tôi sắp kể chuyện. Điều đó cho thấy chuyện kể có sức mạnh thế nào khi muốn thu hút sự chú ý. Đó là lý do Chúa cho chúng ta rất nhiều câu chuyện trong Kinh thánh. Chúa biết cách làm cho chúng ta chú ý."

Chúng ta bước vào thế giới của chuyện kể—ngay cả khi đó là chuyện hư cấu (giống như các ẩn dụ của Chúa Giê-xu)—và tưởng tượng mình ở đó.

ii) Một câu chuyện hay có *cốt truyện* hấp dẫn

Cốt truyện là cái đưa câu chuyện đi tới. Đó là những sự kiện xảy ra, theo một loại trình tự nào đó. Trình tự ấy có thể không dễ thấy ("việc này xảy ra, rồi tiếp theo đến điều này xảy ra"). Người kể chuyện hay có khả năng dẫn bạn đi ngược dòng thời gian hoặc vượt thời gian đi về phía trước. Nhưng rút cục, cốt truyện sẽ bắt đầu tại điểm khởi đầu. Sau đó, nó sẽ dẫn bạn qua một hay nhiều diễn biến, vấn đề và thách thức, mô tả những cách nhân vật trong câu chuyện cố gắng giải quyết vấn đề. Cuối cùng, cốt truyện sẽ dẫn bạn đến đoạn kết—dù theo cách có hậu hay không.

Khi nói "hấp dẫn", tôi muốn nói rằng một cốt truyện hay sẽ khiến người đọc hoặc người nghe thắc mắc và tò mò. Họ sẽ *ngạc nhiên* (Ôi chao! Làm thế nào chuyện quái quỷ đó lại xảy ra được chứ?"). Họ sẽ *hồi hộp* ("Làm sao cô ấy có thể thoát khỏi mối nguy hiểm hay đe dọa đó?"). Họ sẽ *sửng sốt*, những nhân vật mới xuất hiện thình lình và bất ngờ, những lúc vui sướng, bi kịch xảy đến đột ngột, sự việc đảo lộn hoàn toàn, v.v... Có những lúc bạn (độc giả hay thính giả) biết điều gì đó mà các nhân vật trong câu chuyện không biết, vì vậy bạn hồi hộp quan sát cho đến khi khám phá ra. Có thể có những lúc điều ngược lại xảy ra, và mãi sau này bạn mới phát hiện ra điều gì đó mà nhân vật trong câu chuyện đã biết từ lâu.

Cho dù tác giả hay người kể chuyện có làm gì, thì họ vẫn phải khiến cho bạn cứ "dõi theo cốt truyện". Và một trong những điều khéo léo, ngay cả với những câu chuyện rất dài, là bạn có thể ghi nhớ và tóm tắt cốt truyện ấy một cách ngắn gọn.

iii) Câu chuyện hay có *các nhân vật* có cá tính mạnh

Khi nói "mạnh", tôi không có ý nói rằng nhân vật chính trong một câu chuyện hay phải là một siêu anh hùng. Ý tôi muốn nói là ngay cả nếu người đó yếu đuối, về thể xác hay trong những phương diện khác, thì tâm tính của người ấy cũng vẫn thu hút cách mạnh mẽ. Câu chuyện hay thường có một nhân vật chính, vài nhân vật "phụ", và một số người khác góp phần vào câu chuyện nhưng không thêm tí "màu sắc" hay đặc trưng gì cho câu chuyện.

Khi chúng ta đọc hay nghe một câu chuyện, chúng ta nhận diện các nhân vật chính – phản diện hay chính diện, hoặc đôi khi cả hai cùng một lúc. Một số nhân vật trong câu chuyện có thể rất tốt, những nhân vật khác thì rất xấu. Nhưng thường một câu chuyện hay sẽ cho thấy cuộc đời thường mơ hồ hơn thế. Những con người có thật không phải chỉ là những người tốt và người xấu, anh hùng và du côn. Những câu chuyện hay có thể cho chúng ta thấy người tốt cũng có những lựa chọn sai lầm hay phạm phải những lỗi lầm tệ hại, còn người xấu lại thay đổi và cuối cùng làm những việc cao quý.

Các nhân vật trong câu chuyện tạo nên "mối quan tâm của con người". Chúng ta thấy mình đáp ứng với những suy nghĩ, động cơ, hành động của họ (cho dù chúng ta biết họ là những con người có thật trong lịch sử hay hoàn toàn hư cấu). Chúng ta đánh giá và phê bình họ. Có thể chúng ta ngưỡng mộ hoặc khinh thường họ. Chúng ta suy nghĩ "Tôi có làm điều đó không?" Chúng ta bối rối trước tình huống khó xử và những thách thức các nhân vật trong câu chuyện đối diện, và quan tâm đến cách họ vượt qua (hay không vượt qua được), lẫn lý do. Chúng ta muốn biết mọi chuyện cuối cùng như thế nào.

iv) Câu chuyện hay để chỗ cho chúng ta tò mò

Tại sao nhân vật đó vào lúc đó lại ở chỗ đó? Người kể chuyện có thể không nói cho chúng ta biết, để cho chúng ta suy đoán. Điều gì xảy ra giữa sự kiện này và sự kiện sau đó, và có phải chuyện này là nguyên nhân gây ra chuyện kia không? Người kể chuyện có thể không nói cho chúng ta biết, và có thể để cho chúng ta tự điền vào. Nhân vật đó có biết sự thật vào thời điểm đó trong câu chuyện không? Chúng ta không được biết. Chúng ta thắc mắc và suy đoán: trong đầu của nhân vật chính đang nghĩ gì khi họ làm điều tuyệt vời/ kinh khủng đó?

Một câu chuyện hay không nói cho bạn biết mọi điều, mà chừa chỗ trống để trí tưởng tượng của bạn điền vào. Điều này không chỉ khiến bạn bị thu hút vào câu chuyện với những thắc mắc "Cái gì? Tại sao? Bằng cách nào?", mà còn làm cho bạn không thể quên được câu chuyện. Nó tác động đến bạn nhiều hơn khi chính bạn phải làm việc. Một câu chuyện thật sự hay là câu chuyện có tính "tương tác"—giữa người kể hay tác giả với người đọc hay người nghe.

v) Một câu chuyện hay khiến độc giả hay thính giả trở thành *thẩm phán*

Một vài câu chuyện kết thúc bằng cách cho chúng ta biết chúng ta nên suy nghĩ gì về việc đã xảy ra trong câu chuyện—giải thích cho chúng ta ý nghĩa của nó. Chúa Giê-xu đã làm như thế với câu chuyện về người gieo giống và bốn loại đất. Nhưng loại chuyện kể như thế không nhiều. Những câu chuyện được kể hay nhất sẽ để cho chúng ta tự đánh giá dựa trên tất cả những gì chúng ta đã đọc hay nghe. Đó là lý do một số ẩn dụ của Chúa Giê-xu kết thúc với câu "Ai có tai mà nghe, hãy nghe."

Vì vậy, những câu chuyện hay không chỉ khiến chúng ta quan tâm và làm cho chúng ta thích thú, mà còn thách thức chúng ta có đáp ứng nào đó. Câu chuyện có thể nêu lên mọi loại vấn đề đạo đức khi các nhân vật giải quyết vấn đề qua cốt truyện. Là độc giả, chúng ta được mời gọi đánh giá những lựa chọn, hành động và động cơ của nhân vật. Câu chuyện có thể thách thức chính những giá trị và giả định của chúng ta và khiến chúng ta nhìn sự việc theo cách khác.

Trước khi qua chương kế tiếp để suy nghĩ về cách áp dụng tất cả những ý này vào chuyện kể Cựu Ước, hãy dành vài phút để nghĩ đến những câu chuyện nổi tiếng ở đất nước hay văn hóa của bạn—có thể là một quyển sách nào đó đã được viết ra, hay những bộ phim nào đó mọi người đã xem, hoặc bài sử thi tôn giáo ấn tượng hay có lẽ những chuyện kể về những ông tổ anh hùng. Tại sao những câu chuyện đó tồn tại mãi với thời gian? Tại sao chúng được đưa vào chương trình giáo dục? Bạn có thấy ý nào trong các ý trên đúng với những câu chuyện này không, trong cách chúng "vận hành" trong tâm trí, tấm lòng và giá trị của con người trong nền văn hóa của bạn?

c) Điều gì làm cho câu chuyện trở nên "chân thực"?

Còn một điểm nữa chúng ta cần đề cập trước khi chuyển sang Kinh Thánh. Ngay lúc này, có thể bạn đang nghĩ "Đúng vậy. Tất cả đều rất thú vị khi nói đến chuyện kể nói chung. Nhưng Kinh thánh không chỉ là "những câu chuyện"- Kinh thánh là lịch sử. Đó là câu chuyện *có thật* về Đức Chúa Trời và Y-sơ-ra-ên trong Cựu Ước, và về Chúa Giê-xu cùng hội thánh trong Tân Ước." Và dĩ nhiên, bạn nói đúng, tôi hoàn toàn đồng ý với bạn.

Nhưng không có gì mâu thuẫn giữa việc khẳng định rằng Kinh thánh cho chúng ta *lẽ thật đáng tin cậy trong lịch sử* (điều đã xảy ra; điều Đức Chúa Trời đã làm trong lịch sử), và việc quan sát thấy rằng Kinh thánh cho chúng ta lẽ thật lịch sử ở hình thức *những câu chuyện được sắp xếp rất khéo léo, rất đáng nhớ và có ảnh hưởng*. Nói cách khác, khi tôi nói rằng chúng ta cần hiểu và trân trọng *hình thức* của bản văn lịch sử trong Cựu Ước, và cách chúng "vận hành" như những câu chuyện (mà chúng ta không cần làm để có thể giảng tốt), tôi *không có ý nói rằng chúng là "những câu chuyện hư cấu" mà không có sự kiện lịch sử*. Không có lý do nào khiến chúng không thể *vừa* dựa trên sự kiện lịch sử *vừa* được kể lại cách tài tình để thu hút trí tưởng tượng và sự quan tâm của chúng ta theo các cách được nói đến ở trên (và ở dưới, khi đến phần các câu chuyện trong Cựu Ước). Cá nhân tôi tin rằng chúng dựa trên cả hai.

Nhưng có một điểm nữa cần nói ở đây. Khi nói về "lẽ thật Kinh Thánh" thì không phải chỉ nói đến sự kiện lịch sử. Chúng ta hãy nghĩ đến một câu chuyện trong Cựu Ước. Đa-vít và Gô-li-át được không? "Lẽ thật" của câu chuyện đó là gì? Dĩ nhiên, trên một phương diện, chúng ta muốn nói rằng câu chuyện thật sự ký thuật một sự kiện đã xảy ra trong lịch sử Y-sơ-ra-ên và trong cuộc đời Đa-vít. Vì vậy, chúng ta có thể nói "Tôi tin rằng đây là câu chuyện có thật. Đây là điều thật sự đã xảy ra." Được thôi, tôi đồng ý.

Nhưng đó có phải tất cả những gì bạn giảng từ bản văn đó không? Dĩ nhiên là không! Bạn biết rõ rằng tác giả câu chuyện không chỉ muốn kể cho chúng ta nghe sự kiện lịch sử: "Gô-li-át là một người rất to lớn, nhưng cậu bé Đa-vít đã giết chết ông ấy và người Phi-li-tin bỏ chạy. Hoan hô!" Đó là sự thật. Nhưng lẽ thật của câu chuyện sâu xa hơn thế. Câu chuyện cho biết lẽ thật gì về *Đức Chúa Trời*? Câu chuyện cho biết lẽ thật gì về *Đức Chúa Trời và Y-sơ-ra-ên*? Câu chuyện cho biết lẽ thật gì về *Đức Chúa Trời và Đa-vít*? Thật vậy, tác giả cho chúng ta manh mối rằng lẽ thật sâu xa của câu chuyện nằm ở điều Đa-vít nói với Gô-li-át trước khi cậu ném cục đá: "Ngày nay Đức Giê-hô-va sẽ phó ngươi vào tay ta... *khắp thế gian sẽ biết rằng Y-sơ-ra-ên có một Đức Chúa Trời*" (1 Sa 17:46, 47). Khi bạn giảng lẽ thật của câu chuyện, bạn phải đi tìm *ý nghĩa câu chuyện vào thời điểm đó* (đối với Y-sơ-ra-ên), và *ý nghĩa ngày hôm nay* (cho chúng ta)—chứ không chỉ những điều đã xảy ra.

Vậy thì, khi giảng những chuyện kể lịch sử trong Cựu Ước, chúng ta có thể thấy rằng *một phần* lẽ thật trong câu chuyện là những sự kiện lịch sử được ghi lại—nhưng đó không phải là *toàn bộ* lẽ thật. Chúng ta cần tìm kiếm sâu hơn và đặt câu hỏi tại sao câu chuyện lại được ký thuật ở đây và được kể theo cách như vậy. Lẽ thật nào vượt ra ngoài những sự kiện được gắn vào câu chuyện?

CÂU HỎI VÀ BÀI TẬP

1. Thảo luận một hoặc hai câu chuyện nổi tiếng nhất thường được kể ở nước bạn hay trong nền văn hóa của bạn. Bạn thấy những ý được nói đến trong chương này áp dụng vào câu chuyện đó ở những phương diện nào?

2. Những câu chuyện này *làm* gì trong tâm trí người nghe (từ thuở ấu thơ) trong văn hóa của bạn?

3. Những câu chuyện nào ở nước bạn hay nền văn hóa của bạn có thể giúp gắn kết con người lại với nhau?

4. Bạn có thể nghĩ đến những câu chuyện phổ biến trong nền văn hóa của mình thể hiện điều được xem là tốt và ích lợi, hoặc xấu và có hại trong nền văn hóa của bạn không?

5. Để chuẩn bị cho chương tiếp theo, hãy chọn bất kỳ câu chuyện nổi tiếng nào trong Kinh thánh và bắt đầu suy nghĩ những ý trong phần (b) ở trên ("Điều gì làm cho câu chuyện kể trở nên hiệu quả?") áp dụng vào câu chuyện đó như thế nào.

7

Năm Điều Cần Hỏi Khi Giảng Những Câu Chuyện Cựu Ước

Bây giờ, chúng ta hãy quay lại với Kinh thánh. Hãy tưởng tượng bạn đang chuẩn bị bài giảng (tôi hy vọng là vậy!) và bạn nghĩ rằng đến lúc phải dành chút thời gian cho Cựu Ước. Bạn quyết định sẽ bỏ vài tuần để giảng xuyên suốt một trong các sách lịch sử. Vì vậy, có lẽ bạn chọn lọc những câu chuyện trong sách đó để giảng. Bạn cần thực hiện những bước nào để chuẩn bị giảng từng câu chuyện? Đây là năm bước tôi thấy hữu ích. Năm luôn luôn là con số hữu ích, vì số ngón tay trên một bàn tay có thể nhắc chúng ta nhớ đến năm câu hỏi quan trọng cần hỏi về bất kỳ câu chuyện nào:

- Khi nào và ở đâu?
- Việc gì và như thế nào?
- Ai?
- Tại sao?
- Vậy thì sao?

Chúng ta hãy dùng câu chuyện Đa-vít và Gô-li-át làm ví dụ để minh họa cho các câu hỏi. Bạn cần mở 1 Sa-mu-ên 17 ra và để trước mặt.

7.1 Khi nào và ở đâu? Bối cảnh

Mỗi câu chuyện đều có bối cảnh. Bối cảnh có thể hoàn toàn là tưởng tượng đối với chuyện thần thoại và cổ tích. Nhưng các tường thuật lịch sử được đặt trong một thời gian và địa điểm cụ thể, và bối cảnh đó là điều quan trọng để hiểu câu chuyện cùng ý nghĩa của nó. Chúng ta nên cố gắng trả lời câu hỏi ở ba cấp độ.

a) Bối cảnh trước mắt của chính câu chuyện

Thường bối cảnh sẽ ở dạng một mô tả ngắn nào đó về chi tiết về địa phương. Chúng ta cần biết những hoàn cảnh cơ bản. Trong ví dụ minh họa, người kể cho chúng ta ngữ cảnh trước mắt trong 1 Sa-mu-ên 17:1–3. Có một cuộc chiến. Người Phi-li-tin xâm lấn và tấn công người Y-sơ-ra-ên trong suốt thời trị vì của Sau-lơ. Chiến tuyến được xác định, hai đội quân ở hai ngọn đồi đối diện nhau và ở giữa là thung lũng. Từ những câu chuyện trước đó, chúng ta biết người Phi-li-tin là kẻ thù rất hung hăng. Vì vậy, đây là tình huống rất nguy hiểm. Đó là bối cảnh trước mắt cho những sự kiện xảy ra tiếp theo trong câu chuyện.

b) Bối cảnh rộng hơn bên trong một trong những "câu chuyện lớn của Kinh thánh"

Mỗi câu chuyện Cựu Ước trong các sách lịch sử đều nằm trong một ký thuật rộng hơn. Trong ví dụ minh họa, việc giết Gô-li-át là một sự kiện trong cuộc đời Đa-vít. Và cuộc đời Đa-vít là một phần trong câu chuyện tường thuật lớn hơn về buổi đầu của chế độ quân chủ ở Y-sơ-ra-ên, bắt đầu với Sau-lơ. Vì vậy, *câu chuyện* này là một phần của *tường thuật* dài hơn về cách Đa-vít nổi lên từ những khởi đầu khiêm nhường để trở thành vị vua cai trị tất cả các chi phái của Y-sơ-ra-ên. Cho nên, chúng ta cần đọc câu chuyện về Đa-vít và Gô-li-át không phải chỉ như một câu chuyện "siêu anh hùng" độc lập (cậu bé tí hon hạ đo ván gã khổng lồ! Hoan hô!). Thế gian có nhiều câu chuyện như thế rồi, và nếu đó là sứ điệp duy nhất bạn giảng từ câu chuyện này ("Cho dù bạn cảm thấy nan đề lớn hay nhỏ, cuối cùng bạn cũng vượt qua được"), thì bạn đang sử dụng Kinh thánh một cách vô cùng hời hợt. Khi đặt câu chuyện vào bối cảnh của nó, chúng ta thấy đó là một phần trong *kế hoạch và mục đích của Đức Chúa Trời* cho Đa-vít, sau đó là cho Y-sơ-ra-ên, và dĩ nhiên, cuối cùng là cho cả thế gian qua con cháu Đa-vít.

c) Bối cảnh của cả Kinh thánh

Câu chuyện xảy ra khi nào và ở đâu trong dòng chảy của câu chuyện lớn của Kinh thánh? Câu chuyện xảy ra thời Cựu Ước, tức là trước Đấng Christ. Điều đó tạo sự khác biệt. Câu chuyện không nói với chúng ta cách Cơ Đốc nhân nên cư xử với "kẻ thù" mình. Câu chuyện xảy ra sau khi Y-sơ-ra-ên ra khỏi Ai Cập và định cư trong xứ (vậy là một số lời hứa của Chúa đã được thực hiện). Nhưng họ chưa chiếm được toàn bộ xứ, kể cả thành Giê-ru-sa-lem (vậy là có những lời hứa vẫn chưa được thực hiện). Cũng vậy, với bất kỳ câu chuyện nào trong Cựu Ước, hãy suy nghĩ xem nó khớp với cả câu chuyện dài ở chỗ nào.

☑ **Những ý cần kiểm tra**
- Điều gì xảy ra trước câu chuyện này?
- Điều gì xảy ra tiếp theo?
- Ý nghĩa của câu chuyện bị ảnh hưởng bởi bối cảnh trước mắt trong chính câu chuyện như thế nào?
- Câu chuyện xảy ra trước hay sau lời hứa của Chúa dành cho Áp-ra-ham?
- Câu chuyện xảy ra trước hay sau khi giao ước và luật pháp được ban tại núi Si-nai qua Môi-se?
- Câu chuyện xảy ra trước hay sau khi Y-sơ-ra-ên định cư trong xứ Ca-na-an?
- Câu chuyện xảy ra trước hay sau khi vương quốc bị phân chia sau thời của Sa-lô-môn?
- Câu chuyện xảy ra trước hay sau cuộc lưu đày?

Biết câu chuyện xảy ra ở đâu và khi nào sẽ ảnh hưởng đến cách chúng ta hiểu những việc xảy ra trong chính câu chuyện, những điều các nhân vật trong câu chuyện biết hay không biết, và cách họ hành động và phản ứng.

Bạn có thấy rằng điều thật sự quan trọng là bạn phải đọc toàn bộ Kinh thánh nhiều lần để trở nên quen thuộc với cả câu chuyện không? Bạn cần biết các câu chuyện khớp với toàn bộ câu chuyện vĩ đại của Kinh thánh như thế nào.

7.2 Việc gì và như thế nào? Cốt truyện

Mỗi câu chuyện đều có một cốt truyện. Điều gì đó phải *xảy ra*. Và điều gì đó phải *làm cho sự việc xảy ra*, cho thấy sự việc thật sự thay đổi từ tình huống này sang tình huống khác. Vì vậy, chúng ta cần hỏi *"Điều gì xảy ra trong câu chuyện này, và làm thế nào việc này dẫn đến việc kia?"*

Nếu tôi nói hoặc viết "Hôm qua tôi đã ngồi vào chiếc ghế tôi yêu thích ở nhà", điều đó có thể đúng, nhưng tự nó chưa phải là một câu chuyện. Không có chuyện gì xảy ra cả! Nhưng nếu tôi nói "Hôm qua, tôi đang ngồi trên chiếc ghế tôi yêu thích ở nhà, thì đột nhiên có tiếng đập cửa mạnh. Khi tôi ra mở cửa, một người đàn ông quần áo rách rưới, mặt mũi dính máu la lên "Đến cứu chúng tôi với!" – rồi tôi bắt đầu câu chuyện. Một khung cảnh bình yên đã bị gián đoạn. Vấn đề xuất hiện. Thách thức đến, và điều đó có thể dẫn đến đủ thứ phức tạp và nguy hiểm—ai biết được? Ngay lập tức bạn muốn biết: ai là người đàn ông đứng ở cửa? Tại sao mặt ông ấy đầy máu? Tôi có chạy ra giúp đỡ không? Điều gì xảy ra sau đó...? và nhiều câu hỏi khác. Cốt truyện bắt đầu.

Dĩ nhiên, mọi câu chuyện đều có một cốt truyện độc nhất của nó. Nhưng hầu hết cốt truyện đều có những phần chung như sau:

1. Tình huống mở đầu
2. *Vấn đề* (mâu thuẫn, rắc rối hoặc nguy hiểm)

3. *Tiến trình cố gắng giải quyết vấn đề* (đôi lúc trong khi giải quyết lại dẫn đến các vấn đề khác) – đây thường sẽ là phần dài nhất của câu chuyện
4. *Cao trào*, khi vấn đề đạt đến tình huống xấu nhất, nhưng cuối cùng lại...
5. *Giải quyết vấn đề*, khi vấn đề cuối cùng được giải quyết và khắc phục.
6. *Tình huống kết thúc*[1]

Bây giờ, hãy xem xét cách trước giả 1 Sa-mu-ên đã "tạo cốt truyện" cho câu chuyện về Đa-vít và Gô-li-át:

1. *Câu 1–3: tình huống mở đầu* (tương tự "bối cảnh" ở trên). Là những độc giả, chúng ta mong đợi phần tiếp theo của câu chuyện mô tả trận đánh giữa hai kẻ thù. Nhưng...
2. *Câu 4–11: Vấn đề.* Gô-li-át! Gã này là người khổng lồ, thêm áo giáp khiến gã trông như chiếc xe tăng lừng lững. Nếu không ai có thể ra đánh và hạ chết gã, thì người Y-sơ-ra-ên sẽ phải trở lại làm nô lệ.
3. *Câu 12–40: tiến trình giải quyết vấn đề.* Đến đây, chúng ta thấy người kể chuyện khôn khéo ra sao. Ông ấy dệt các đoạn ngắn trong cốt truyện của một câu chuyện khác vào cốt truyện này–tức câu chuyện về Đa-vít và các anh của Đa-vít. Ông ấy mô tả mâu thuẫn giữa các anh–những người lính gan dạ to xác, nhưng cũng sợ hãi như những người còn lại—và cậu em trai lẽ ra phải ở nhà chăn cừu, chứ không phải đến làm phiền người lớn với những câu hỏi láo xược. Liệu các anh có bắt Đa-vít đi về không? Nhưng Đa-vít được dẫn đến cho Sau-lơ. Đa-vít đưa ra lời đề nghị buồn cười là muốn được đánh Gô-li-át–với sự giúp đỡ của Đức Chúa Trời. Nhưng rồi một trở ngại khác xuất hiện: Đa-vít không thể khoác lên người chiếc áo giáp của Sau-lơ. Vì vậy, cậu sẽ ra chiến đấu mà không được trang bị gì cả—ngoại trừ cái tràng và mấy viên đá. Trong lúc đó, trong khi phần cốt truyện này đang được kéo dài, thì gã khổng lồ ngoài kia liên tục dọa dẫm và la hét!
4. *Câu 41–47: Cao trào.* Gô-li-át không thể tin vào mắt mình! Hắn chế giễu và đe dọa Đa-vít. Nhưng lời đáp trả của Đa-vít nói lên nội dung của toàn bộ câu chuyện: Gô-li-át không chỉ đang thách thức quân đội Y-sơ-ra-ên mà cả Đức Chúa Trời của Y-sơ-ra-ên nữa (như Đa-vít đã nói trong câu

---

[1] Nếu bạn nghĩ theo cách này, thì Kinh thánh là một câu chuyện lớn đi theo tuyến cốt truyện mở rộng này. Chúng ta bắt đầu với (i) sự tạo dựng tốt lành của Đức Chúa Trời. Sau đó đến (ii) sự sa ngã và tất cả những gì tội lỗi đem đến cho cuộc sống trên đất này. Rồi đến (iii) lời hứa của Chúa cho Áp-ra-ham và câu chuyện dài về Y-sơ-ra-ên thời Cựu Ước, cho đến khi (iv) chính Đức Chúa Trời đến trong thân vị của Con Ngài là Chúa Giê-xu Christ, và giành được chiến thắng tột đỉnh trước điều ác tại thập tự giá và sự sống lại. Điều này dẫn đến (v) thời kỳ "đã – nhưng vẫn chưa" (already but not yet) dài, vì thông qua hội thánh thì sứ mạng của Chúa đem giải pháp mà Đấng Christ đã giành được đến tận cùng trái đất. Và cuối cùng (vi) chúng ta đi đến màn kết – sự tạo dựng mới – đây dĩ nhiên không chỉ là phần kết của câu chuyện dài của Kinh thánh mà còn là khởi đầu cho một câu chuyện mới mà chúng ta sẽ không biết được cho đến khi chúng ta sống trong câu chuyện đó.

26). Vì vậy, trận chiến thuộc về Đức Chúa Trời, và kết quả cũng sẽ như vậy.
5. *Câu 48–54: Giải pháp.* Đa-vít khiến Gô-li-át bất tỉnh bằng cú ném đúng ngay mục tiêu, rồi giết chết hắn. Người Y-sơ-ra-ên đuổi theo người Phi-li-tin ngược về tận xứ của họ.
6. *Câu 55–58: tình huống kết thúc.* Sau-lơ ấn tượng với kỳ công của Đa-vít, nên hỏi thăm cậu là con ai. Cũng hơi ngạc nhiên vì Đa-vít lúc đó đã là nhạc công trong triều đình (16:14–23). Nhưng rồi sau đó, Sau-lơ mắc phải một loại bệnh tâm thần/tâm linh, và có thể không chú ý nhiều đến gia đình của tay chơi đàn nhà quê này. Hoặc có lẽ ông đã nghe câu chuyện đáng ngờ về việc đã xảy ra tại nhà Gie-sê (16:1–13) và bây giờ ông ta càng có thêm lý do để đề phòng Đa-vít. Anh chàng này là tên sát nhân khổng lồ, chẳng phải chỉ là kẻ chơi đàn đâu!

Và dĩ nhiên, tình huống kết thúc này là phần mở đầu của một cốt truyện mới – Sau-lơ bắt bớ Đa-vít. Đây là cách thường thấy trong các câu chuyện Cựu Ước: giải pháp cho cốt truyện này là phần mở đầu cho một cốt truyện khác.

☑ **Những ý cần kiểm tra**

Vậy thì khi nghiên cứu câu chuyện Kinh thánh để giảng, bạn cần đặt những câu hỏi tương tự:
- *Điều gì* xảy ra trong cốt truyện?
- Người kể chuyện dệt tất cả lại với nhau *như thế nào* để nó đi đến một kết thúc thỏa lòng?
- *Trình tự* các phân cảnh trong câu chuyện là gì?
- Bạn có nhận thấy ít ra một vài, nếu không phải tất cả, trong số sáu *yếu tố của cốt truyện* được liệt kê ở trên không?

Đừng chỉ tập trung vào một phần nhỏ của câu chuyện, hoặc một chi tiết nhỏ trong phần mô tả. Dễ lắm mà ta để cho những chuyện thu hút sự tập trung khiến *chúng ta* lúng túng trong câu chuyện, thay vì chú ý đến điều người kể chuyện muốn tập trung vào. Hãy nắm bắt toàn bộ cốt truyện, và quan sát cách nó được sắp xếp. Thật sự rất hữu ích khi viết lại phần tóm tắt cốt truyện – theo từng cảnh, đánh dấu phần chuyển tiếp và tận dụng bố cục ở trên. Chỉ khi đó bạn mới ở vào thế có thể suy nghĩ về *ý nghĩa* của câu chuyện. Và chỉ khi đó bạn mới có thể giảng câu chuyện đó cách chính xác.

Cũng hãy tìm kiếm những đặc điểm khác của một cốt truyện hay:
- *Hiếu kỳ.* Người kể chuyện muốn "nhử" bạn và làm bạn muốn biết chuyện gì xảy ra tiếp theo. Nhưng đôi khi bạn phải chờ đợi! Hãy xem câu 11. Câu này kết thúc với việc người Y-sơ-ra-ên "kinh hoàng và sợ hãi." Họ đối phó với Gô-li-át bằng cách nào đây? Chúng ta muốn biết điều đó – và muốn biết ngay! Nhưng trước giả lại bắt đầu kể cho chúng ta về Đa-vít và gia đình cậu. Rồi chúng ta nghe kể rằng nhiều tuần trôi qua (câu

16). Rồi chúng ta phải đọc câu chuyện về phần cơm trưa Đa-vít đem đến cho các anh. Chuyện đó làm sao giải quyết được vấn đề Gô-li-át? Và câu chuyện tiếp tục, hết cảnh này đến cảnh khác, trước khi đi đến cao trào.

- *Ngạc nhiên.* Nhiều câu chuyện Kinh thánh có những ngã rẽ đột ngột, những tình tiết gây ngạc nhiên và sửng sốt. Dĩ nhiên, tình tiết ngạc nhiên trong câu chuyện này là toàn bộ ý chính của câu chuyện— một cậu bé chăn chiên trẻ tuổi không có vũ khí lại giết chết người khổng lồ mặc áo giáp mà gã trai trẻ không thể khiêng nổi vì quá nặng. Nhưng chính qua tình tiết đáng ngạc nhiên này mà chúng ta mới thấy Đức Chúa Trời hành động.
- *Hài hước.* Các trước giả Kinh thánh biết cách tạo ra tiếng cười. Cuộc trao đổi giữa Đa-vít với các anh và những người lính khác chắc chắn là để tạo chút hài hước. Hãy tưởng tượng đó là một cảnh trong một bộ phim. Nhưng sự hài hước ấy đã chỉ cho chúng ta thấy tình thế nghiêm trọng như thế nào, mọi người đều cho rằng đấu lại Gô-li-át là chuyện bất khả thi ra sao, lời đề nghị của Đa-vít ắt hẳn có vẻ lố bịch (hay ngạo mạn) như thế nào.

7.3   Ai? Nhân vật

Mọi câu chuyện đều nói về một ai đó. Thường sẽ có một nhân vật trung tâm— người đóng vai chính trong cả câu chuyện. Đôi khi có thể không phải chỉ có một nhân vật chính, và có lúc trọng tâm của câu chuyện dài có thể thay đổi từ người này sang người khác. Nhưng câu hỏi chủ chốt bạn phải đặt ra là: *"Ai là nhân vật trung tâm trong câu chuyện này?"* Đây sẽ là người chúng ta biết nhiều nhất trong câu chuyện. Họ là những nhân vật "3D"- hay như chúng ta có thể nói "rất giống thật". Trong ví dụ minh họa, nhân vật đó rõ ràng là Đa-vít.

Vậy thì, ngoài một nhân vật chính, thường sẽ có thêm một hay nhiều nhân vật phụ. Nhân vật phụ có thể chống đối hoặc hỗ trợ nhân vật chính trong việc giải quyết vấn đề đang lèo lái cốt truyện. Chúng ta có thể được biết vài chi tiết về những nhân vật này, nhưng họ giống những nhân vật "2D" hơn. Họ hỗ trợ hoặc cản trở diễn tiến của cốt truyện, nhưng họ không phải trọng tâm chú ý ở từng thời điểm trong câu chuyện. Trong ví dụ minh họa, tôi đưa Gô-li-át (rõ ràng là vậy) vào tuyến nhân vật này, và có lẽ cả Sau-lơ nữa. Họ không hoàn toàn là nhân vật chính, nhưng họ là những nhân vật thiết yếu đối với toàn bộ cốt truyện khi câu chuyện được tiết lộ. Và chúng ta học được điều gì đó về tính cách của họ, thường là từ những điều họ nói ra.

Thỉnh thoảng cũng có thêm những người khác trong câu chuyện. Có rất ít chi tiết về họ. Có thể họ được gọi tên (chẳng hạn Gie-sê, Ê-li-áp, Áp-ne), hoặc họ chỉ ở đó như những người góp phần vào câu chuyện (như là đội quân Y-sơ-ra-ên, người mang khiên cho Gô-li-át, người lính trả lời thắc mắc của Đa-vít).

Họ là nhân vật nền "1D"—tức là họ nằm trong câu chuyện, nhưng không thể hiện "tính cách" thật sự của riêng mình trong câu chuyện.

☑ Những ý cần kiểm tra

Cũng vậy, khi bạn soạn bài giảng, sẽ hữu ích nếu bạn viết xuống câu trả lời cho câu hỏi về "Ai?"

- Ai là nhân vật chính?
- Ai là nhân vật phụ?
- Còn những ai khác tham gia vào câu chuyện? (Hãy xem xét cẩn thận. Đôi khi một người có vẻ rất tầm thường thật ra lại đóng vai trò quan trọng tại một điểm nào đó trong câu chuyện. Chuyện kể Kinh thánh rất hay khiến chúng ta ngạc nhiên theo cách như thế).

Bây giờ đến phần thú vị đây! *Tác giả mô tả các nhân vật chính trong câu chuyện như thế nào – tức là nhân vật trọng tâm và các nhân vật hỗ trợ ở cấp độ thứ hai?*

Họ cũng là con người như chúng ta, vì vậy, chúng ta dễ dàng nhận ra họ dựa trên bản năng. Chúng ta tò mò muốn biết liệu *hành động* của họ (điều họ làm trong câu chuyện) là tốt hay xấu. Và điều đó một phần tùy thuộc vào *lý do* họ làm như vậy, vì vậy chúng ta cũng quan tâm đến *động cơ* của họ. Người kể chuyện cho chúng ta đáp án của những câu hỏi này bằng cách nào? Có khi người đó nói trực tiếp với chúng ta. Chúng ta quen thuộc với biết bao nhiêu vị vua của Y-sơ-ra-ên và của Giu-đa được giới thiệu bằng dòng "Ông ấy làm điều ác trước mặt Đức Giê-hô-va." Quá rõ ràng. Nhưng trong nhiều câu chuyện, người kể chuyện không nói thẳng như thế.

Tuy nhiên, người kể chuyện có thể mô tả các nhân vật qua điều họ *nói*. Vì vậy, hãy chú ý kỹ bất kỳ *cuộc đối thoại* hay *lời nói* nào có trong câu chuyện.

☑ Những ý cần kiểm tra

- Ví dụ, có mâu thuẫn nào giữa lời nói của nhân vật và điều bạn biết từ lời người kể chuyện kể cho bạn không?
- Có mâu thuẫn nào giữa nhận vật này với nhân vật khác trong câu chuyện không? Bạn tin tưởng nhân vật nào?
- Lời nói của nhân vật cho bạn biết gì về điều đang diễn ra trong tâm trí họ?
- Lời nói của một nhân vật trong câu chuyện giúp bạn nhận ra điều người tường thuật muốn bạn hiểu, ý nghĩa câu chuyện, như thế nào?

Và thú vị hơn nữa là... Chúng ta thường thích những câu chuyện đơn giản trong đó một nhân vật rõ ràng là "người tốt" và một nhân vật khác rõ ràng là "kẻ xấu". Và thật vậy, có một số câu chuyện như thế (Đa-vít và Gô-li-át khá giống thể loại giản đơn đó). Nhưng Kinh thánh thường thực tế và đi sát với cuộc sống hơn nhiều. Vì cuộc sống vốn phức tạp, còn con người thì khó hiểu.

Người tốt có thể phạm sai lầm. Người xấu có thể thay đổi. Vì vậy khi chúng ta chuẩn bị giảng các chuyện kể Kinh thánh, đừng sợ tính phức tạp.

Điều này dễ thấy nhất là khi bạn nhìn chuỗi các câu chuyện trong cuộc đời của một số nhân vật quan trọng trong Kinh thánh. Ví dụ, Áp-ra-ham tin cậy và vâng lời Chúa, chắc chắn là như vậy. Nhưng ông cũng trượt ngã khi lừa gạt và nói dối (hai lần). Cách ông đối xử với A-ga và Ích-ma-ên cũng khá nhẫn tâm. Hoặc hãy nghĩ về trường hợp của Đa-vít. Thật nhiều hứa hẹn. Ở giai đoạn đầu của cuộc đời ông, có biết bao câu chuyện tuyệt vời. Nhưng rồi ông cũng tàn nhẫn y như vậy. Và còn tham vọng nữa. Ông có biết kiểm soát ham muốn tình dục không? Hình như không. Rồi sau đó ông rơi vào một tội khủng khiếp. Cho dù ông kinh nghiệm sự tha thứ của Chúa, nhưng ông không còn khả năng kiểm soát chính gia đình của mình được nữa.

Vì vậy, khi bạn giảng các câu chuyện Cựu Ước, đừng nghĩ rằng bạn phải nói với hội chúng những câu giản đơn kiểu "Hãy giống nhân vật này" hay "Đừng giống nhân vật kia." Có thể điều đó cũng có phần đúng, nhưng chắc chắn rằng ít ra cũng có một khía cạnh nào đó trong cách cư xử của mỗi nhân vật sẽ làm nảy sinh những thắc mắc. Họ cũng chỉ là con người như chúng ta. Kinh thánh nói về con người cách trung thực—ngay cả khi nói về những anh hùng vĩ đại. Vì vậy khi chúng ta giảng về họ, *hãy nói cách trung thực như chính Kinh thánh nói.*

Và điều đó dẫn chúng ta đến ý cuối cùng về nhân vật. *Ai là nhân vật chính trong toàn bộ câu chuyện Kinh thánh.* Rõ ràng đó là *Đức Chúa Trời*. Cả Kinh thánh kể câu chuyện về cách Đức Chúa Trời, Đấng tạo dựng thế gian, hành động trong lịch sử con người để cứu thế gian thoát khỏi hậu quả của tội lỗi và điều ác. Đức Chúa Trời là Đấng lèo lái toàn bộ câu chuyện đi về phía trước, qua những lời hứa trong Cựu Ước, đỉnh điểm là qua Đấng Christ trong Tân Ước, đi đến đích cuối cùng trong sự tạo dựng mới—là nơi Ngài ngự với chúng ta mãi mãi. Điều đó có nghĩa là cho dù Đức Chúa Trời không nổi bật trong một câu chuyện Kinh Thánh cụ thể,[2] thì Ngài vẫn "ở đó" như một Đấng có liên quan (và chịu trách nhiệm) đến câu chuyện nói chung. Mỗi câu chuyện cụ thể sẽ có những nhân vật là con người, nhưng đứng đằng sau và vượt xa hơn điều câu chuyện kể cho chúng ta nghe về họ là chính Đức Chúa Trời. Mỗi câu chuyện cuối cùng đều nói về Đức Chúa Trời ở khía cạnh *nào đó* (dù nhỏ bé) liên quan đến cách mà mục đích và kế hoạch của Ngài đang được thực hiện.

Hãy nghĩ đến Kinh thánh như là "hồi ký" của Đức Chúa Trời (ít ra trong mối quan hệ với lịch sử thế giới). Hồi ký nói đến một con người cụ thể—nhân vật chính, là đề tài của cả quyển sách. Nhưng hồi ký của người đó có thể gồm nhiều câu chuyện liên quan đến những người khác, những câu chuyện từ mọi

---

[2] Hoặc ngay cả khi Đức Chúa Trời không hề được nhắc tới—như trong sách Ê-xơ-tê. Nhưng cho dù Đức Chúa Trời không được nhắc đến trong Ê-xơ-tê, thì bất kỳ độc giả nào biết phần còn lại của Cựu Ước cũng đều có thể phát hiện "dấu vân tay của Chúa" xuyên suốt câu chuyện.

giai đoạn của cuộc đời "vị anh hùng" đó. Tuy nhiên, cho dù chúng ta đang đọc một câu chuyện cụ thể trong một hồi ký liên quan đến các nhân vật khác, thì chúng ta cũng biết rằng câu chuyện đó nhằm nói cho chúng ta biết điều gì đó về đề tài *chính*. Nó sẽ soi sáng khía cạnh nào đó trong tính cách của nhân vật chính. Hoặc nó có thể giải thích tại sao họ hành động theo cách nào đó. Hay nó có thể cho chúng ta thấy kết quả của việc họ đã làm – theo như mong đợi hay không ngờ đến, hạnh phúc hay bi kịch. Khi đọc toàn bộ hồi ký, chúng ta sẽ đọc nhiều câu chuyện nhỏ. Nhưng kết quả chính từ việc đọc hồi ký—thật vậy, mục đích cuối cùng của tác giả khi viết một hồi ký—là giúp chúng ta hiểu biết nhân vật chính và trọng tâm của cả hồi ký, cho dù nhiều người khác cũng góp mặt trong sách. Với Kinh thánh cũng vậy. Kinh thánh có nhiều nhân vật là con người, nhưng nhân vật *trung tâm*—Đấng cả quyển sách nói đến—là chính Đức Chúa Trời.

☑ Những ý cần kiểm tra

Vậy thì khi đọc và giảng *bất kỳ* câu chuyện Cựu Ước nào, chúng ta cũng phải hỏi câu chuyện đó cho chúng ta biết gì về Đức Chúa Trời.

- Đức Chúa Trời có liên quan thế nào trong sự kiện hay chuỗi các sự kiện này?
- Câu chuyện này khớp với điều Chúa đang làm trong Y-sơ-ra-ên cho đến lúc này ra sao?
- Sự kiện này ảnh hưởng đến điều Đức Chúa Trời thực hiện sau đó trong lịch sử Y-sơ-ra-ên như thế nào?
- Tôi học được gì về bản tính và mục đích của Đức Chúa Trời từ câu chuyện này?
- Tôi nên đáp ứng với Chúa như thế nào dưới ánh sáng của điều câu chuyện bày tỏ về Ngài?

7.4 Tại sao? Người tường thuật

Mỗi câu chuyện đều cần một người kể chuyện—cho dù là kể bằng lời hay viết ra. Chúng ta có thể dùng thuật ngữ "người tường thuật" ở đây để chỉ người đã cho chúng ta biết câu chuyện Kinh thánh mà chúng ta đang đọc và có kế hoạch giảng. Chúng ta thường không bao giờ nghĩ đến người tường thuật mà xem câu chuyện tự nhiên mà có. Nhưng phải có *ai đó* viết xuống rồi tổng hợp và biên tập thành những mảng lớn hơn mà chúng ta có trong các sách lịch sử Cựu Ước. Đa phần chúng ta không biết người viết và người biên tập là ai—tên gì. Vậy tại sao chúng ta phải quan tâm đến họ làm gì? Đây là hai lý do chính đáng khiến chúng ta phải nghĩ đến người tường thuật—cả hai lý do đều quan trọng khi chúng ta cố gắng tìm hiểu một câu chuyện Kinh thánh để giảng.

a) **Người tường thuật chọn kể câu chuyện này; vậy chúng ta nên hỏi "Tại sao"?**

Những người viết các sách trong Kinh thánh phải có sự *chọn lọc*. Chúng ta có nhớ Phúc âm tuyệt vời của Giăng không? Đến cuối sách Giăng nói rằng có nhiều điều Chúa Giê-xu đã nói và làm—nhiều đến nỗi tất cả các sách trên đời này cũng không thể chứa hết (Giăng 21:25)! Vậy nên Giăng phải *chọn lựa* những câu chuyện để ký thuật lại. Và ông cho chúng ta biết tại sao ông chọn những câu chuyện đó – "để anh em tin rằng Đức Chúa Giê-xu là Đấng Christ, Con Đức Chúa Trời, và để khi anh em tin thì nhờ danh Ngài mà được sự sống" (Giăng 20:31). Thật rõ ràng! Nhưng đáng tiếc thay hầu hết những người tường thuật khác trong Kinh thánh đều không *thẳng thắn* giải thích tại sao họ chọn những câu chuyện họ kể lại. Nhưng không nên để cho điều đó ngăn cản chúng ta đặt câu hỏi, vì có nhiều lý do khác nhau và nhiều manh mối giúp chúng ta nhận biết những lý do đó là gì.

Điều tôi muốn nói là thế này: khi đọc một câu chuyện Kinh thánh, chúng ta không nên chỉ đặt những câu hỏi được liệt kê ở trên về chính câu chuyện mà thôi—bối cảnh (khi nào? ở đâu?), cốt truyện (việc gì? như thế nào?) và các nhân vật (ai?). Chúng ta cũng cần hỏi *Tại sao câu chuyện này ở trong Kinh thánh?* Vì lý do gì (hoặc những lý do gì—có thể có nhiều lý do) mà người tường thuật chọn câu chuyện *này* để kể cho chúng ta, trong khi ắt hẳn có nhiều câu chuyện khác người ấy không kể?

Hãy suy nghĩ về điều đó! Lịch sử của Y-sơ-ra-ên trong Cựu Ước (không tính đến lịch sử trước thời Áp-ra-ham) trải dài hơn một ngàn năm. Mỗi năm đầy ắp đủ loại sự kiện—hàng ngàn những câu chuyện có thể kể. Nhưng Kinh thánh không phải chỉ là một tập hợp đồ sộ của những ký lục và giai thoại. Kinh thánh không chỉ là một chiếc túi đựng đủ cái loại kẹo (điều đáng buồn là một số hội thánh giảng dạy Kinh thánh theo kiểu ấy). Người tường thuật và người biên tập các sách Kinh thánh đã lựa chọn cẩn thận tài liệu, nên chúng ta mang ơn họ và có bổn phận phải tôn trọng sự lựa chọn đó cũng như nghĩ đến những lý do họ đã lựa chọn.

Và phải nhớ rằng đằng sau những con người tường thuật và biên tập này là chính Đức Chúa Trời, Đấng đã ban Lời Ngài cho chúng ta qua công tác của họ. Cho nên điều *họ chọn lựa* để đưa vào là điều *Chúa muốn* được đưa vào. Chắc chắn đây là điều quan trọng cho việc giảng dạy của chúng ta. Lý do chúng ta chọn *giảng* câu chuyện này phải phản chiếu trên phương diện nào đó lý do người tường thuật chọn *viết* ra câu chuyện và lý do Đức Chúa Trời muốn *có* câu chuyện đó trong Kinh thánh.

Tôi có thể nghĩ đến bốn loại lý do chính vì sao những câu chuyện được chọn đưa vào Kinh thánh.

i) Một số câu chuyện ghi lại những sự kiện lịch sử làm nền tảng cho đức tin của chúng ta

Đây là những sự kiện độc nhất vô nhị theo ý nghĩa chúng được xem như những việc quan trọng Chúa làm trong lịch sử cứu rỗi. Chúng là "bộ xương" của toàn bộ ký thuật Kinh thánh—xương sống để tất cả những câu chuyện khác được gắn vào. Chỉ suy nghĩ đến phần trọng tâm của câu chuyện, từ giữa phần đầu (sự sáng tạo và sa ngã) tới phần cuối (sự tạo dựng mới), trong phân loại này, tôi sẽ đưa vào các sự kiện sau:

- Lời hứa của Chúa với Áp-ra-ham
- Cuộc xuất hành
- Giao ước tại Si-na-i
- Ban xứ Ca-na-an
- Lời hứa của Chúa với Đa-vít
- Lưu đày và hồi hương
- Sự ra đời, cuộc đời, sự chết, sự sống lại và thăng thiên của Chúa Giê-xu ở Na-xa-rét
- Sự tuôn đổ Thánh Linh vào lễ Ngũ Tuần
- Sự hiện đến lần thứ nhì của Đấng Christ

Tại sao những câu chuyện này được đưa vào và kể lại? Bởi vì chúng là những thời khắc quan trọng trong kế hoạch cứu rỗi vĩ đại của Đức Chúa Trời cho thế gian. Vì vậy, chúng ta phải giảng những câu chuyện đó, không phải rút ra những bài học để áp dụng phải sống thế nào, mà phải chỉ ra tình yêu và ân điển cứu rỗi của Đức Chúa Trời. Đây là điều mà Cựu Ước gọi là "những việc quyền năng của Đức Chúa Trời."

ii) Một số câu chuyện minh họa những loại kinh nghiệm liên hệ đến đức tin và sự vâng lời

Nhiều câu chuyện riêng lẻ và chuyện kể dài hơn trong Cựu Ước chỉ ra ý nghĩa của việc nghe và đáp ứng với lời hứa của Chúa là gì. Một số câu chuyện mô tả ý nghĩa của việc kinh nghiệm sự cứu rỗi của Đức Chúa Trời trong mọi hoàn cảnh. Vì vậy, ở một mức độ, các câu chuyện nói đến lòng tin cậy và vâng lời của các nhân vật. Nhưng quan trọng hơn là chúng chỉ về sự thành tín của Đức Chúa Trời. Đức Chúa Trời có thể hành động qua hoàn cảnh cho dù là hoàn cảnh nguy hiểm và khó khăn nhất đi chăng nữa (hãy nghĩ đến Giô-sép). Và Ngài thường hành động một cách đáng kinh ngạc. Đức Chúa Trời có thể đem sự cứu chuộc, chiến thắng, sự sống, phước hạnh đến—ngay cả khi cuộc sống dường như đầy nguy hiểm, thất bại, chết chóc và rủa sả.

iii) **Một số câu chuyện minh họa sự chịu khổ và giá phải trả cho đức tin và sự vâng lời**

Nhiều câu chuyện không "đẹp đẽ" gì. Kinh thánh rất chân thực và thực tế. Ngay cả người tốt, là những người cố gắng trung thành và vâng phục Chúa, cũng phải chịu đựng những điều tồi tệ. Đôi khi Đức Chúa Trời giải cứu họ (Giê-rê-mi). Đôi lúc Ngài chẳng giải cứu (tiên tri U-ri—cũng trong chương đó, Giê 26). Hê-bơ-rơ 11 cho chúng ta một danh sách *cả hai* trải nghiệm này—những người nhận phước hạnh và sự cứu rỗi nhờ đức tin, còn một số khác được khen ngợi về đức tin nhưng phải chịu khổ mà không được giải cứu (xem xét cẩn thận Hê 11:35–40).

iv) **Một số câu chuyện minh họa hậu quả của tội lỗi và sự chống nghịch**

Một số câu chuyện khó chịu nhất trong Cựu Ước có liên quan đến cách Chúa đoán phạt những người khăng khăng bất tuân và chống nghịch, hoặc đoán phạt những xã hội đã trở nên hoàn toàn thối nát và tha hóa (Sô-đôm và Gô-mô-rơ, người Ca-na-an, Y-sơ-ra-ên và Giu-đa). Nhưng ngay cả trong những câu chuyện kể u ám như thế, vẫn có những lúc bàn tay cứu chuộc của Đức Chúa Trời hành động. Lót và gia đình ông được giải cứu. Ra-háp được cứu. Dân sót của Y-sơ-ra-ên sống sót trong cuộc lưu đày và cuối cùng trở về quê hương. Một lần nữa, chúng ta cần giảng những câu chuyện này, không phải chỉ để phơi bày tội lỗi của con người, mà còn để dạy về bản tính của Đức Chúa Trời của sự công bình và ân điển.

Vì vậy, quay lại với ví dụ minh họa về câu chuyện Đa-vít và Gô-li-át, hãy đặt câu hỏi "Tại sao?" Bạn nghĩ tại sao người biên tập sách 1 Sa-mu-ên đưa câu chuyện này vào?

Đây là gợi ý. Hãy xem cẩn thận *những câu nói quan trọng của Đa-vít* trong câu chuyện, ở các câu 26, 32, 34–37, 45–47.

- Đa-vít nghĩ thế nào về lời thách thức của Gô-li-át?
- Đa-vít mong đợi thắng trận chiến này bằng cách nào?
- Đa-vít mong muốn mọi người sẽ biết điều gì khi cậu giết được Gô-li-át?
- Ai là kẻ thù thật sự của Gô-li-át?
- Người tường thuật đang nói gì với độc giả qua những câu trả lời cho các câu hỏi trên?

Tóm lại, tôi nghĩ người tường thuật kể câu chuyện để cho thấy rằng, ít ra trong thời của ông, Đa-vít là người biết và tin cậy Đức Chúa Trời, là người hiểu rằng Đức Chúa Trời sẽ bảo vệ thanh danh của Ngài, vì ích lợi của chính dân sự Ngài. Đa-vít sẽ trải qua nhiều thử thách nữa (ở những chương tiếp theo), nhưng người tường thuật đang chỉ cho chúng ta thấy phẩm chất của gã trai trẻ này, là người sắp trở thành vị vua được xức dầu của Đức Chúa Trời, và cho chúng ta thấy cuộc đời của chàng sẽ đem lại vinh quang cho Chúa và dân sự

Ngài như thế nào (cho đến khi chàng phạm tội và làm hỏng tất cả), vì chàng tin cậy một Đức Chúa Trời hằng sống.

b) Người tường thuật chọn kể câu chuyện theo cách này; vì vậy chúng ta nên hỏi "như thế nào"?

Trong ví dụ ngay bên trên, người tường thuật sử dụng *lời nói* của nhân vật, không chỉ để đưa vào câu chuyện một chút màu sắc của đời thực (và sự hài hước, 17:29), mà còn để cho thấy câu chuyện thật sự đang nói về điều gì và nói về Đức Chúa Trời của Y-sơ-ra-ên như thế nào. Đó chỉ là một ví dụ. Xem xét cẩn thận những lời nói và những mẩu đối thoại mà người tường thuật đưa vào câu chuyện luôn luôn là điều tốt. Thông thường chúng cho chúng ta manh mối để nhận biết quan điểm và ý định của chính người tường thuật.

Mỗi câu chuyện đều có một chuỗi *các phân cảnh*, khi tiêu điểm chuyển từ thời điểm này sang thời điểm khác, hoặc từ người này sang người khác. Ai kiểm soát cách trình bày những cảnh này? Dĩ nhiên là người tường thuật. Hãy thử nghĩ đến câu chuyện đó như nghĩ về một bộ phim. Điều bạn nhìn thấy trong phim phụ thuộc vào góc máy quay. Và đằng sau máy quay là đạo diễn. Đạo diễn quyết định cho bạn xem bao nhiêu, khi nào chiếu cận cảnh khuôn mặt của ai đó hoặc đưa ra xa để có toàn cảnh. Đạo diễn quyết định khi nào di chuyển từ cảnh này sang cảnh khác, có "chiếu lại" chuyện đã xảy ra trước đó không. Tất cả được quay thành phim từ *cách nhìn* của đạo diễn. Và với câu chuyện Kinh Thánh cũng vậy. Chúng ta đọc và "nhìn" toàn bộ câu chuyện từ góc nhìn mà người tường thuật chọn cho chúng ta. Chúng ta nhìn câu chuyện từ góc nhìn của người tường thuật.

☑ Những ý cần kiểm tra

Vậy thì, khi bạn đọc và chuẩn bị giảng một câu chuyện Kinh Thánh, hãy nghĩ đến *cách* người tường thuật kể lại câu chuyện.

- Người tường thuật có đưa yếu tố *hồi hộp và ngạc nhiên* vào câu chuyện ấy không? Bạn có thể xây dựng những yếu tố này vào trong bài giảng của mình không?
- Người tường thuật *nhấn mạnh* điều gì và bằng cách nào? Hãy tìm những từ ngữ hay cụm từ *được lặp đi lặp lại*; chúng thường đồng nghĩa với việc người tường thuật thật sự muốn bạn chú ý đến điều gì đó. Phải làm sao cho hội chúng của bạn cũng chú ý đến điều đó nữa.
- Người tường thuật kể chuyện với *tốc độ* thế nào? Ông có kể về một khoảng thời gian dài chỉ bằng vài câu, rồi sau đó lại dừng lại để nói đến một khoảng thời gian ngắn bằng một câu chuyện rất dài và tập trung không? Các câu chuyện có thể diễn tiến nhanh hay chậm. Hãy suy nghĩ xem cả hai kỹ thuật này được sử dụng thế nào trong các câu chuyện về Giô-sép và Môi-se.

- Người tường thuật có chứa *khoảng trống* để bạn điền vào bằng chính trí tưởng tượng của mình không (ví dụ: trong 2 Sa 11: Tại sao Đa-vít không đi ra chiến đấu với quân đội của mình khi mùa xuân đến? Bát-sê-ba có được lựa chọn hoặc ưng thuận hoặc từ chối lời ve vãn của Đa-vít không? U-ri có biết chuyện đã xảy ra giữa Đa-vít và Bát-sê-ba không? Giô-áp có biết không? Người tường thuật hoàn toàn không cho chúng ta câu trả lời). Hãy để cho hội chúng nghĩ đến những câu trả lời khả dĩ thay vì cứ khăng khăng cho rằng suy đoán của bạn mới đúng.
- Người tường thuật có tạo *tương phản* rõ rệt giữa câu chuyện này và câu chuyện khác không?
- Người tường thuật có kể chuyện theo kiểu *lặp lại câu chuyện khác* trong Kinh thánh không? Ví dụ, có những chi tiết trong các câu chuyện về Giô-suê và Ê-li lặp lại từ câu chuyện về Môi-se. Có những phương diện mà Nô-ê và Áp-ra-ham là "những A-đam thứ hai" (Dĩ nhiên Chúa Giê-xu là "A-đam cuối cùng").

7.5   Vậy thì sao? Độc giả

Mỗi câu chuyện đều cần có người nghe hoặc người đọc. Khi bạn soạn bài giảng thì người nghe chính là bạn, còn khi bạn thật sự giảng thì người nghe là hội chúng. Câu chuyện đòi hỏi phải có một đáp ứng nào đó—trực tiếp hoặc, thông thường là, gián tiếp.

Ví dụ hay nhất về đáp ứng trực tiếp với một câu chuyện thật ra lại là một câu chuyện khác bên trong một câu chuyện (2 Sa 12). Đa-vít đã chiếm đoạt Bát-sê-ba và sắp đặt để giết chồng bà là U-ri. Ông nghĩ như thế sẽ giải quyết được vấn đề. Nhưng trong mắt Chúa thì không phải. Vì vậy, Đức Chúa Trời sai tiên tri Na-than đến chất vấn Đa-vít về tội lỗi của ông. Na-than làm điều đó bằng cách nào? *Ông kể một câu chuyện* nói về một người giàu có nhiều chiên đến nỗi không đếm xuể, nhưng lại lấy cắp con cừu duy nhất của người đàn ông nghèo để nấu bữa ăn chiều. Đa-vít chắc mẩm mình đang nghe một tình huống có thật, nên ông nổi giận phừng phừng và tuyên án. Ông *đáp ứng* với câu chuyện bằng một bản án hợp pháp và rõ ràng về mặt đạo đức. Khi đó, Na-than nói "Vua chính là người đó!" Rất thông minh! Bằng cách để cho Đa-vít phân xử *câu chuyện*, Na-than khiến Đa-vít *tự* xét xử *mình*.

Không phải mọi câu chuyện trong Kinh thánh, hay mọi bài giảng, đều sẽ tạo được hiệu quả *như thế*! Nhưng nó phải tạo được hiệu quả *nào đó*. Thật vậy, một trong những cách những người tường thuật Kinh thánh làm tốt công việc của họ là họ hầu như *buộc* độc giả phải đáp ứng theo cách nào đó—để vận dụng tư duy đạo đức của họ và đánh giá những việc xảy ra trong câu chuyện

- Thời điểm hay hành động nào trong câu chuyện là tốt và cái nào là xấu?
- Điều gì đúng hoặc sai trong thái độ và hành động của các nhân vật?

- Bạn đánh giá điều tốt và xấu, đúng và sau trong câu chuyện dựa trên những lý do nào?
- Điều gì làm đẹp lòng Chúa hay không làm Chúa vui lòng?
- Bằng cách nào và vì sao sự việc trở nên như vậy?
- Chúng ta cần học bài học gì?
- Dưới ánh sáng của câu chuyện này, chính chúng ta nên suy nghĩ, nói năng và hành động như thế nào trong chính đời sống mình?

Và đây là lúc chúng ta cần nhớ lại điều tôi đã giải thích trong chương 2. Chúng ta đang đọc và giảng các câu chuyện trong Kinh Thánh *từ chính câu chuyện Kinh thánh*.

Bạn có nhớ sáu màn chính của vở kịch Kinh thánh không? Chúng ta sống trong Màn 5. Nhưng tất cả những gì xảy ra trong Màn 3 (thời kỳ của Y-sơ-ra-ên trong Cựu Ước) là *một phần trong câu chuyện của chúng ta*. Nói cách khác, một câu chuyện lớn này, và nhiều câu chuyện nhỏ hơn, *đều liên quan* đến chúng ta. Chúng là một phần trong phương cách Đức Chúa Trời đem sự cứu rỗi đến cho chúng ta. Và chúng là một phần trong cách thức Chúa đem sự cứu chuộc đến cho toàn thể cõi tạo vật. Còn chúng ta cũng là một phần trong câu chuyện đó, vì Đức Chúa Trời kêu gọi chúng ta tham gia vào sứ mạng của Ngài. Chúng ta tiếp tục câu chuyện trong vai trò những người tin theo Đấng Christ bằng năng quyền của Thánh Linh. Cho nên, tất cả những gì đã xảy ra trước đó trong câu chuyện Kinh Thánh nói về Đức Chúa Trời hành động trong thế giới vào thời đó cần được kết nối với cuộc sống chúng ta đang sống cho Chúa ngày hôm nay trong thế gian này. Tức là chúng ta phải *đáp ứng* với câu chuyện mà Đức Chúa Trời đã chọn kể lại cho chúng ta trong Kinh thánh—trong rất nhiều câu chuyện.

☑ Những ý cần kiểm tra

Tôi nghĩ điều này có nghĩa là chúng ta không nên chỉ đặt câu hỏi phần *áp dụng* của câu chuyện, mà còn phải hỏi về *ngụ ý* của câu chuyện. Nói như vậy nghĩa là gì?

Chúng ta thường đọc một câu chuyện trong Kinh thánh, rồi chỉ đặt câu hỏi "Điều đó áp dụng cho tôi như thế nào?" Rồi chúng ta rút ra vài nguyên tắc hay hay—một số lời khuyên hữu ích mà chúng ta có thể rút ra từ bất kỳ câu chuyện nào, cho dù có trong Kinh Thánh hay không. Hoặc chúng ta có thể cảm thấy câu chuyện thật sự không áp dụng được gì cho chúng ta cả—nếu vậy, tại sao câu chuyện ấy lại có trong Kinh thánh, và tại sao chúng ta lại mất công đọc hay giảng câu chuyện ấy?

Thay vào đó, chúng ta cần hỏi:
- Bóng dáng của tôi ở đâu trong câu chuyện này? Tôi thuộc về dân sự Ngài, là con cháu của Áp-ra-ham, qua Đấng Christ. Đức Chúa Trời vẫn y nguyên, và Ngài đã cứu tôi để ghép tôi vào dân tộc này. Đức Chúa Trời

đã hành động vào thời điểm xảy ra câu chuyện, và Ngài vẫn còn hành động ngày hôm nay. Vậy thì tôi phải đáp ứng thế nào với Đức Chúa Trời của tôi sau khi đọc câu chuyện về dân tộc "của tôi"?

- Tôi ở đâu trong *toàn bộ câu chuyện* của Đức Chúa Trời dưới ánh sáng của câu chuyện *cụ thể này* trong Kinh Thánh?
- Câu chuyện này giúp tôi cam kết đi theo Chúa Giê-xu và vâng giữ mạng lệnh Ngài là đi ra môn đồ hóa muôn dân như thế nào?
- Câu chuyện này thách thức tôi trung tín dự phần cách hiệu quả vào câu chuyện lớn của Đức Chúa Trời trong thế hệ của tôi như thế nào?
- Câu chuyện này dạy tôi điều gì về Đức Chúa Trời, Đấng đã cứu tôi và làm cho tôi được dự phần trong sứ mạng của Ngài?

> **CÂU HỎI VÀ BÀI TẬP**
>
> 1. Nếu trước đây bạn đã giảng một số câu chuyện Cựu Ước và vẫn còn giữ phần ghi chép, thì hãy xem lại. Dưới ánh sáng của những gì chúng ta đã học trong chương này, bây giờ bạn sẽ giảng câu chuyện đó khác với ngày trước như thế nào?
> 2. Đọc cẩn thận câu chuyện về Áp-ra-ham và Y-sác trong Sáng Thế Ký 22:1–19. Hãy nghiên cứu kỹ, cá nhân hoặc theo nhóm, và hỏi năm câu hỏi chính của từng phần trong chương này. Nếu làm việc theo nhóm, xin chia sẻ suy nghĩ của bạn và xem xét những điều bạn quan sát được sẽ tạo sự khác biệt nào trong cách bạn giảng câu chuyện đó.

8

Bảy Nguy Cơ Cần Tránh Khi Giảng Các Câu Chuyện Trong Cựu Ước

Điều cuối cùng tôi muốn làm là cản bạn đừng "thử" giảng những câu chuyện tuyệt vời của Cựu Ước! Dù bạn có nhiệt tình cỡ nào, thì vẫn có vài điều bạn cần phải cẩn thận. Hầu hết những điều này đều đi theo những gì chúng ta đã nói. Tôi hy vọng những ý sau đây sẽ không khiến bạn trở nên tiêu cực. Mục đích – phải luôn là điều chúng ta hướng đến khi giảng—là để cố gắng giảng tốt hơn và tránh bất kỳ điều gì không hữu ích. Đây phải luôn luôn là mục đích của tất cả chúng ta trong sự giảng dạy.

8.1 Đừng biến câu chuyện thành một vài nguyên tắc đạo đức

Đây là nguy cơ lên *mặt dạy đời* qua những câu chuyện trong Kinh thánh. Điều này có nghĩa là tôi chỉ rút ra vài tư tưởng đạo đức đơn giản từ câu chuyện rồi giảng cho hội chúng. Ví dụ, tôi có thể nói như thế này về câu chuyện Đa-vít và Gô-li-át: "Một người nhỏ bé chẳng có mấy sự trợ giúp lại vượt trên trở ngại to lớn vì người ấy đặt đức tin nơi Đức Chúa Trời. Vì vậy, đừng lo sợ trước những chuyện to lớn. Hãy tin cậy Chúa!" Dĩ nhiên, điều đó đúng. Nhưng chắc chắn đó không phải là điều duy nhất, hay thậm chí điều quan trọng nhất mà câu chuyện muốn chúng ta biết.

Dạy đời theo cách đó thường bỏ qua bối cảnh lịch sử của câu chuyện là bối cảnh của Cựu Ước. Làm như vậy là không nghĩ đến lý do vì sao người tường thuật đưa câu chuyện này vào. Cũng không để tâm câu chuyện này hòa hợp thế nào với câu chuyện lớn hơn là việc phát triển mối quan hệ của Chúa với Y-sơ-ra-ên và sự ứng nghiệm lời hứa của Ngài. Và nó củng cố hiểu biết sai lầm rằng lý do *duy nhất* chúng ta có các câu chuyện trong Kinh thánh là để dạy chúng ta bắt chước "những người tốt" trong Kinh Thánh, là không làm điều "những kẻ xấu" đã làm. Dĩ nhiên, có nhiều bài học chúng ta có thể học được từ những câu chuyện này, và đó là một phần mục đích của chúng. Nhưng chúng ta không nên *làm cho* màu sắc và sự phong phú của các câu chuyện trong Kinh thánh chỉ còn là những nguyên tắc đạo đức đơn thuần.

Tương tự, nếu chúng ta cứ dùng chuyện Kinh thánh để lên lớp theo cách đó để rồi tất cả những gì chúng ta nói với mọi người là "Hãy làm như thế này" hay "Đừng làm như thế kia", thì chúng ta có nguy cơ hủy hoại sứ điệp chung của Kinh thánh, là sứ điệp liên hệ đến tin tốt lành lạ lùng về ân điển cứu rỗi và tối thượng của Đức Chúa Trời. Chúng ta sẽ quay lại ý này ở phần cuối.

8.2   Đừng biến câu chuyện thành một vài lẽ thật thuộc linh

Đây là nguy cơ *thuộc linh hóa* các câu chuyện Kinh thánh. Thói quen này thường là từ câu chuyện nhảy bổ sang việc liên hệ đến Chúa Giê-xu và mối liên hệ giữa chúng ta với Ngài. Ví dụ, tôi có thể nói rằng "Đa-vít đặt đức tin nơi Đức Chúa Trời. Điều đó dạy chúng ta đặt đức tin nơi Chúa Giê-xu nếu muốn được cứu. Chúa Giê-xu đủ mạnh để chiến thắng kẻ thù lớn nhất của chúng ta, là tội lỗi và Sa-tan." Điều này cũng đúng. Nhưng chỉ giảng như thế là bỏ qua phần chính yếu của câu chuyện, và không chú ý gì đến bối cảnh rất đời trong lịch sử của Y-sơ-ra-ên. Nó làm cho tất cả câu chuyện Cựu Ước thành không còn gì khác hơn là những bức tranh mini minh họa cho một lẽ thật thuộc linh của Tân Ước. Và một khi bạn hiểu lẽ thật thuộc linh đó rồi, thì bạn không thật sự cần câu chuyện Cựu Ước nữa. Kiểu giảng dạy này không màng đến những sự việc *có thật* đã xảy ra với những con người *có thật* trong lịch sử *có thật*, và không chú ý đến thông điệp gửi đến chúng ta qua hành động của Chúa trong những thực tại này.

Đôi khi người ta lấy một câu chuyện Cựu Ước và thậm chí còn nói rằng câu chuyện nói "về Chúa Giê-xu"— như thể Ngài có mặt trong câu chuyện đó vậy. Trong chương 4, chúng ta đã thấy tại sao không nên làm như thế, cho dù có thể có những cách hợp lý để nối kết với Chúa Giê-xu ở một điểm nào đó trong bài giảng (như chúng ta đã thấy trong chương 5).

Bạn có thể thuộc linh hóa câu chuyện xuất hành. "Trong cuộc xuất hành, Đức Chúa Trời giải cứu người Y-sơ-ra-ên khỏi ách nô lệ Ai Cập. Đó là bức tranh về việc Chúa giải cứu chúng ta khỏi tội lỗi qua thập tự giá của Đấng Christ." Đúng vậy, rõ ràng Tân Ước thật sự có dùng cuộc xuất hành như một cách giải thích về quyền năng giải phóng lớn lao của thập tự giá. Nhưng nếu bạn *chỉ* giảng sứ điệp đó từ cuộc xuất hành thì bạn đang bỏ qua một điều là Đức Chúa Trời đã giải cứu một dân tộc có thật ra khỏi tình trạng áp bức chính trị, bóc lột kinh tế và âm mưu diệt chủng thật sự. Đức Chúa Trời của Kinh thánh thiết tha sự công bằng và giàu lòng thương xót đối với người nghèo và người bị áp bức. Đó là ý chính của lẽ thật về câu chuyện xuất hành mà chúng ta không nên đánh mất hay bỏ qua bởi việc thuộc linh hóa toàn bộ câu chuyện, biến nó trở thành bức tranh về sự cứu rỗi khỏi tội lỗi (mà thôi).

Bạn có thể thuộc linh hóa câu chuyện Giô-suê và xứ Ca-na-an. "Đức Chúa Trời đã ban xứ Ca-na-an cho Y-sơ-ra-ên làm cơ nghiệp. Đó là bức tranh về cơ nghiệp lớn mà chúng ta có được trong Chúa Giê-xu Christ, hay đó là hình ảnh của "thiên đàng" khi chúng ta "băng qua Giô-đanh" và đến trong "đất hứa". Phải, đúng là Tân Ước có thấy ý nghĩa đó nơi xứ của người Y-sơ-ra-ên trong Cựu Ước. Nhưng nếu từ những câu chuyện về đất hứa bạn *chỉ* giảng sứ điệp đó, thì bạn đã bỏ qua tất cả những gì Cựu Ước nói về xứ sở có thật ở trên đất của Y-sơ-ra-ên. Đức Chúa Trời nói với Y-sơ-ra-ên rằng Ngài mong đợi họ sống trong xứ với sự công bằng kinh tế và lòng thương xót. Có nhiều luật lệ và câu chuyện về cuộc sống trong xứ Y-sơ-ra-ên dạy chúng ta nhiều điều về việc Chúa mong đợi chúng ta sống ra sao trên đất này. Chúng không chỉ hướng đến Chúa Giê-xu hay đến "thiên đàng".

8.3 Đừng đi tìm những ý nghĩa tưởng tượng ẩn giấu trong câu chuyện

Đây là nguy cơ *ngụ ngôn hóa* những câu chuyện trong Kinh Thánh. Ngụ ngôn là câu chuyện được chủ ý viết ra theo cách tất cả các nhân vật và chi tiết trong câu chuyện đều mang ý nghĩa thuộc linh hay đạo đức nào đó. Ví dụ được nhiều người biết nhất trong Cơ Đốc giáo là quyển sách nổi tiếng của John Bunyan *Thiên Lộ Lịch Trình* (The Pilgrim's Progress). Mọi người, mọi nơi chốn và sự kiện trong câu chuyện đều được Bunyan nghĩ ra để mô tả những phương diện khác nhau của đời sống Cơ Đốc. Độc giả biết rằng khi Bunyan mô tả vũng bùn Tuyệt Vọng, lâu đài Nghi Ngờ hay hội chợ Hư Không là thật ra ông đang lần lượt nói đến sự tuyệt vọng, sự vô tín và tinh thần thế gian. Nhưng khi chúng ta đọc những câu chuyện trong Cựu Ước, thì những câu chuyện đó đang nói đến điều chúng đang nói đến—không phải điều khác. Những câu chuyện trong Cựu Ước không được viết ra với mật mã bí mật và ý nghĩa ẩn giấu.[1]

---

[1] Người ta thật sự có biết về những câu chuyện ngụ ngôn hóa, hay chuyện ngụ ngôn, trong thời Cựu Ước, và họ có thể dùng chúng cách hiệu quả. Câu chuyện ngụ ngôn của Giô-tham ở Các Quan Xét 9 là câu chuyện kể về cây cối. Nhưng mọi người đều biết ông đang nói về A-bi-mê-léc và tham vọng làm vua của hắn. Lời Giô-tham nói ra mang nghĩa biểu tượng và mọi người biết phải hiểu như thế nào. Nhưng các tường thuật lịch sử trong Cựu Ước không mang nghĩa biểu tượng theo cách đó. Chúng có thể chỉ về Đấng Christ theo nhiều cách khác nhau, nhưng

Quay lại với Đa-vít và Gô-li-át. Đa-vít nhặt năm viên đá từ một dòng suối. Nếu chúng ta hỏi tại sao (và ngay cả tôi cũng không chắc chúng ta có nên thắc mắc tại sao không), thì có lẽ là vì đó là nơi bạn thường tìm được các viên đá tròn, và Đa-vít lấy năm viên cho chắc. Người tường thuật chỉ cho chúng ta biết việc đã xảy ra mà không bình luận gì cả. Thế mà nhiều người giảng bắt đầu suy đoán những viên đá này, hay dòng suối, hoặc cái tràng của Đa-vít, "tượng trưng" cho điều gì. Chúng chẳng "tượng trưng" cho điều gì cả—chúng chỉ là đá mà thôi, chỉ là sự vật trong câu chuyện, một công cụ thông thường của cậu bé chăn chiên. Bạn có nghe diễn giả nào đó nói rằng năm viên đá tượng trưng cho:

- Năm điều về Đa-vít: can đảm, tự tin, có sự chuẩn bị, đức tin, chiến thắng (hoặc bất kỳ điều gì khác bạn muốn kể ra) chưa?
- Năm sách của Môi-se chưa?
- Năm ổ bánh trong phép lạ của Chúa Giê-xu chưa?
- Năm chức vụ trong hội thánh – sứ đồ, tiên tri, người giảng tin lành, mục sư, giáo sư chưa?
- Năm vết thương của Đấng Christ chưa?

Những cách giải thích khác theo nghĩa bóng là:

- Viên đá được lấy từ dưới suối tượng trưng cho Đức Thánh Linh, vì vậy những viên đá ấy được "xức dầu".
- Đa-vít là Chúa Giê-xu. Gô-li-át là ma quỷ. Đá là chúng ta ("đá sống"). Dòng suối là Đức Thánh Linh. Cái tràng là sự cầu nguyện.[2]

Vấn đề đối với cách giảng như thế là có thể mọi thứ đều nghe rất thú vị và rất thiêng liêng, và có thể còn đưa ra những ý thuộc linh đúng (chúng ta *cần* chống cự ma quỷ bằng quyền năng của Đức Thánh Linh và sự cầu nguyện)—nhưng những ý nghĩ tưởng tượng như thế không phải điều người tường thuật đang muốn nói qua việc kể chuyện.

Ngụ ngôn hóa theo kiểu tưởng tượng này có thể gây một vài ảnh hưởng vô cùng tai hại. Nó có thể khiến người nghe không còn chú ý đến câu chuyện nói chung và đến mục đích của người tường thuật khi kể câu chuyện, bằng cách tập trung vào những tiểu tiết và xem chúng tượng trưng cho những điều không có liên quan gì đến chính câu chuyện ấy. Cách giảng này không chú ý gì đến bối cảnh của câu chuyện ngay trong ngữ cảnh của nó trong lịch sử của Y-sơ-

---

không chứa đựng nhiều ý nghĩa ẩn giấu. Chúng hoàn toàn cho chúng ta biết việc gì đã xảy ra và tại sao.

[2] Tôi tìm thấy tất cả "những cách giải nghĩa" này (và thậm chí nhiều hơn nữa) trên các trang web cung cấp bài giảng về các câu chuyện trong Kinh thánh. "Lời giải thích" đó là ông đã nhặt năm viên đá vì Gô-li-át còn bốn người anh em khổng lồ khác nữa (2 Sa 21), nên Đa-vít cần năm viên đá để giết hết bọn họ, không phải theo kiểu ngụ ngôn hóa mà hoàn toàn là mang tính suy đoán. Chúng ta không biết Đa-vít biết gì về Gô-li-át hoặc dân Phi-li-tin hay không. Sự thật là *người tường thuật không nói cho chúng ta biết* tại sao Đa-vít nhặt năm viên đá, có lẽ vì ông nghĩ điều đó hoặc là quá rõ ràng hoặc là không quan trọng. Bất kỳ điều gì chúng ta đưa ra nhằm giải thích cho việc đó thì hoàn toàn mang tính phỏng đoán và thật sự là phí thời gian.

ra-ên và dòng chảy trong kế hoạch của Chúa ở toàn bộ Kinh Thánh. Nó có thể khiến hội chúng nghĩ "Tôi không thể tự mình đọc và hiểu chuyện Kinh thánh. Các câu chuyện đều có nghĩa ẩn giấu, nên tôi cần có mục sư nói cho biết." Nó thay thế thẩm quyền và sức mạnh bình dị của chính bản văn Kinh thánh được linh cảm bằng sự phỏng đoán khéo léo của người giảng. Hội chúng quên mất bản văn Kinh thánh mà chỉ nhớ "ý nghĩa mục sư nói với mình."

Tôi không phủ nhận một số câu chuyện có thể có nhiều *tầng ý nghĩa*, đặc biệt khi chúng ta xem xét dưới ánh sáng của các phần khác trong Kinh thánh. Trong chương 5, chúng ta đã lưu ý các cách khác nhau trong đó chúng ta có thể thấy những dấu chỉ quan trọng hướng đến Đấng Christ trong các tường thuật ở Cựu Ước. Có những mắt xích và kết nối trong chính toàn bộ câu chuyện Kinh thánh. Các tác giả Tân Ước đôi khi thấy nhiều ý nghĩa trong bản văn Cựu Ước hơn ý nghĩa trước mắt của nó, khi họ đọc bản văn dưới ánh sáng của Đấng Christ. Nhưng điều đó không có nghĩa là câu chuyện nguyên thủy "chỉ là chuyện ngụ ngôn" hoặc chỉ là hình ảnh của một điều gì đó hoàn toàn khác với những sự kiện lịch sử nó đang nói đến.

Ví dụ

Trong **Giô-suê 8,** sau khi đánh bại A-hi, Giô-suê giết vua của A-hi và treo xác hắn lên cây trụ. Điều gì đang xảy ra ở đây? Trước tiên, chúng ta nên liên kết việc này với câu được ghi lại trong Phục Truyền 21:22–23 rằng bất kỳ ai bị treo lên cây trụ sau khi phạm tội trọng đều ở dưới sự rủa sả của Đức Chúa Trời. Vì vậy, việc làm của Giô-suê là biểu hiện rõ ràng cho thấy việc đánh bại và tiêu diệt người Ca-na-an là hành động đoán phạt của Chúa trên sự gian ác của họ, chứ không chỉ là bạo lực tình cờ (như Chúa đã giải thích ở Phục 9:4–6). Ngữ cảnh Cựu Ước trước đó của câu chuyện sẽ giúp giải thích ý nghĩa của điều đang xảy ra.

Nhưng thứ nhì, có lẽ chúng ta nhớ Phao-lô đã cho thấy *Chúa Giê-xu* cũng "bị treo lên cây" khi bị đóng đinh như thế nào (Ga 3:13). Nhưng đó không phải vì tội lỗi và sự gian ác của chính Ngài. Không, Chúa Giê-xu mang lấy sự rủa sả và sự đoán phạt của Đức Chúa Trời *thế cho chúng ta*. Vì vậy, khi giảng câu chuyện đó, chúng ta có thể để cập đến mối liên hệ với Đấng Christ và thập tự giá. Vì Chúa Giê-xu chết thay chúng ta, nên chúng ta không phải ở dưới sự đoán phạt của Chúa như người Ca-na-an nữa. Câu chuyện về chiến thắng của Chúa trên người Ca-na-an là một phần của chính câu chuyện tối thượng dẫn đến chiến thắng của Chúa trên điều ác tại thập tự giá. Đó là một phần trong toàn bộ câu chuyện cứu rỗi của Kinh thánh.

Tuy nhiên, điều chúng ta *không* nên làm là xem Giô-suê 8 (hoặc một phần của chương đó) chỉ là chuyện ngụ ngôn hóa "thật sự" nói về Chúa Giê-xu. Chúng ta không nên nói "Cây trụ *tượng trưng* cho thập tự giá"; hay "Vị vua bị treo trên cây trụ *tượng trưng* cho Vua Giê-xu bị treo trên thập tự giá". Đó là ngụ ngôn hóa câu chuyện, và biến những tiểu tiết thành ý chính. Những chi tiết này không "tượng trưng" cho điều gì cả. Chúng chỉ là những sự việc trong câu chuyện. Còn các phần khác trong Kinh thánh có thể cho chúng thêm ý nghĩa.

8.4 Đừng khái quát hóa câu chuyện thành những ý chính của bài giảng giáo lý

Đây là nguy cơ *chung chung hóa* các câu chuyện Kinh thánh. Một số diễn giả mê kể chuyện và kể rất nhiều câu chuyện trong suốt bài giảng của mình—đáng tiếc thay phần lớn là những câu chuyện về chính họ chứ không phải chuyện kể của Kinh thánh. Còn một số người giảng khác lại *không thích* kể chuyện và hầu như chẳng bao giờ kể chuyện (là điều lạ, vì rõ ràng Chúa Giê-xu cũng dùng chuyện kể một cách rất hiệu quả và thường kể chuyện trong khi giảng dạy). Những diễn giả như thế rất say mê *tín lý* Cơ Đốc. Họ tin vào việc *dạy* hội chúng của họ những lẽ thật quan trọng về tín lý của niềm tin Cơ Đốc. Và đó là điều tuyệt vời. Tôi ao ước nhiều người rao giảng lời Chúa có niềm say mê đó. Nhưng nguy hiểm nằm ở chỗ việc này có thể khiến họ hoặc là bỏ qua hơn một nửa Kinh thánh (là phần ở dạng tường thuật, không phải tín lý rõ ràng), hoặc là khi họ tình cờ giảng một câu chuyện trong Kinh thánh, thì niềm say mê tín lý ấy sẽ khiến họ *bỏ qua chính bản thân câu chuyện* mà biến nó thành một vài tiêu đề về giáo lý.

Họ có thể trình bày câu chuyện mẫu của chúng ta như sau:

Người giảng: "Ồ, tôi chắc rằng tất cả chúng ta đều biết câu chuyện về Đa-vít và Gô-li-át, vì vậy chúng ta không phí thời gian nghe lại câu chuyện đó nữa. Đây là ba giáo lý chúng ta cần học từ câu chuyện này.

'Thứ nhất là *sự tể trị của Đức Chúa Trời*. Đức Chúa Trời đã lựa chọn Đa-vít. Ông là vị vua tương lai do Chúa chọn. [Sau đó có thể đến phần giảng giải dài dòng về giáo lý sự lựa chọn.]

Thứ hai là *quyền năng của Đức Chúa Trời*. Đa-vít tin cậy vào quyền năng của Chúa, là quyền năng mạnh hơn ngoại hình khổng lồ và sức mạnh của Gô-li-át. [Sau đó có thể đến bài dạy dài dòng phần còn lại của Kinh thánh nói gì về sự toàn năng của Đức Chúa Trời.]

Thứ ba là *sự cứu rỗi của Đức Chúa Trời*. Đức Chúa Trời cứu Đa-vít và người Y-sơ-ra-ên thoát khỏi người Phi-li-tin. Nhưng chúng ta biết rằng sự cứu rỗi của Chúa chỉ được thực hiện qua Đấng Christ." [Sau đó là phần giảng giải dài dòng về giáo lý sự cứu rỗi, chết thay và chuộc tội, v.v...]

Đừng hiểu lầm tôi. Tất cả những ý trên đều đúng và là những giáo lý quan trọng trong Kinh thánh. Chúng ta có thể nói rằng chắc chắn sẽ tốt hơn khi xem xét phân đoạn Kinh thánh dạy chúng ta điều gì về *Đức Chúa Trời*, chứ không phải chỉ rút ra cho chính mình những bài học đạo đức tổng quát. Tức là giảng giáo lý chắc chắn tốt hơn giảng đạo đức, vì giáo lý giữ Đức Chúa Trời ở trọng tâm.

Nhưng chúng ta đã đánh mất điều gì đó phải không nhỉ? Điều gì đã xảy ra với câu chuyện—cùng với tất cả sự thích thú, hồi hộp, ngạc nhiên, cốt truyện, nhân vật, đối thoại, kịch và hào hứng của nó? Chúng ta đã đánh mất những góc cạnh thô cứng và hương vị đặc biệt của *câu chuyện độc nhất này* như khi người tường thuật kể. Chúng ta có thể giảng về quyền tể trị, quyền năng và sự cứu rỗi của Đức Chúa Trời hầu như từ mọi phân đoạn trong Kinh Thánh, vậy thì có ích lợi gì khi làm điều đó với câu chuyện *này*, nếu chúng ta không để cho câu chuyện tự làm công việc của nó trong trí tưởng tượng, trong tấm lòng và tâm trí của hội chúng?

Hãy nghĩ như thế này: Đức Chúa Trời có thể ban cho chúng ta toàn bộ Kinh thánh như một quyển sách đầy những giáo lý, được sắp xếp cách hệ thống theo chủ đề. Và thật sự Ngài *có* ban cho chúng ta một vài sách trong Kinh thánh chủ yếu dạy những điều chúng ta cần biết và tin—những sách chứa đầy lời dạy dỗ, chẳng hạn một vài thư tín trong Tân Ước. Nhưng ngược lại, Chúa đã ban cho chúng ta Kinh thánh, là một quyển sách trong đó hơn một nửa là những câu chuyện. Nếu Đức Chúa Trời nghĩ rằng đó là điều quan trọng, thì chúng ta không nên bỏ qua chuyện kể, hoặc biến chúng thành ra giáo lý khi giảng.

Thật ra, như chúng ta đã thấy ở chương 2, tất cả những giáo lý quan trọng của niềm tin Cơ Đốc đều dựa trên một câu chuyện lớn của Kinh thánh nói chung. Những chuyện kể ngắn hơn trong Kinh Thánh củng cố và minh họa cho luồng tư tưởng giáo lý được gắn vào câu chuyện đó. Điều chúng ta tin (trong tư cách người Y-sơ-ra-ên hoặc Cơ Đốc nhân) được đặt trên điều Chúa đã làm. Đó là điều tạo sự khác biệt lớn giữa giáo lý Cơ Đốc rút ra từ Kinh Thánh, và sự suy đoán triết học tôn giáo rút ra từ tư tưởng khôn khéo của con người.

Có bao giờ bạn thắc mắc vì sao người Y-sơ-ra-ên tin điều họ tin không? Giả sử bạn nghe một người Y-sơ-ra-ên hát **Thi Thiên 33**.

Vì lời Đức Giê-hô-va là ngay thẳng, và mọi việc Ngài làm bày tỏ sự thành tín.

Ngài yêu sự công chính và điều chính trực; khắp đất đầy dẫy sự nhân từ của Đức Giê-hô-va. (Thi 33:4–5)

Thử tưởng tượng bạn đến với họ và nói: "Xin lỗi, nhưng *làm thế nào quý vị biết điều đó vậy?* Làm thế nào quý vị biết rằng Đức Chúa Trời ngay thẳng và thành tín? Làm thế nào quý vị biết Ngài công bằng và yêu thương?" (À, đây đều là những giáo lý quan trọng.)

Tôi nghĩ người Y-sơ-ra-ên hát Thi Thiên ấy sẽ trả lời "Anh có nhiều thời gian không? Hãy ngồi xuống đây để tôi kể cho anh nghe câu chuyện của chúng tôi—thực ra là cả một lô một lốc các câu chuyện".

Rồi anh ấy kể cho bạn nghe những câu chuyện về lời hứa của Đức Chúa Trời dành cho Áp-ra-ham và Ngài đã giữ lời hứa ra sao. Nhờ đó anh ấy biết Đức Chúa Trời *thành tín* như thế nào. Anh ấy sẽ kể cho bạn về việc Chúa tiêu diệt sự bất công ngạo mạn của người Ai Cập và cứu con dân Ngài. Nhờ đó anh ấy biết Đức Chúa Trời *công bình*. Anh ấy sẽ kể bạn nghe về sự chăm sóc và chu cấp đầy yêu thương của Chúa cho con dân Ngài trong hoang mạc. Nhờ đó anh ấy biết Chúa là Đấng *yêu thương*. Và cứ như vậy. Sẽ đến lúc anh ấy sẽ đứng dậy và nói "Đó là câu chuyện của chúng tôi. Nhờ đó mà tôi biết Đức Chúa Trời như thế nào và tại sao tôi tin vào điều đó. Bây giờ thì tôi tiếp tục hát được chứ?"

Tóm lại, *Y-sơ-ra-ên học giáo lý từ những câu chuyện của họ*. Và đó là lý do vì sao việc kể đi kể lại những câu chuyện này, từ đời này sang đời kia là việc quan trọng (Phục 6).

Vì vậy, dĩ nhiên phải chuyên tâm để bảo đảm hội chúng của bạn hiểu những giáo lý cốt lõi của niềm tin Cơ Đốc. Nhưng đừng bỏ qua những câu chuyện của Kinh thánh khi làm điều đó. Những câu chuyện Kinh thánh là đồng minh tốt nhất của bạn. Chúng khai thác trí tưởng tượng của chúng ta khi chúng ta học hỏi—và đó là công cụ hữu hiệu. Hãy để những câu chuyện làm công việc của nó—vì công việc đó mà Chúa đã đưa chúng vào trong Kinh thánh. Hãy giảng những câu chuyện Kinh thánh![3]

8.5 Đừng sa lầy vào những chỗ khó và chi tiết

Đây là nguy cơ của việc *phức tạp hóa* các câu chuyện Kinh Thánh. Dĩ nhiên, nhiều câu chuyện trong Cựu Ước khiến chúng ta không ngừng thắc mắc. Điều này đặc biệt xảy ra nếu có những yếu tố kỳ diệu (mà điều này không thường gặp như ta vẫn nghĩ). Chúng ta muốn biết làm thế nào biển rẽ ra khi dân Y-sơ-ra-ên băng qua, hay bằng cách nào và tại sao tường thành Giê-ri-cô lại đổ xuống, hoặc các tai vạ ở Ai Cập thật sự là gì, hay nơi Ê-li thật sự "đi" là đâu, v.v... Nhưng nếu Kinh thánh không dành thời gian giải thích những điều này để thỏa mãn trí tò mò của chúng ta, thì chúng ta cũng không nên phí thời gian trên bục giảng để đưa ra mọi lời giải thích khả thi mà chúng ta đã nghe hay đọc được. Hãy kể câu chuyện, và nhường những chi tiết đó cho sự khôn ngoan cũng như quyền năng của Đức Chúa Trời.

Dĩ nhiên, cũng có những câu chuyện Cựu Ước xảy ra trong thế giới Cận Đông cổ đại, và bây giờ nhờ vào khám phá khảo cổ mà chúng ta biết nhiều hơn về thế giới thời cổ. Thỉnh thoảng, cũng hữu ích khi cho hội chúng biết những thông tin giúp họ hiểu câu chuyện Kinh thánh rõ hơn, hoặc đặt vào ngữ cảnh văn hóa và lịch sử của nó. Nhưng bục giảng không phải là nơi để bạn phô bày mọi kiến thức bạn có được từ sách vở. Chỉ đưa vào bài giảng vừa đủ thông tin *thật sự* giúp hội chúng hiểu bản văn rõ hơn. Nếu không bạn sẽ trở nên chán ngắt và nhạt nhẽo, và hội chúng sẽ không còn hứng thú với chính câu chuyện ấy—đó là thảm họa.

---

[3]Dale Ralph Davis cho biết những câu chuyện Kinh thánh là "xương sườn giáo lý được bọc trong lớp thịt chuyện kể" trong quyển *The Word Became Flesh: How to Preach from Old Testament Narrative Texts* (Fearn: Christian Focus, 2006), tr. 127.

Như chúng ta đã nói ở trên, nhiều câu chuyện trong Cựu Ước có những chi tiết mang tính mô tả (giống như năm hòn đá của Đa-vít, hoặc các trái cây cụ thể mà A-bi-ga-in chất lên lừa đem cho Đa-vít). Đừng để bị cám dỗ cố gắng giải thích mọi chi tiết trong câu chuyện như thể chúng đều quan trọng như nhau. Cụ thể, đừng bị sa lầy vào việc tìm cách giải thích những con số, ngày tháng và chi tiết như thế. Xem xét *tổng thể câu chuyện*, người tường thuật muốn nhấn mạnh điều gì? Điều gì thật sự quan trọng trong cách người tường thuật trình bày các nhân vật và đan dệt cốt truyện với nhau? Những điều nào thật sự "lấp đầy ống kính"? Rồi hãy tập trung vào những sự việc chính này trong bài giảng.

Đôi khi các câu chuyện Kinh thánh cũng gây bối rối, khó chịu hay choáng váng. Chúng ta có thể bị cám dỗ giải thích cho vấn đề ít nghiêm trọng hơn, hoặc chỉ cho thấy lý do sự việc không thật sự tồi tệ như thế. Đừng làm thế! Đức Chúa Trời kể đúng như sự thật. Con người là tội nhân và có thể làm những việc vô cùng xấu xa. Điều lạ lùng của Kinh thánh là Đức Chúa Trời tiếp tục hành động với và qua ngay cả những con người sa ngã, tội lỗi. Và đến cuối cùng, Đức Chúa Trời hoàn thành mục đích của Ngài—bất chấp tất cả những nan đề chúng ta đã gây ra.

8.6   Đừng tạo ra những mong đợi sai trật

Đây là nguy cơ *cá nhân hóa* câu chuyện Kinh thánh cách sai trật. Khi nói như vậy, ý tôi là đọc câu chuyện Cựu Ước như thể câu chuyện toàn nói về tôi (hay giảng như thể câu chuyện toàn nói về thính giả đang ngồi dưới các hàng ghế). Đây là chỗ chúng ta cần cân nhắc cẩn thận. Một mặt, dĩ nhiên tôi cần phải hỏi "Câu chuyện này có ý nghĩa gì đối với tôi? Tôi cần đáp ứng thế nào? Những hàm ý của câu chuyện cho chính đời sống tôi/chúng tôi là gì?" Nhưng mặt khác, nguy cơ nằm ở suy nghĩ cho rằng hễ điều gì Chúa làm cho anh hùng trong câu chuyện, thì Ngài cũng buộc phải làm cho tôi (hay cho bạn). *Cứ như thể tôi là người đó trong câu chuyện*, và tôi có thể khẳng định toàn bộ câu chuyện là dành cho tôi. Tôi xem câu chuyện như lời hứa cho cá nhân tôi vậy.

Bạn có biết bài linh khúc lâu đời "Việc Đức Chúa Trời có thể làm thì chẳng có gì bí mật cả; điều Ngài đã làm cho người khác, Ngài sẽ làm cho bạn" không?[4] Nếu chúng ta đang nói đến việc Chúa tha thứ tội lỗi và ban cho chúng ta sự sống đời đời qua đức tin nơi Chúa Giê-xu Christ, thì điều đó đúng. Còn nếu chúng ta cho rằng câu hát trên có nghĩa là Đức Chúa Trời *nhất thiết* sẽ làm cho chúng ta bất kỳ điều gì Ngài đã làm cho nhân vật trong các câu chuyện Kinh thánh, thì chúng ta đang cá nhân hóa bản văn một cách sai trật. Chúng ta đang áp đặt bản văn phải hàm chứa những lời hứa mà bản văn ấy không hề hứa.

---

[4]Điệp khúc của bài "The chimes of time ring out the news" do Stuart Hamblen sáng tác. Đó là bài nhạc từ những năm 1950.

Vì vậy, tôi có thể giảng câu chuyện Chúa bảo vệ Ê-li và sai chim quạ đem thức ăn đến cho ông theo kiểu hàm ý rằng Đức Chúa Trời sẽ làm y như vậy cho chúng ta (có lẽ không cần chim quạ). Hoặc vì Đức Chúa Trời gìn giữ Đa-ni-ên được an toàn trong hang sư tử, nên Ngài sẽ luôn luôn gìn giữ chúng ta được an toàn khỏi mọi nguy hiểm. Nhưng chúng ta biết rằng, ngay cả trong Kinh thánh, không phải lúc nào Đức Chúa Trời cũng ngăn chặn để những người trung tín không bị tấn công hay bị giết (Hê-bơ-rơ 11 nói rõ ý này một cách rất sinh động). Ắt hẳn chúng ta được *khích lệ* nhờ những câu chuyện nói về sự chu cấp và bảo vệ của Đức Chúa Trời, và chúng ta chắc chắn có thể *cầu nguyện* xin Chúa cũng làm điều đó cho chúng ta nữa. Nhưng chúng ta không thể giả định rằng mọi câu chuyện đều là lời hứa cho cá nhân, rằng Chúa sẽ luôn luôn làm y như vậy cho chúng ta.

Một lần nọ, trong lớp học về giảng dạy (tuyên đạo pháp) tại một trường đại học nơi tôi làm việc, có một sinh viên giảng về cách Đức Chúa Trời đem dân lưu đày Giu-đa từ Ba-by-lôn trở về quê hương. Anh sinh viên nói với chúng tôi rằng hội chúng mà anh nhắm đến trong bài giảng của mình là những Cơ Đốc nhân tị nạn từ Phi Châu đến. Anh giảng câu chuyện Kinh thánh như một *lời hứa* của Chúa rằng họ (những người tị nạn Phi Châu) nhất định và sẽ sớm được trở về quê hương.

Nhưng chúng ta không thể biến những câu chuyện nói về điều Chúa *đã* làm—những câu chuyện thật sự chứng minh điều Chúa *có thể* làm—thành những lời hứa như những tờ séc được ký khống về điều Đức Chúa Trời *sẽ* làm, hoặc *phải* làm cho bạn, cho tôi và cho mọi người. Tại sao? Vì chính Kinh thánh không làm như vậy. Thật thế, Kinh thánh cho chúng ta những ví dụ bác bỏ kiểu mong đợi sai trật này.

- Đức Chúa Trời cứu Giô-sép ra khỏi tù, còn quan dâng bánh thì bị chém đầu (Sáng 40).
- Đức Chúa Trời cứu sống Môi-se trên sông Nin, nhưng nhiều em bé trai khác chắn hẳn đã bị chết ngộp dưới dòng sông đó.
- Đức Chúa Trời bảo vệ Giê-rê-mi không bị đám đông giết, nhưng tiên tri U-ri lại bị vua Giê-hô-gia-kim giết chết (Giê 26).
- Đức Chúa Trời ban phước cho Áp-ra-ham ngày càng giàu có, còn Giê-rê-mi phải chịu sự cô đơn, căm ghét và đánh đập, và bị bỏ tù—*vì* ông tin cậy và vâng lời Chúa.
- Phi-e-rơ được thiên sứ giải cứu khỏi ngục tù, còn Gia-cơ bị xử tử bằng lưỡi gươm (Công 12).
- Chúa Giê-xu chữa lành nhiều người, nhưng Đức Chúa Trời lại không cất "cái dằm xóc" của Phao-lô – đây có lẽ là một căn bệnh thể xác. Một dịp khác, Phao-lô phải bỏ lại đồng nghiệp (Trô-phim) vì người đó bị bệnh (2 Ti 4:20). Tôi chắc rằng Phao-lô đã cầu nguyện cho người ấy nhưng Chúa không chữa lành ngay.

Ba bạn của Đa-ni-ên đã có cách nhìn đúng về điều này. Khi Nê-bu-cát-nết-sa đe dọa giết họ bằng lò lửa cháy phừng phừng, họ đã có câu trả lời kinh điển: "Nếu chúng tôi bị ném vào lò lửa, thì thưa đức vua, Đức Chúa Trời mà chúng tôi thờ phượng có thể cứu chúng tôi thoát khỏi lò lửa hực... còn nếu Ngài không cứu, thì xin đức vua biết cho rằng chúng tôi cũng không phục vụ các thần của vua và không thờ lạy pho tượng vàng mà vua đã dựng" (Đa 3:17–18). Họ biết (từ nhiều câu chuyện của dân tộc họ) rằng Đức Chúa Trời của Y-sơ-ra-ên hoàn toàn có khả năng cứu họ. Nhưng họ cũng biết rằng Đức Chúa Trời không bị buộc phải làm như vậy. Vì thế, họ tin nơi sự tể trị của Đức Chúa Trời, nhưng họ vẫn nhường chỗ cho quyền tự do của Ngài. Ý họ muốn nói là cho dù Đức Chúa Trời hằng sống của họ có cứu hay không cứu họ, thì họ cũng không phục vụ bất kỳ thần nào khác.

Vậy thì, chắc chắn chúng ta có thể làm điều các tác giả thi thiên đã làm. Đó là chắc chắn chúng ta nên dùng những câu chuyện vĩ đại trong Cựu Ước nói về quyền năng giải cứu của Đức Chúa Trời để *khích lệ* đức tin và sự cầu nguyện của mình ("Đức Chúa Trời của chúng ta có thể"). Và dĩ nhiên chúng ta có thể hoàn toàn tin chắc vào sự cứu rỗi trọn vẹn của Đức Chúa Trời trong và qua Đấng Christ ("hễ ai kêu cầu danh Chúa thì sẽ được cứu"). Nhưng chúng ta không nên dùng những câu chuyện Cựu Ước để *hứa* rằng họ sẽ luôn luôn được gìn giữ an toàn và sẽ không bao giờ phải chịu đau khổ, đói khát, bệnh tật, bắt bớ hay chết chóc. Đừng nuôi dưỡng những mong đợi không đúng.

Còn đây là một cách nuôi dưỡng hy vọng sai lầm khác nữa—và có lẽ bạn sẽ ngạc nhiên. Đó là trong cách bạn chọn những câu chuyện để giảng—nếu bạn chỉ giảng những chuyện nói về điều tốt mà thôi.

Bạn đang soạn bài giảng, và bạn quyết định giảng về loạt các nhân vật Kinh thánh trong Cựu Ước. Vì vậy, bạn lựa một câu chuyện đem lại sự khích lệ từ cuộc đời của mỗi nhân vật chẳng hạn như Áp-ra-ham, Gia-cốp, Giô-sép, Môi-se, Giô-suê, Đa-vít và có thể là Ê-li. Và bạn muốn chỉ ra rằng, theo như chủ đề chung của bạn, đức tin nơi Chúa vượt qua mọi khó khăn. Vì vậy, bạn giảng qua hết những câu chuyện tuyệt vời này. Tôi chắc rằng hội chúng của bạn sẽ rất được khích lệ.

Nhưng điều này cũng có thể tạo ảnh hưởng khó nhìn thấy hơn. Những câu chuyện được chọn đều có vẻ nói lên rằng *ngày nào bạn còn tin cậy Chúa, thì mọi việc sẽ tốt đẹp cả thôi*. Vì vậy, hội chúng của bạn có thể bị cám dỗ cho rằng:
- *Hoặc:* "Hiện tại, tôi là một Cơ Đốc nhân tin cậy Chúa, cuộc sống sẽ là con đường nhiều phước hạnh và chiến thắng."
- *Hoặc:* "Sẽ chẳng có điều gì tốt đẹp dành cho tôi cả. Cuộc sống là một mớ hỗn độn và tôi đang chịu nhiều đau khổ và đớn đau. Vì vậy, hoặc là tôi không có đức tin mà những nhân vật trong Kinh thánh đã có, hoặc có thể là Đức Chúa Trời không yêu tôi vì lý do nào đó."

Cả hai ý trên đều vừa không đúng vừa không chính xác, mà có thể là ảnh hưởng từ việc chỉ giảng những câu chuyện "tốt" mà thôi.

Một chiến lược hiệu quả hơn là giảng xuyên suốt toàn bộ chuỗi những câu chuyện tạo nên cả cuộc đời của *một* người—chẳng hạn Áp-ra-ham, Gia-cốp, Giô-sép hay Đa-vít. Rồi sẽ cho thấy rõ rằng họ đối diện với mọi vấn đề do chính thất bại và tội lỗi của họ cũng như sự căm thù hay dối trá của người khác gây ra: lừa dối, ganh tỵ, gia đình xào xáo, phóng đãng tình dục, bạo lực, không vâng lời, chán nản—tất cả đều có. Đôi khi sự việc hoàn toàn không ổn đối với họ. Nhưng Đức Chúa Trời vẫn cứ hành động qua những con người như thế bất chấp những việc như thế xảy ra. *Điều đó mang lại một cảm nhận rõ ràng hơn về hiện thực*. Bài giảng của bạn sẽ phải "xác thực với cuộc sống" hơn, quân bình hơn và trung thành với mọi điều Kinh thánh dạy. Đó là kiểu quân bình mà Hê-bơ-rơ 11 nói đến. Phải, nhiều người làm những việc lớn lao và giành chiến thắng vĩ đại nhờ đức tin. Còn những người khác, *cũng được khen ngợi vì đức tin của họ*, lại chịu mất mát, đói khổ, vô gia cư, bạo lực và chết chóc (Hê 11:35–40).

8.7   Đừng phá hỏng Phúc âm

Điều này có vẻ lạ. Làm sao bạn có thể phá hỏng Phúc âm khi giảng những câu chuyện trong Kinh thánh? Thật ra, rất dễ nữa là đằng khác. Tôi nghĩ điều này luôn xảy ra trong cách chúng ta kể cho trẻ con nghe chuyện tích Kinh thánh, và đôi khi trên bục giảng của người lớn cũng không khá khẩm gì hơn.

Tôi từng đọc một báo cáo nói rằng nếu bạn hỏi trẻ con ở một hội thánh có dạy Kinh thánh đàng hoàng "Tại sao Chúa Giê-xu chết trên thập tự giá?" Chúng sẽ trả lời "Để tội chúng ta được tha." Nhưng nếu bạn hỏi chúng "Làm sao để chúng ta được lên thiên đàng?" Nhiều em sẽ trả lời "Phải ngoan ngoãn." Đó là thông điệp chúng nhận được—cho dù đó không phải là điều được dạy cách rõ ràng. "Các em phải ngoan." "Tại sao?" "Để các em được lên thiên đàng. Chỉ có những bạn trai bạn gái ngoan ngoãn mới được lên thiên đàng." Và "sứ điệp" đó được củng cố cách khéo léo qua hết câu chuyện này đến câu chuyện khác trong Kinh Thánh. Trong những câu chuyện đó trẻ nghe rằng Đức Chúa Trời yêu thương và chăm sóc những người tốt, còn người xấu thì bị phạt. Cho nên, sứ điệp chúng nghe là "Các em phải ngoan ngoãn thì Chúa mới yêu các em và làm những điều tốt đẹp cho các em – đặc biệt là để các em được lên thiên đàng."

Tôi hy vọng bạn có thể thấy rằng điều đó hoàn toàn trái ngược với Phúc âm. Đó là sự phủ nhận Phúc âm ân điển của Đức Chúa Trời. Sứ điệp Kinh thánh *không* nói rằng bạn phải tốt lành và chỉ khi đó Chúa mới yêu bạn và ban phước cho bạn. Tin tốt lành, bất ngờ, đối lập với văn hóa con người, đáng kinh ngạc của Kinh thánh là Chúa yêu chúng ta bất chấp tội lỗi và sự chống nghịch của chúng ta, là Chúa đã hành động để đem đến cho chúng ta sự cứu rỗi và phước lành, là ân điển của Chúa đến trước, còn sự vâng lời và "sự tốt đẹp" của chúng ta là *đáp ứng* trước ân điển—chứ không bao giờ, và chưa bao giờ là phương cách để có được hay để xứng đáng nhận ân điển.

Lẽ thật đó của Phúc âm là một phần của Cựu Ước cũng như của Tân Ước. Đức Chúa Trời khởi xướng. Ngài kêu gọi Áp-ra-ham và hứa với ông—Áp-ra-ham đáp ứng bằng đức tin và sự vâng lời, rồi Chúa ban phước cho ông. Đức Chúa Trời thương xót người Y-sơ-ra-ên sống trong ách nô lệ ở Ai Cập và hành động để giải cứu họ. Chỉ sau đó Đức Chúa Trời mới yêu cầu họ vâng lời Ngài và giữ giao ước Ngài. Chúng ta sẽ suy nghĩ thêm về ý nghĩa của thứ tự các điều này trong chương tiếp theo.

Chúng ta cần nhớ rằng những câu chuyện về dân Y-sơ-ra-ên trong Cựu Ước là những câu chuyện về những người đầu tiên *biết và trải nghiệm quyền năng cứu chuộc của tình yêu cùng ân điển của Chúa*. Chỉ *sau* khi Đức Chúa Trời đã cứu chuộc họ ra khỏi Ai Cập và đem họ vào xứ Ca-na-an thì Ngài mới bảo họ phải vâng lời Ngài, và ban cho họ lời hứa rằng nếu họ vâng lời Ngài, thì họ sẽ *tiếp tục* tận hưởng những phước lành của Ngài. Còn nếu họ không vâng lời mà đi theo các thần khác và làm mọi điều xấu xa về mặt xã hội lẫn tâm linh—thì họ sẽ phải chịu cơn giận và sự đoán phạt của Chúa.

Thứ tự là:

1. Đức Chúa Trời hành động để giải cứu và ban phước cho dân sự, ban cho họ những tặng phẩm tuyệt vời Ngài đã hứa.
2. Sau đó, Đức Chúa Trời kêu gọi họ đáp ứng với giao ước của Ngài bằng cách yêu mến, thờ phượng và vâng lời Ngài.
3. Đức Chúa Trời hứa tiếp tục ban phước cho những người đáp ứng với ân điển của Ngài bằng cách vâng giữ giao ước.
4. Còn nếu dân sự từ bỏ Đức Chúa Trời, Đấng cứu họ, thì chắc chắn họ sẽ phải gánh chịu hậu quả của chính tội lỗi và điều ác mình.

Vấn đề là như thế này: khi giảng các câu chuyện Cựu Ước, chúng ta thường bỏ qua hai ý đầu, mà chỉ tập trung vào ý 3 và 4. Dĩ nhiên, hai ý đầu có thể không được nói đến trong câu chuyện chúng ta đang giảng. Nhưng đó chính là lý do vì sao việc nhìn thấy mỗi câu chuyện nhỏ là một phần trong câu chuyện lớn hơn là điều quan trọng. *Tất cả* các câu chuyện nhỏ về người Y-sơ-ra-ên sống trong xứ đều *giả định trước* lịch sử cứu rỗi và giao ước trước đó—về cơ bản là câu chuyện Phúc âm về ân điển cứu rỗi của Đức Chúa Trời trong Cựu Ước. Điều này có nghĩa là tất cả các câu chuyện minh họa ý 3 và 4 đều được dựa trên những sự việc trong ý 1 và 2.

Nếu quên điều đó, chúng ta rất dễ biến những câu chuyện Cựu Ước thành các bức tranh nhỏ của quan niệm "phước lành là phần thưởng cho sự vâng lời" hoặc ngược lại. Chúng ta giảng rằng nếu hội chúng của chúng ta vâng lời (thường tập trung vào các luật lệ mà chính chúng ta cho là quan trọng—là bản chất của chủ nghĩa duy luật), thì Đức Chúa Trời sẽ ban phước cho họ trong mọi phương diện. Rồi chúng ta minh họa ý này từ bất kỳ câu chuyện Cựu Ước nào chứng minh cho điều ấy—*bỏ qua câu chuyện ban đầu về ân điển cứu rỗi của Chúa*.

Khi làm như vậy, chúng ta phá hỏng trọng tâm của Phúc âm về ân điển và thay thế bằng một kiểu sứ điệp "Đức Chúa Trời yêu thương những người tốt". Hậu quả sẽ hoặc là nuôi dưỡng lòng kiêu hãnh và chủ nghĩa duy luật của con người (tôi được phước vì tôi tốt) hoặc là khiến họ ngã lòng vì họ không bao giờ cảm thấy mình đủ tốt.

Phải luôn luôn nhớ: trong Cựu Ước cũng như trong Tân Ước, vâng lời Chúa không bao giờ là cách để *giành được* phước hạnh của Chúa, mà đó là cách *đáp ứng* đúng đắn với sự cứu rỗi của Chúa, và là cách duy nhất để *tận hưởng* phước hạnh không ngừng của Chúa tuôn đổ từ ân điển Ngài.

CÂU HỎI VÀ BÀI TẬP

1. Hãy thảo luận liệu có nguy cơ nào (hay tất cả các nguy cơ) ở trên được dùng để giảng các câu chuyện Cựu Ước mà bạn nghe. Bạn nghĩ nguy cơ nào thường xuyên xảy ra nhất, và nó gây ra những vấn đề nào?

2. Như lần trước, nếu bạn vẫn còn giữ phần ghi chép bài giảng các câu chuyện trong Cựu Ước mà bạn đã giảng trước đây, thì hãy đọc lại xem có điều gì bây giờ bạn muốn điều chỉnh hay thay đổi trong cách giảng, để tránh một số nguy cơ chúng ta đã bàn đến trong chương này không.

BỐ CỤC BÀI GIẢNG MẪU Lưu ý: Đây là bố cục bài giảng dựa trên **Sáng Thế Ký 22:1–19**. Có thể bạn đã tự soạn rồi, như gợi ý ở cuối chương 7. Vì câu chuyện liên quan đến đoạn đường bộ hành thật dài, nên tôi quyết định "dạo qua" câu chuyện nhiều lần:

- Trước tiên, để giúp hội chúng sống trong câu chuyện bằng cách làm cho nó sống động, hãy theo sát người tường thuật và quan sát cách người ấy tạo sự hồi hộp và ngạc nhiên như thế nào, khiến chúng ta đôi lúc thắc mắc Áp-ra-ham và Y-sác đang nghĩ gì. Đây là phần dài nhất trong bài giảng.
- Thứ hai, tôi dạo qua câu chuyện, một cách ngắn gọn hơn, với những người Y-sơ-ra-ên trong Cựu Ước thường nghe câu chuyện này, để cho thấy Áp-ra-ham trở thành tấm gương cho họ về sự vâng lời trong thử nghiệm như thế nào. Câu chuyện này ăn khớp với câu chuyện Cựu Ước rộng lớn hơn ra sao?
- Thứ ba, tôi liên kết câu chuyện này với Tân Ước. Trong Tân Ước, câu chuyện được dùng như hình ảnh Cha và Con cùng hợp tác trong của tế lễ tự nguyện của thập tự giá vì sự cứu rỗi của chúng ta.
- Thứ tư, tôi chỉ ra Tân Ước dùng câu chuyện này để khích lệ chúng ta trong đời sống đức tin và vâng lời như thế nào.

Bước với Áp-ra-ham qua thử nghiệm
Sáng Thế Ký 22:1–19

Trọng tâm: Áp-ra-ham cùng với Y-sác là gương mẫu về điều Đức Chúa Trời đã làm cho chúng ta *lẫn* về cách chúng ta được kêu gọi đáp ứng với Chúa bằng đức tin và sự vâng lời.

1. Bước với Áp-ra-ham và Y-sác

Câu 1 "Sau các việc đó". Việc gì?—chương 21: niềm vui khi Y-sác ra đời, rồi bi kịch khi đuổi A-ga và Ích-ma-ên đi. Áp-ra-ham chỉ còn lại một mình Y-sác.

"Đức Chúa Trời thử nghiệm Áp-ra-ham". Vậy thì chúng ta (độc giả) biết đó "chỉ là sự thử nghiệm": Áp-ra-ham thì không biết. Với Áp-ra-ham đó là một thực tế kinh khủng.

"Áp-ra-ham!" "Có con đây" – được lặp lại ba lần, câu 1, 7, 11 – nhấn mạnh câu chuyện.

Câu 2 "Con trai của con, đứa con một mà con yêu dấu, là Y-sác": những cụm từ ở đây có chủ đích tăng dần tính nhấn mạnh.

"Hãy dâng đứa trẻ làm tế lễ thiêu!" Thật là sốc và ngạc nhiên! Không lẽ Đức Chúa Trời quên lời hứa của Ngài sao?

Yếu tố hồi hộp của câu chuyện. Y-sác có biết ý định của cha mình không? Hai đầy tớ có biết không? Người tường thuật đã khéo léo khiến chúng ta tưởng tượng ra tình thế căng thẳng của câu chuyện.

Câu 5–8 Những lời của Áp-ra-ham có nghĩa gì? Một lời cầu nguyện trong tuyệt vọng? Đức tin tin rằng Đức Chúa Trời có thể kêu Y-sác sống lại từ kẻ chết chăng? Thật mỉa mai—"Đức Chúa Trời sẽ cung cấp chiên con" = con trai ta!

Câu 9–10 Sự sẵn lòng của Y-sác. Cậu không phải là trẻ con, mà là một thiếu niên. Cậu có thể dễ dàng bỏ chạy nếu muốn. Cha cậu đã 100 tuổi rồi.

Câu 11–14 Tiếng phán và vật thay thế.

Câu 15–18 Lời hứa của Đức Chúa Trời được tái xác nhận—đức tin và sự vâng lời. Đây là cao trào của các câu chuyện về Áp-ra-ham từ chương 12. Đức Chúa Trời thử nghiệm đức tin của Áp-ra-ham, và bây giờ Ngài gắn sự vâng lời của Áp-ra-ham vào lời Ngài đang hứa, hiện được xác nhận bằng lời thề.

2. Bước với Y-sơ-ra-ên

Ba từ ngữ trong câu chuyện xuất hiện hết lần này đến lần khác trong câu chuyện về Y-sơ-ra-ên thời Cựu Ước:

- Thử nghiệm (câu 1)
- Kính sợ (câu 12)
- Vâng lời (câu 18)

Hãy xem chúng được dùng như thế nào trong Xuất Ê-díp-tô Ký 20:20; Phục Truyền 8:2; 10:12—những ví dụ về việc Đức Chúa Trời thử nghiệm Y-sơ-ra-ên, để xem họ có vâng lời không.

Nhưng ở chỗ Áp-ra-ham trung thành và vâng lời, thì đáng buồn thay, Y-sơ-ra-ên lại thường thất bại.

Áp-ra-ham là người Y-sơ-ra-ên mẫu mực—trong đức tin và sự vâng lời

3. Bước với Cha và Con

Câu chuyện này vang vọng trong Tân Ước:

- Báp-tem của Chúa Giê-xu – "Nầy là Con yêu dấu của Ta" – có lẽ vọng Sáng Thế Ký 22:2 cũng như Thi Thiên 2:7
- Giăng 3:16: Đức Chúa Cha ban Con Một của Ngài
- Rô-ma 8:31–32: Đức Chúa Trời không tiếc Con Một nhưng ban Con ấy...

Tuy nhiên, khi Đức Chúa Trời bước đi với Áp-ra-ham và Y-sác trên con đường đó trong Sáng Thế Ký, Ngài biết rằng một ngày kia Ngài sẽ bước đi trong một xứ tương tự với chính Con mình—và đến cuối cùng, sẽ chẳng có gì thay thế cho Con Ngài được. Thay vào đó, Con Ngài thay thế cho chúng ta, chiên con của Đức Chúa Trời cất tội lỗi của thế gian. Y-sác sẵn sàng vâng phục cha mình thể nào, thì sự hy sinh của Đấng Christ vừa là ý muốn của Đức Chúa Cha, vừa là sự tự nguyện phó mình của Đức Chúa Con—cùng hành động vì sự cứu rỗi của chúng ta—thể ấy (Ga 1:4).

4. Bước theo Áp-ra-ham

Tân Ước dùng câu chuyện này để khích lệ đức tin lẫn sự vâng lời—và tin cậy vào sự chu cấp của Đức Chúa Trời trong thử nghiệm.
- Hê-bơ-rơ 11:17–19 – bằng chứng về đức tin của Áp-ra-ham
- Gia-cơ 2:21–23 – bằng chứng về sự vâng lời của Áp-ra-ham
- 1 Cô-rinh-tô 10:13 - thử nghiệm đi cùng với sự cung ứng

9

Tìm Hiểu Luật Pháp Cựu Ước

Biết mình sẽ nói gì trước khi mở miệng lúc nào cũng là điều tốt. Vì vậy, trước khi bắt đầu nói về *luật pháp Cựu Ước*, chúng ta hãy xác định rõ cụm từ này nghĩa là gì. Khi Chúa Giê-xu (và người Do Thái trước thời Chúa Giê-xu và từ Chúa Giê-xu trở về sau) nói đến "các sách Luật pháp, các sách Tiên tri và các Thi Thiên [hay các sách Văn thơ]" (vd: ở Lu 24:44), họ đang nói đến ba phần chính của cái mà ngày nay chúng ta gọi là Cựu Ước trong tiếng Hê-bơ-rơ.

- *Luật pháp* nghĩa là năm sách đầu tiên trong Kinh thánh—tức Ngũ Kinh—từ Sáng Thế Ký đến Phục Truyền Luật Lệ Ký. Đó là khối nền móng cho phần còn lại của Kinh thánh.
- *Tiên tri* được chia thành "các tiên tri trước" (tức là các sách lịch sử từ Giô-suê đến 2 Các Vua) và "các tiên tri sau" (tức Ê-sai, Giê-rê-mi, Ê-xê-chi-ên và mười hai sách tiểu tiên tri: từ Ô-sê–Ma-la-chi).
- *Văn thơ* bao gồm mọi thể loại khác (Thi Thiên, Gióp, Châm Ngôn, 1 & 2 Sử Ký, E-xơ-ra–Nê-hê-mi, và năm sách nhỏ—Ru-tơ, Ê-xơ-tê, Ca Thương, Truyền Đạo và Nhã Ca).

Vì vậy, theo nghĩa kinh điển, "Luật pháp" được dịch từ chữ *torah* trong tiếng Hê-bơ-rơ và chỉ về toàn bộ Ngũ Kinh. Nhưng đây không phải là cách dịch hay, vì từ *torah* không có nghĩa là "luật pháp" theo nghĩa "pháp chế" mà chúng ta dùng ngày nay. Thay vào đó, *torah* có nghĩa là "sự hướng dẫn" hay "chỉ dẫn". Và dĩ nhiên, Torah bao gồm những tường thuật bao quát, giống như các sách Sáng Thế Ký, phân nửa Xuất Ê-díp-tô Ký và Dân Số Ký, cũng như luật pháp (và có thêm một số bài ca và bài thơ nữa).

Nhưng khi nói đến "luật pháp Cựu Ước", chúng ta thường muốn nói đến những phần nằm trong Torah mà thật sự trông có vẻ như luật pháp theo cách chúng ta hiểu từ này—những điều răn, các trường hợp liên quan đến pháp lý, thẩm phán và nhân chứng, những chỉ dẫn cụ thể, hình phạt dựa trên luật pháp, v.v... Kiểu tài liệu như thế hầu hết đều được tìm thấy ở nửa sau của Xuất

Ê-díp-tô Ký (đặc biệt Xuất 20–23), Lê-vi Ký và Phục Truyền (nhất là Phục 12–26).

Từ đây trở đi, trong hai chương 9 và 10, chúng ta nghĩ đến và hầu như nói nhiều về luật pháp Cựu Ước theo nghĩa thứ hai. Vậy thì, khi tôi nói "luật pháp", "luật pháp Cựu Ước" hay "luật pháp Môi-se", là tôi muốn nói những phần của Torah chứa đựng các điều răn và lời chỉ dẫn. Dĩ nhiên, điều quan trọng là xem xét những luật lệ thật sự này trong ngữ cảnh tường thuật của toàn bộ Torah. Nhưng chúng ta chủ yếu tập trung vào những phần luật pháp *trong* các sách này. Chúng ta phải hiểu, rồi giảng những phân đoạn quan trọng trong đó có nhiều điều răn và lời chỉ dẫn chi tiết này như thế nào?

Trong chương này, tôi muốn chúng ta suy nghĩ cách đúng đắn về luật pháp—hiểu tại sao luật pháp có trong Kinh thánh, nó khớp với câu chuyện lớn của Kinh thánh ra làm sao, và luật pháp có ý nghĩa gì đối với người Y-sơ-ra-ên trong thời Cựu Ước. Sau đó, trong chương 10, chúng ta sẽ đặt câu hỏi làm sao để tìm ra mối tương quan giữa luật Cựu Ước với Cơ Đốc nhân ngày nay. Chúng ta phải giảng như thế nào để người nghe thấy rõ sự tương quan đó, đồng thời cẩn thận ghi nhớ Phúc âm ân điển của Đức Chúa Trời trong Đấng Christ và chúng ta bước đi bởi Thánh Linh chứ không "ở dưới luật pháp" theo nghĩa của Phao-lô?

9.1 Luật pháp Cựu Ước được ca ngợi là tặng phẩm của Đức Chúa Trời

Đây là lúc tôi muốn bạn ngồi thẳng lên để nghe, và suy nghĩ khác hơn bình thường một chút. Lúc đầu có thể không được dễ chịu, và thường là như thế khi tôi dạy phần này, nhưng hãy tin tưởng tôi. Tôi muốn chúng ta trung thành với Kinh thánh—cả Kinh thánh, chứ không chỉ với một vài phần trong Kinh thánh. Bạn đã sẵn sàng chưa? Tốt lắm!

Bạn sẽ tìm đến đâu nếu ai đó hỏi bạn Cơ Đốc nhân phải nghĩ gì về luật pháp Cựu Ước? Rất có thể bạn cầu cứu sứ đồ Phao-lô và những phân đoạn trong Ga-la-ti và Rô-ma mà ông nói những điều khá tiêu cực về luật pháp. Luật pháp phơi bày tội lỗi của chúng ta. Luật pháp cho thấy tất cả chúng ta đều phạm tội trước mặt Chúa. Luật pháp dẫn đến sự chết. Luật pháp bất lực trong việc làm cho chúng ta được hòa thuận với Đức Chúa Trời. Luật pháp giống như người giám hộ quản lý Y-sơ-ra-ên cho đến khi Đấng Christ đến. Nhưng bây giờ, qua đức tin trong Đấng Christ, chúng ta không còn ở dưới luật pháp Môi-se nữa. Cám ơn Chúa, và thở phào nhẹ nhõm!

Bây giờ tôi muốn bạn hoàn toàn chắc chắn rằng tôi chấp nhận và tin tất cả những điều Phao-lô nói trong Tân Ước! Chút nữa, chúng ta sẽ quay lại chuyện này. Còn ngay bây giờ tôi muốn chỉ ra hai điều.

Thứ nhất, Phao-lô có mâu thuẫn nghiêm trọng với những người xem luật pháp Cựu Ước quá quan trọng đến nỗi họ có nguy cơ hạ thấp hoặc hiểu sai những gì đã xảy ra qua sự đến của Đấng Mê-si-a, là Chúa Giê-xu. Với họ, vâng giữ luật pháp Môi-se là dấu hiệu quan trọng chứng tỏ mình thuộc về một dân tộc có mối quan hệ giao ước với Đức Chúa Trời—là dân Do Thái. Nếu ai đó khác muốn trở thành thuộc viên của dân giao ước đó, họ phải vâng giữ toàn bộ luật pháp Môi-se (chịu cắt bì, giữ ngày Sa-bát, chỉ ăn thức ăn tinh sạch về phương diện lễ nghi, v.v...). Đó là phương cách duy nhất để thực sự thuộc về những người công bình mà Đức Chúa Trời chấp nhận vào ngày cuối cùng. Họ đang làm cho luật pháp trở thành điều kiện cứu rỗi, phương cách để được hòa thuận với Đức Chúa Trời.

Nhưng Phao-lô nói rằng toàn bộ sự hiểu biết của họ về luật pháp là sai trật. *Luật pháp không bao giờ là phương cách cứu rỗi.* Sự cứu rỗi lúc nào cũng, và hiện vẫn, là vấn đề của đức tin đặt nơi những lời hứa của Đức Chúa Trời, mà ngày nay chúng ta đặt nơi Đấng Christ. Vì vậy, Phao-lô đang tranh luận với những người *bóp méo* luật pháp thành điều gì đó không phải mục đích của nó. Chúng ta cần lắng nghe lập luận đó để hiểu các thư tín của Phao-lô. Nhưng đây không phải là điểm tốt nhất để bắt đầu suy nghĩ về chính luật pháp, mà là *trong ngữ cảnh Cựu Ước của nó*. Và điều đó dẫn đến ý thứ hai.

Thứ hai, vậy thì điều gì xảy ra nếu thay vì bắt đầu suy nghĩ về luật pháp Cựu Ước với sứ đồ Phao-lô, thì chúng ta bắt đầu với những người được ban luật pháp ấy—tức người Y-sơ-ra-ên thời Cựu Ước? Hãy hỏi một vài tác giả thi thiên về ý nghĩa của luật pháp đối với họ. Đây là điều họ sẽ nói:

> Luật pháp của Đức Giê-hô-va là trọn vẹn,
> bổ dưỡng linh hồn.
> Chứng ước Đức Giê-hô-va là chắc chắn,
> làm cho kẻ ngu dại trở nên khôn ngoan.
> Kỷ cương của Đức Giê-hô-va là ngay thẳng
> làm cho lòng vui mừng.
> Điều răn của Đức Giê-hô-va là trong sáng,
> làm cho sáng mắt sáng lòng.
> Sự kính sợ Đức Giê-hô-va là trong sạch,
> hằng còn đến đời đời.
> Các mệnh lệnh của Đức Giê-hô-va là chân lý,
> tất cả đều công chính
> Các điều ấy quý hơn vàng,
> thật quý hơn vàng ròng;
> Lại ngọt hơn mật,
> thật ngọt hơn mật của tàng ong.
>
> (Thi 19:7–10)

> Con sẽ bước đi cách ung dung,
> vì đã tìm kiếm kỷ cương của Chúa...
> Con vui thích các điều răn của Chúa,
> vì con yêu mến chúng...
> Con yêu mến luật pháp Chúa biết bao!...
> Con yêu mến điều răn Chúa hơn vàng,
> thậm chí hơn cả vàng ròng...
> Toàn bộ lời Chúa là chân thật;
> các phán quyết công chính của Chúa còn đến đời đời.
>
> (Thi 119:45, 47, 97, 127, 160)

Bạn thấy gì trong những bài ngợi khen này? Không hề là gánh nặng khủng khiếp của chủ nghĩa duy luật. Không một tiếng than vãn hay rên rỉ về sự khắt khe của luật pháp. Không hề lo lắng hay mặc cảm tội lỗi. Thay vào đó, chúng ta nghe thấy *những lời tạ ơn* về tặng phẩm tuyệt vời của Đức Chúa Trời. Chúng ta nghe *sự cảm kích* trước điều gì đó là phước hạnh và là sự giúp đỡ rất thực tế cho đời sống. Chúng ta nghe họ *đánh giá* luật pháp Chúa là điều quý báu (hơn cả vàng) và ngọt ngào (hơn cả mật ong).

> Những người Y-sơ-ra-ên mộ đạo ham thích luật pháp như quà tặng từ ân điển của Chúa và là biểu hiện cho tình yêu của Chúa, được ban cho họ vì lợi ích của chính họ (Phục 4:1, 40; 6:1–3, 24, v.v...). Họ xem đó là một phước hạnh, và là phương cách để tận hưởng phước lành liên tục của Chúa (Phục 28:1–14). Họ nhớ lại rằng việc bày tỏ luật pháp cho Y-sơ-ra-ên là một đặc ân độc nhất vô nhị mà không có dân tộc nào có được (Phục 4:32–34; Thi 147:19–20). Họ thúc giục nhau vâng giữ luật pháp, không phải để được cứu, mà vì Đức Chúa Trời đã cứu họ (Phục 6:20–25). Họ yêu thích luật pháp như con đường dẫn đến sự sống (Lê 18:5; Phục 30:15–20) và là suối nguồn của sự kết quả (Thi 1:1–3).[1]

Tôi nghĩ đây là chỗ thích hợp để bắt đầu, nếu chúng ta muốn nghĩ đến (và giảng) luật pháp Cựu Ước trong ngữ cảnh đúng đắn theo Kinh thánh. Dĩ nhiên, chúng ta cần đến với Phao-lô để hiểu ông có ý gì khi nói rằng Cơ Đốc nhân chúng ta không sống "dưới luật pháp". Đó là vị trí hiện tại của chúng ta—trong Màn 5 của câu chuyện lớn của Kinh thánh. Nhưng như với bất kỳ phần nào của Cựu Ước, chúng ta cần nhớ lại Màn 3, và nghiên cứu những bản văn này trong chính ngữ cảnh của nó trước tiên. Khi làm như thế, chúng ta sẽ nhìn thấy một bức tranh tích cực hơn nhiều—ít ra là thoạt đầu tích cực hơn.

---

[1] Christopher J. H. Wright, *Old Testament Ethics for the People of God* (Leicester: IVP, 2004), tr. 282.

Quay lại với Phao-lô trong giây lát: hãy nhớ chỗ chúng ta bắt đầu ở chương 1. Chính Phao-lô nói với chúng ta rằng "Cả Kinh Thánh đều được Đức Chúa Trời cảm thúc, có ích cho sự dạy dỗ, khiển trách, sửa trị, và huấn luyện trong sự công chính, để người của Đức Chúa Trời được toàn vẹn và sẵn sàng cho mọi việc lành" (2 Ti 3:16–17). Luật pháp là phần nền tảng cơ bản nhất của Kinh Thánh mà Phao-lô đang nói đến. Vì vậy, ông liệt kê luật pháp trong câu đó. Ngay cả khi người khác dùng luật pháp cách sai trật và đặt nó vào chỗ lẽ ra chỉ dành cho Đấng Christ, thì Phao-lô cũng nói rõ rằng luật pháp tự thân nó "được Đức Chúa Trời hà hơi [được cảm thúc] và có ích... Không có lý do gì để mạnh mẽ tuyên bố "*cả* Kinh thánh được Đức Chúa Trời cảm thúc và có ích" trừ khi chúng ta cũng viết lên trên mỗi chương trong một sách Cựu Ước, kể cả sách luật pháp, rằng "Kinh Thánh *này* được Đức Chúa Trời cảm thúc và có ích lợi."

Vậy thì, chúng ta hãy quay trở lại Cựu Ước và cố gắng hiểu hoặc ngồi bên cạnh người Y-sơ-ra-ên để xem xét luật pháp từ quan điểm của họ, ngay trong câu chuyện vĩ đại về cách Chúa đối đãi họ.

9.2 Luật pháp Cựu Ước được ban cho những người đã kinh nghiệm ân điển của Chúa

Một khi quay lại với câu chuyện vĩ đại đơn nhất của Kinh thánh, chúng ta sẽ thấy việc hiểu bất cứ phần nào trong Kinh thánh là hết sức quan trọng ra sao. *Luật pháp xuất hiện ngay trong câu chuyện.* Luật pháp được ban cho những người đã kinh nghiệm Đức Chúa Trời hành động. Trước khi chúng ta đi đến những bản văn về luật pháp trong Torah, chúng ta đã có một sách và một nửa tường thuật trước đó (cả sách Sáng Thế Ký và nửa sách Xuất Ê-díp-tô Ký). Vì vậy, chúng ta đã đọc câu chuyện về sự sáng tạo, sự sa ngã, sự kêu gọi Áp-ra-ham và lời hứa của Chúa dành cho ông, rồi Đức Chúa Trời cứu chuộc Y-sơ-ra-ên ra khỏi Ai Cập, và lập giao ước giữa Đức Chúa Trời với Y-sơ-ra-ên tại núi Si-na-i. Tức là chúng ta đã đi qua Màn 1 và 2, và khởi đầu của Màn 3, trước khi chúng ta đi đến phần luật pháp. Phần tường thuật quan trọng này và toàn bộ ý nghĩa của nó là ngữ cảnh của luật pháp. Chúng ta cần nhớ cách hết sức rõ ràng câu chuyện đó hễ khi nào chúng ta đọc hay giảng bất kỳ phần nào của luật pháp. Đừng bao giờ giảng về luật pháp Cựu Ước mà không có câu chuyện Cựu Ước xảy ra trước đó.

Luật pháp được ban bởi *Đức Chúa Trời này*—là Đức Chúa Trời đã dựng nên toàn bộ trái đất và mọi dân tộc, là Đức Chúa Trời đã lập giao ước với Áp-ra-ham bao gồm lời hứa ban phước lành cho muôn dân. Rồi luật pháp được ban cho *những người này*—là những người Đức Chúa Trời vừa giải cứu ra khỏi ách nô lệ như một hành động của lòng thương xót và công bằng, những người hiện ở trong mối quan hệ giao ước với Đức Chúa Trời. Ân điển cứu chuộc của Đ

Chúa Trời đã vận hành. Vì vậy, khi giảng luật pháp Cựu Ước cho hội chúng, chúng ta cần bảo đảm rằng họ biết Đức Chúa Trời—Đấng ban luật pháp và câu chuyện xung quanh nó. Ngài là Đức Chúa Trời của ân điển và đó là câu chuyện của ân điển.

☑ Những ý cần kiểm tra

Cho nên, chúng ta phải luôn luôn giảng luật Cựu Ước trên nền tảng là ân điển cứu rỗi của Đức Chúa Trời. Bất kỳ điều gì khác đều sẽ dẫn con người đi đến chủ nghĩa duy luật, thất vọng hoặc tự cao. Chúng ta không nên giảng luật pháp mà không nói đến Phúc âm. Nhưng hãy nhớ rằng Phúc âm bắt đầu với Áp-ra-ham (như Phao-lô đã khẳng định trong Ga 3:6–8). Điều đó có nghĩa là Đức Chúa Trời ban luật pháp của Ngài cho những người đã biết về lời hứa phước lành trong giao ước và đã kinh nghiệm sự cứu chuộc quyền năng của Ngài. Cho nên, dưới đây là một vài câu hỏi cần nêu khi bạn nghiên cứu một phân đoạn Kinh thánh về luật pháp Cựu Ước với ý định sẽ giảng phân đoạn đó.

- Luật cụ thể này có nhắc gì đến việc Đức Chúa Trời cứu chuộc Y-sơ-ra-ên ra khỏi Ai Cập—hoặc có xuất hiện trong một nhóm các luật lệ, hay trong một chương nào đó có nhắc đến việc này không? Ví dụ, Lê-vi Ký 19 nói nhiều về các luật rất thực tế, nhưng liên tục nhắc đến Đức Chúa Trời qua danh xưng giao ước là Đức Giê-hô-va/YHWH, và kết thúc với lời nhắc nhở về Ai Cập.
- Toàn bộ danh sách Mười Điều Răn bắt đầu với sự việc Đức Chúa Trời cứu chuộc Y-sơ-ra-ên, trước khi liệt kê điều răn đầu tiên. Điều này cho biết điều gì về toàn bộ phần còn lại của luật pháp?
- Bạn có thể giúp hội chúng nhìn thấy sự sắp xếp của các sách có chép về luật pháp không? Ví dụ, luật pháp trong Xuất Ê-díp-tô Ký (bao gồm Mười Điều răn) nằm *sau* câu chuyện về sự cứu chuộc trong nửa đầu của sách. Tương tự, sách Phục Truyền, là việc nhắc lại giao ước của Đức Chúa Trời với Y-sơ-ra-ên ngay trước khi họ băng qua Giô-đanh để vào xứ Ca-na-an, bắt đầu bằng những đoạn kể câu chuyện Chúa cứu chuộc Y-sơ-ra-ên ra khỏi Ai Cập, bày tỏ chính Ngài cho họ tại Si-na-i và dẫn họ đi qua hoang mạc (chương 1–4) như thế nào – *trước* khi đi đến phần Mười Điều răn và các luật lệ khác. Cũng vậy, đến cuối phần chính nói về luật pháp, lịch sử cứu chuộc một lần nữa được kỷ niệm khắp nơi (chương 26).

Đây là ba phân đoạn tuyệt vời trích từ trong chính Torah, giúp làm rõ ý này. Tôi rất thích giảng những phân đoạn này!

Ví dụ

a) Xuất Ê-díp-tô Ký 19:1–6: Luật pháp được ban cho những người đã được Đức Chúa Trời cứu chuộc

Đức Chúa Trời đã đem dân Ngài đến núi Si-na-i. Bây giờ là lúc cần nói cho họ biết điều đó có nghĩa là gì và Ngài muốn gì từ họ. Nhưng điều trước tiên Chúa thực hiện là chỉ ngược về quá khứ: "Chính các con đã thấy điều Ta làm..." (câu 4). Và thật họ đã thấy. Đó là một kỷ niệm còn rất mới mẻ. Như câu 1 chép chỉ mới ba tháng kể từ ngày họ bị đánh và giết như nô lệ ở Ai Cập. Bây giờ họ được tự do. Và Đức Chúa Trời phán: "Ta đã làm điều đó. Ta đã đem các con ra khỏi sự áp bức kinh khủng đó." Cuộc xuất hành là hành động của ân điển cứu rỗi của Đức Chúa Trời, được thúc đẩy bởi lòng thương xót của Ngài trước sự đau khổ của họ và bởi sự thành tín đối với lời hứa của Ngài cho Áp-ra-ham (Xuất 2:23–25).

Chỉ sau khi Đức Chúa Trời nhắc họ nhớ lại câu chuyện cứu chuộc, thì Ngài mới tiếp tục: "Bây giờ, nếu các con hết lòng vâng lời Ta và giữ giao ước Ta..." Ân điển đến trước. Sự vâng lời đến sau như là cách đáp ứng đúng đắn với ân điển. Ân điển có *trước* luật pháp. Ngay cả cấu trúc của sách Xuất Ê-díp-tô Ký cũng cho chúng ta thấy điều đó. Có đến mười tám chương nói về sự giải cứu (gần nửa sách) trước khi chúng ta đi đến một chương chép về luật pháp, bắt đầu với Mười Điều răn.

Tôi nhấn mạnh điều này bởi vì nhiều người vẫn có ý nghĩ rất sai lầm về sự khác biệt giữa Cựu Ước và Tân Ước. Họ nghĩ rằng sự khác biệt ấy là trong thời Cựu Ước, bạn được cứu nhờ vâng giữ luật pháp, còn trong thời Tân Ước bạn được cứu chỉ nhờ ân điển bởi đức tin. Nhưng đó là sự xuyên tạc Kinh thánh khủng khiếp. Dĩ nhiên, họ đúng ở điều họ nói về sự cứu rỗi trong Tân Ước. Nhưng ân điển cũng là nền tảng cho sự cứu rỗi trong Cựu Ước nữa. Đức Chúa Trời cứu dân Ngài vì tình yêu và sự thành tín của chính Ngài, rồi *sau đó* lập giao ước với họ trong đó có nói đến việc vâng giữ luật pháp. Quan điểm như thế về Cựu Ước (được cứu nhờ giữ luật pháp) rất giống với sự dạy sai trật mà Phao-lô đang chống lại. Đó không phải là điều Cựu Ước dạy dỗ.

Ngay cả Mười Điều răn, dường như đưa ra những nguyên tắc chính yếu cho toàn bộ luật pháp, cũng bắt đầu với lời nhắc nhở về ân điển cứu rỗi: "Ta là Giê-hô-va Đức Chúa Trời của con, Đấng đã đem con ra khỏi đất Ai Cập, khỏi nhà nô lệ" (Xuất 20:2). Luật pháp được ban cho những người đã được cứu chuộc.

Ở Anh Quốc, có nhiều nhà thờ cổ viết Mười Điều răn lên tường (cùng với bài Cầu nguyện chung và Bài Tín điều các Sứ đồ). Nhưng điều đáng tiếc là họ hầu như luôn luôn bắt đầu với điều răn đầu tiên mà bỏ qua lời tuyên bố mở đầu của Đức Chúa Trời. Đó là công bố luật pháp mà không có "Phúc âm". Đó là bảo người ta điều họ phải làm, mà không trước nhất nói cho họ biết điều Chúa đã làm cho họ.

b) Phục Truyền 6:20–25: Lòng biết ơn là động cơ thúc đẩy ta vâng giữ luật pháp

Hãy đọc những câu này. Chúng đặt chúng ta vào ngay giữa gia đình của người Y-sơ-ra-ên, là những người đang cố gắng sống vâng lời Chúa theo đúng giao ước Chúa lập với họ. Rồi người con trai hỏi cha ý nghĩa hay trọng tâm của những lời dạy dỗ mà họ đang vâng giữ là gì. "Tại sao tất cả chúng ta làm những điều này vậy cha?" Ngày nay khi con cái hỏi "Tại sao?" thì cha mẹ nhiều khi trả lời "Vì cha mẹ bảo!" Vậy thì, người cha có thể đi ngay đến câu 24 "Đức Giê-hô-va *đã truyền dạy* chúng ta phải tuân giữ." Chẳng lẽ như thế chưa đủ sao? "Đức Chúa Trời đã bảo như thế. Hãy làm như thế! Đừng hỏi nữa con trai".

Nhưng không, khi con trai hỏi về ý nghĩa của luật pháp, người cha phải kể cho nó nghe câu chuyện. Câu chuyện gì? Câu chuyện về sự giải cứu, câu chuyện về sự cứu chuộc Y-sơ-ra-ên ra khỏi ách nô lệ ở Ai Cập và quà tặng là xứ Ca-na-an. Hãy xem người cha phải nói từ câu 21 đến 23 trước khi quay lại điều răn của Chúa trong câu 24 như thế nào. Ý nghĩa đầy đủ nhất của luật pháp được tìm thấy trong "Phúc âm"–tin tức tốt lành về sự công chính đem lại sự cứu rỗi của Đức Chúa Trời. "Con trai, hãy nhìn tất cả những điều Chúa đã làm cho chúng ta. Đó là lý do chúng ta phải vâng lời Ngài."

Cho nên, vâng lời là đáp ứng đúng đắn của chúng ta với điều Chúa đã làm. Đó là ý nghĩa của cụm từ "chúng ta sẽ được kể là công chính" trong câu 25. Người cha đang nói về kiểu công chính nào đó có thể tìm được hoặc xứng đáng nhận được nhờ vâng lời ("sự công chính nhờ việc làm" như cách nó được gọi). Không đâu, không phải người cha đang nói với con về cách "được giải hòa với Đức Chúa Trời. Điều ông muốn nói là: Đức Chúa Trời chứng minh sự công chính *của Ngài* bằng cách làm điều đúng—hạ bệ kẻ đàn áp, giải phóng người bị áp bức. Đó là sự công chính của Đức Chúa Trời thể hiện qua hành động. Bây giờ, sự công chính *của chúng ta* được thể hiện trong cách sống đúng đắn theo như Chúa muốn. Việc chúng ta vâng lời Chúa không phải là cách để chúng ta *có được* sự công chính, mà là cách đáp ứng đúng đắn duy nhất của chúng ta trước sự công chính của Chúa đem lại cứu rỗi cho chúng ta.

c) Phục Truyền 15:11–18: Phóng thích nô lệ sau sáu năm

Sau sáu năm phục vụ, nô lệ người Hê-bơ-rơ sẽ được trả tự do theo luật pháp quy định, trừ khi họ chọn ở lại với gia chủ (xem Xuất 21:1–11). Nhưng Phục Truyền dạy chủ nhà là phải cung ứng cho họ cách rời rộng khi họ ra đi—để phản chiếu lòng rộng rãi đầy ân điển của Chúa đối với họ trong quá khứ: "Khi trả tự do cho họ anh em đừng để họ đi ra tay không. Phải cung cấp cho họ đầy đủ chiên bò từ bầy gia súc, các sản phẩm từ sân đạp lúa, từ hầm ép rượu, tức là từ những gì mà Giê-hô-va Đức Chúa Trời đã ban phước cho anh em. Hãy nhớ rằng anh em đã từng làm nô lệ trong đất Ai Cập và Giê-hô-va Đức Chúa Trời anh em đã cứu chuộc anh em. Vì thế mà hôm nay tôi truyền đạt cho anh em điều này" (Phục 15:13–15).

Không thể nào rõ ràng hơn đúng không nào? Sự cứu chuộc của Chúa là nền tảng và động lực để vâng theo mạng lệnh của Chúa. Họ được truyền dạy (không phải chỉ là để nghị) phải rộng rãi với người thiếu thốn. Đó là *luật* cho người Y-sơ-ra-ên. Nhưng luật về sự rộng rãi bắt nguồn từ ân điển rộng rãi của Đức Chúa Trời đối với Y-sơ-ra-ên. Hãy đọc cả phân đoạn Phục 15:11–18 – nó ngập tràn ngôn ngữ rộng rãi, nhằm đáp lại ơn lành của Chúa.

Có thể tìm thấy nguyên tắc này (sự cứu chuộc là nền tảng của luật pháp: vâng lời là đáp ứng với ân điển cứu rỗi) ở nhiều chỗ khác nữa. Người Y-sơ-ra-ên phải nhớ điều Chúa đã làm cho họ khi đem họ ra khỏi Ai Cập, và điều đó phải tác động đến cách họ đối xử với người khác—nhất là với những người yếu đuối và dễ bị tổn thương trong xã hội (như khi họ ở Ai Cập). Họ phải chăm sóc người ngoại quốc sống ở giữa họ vì họ đã kinh nghiệm sự chăm sóc của Đức Chúa Trời dành cho họ khi họ là người ngoại quốc ở Ai Cập. Vì vậy theo luật pháp, người ngoại quốc phải được đối xử bình đẳng như người Y-sơ-ra-ên bản xứ (Xuất 23:9; Lê 19:33–36).

Hãy tưởng tượng nếu chúng ta có thể đem Xuất Ê-díp-tô Ký 19:4 vào Tân Ước, thì nó sẽ giống như thể Đức Chúa Trời, thay vì chỉ ngược về cuộc xuất hành, thì chỉ vào thập tự giá của Đấng Christ và nói "Các con đã thấy điều Ta làm. Vậy thì bây giờ các con có vâng lời Con Ta như là Cứu Chúa và Chủ của con, vì những gì Ngài đã làm cho con không?" Thật vậy, không ít thì nhiều, đó thật sự là điều Tân Ước làm. Vì mặc dù chúng ta không còn "ở dưới luật pháp" nữa, nhưng chắc chắn vẫn còn *các điều răn* quan trọng trong Tân Ước mà chúng ta phải vâng theo.

Chúa Giê-xu phán (và lặp lại ba lần) "Ta ban cho các con một *điều răn* mới: các con hãy yêu mến lẫn nhau." Nhưng rồi Ngài nói tiếp ngay sau đó "*Như Ta đã yêu thương các con thế nào*, thì các con cũng hãy yêu thương nhau thế ấy" (Giăng 13:34; 15:12, 17; tôi tự ý in nghiêng). Tình yêu của Ngài đến trước. Thật vậy, như Giăng sau này có chép: "chúng ta yêu thương *vì* Chúa đã yêu thương chúng ta trước... vì Đức Chúa Trời yêu thương chúng ta như thế, chúng ta cũng phải yêu thương nhau" (1 Giăng 4:19, 11; tôi tự ý in nghiêng). Ân điển đến trước, sau đó là sự vâng lời. Nguyên tắc thì giống nhau—cho dù ở Cựu Ước hay Tân Ước. Ngay cả sứ đồ Phao-lô, người quả quyết rằng chúng ta không còn sống dưới luật pháp Cựu Ước nữa, cũng đưa ra nhiều lời chỉ dẫn và mạng lệnh Cơ Đốc nhân phải vâng theo. Đây là một trong số đó: "Hãy tha thứ nhau." Đó không phải là lời để nghị lịch sự mà thỉnh thoảng chúng ta có thể nghĩ đến. Đó là một mạng lệnh dứt khoát chứ không phải một lựa chọn. "Hãy cư xử với nhau cách nhân từ và dịu dàng, tha thứ nhau, *như Đức Chúa Trời đã tha thứ anh em trong Đấng Christ*" (Êph 4:32; tôi tự ý in nghiêng; so sánh Côl 3:13 và Rô 15:7).

9.3 Luật pháp Cựu Ước được ban nhằm định hình dân sự cho phù hợp với sứ mạng Chúa giao

Cho đến chương này, chúng ta vẫn đang đứng với Y-sơ-ra-ên tại núi Si-na-i, nhìn *ngược về* quá khứ. Thời điểm Đức Chúa Trời ban luật pháp cho Y-sơ-ra-ên, Ngài *đã* hành động bằng cách lập lời hứa giao ước với họ qua Áp-ra-ham, rồi cứu chuộc họ ra khỏi ách nô lệ ở Ai Cập. Luật pháp được ban dựa trên nền tảng của ân điển trong quá khứ—ân điển của Đức Chúa Trời được kinh nghiệm trong lịch sử. Khi họ nhớ đến lịch sử cứu rỗi của Đức Chúa Trời, họ sẽ được thôi thúc vâng giữ luật pháp Chúa.

Nhưng chúng ta cũng có thể nhìn luật pháp từ một hướng khác. Mục đích của Chúa cho Y-sơ-ra-ên là gì khi nhìn *về phía trước*? Đây dường như là một câu hỏi quan trọng nhưng nhiều người lại bỏ qua. Người ta thường hỏi: "Tại sao có luật pháp Môi-se trong Kinh thánh? Ý nghĩa của nó là gì?"—rồi họ cố gắng trả lời câu hỏi đó trên phương diện thần học Cơ Đốc, là lĩnh vực nêu lên đủ mọi loại vấn đề và lập luận. Nhưng giả sử thay vì hỏi *"Tại sao lại là luật pháp?"*, thì trước tiên chúng ta nên hỏi *"Tại sao là Y-sơ-ra-ên?"* Rốt cục, cho dù Đức Chúa Trời nghĩ đến mục đích gì đi nữa khi Ngài ban luật pháp cho Y-sơ-ra-ên tại núi Si-na-i thì cũng phải phù hợp với mục đích của Ngài cho Y-sơ-ra-ên trong cương vị một dân tộc ngay từ ban đầu.

Bây giờ thì chúng ta biết rất rõ mục đích của Chúa cho Y-sơ-ra-ên là gì— kể từ khi Ngài hứa với Áp-ra-ham. Mục đích lâu dài của Ngài là qua con cháu Áp-ra-ham, đem phước hạnh đến cho muôn dân trên đất (Sáng 12:1–3). Ngược với bối cảnh ảm đạm của Sáng Thế Ký 3–11 trong một thế giới của những con người và các dân tộc bị tản lạc trong tội lỗi và sự đoán phạt—Màn 2 trong câu chuyện lớn của Kinh thánh—thì Đức Chúa Trời tuyên bố rằng Ngài có kế hoạch đem *phước lành* đến cho thế gian. Và Đức Chúa Trời phán Ngài sẽ làm điều đó qua dân tộc thuộc dòng dõi Áp-ra-ham, và cuối dùng muôn dân trên đất sẽ được phước lành qua con cháu Áp-ra-ham—dĩ nhiên đó là Y-sơ-ra-ên thời Cựu Ước.

Đó là ý tôi muốn nói qua cụm từ "sứ mạng của Đức Chúa Trời". Đó là mục tiêu lớn của tất cả mọi công việc Ngài làm trong lịch sử. Và đó là lý do tại sao dân Y-sơ-ra-ên trong Cựu Ước được hiện hữu, được tạo dựng, được lựa chọn, được cứu chuộc và được đem vào mối quan hệ giao ước với Đức Chúa Trời. Tất cả những việc này *không chỉ vì lợi ích của chính họ* mà cuối cùng là để họ có thể trở thành phương tiện mà qua đó Đức Chúa Trời ban phước cho muôn dân. Đó là lý do sứ đồ Phao-lô gọi Sáng Thế Ký 12:3 là "Phúc âm được báo trước" (Ga 3:8). Thật sự đây là "tin rất tốt lành" ở chỗ dù con người phạm tội, nhưng Đức Chúa Trời vẫn có kế hoạch ban phước cho các dân tộc. Như Phao-lô giải thích, giờ đây chúng ta biết rằng Đức Chúa Trời thực hiện lời hứa đó trong và qua Đấng Christ, "con cháu của Áp-ra-ham." Nhưng sứ mạng của Chúa đã bắt đầu qua Y-sơ-ra-ên của Cựu Ước cho đến khi Đấng Christ đến.

Nhưng việc này có liên quan gì với *luật pháp* Cựu Ước? Hãy suy nghĩ như thế này: Nếu bạn muốn hoàn thành một mục đích *qua một người nào khác*, thì bạn muốn người đó là kiểu người như thế nào? Bạn sẽ muốn họ suy nghĩ và hành động giống bạn và làm điều bạn muốn. Bạn cần họ là người chịu trách nhiệm trước bạn và nhân danh bạn cư xử bằng sự liêm chính. Nếu không, thì làm sao họ có thể hoàn thành mục đích *của bạn*, nếu họ bỏ trốn và làm việc của họ theo ý họ mà quên hết mọi chuyện bạn muốn họ làm?

Cho nên, Đức Chúa Trời cũng vậy, với kế hoạch và mục đích lớn là đem đến cho muôn dân trên đất sự hiểu biết về Chúa, phước hạnh của Chúa, và cuối cùng là sự cứu rỗi của Chúa. Đức Chúa Trời cần *mẫu người nào* để thực hiện mục đích đó? Ngài cần một dân tộc hành động theo cách của *Ngài*, là những người bày tỏ cho thế giới thấy *Đức Chúa Trời* là Đấng như thế nào, bằng cách sống theo tiêu chuẩn và những thứ tự ưu tiên của Ngài. Nói cách khác, là cần một dân thánh—thánh, vì Đức Chúa Trời là thánh. Vì vậy, Ngài bước vào mối quan hệ giao ước với Y-sơ-ra-ên, trong giao ước đó Ngài phán:

- Ta đã lựa chọn và kêu gọi, rồi cứu chuộc các con *[chọn lựa và cứu chuộc]*.
- Vì vậy chúng ta thuộc về nhau: các con sẽ là dân Ta; Ta sẽ là Đức Chúa Trời của các con *[giao ước]*.
- Bây giờ, đây là cách Ta muốn các con sống *[luật pháp]*.
- Ta ban luật pháp này cho các con để giúp các con sống sao cho vừa đẹp lòng Ta, vừa ích lợi nhất cho các con, và cũng sẽ bày tỏ bản tính của Ta cho các dân.
- Hãy vâng theo luật pháp Ta, vì Ta, vì ích lợi của chính các con và vì ích lợi của cả thế gian.

Vậy thì, một phần mục đích chính của luật pháp Cựu Ước là *định hình* Y-sơ-ra-ên để họ tham gia vào sứ mạng của Đức Chúa Trời. Họ phải khác biệt với các dân tộc khác, để trở thành ánh sáng cho muôn dân.

Ví dụ

Dưới đây là một vài bản văn diễn đạt ý này. Tôi rất thích giảng những phân đoạn Kinh thánh này đấy!

a) Sáng Thế Ký 18:18–21: Gìn giữ đường lối Chúa

Dĩ nhiên, câu chuyện này có từ hàng trăm năm trước khi Chúa ban luật pháp, nhưng nó cho thấy rõ *tại sao* sau này luật pháp được ban cho. Có thể bạn sẽ thấy hữu ích khi đọc cả chương 18, và chỉ ghi chú lại chỗ nào dẫn đến chương 19.

Đức Chúa Trời đang thích thú dùng bữa với Áp-ra-ham và Sa-ra, cùng với hai thiên sứ. Ba vị khách trên đường đi xuống Sô-đôm và Gô-mô-rơ để đoán phạt dân thành (xảy ra trong chương 19). Nhưng trên đường đi, họ dừng lại để nhắc lại lời hứa của Chúa dành cho Áp-ra-ham và Sa-ra rằng họ sẽ sớm sinh một con trai. Rồi khi họ rời đi, Đức Chúa Trời tự nói với chính mình về Áp-ra-ham và mục đích của Ngài cho ông.

[18] Áp-ra-ham chắc chắn sẽ thành một dân lớn và hùng mạnh; tất cả các dân tộc trên thế giới đều sẽ nhờ người mà được phước. [19] Ta đã chọn người để truyền dạy con cái và dòng dõi người sau này gìn giữ đường lối của Đức Giê-hô-va bằng cách làm điều công chính và ngay thẳng, để Đức Giê-hô-va thực hiện điều Ngài đã hứa với Áp-ra-ham. (Sáng 18:18–19)

Câu 18 rõ ràng vang vọng 12:1–3, và chúng ta có thể thấy "điểm mấu chốt" đó quan trọng như thế nào. Đức Chúa Trời không chỉ đang nghĩ đến Áp-ra-ham mà còn nghĩ đến mục đích chung của Ngài cho toàn thế gian qua một dân tộc chưa được ra đời.

Nhưng hãy xem xét câu 19 một cách cẩn thận. Chỉ trong một câu, Đức Chúa Trời kết nối ba điều lại với nhau:

- *Đức Chúa Trời lựa chọn Áp-ra-ham:* "Ta đã chọn người" *[sự lựa chọn]*
- *Yêu cầu của Chúa:* "Người sẽ truyền dạy con cái và dòng dõi người sau này gìn giữ đường lối của Đức Giê-hô-va bằng cách làm điều công chính và ngay thẳng" *[đạo đức]*
- *Mục đích tối hậu của Đức Chúa Trời:* "Đức Giê-hô-va sẽ thực hiện điều Ngài đã hứa cho Áp-ra-ham—tức là phước lành cho muôn dân, 18:18 *[sứ mạng]*

Và giữa mỗi một điều này là cụm từ diễn tả mục đích– *"để"*. Đức Chúa Trời đang cho chúng ta biết *lý do Ngài chọn Áp-ra-ham* (để ông sẽ là khởi điểm cho một cộng đồng khác biệt với thế giới Sô-đôm bằng cách bước đi theo một đường lối khác—đường lối công chính và ngay thẳng). Rồi sau đó Đức Chúa Trời cho chúng ta biết *lý do Ngài muốn cộng đồng của Áp-ra-ham phải khác biệt* (để Đức Chúa Trời có thể thực hiện lời hứa ban phước cho muôn dân).

Phần giữa của câu này sử dụng hai cụm từ rất quan trọng. "Đường lối của Đức Giê-hô-va" và "làm điều công chính và ngay thẳng" là hai trong số những khái niệm nổi bật nhất trong luật pháp (và thật ra là trong cả Cựu Ước). Luật pháp chưa được ban ra, nhưng Đức Chúa Trời đang cho thấy mục đích của luật pháp sau này. Luật pháp sẽ góp phần định hình dân tộc của Áp-ra-ham để họ sống theo cách Chúa muốn—cách Đức Chúa Trời đã truyền dạy Áp-ra-ham. Mục đích của Chúa cho Y-sơ-ra-ên bao hàm kế hoạch *đạo đức* này, để *sống* như dân tộc của Chúa. Và vì mục đích đó, Ngài ban cho họ luật này. Đó là một phần trong sứ mạng của Chúa và của Y-sơ-ra-ên.

Vì vậy, khi giảng từ những phân đoạn luật pháp Cựu Ước, chúng ta cần ghi nhớ phần chức năng này của luật pháp—định hình con dân Chúa để họ trở thành tác nhân thực hiện sứ mạng của Chúa cho muôn dân. Con dân Chúa được kêu gọi để sống theo cách Ngài hướng dẫn họ vì Ngài muốn họ trở nên "thích hợp cho mục đích"—tức góp phần thực hiện sứ mạng của Ngài cho muôn dân.[2]

b) Xuất Ê-díp-tô Ký 19:5–6: Y-sơ-ra-ên phải giữ vai trò thầy tế lễ giữa các dân

Chúng ta quay lại bản văn chính ở Xuất Ê-díp-tô Ký 19. Hãy nhớ rằng ở trên chúng ta đã thấy trước hết Đức Chúa Trời cho thấy *ân điển của Ngài trong quá khứ* như thế nào–"Các con đã thấy điều Ta làm" (19:4). Rồi Đức Chúa Trời kêu gọi Y-sơ-ra-ên vâng lời Ngài—dĩ nhiên, hướng về luật pháp mà Ngài sắp ban cho họ ở núi Si-na-i. Và Đức Chúa Trời nói *nếu* họ vâng theo luật pháp Ngài thì điều gì sẽ xảy ra:

> Vậy bây giờ, nếu các con thật lòng vâng lời Ta và giữ giao ước Ta thì trong tất cả các dân tộc, các con sẽ là tài sản riêng của Ta; dù cả thế gian đều thuộc về Ta. Các con sẽ trở thành một vương quốc thầy tế lễ và một dân tộc thánh cho Ta. (Xuất 19:5–6)

Trước tiên, hãy chú ý Đức Chúa Trời *không* nói: "Nếu các con vâng lời Ta, thì Ta sẽ cứu các con và các con sẽ là dân Ta." Ngài đã cứu họ ra khỏi Ai Cập rồi, họ đã là dân của Ngài rồi. Tương tự, Đức Chúa Trời *không* nói "Nếu các con vâng lời Ta, thì Ta sẽ ban cho các con đủ mọi điều tốt đẹp."[3] Bản văn không hứa hẹn Y-sơ-ra-ên sẽ *nhận được* gì, mà cho biết họ sẽ *trở thành* gì. Họ sẽ là *điều gì đó* cho Đức Chúa Trời ở giữa "cả thế gian" và "muôn dân". Đó là ngữ cảnh rộng hơn mà Đức Chúa Trời chỉ ra (có lẽ Ngài nhìn thấy rõ hơn cả thế gian và các nước từ đỉnh núi Si-na-i).

Trong ngữ cảnh "cả thế gian" và "muôn dân", Y-sơ-ra-ên trong tư cách một dân tộc phải giữ vai trò thầy tế lễ của Đức Chúa Trời. Để hiểu ý nghĩa của điều này, chúng ta cần biết vai trò và chức năng của thầy tế lễ trong Y-sơ-ra-ên thời Cựu Ước. Ở Y-sơ-ra-ên, thầy tế lễ đứng giữa Đức Chúa Trời và dân sự. Họ là người trung gian, người hòa giải, hoạt động cả hai chiều. Một mặt, họ phải dạy luật pháp của Chúa cho dân sự (Lê 10:11; Phục 33:10). Tức là qua các thầy tế lễ thì dân chúng biết Đức Chúa Trời. Mặt khác, thầy tế lễ phải đem của lễ của dân sự đến với Đức Chúa Trời và chuộc tội tại bàn thờ để dân sự có thể quay lại trong mối thông công thờ phượng trong sự hiện diện của Đức Chúa Trời. Tức là qua thầy tế lễ, dân sự được đem trở vào mối quan hệ với Đức Chúa Trời.

---

[2] Như tôi đã nói, tôi thích giảng về phân đoạn này. Tôi có đưa phân đoạn này vào bố cục bài giảng ở cuối chương.

[3] Tôi thường dùng bản văn này, Xuất Ê-díp-tô Ký 19:1–6, để ra bài tập cho các nhóm lập bố cục bài giảng trong các hội thảo về giảng dạy của Langham. Và thường thì nhóm sẽ nảy ra ý: "vâng lời Chúa thì bạn sẽ được ban phước dồi dào". Điều đó có thể đúng (dù không theo kiểu mà Phúc âm Thịnh vượng vẫn rêu rao). Nhưng đó không phải là điều bản văn nói đến.

Vậy thì bây giờ, Đức Chúa Trời phán với Y-sơ-ra-ên trong cương vị một cộng đồng các con sẽ đại diện cho ta theo cách thầy tế lễ đại diện cho các con trước mặt Ta. Qua các con, Ta sẽ dạy các dân đường lối Ta và họ sẽ biết đến Ta. Và qua các con, cuối cùng Ta sẽ kéo các dân đến cùng Ta trong sự cứu chuộc và giao ước. Dĩ nhiên, cả hai vai trò đều được thực hiện đầy đủ chỉ bởi Chúa Giê-xu, Đấng Mê-si-a của Y-sơ-ra-ên—Đấng Trung Bảo và Thầy Tế Lễ thượng phẩm toàn vẹn. Nhưng thầy tế lễ đại diện cho Đức Chúa Trời trước dân sự và đại diện cho dân sự trước Chúa như thế nào, thì Y-sơ-ra-ên cũng phải làm như vậy trước các dân tộc.

Nhưng vai trò thầy tế lễ chỉ có thể xảy ra khi Y-sơ-ra-ên cũng là một dân *thánh*, và sống vâng theo luật pháp trong giao ước. Sự thánh khiết có nghĩa là trở nên đặc biệt, phản chiếu bản tính của Đức Chúa Trời trong đời sống xã hội thường nhật (Lê 19). Nói cách khác, luật pháp mang chức năng định hình Y-sơ-ra-ên trở thành một dân đại diện như thế, khiến các dân tộc biết đến bản tính cùng những luật lệ của Đức Chúa Trời. Đó là chức năng truyền giáo. Tự thân luật pháp là sự mặc khải của Đức Chúa Trời. Và những người sống vâng theo luật pháp bằng tình yêu và ân điển dẫy đầy cũng như vậy.[4]

c) Phục Truyền 4:5–8: Y-sơ-ra-ên phải là gương mẫu hữu hình trước các dân tộc

Sách Phục Truyền Luật Lệ ký chứa đựng nhiều động lực. Tức là, quyển sách muốn *khích lệ* dân sự vâng giữ luật pháp Chúa, và đưa ra đủ mọi lý do tại sao họ phải vâng giữ. Chúng ta đã thấy một trong những động cơ thuyết phục nhất: nhớ lại cuộc xuất hành và hành động giải cứu lớn lao của Đức Chúa Trời. Một động cơ phổ biến khác nữa là vâng theo luật pháp Chúa sẽ đem lại cho Y-sơ-ra-ên một cuộc sống tốt đẹp và đảm bảo trong xứ. Còn ở đây, Phục Truyền 4:5–8 lại cung cấp cho chúng ta một động cơ khác thường.

Môi-se thúc giục Y-sơ-ra-ên cẩn thận giữ theo luật lệ Chúa—*để các dân tộc sẽ chú ý*.

> Vậy, anh em phải giữ và thực hành các mệnh lệnh và luật lệ này, vì nhờ vậy mà các dân tộc sẽ thấy sự khôn ngoan và hiểu biết của anh em. Khi nghe về các mệnh lệnh này, họ sẽ nói "Chỉ có dân tộc vĩ đại này mới thực sự là một dân tộc khôn ngoan và hiểu biết!" Vì có dân tộc vĩ đại nào có được một vị thần ở gần như chúng ta có Giê-hô-va Đức Chúa Trời ở gần chúng ta mỗi khi chúng ta cầu khẩn Ngài không? Có dân tộc vĩ đại nào có được những mệnh lệnh và luật lệ công minh như toàn bộ luật pháp mà ngày nay tôi đặt trước mặt anh em không? (4:6–8).

---

[4] Bố cục bài giảng cho bản văn này cũng được đưa vào ở cuối chương.

Y-sơ-ra-ên không nên chỉ nghĩ đến mình mà thôi, vì Đức Chúa Trời không chỉ nghĩ đến một mình Y-sơ-ra-ên. Nếu Y-sơ-ra-ên sống theo cách Đức Chúa Trời đặt ra cho họ trong luật pháp Ngài (với hệ thống toàn diện về đời sống xã hội, kinh tế, chính trị, pháp luật và gia đình), thì họ sẽ là *một xã hội rất khác* với các dân tộc xung quanh. Họ sẽ gây tò mò. Nhiều câu hỏi sẽ được nêu lên. Và đó sẽ là những câu hỏi về Đức Chúa Trời mà họ thờ phượng và sự công bằng của luật pháp. Dân sự Chúa phải là lời quảng cáo về Đức Chúa Trời của họ.

Nguyên tắc này—tức là nguyên tắc khi chúng ta vâng lời Chúa thì thế giới xung quanh sẽ chú ý—không chỉ giới hạn trong Cựu Ước. Động lực tương tự cũng có trong Tân Ước. Khi chúng ta sống theo cách Chúa muốn, với tư cách môn đồ của Chúa Giê-xu và vâng lời Ngài—thì chúng ta được chú ý. Đó có thể là điều không hề dễ chịu. Điều đó có thể gây rắc rối cho chúng ta. Nhưng ít ra, đời sống chúng ta phải làm dấy lên những thắc mắc về Đức Chúa Trời mà chúng ta thờ phượng và tại sao chúng ta sống như vậy (tương tự với Y-sơ-ra-ên trong Phục Truyền). Nói cách khác, sự vâng lời của chúng ta cũng có tính truyền giáo—đó là một phần trong cách chúng ta thực hiện sứ mạng của Chúa qua dân Ngài cho thế gian. Môn đồ của Chúa Giê-xu phải khác biệt—cũng như muối và ánh sáng khác biệt với sự thối nát và bóng tối. Và khi chúng ta sống như thế, mọi người sẽ nhìn thấy và cuối cùng họ sẽ tôn vinh Đức Chúa Trời (Mat 5:14–16; 1 Phi 2:12). Chúng ta phải sống sao để người khác biết về Đức Chúa Trời.

Vậy thì, khi giảng luật Cựu Ước, điều đầu tiên chúng ta phải làm là nhắc Cơ Đốc nhân nhớ lại ân điển của Đức Chúa Trời mà họ phải đáp ứng (nhìn lại lịch sử cứu rỗi của chúng ta). Nhưng cũng phải nhắc họ nhớ đến trách nhiệm của họ: sống khác biệt trong tư cách con dân Chúa giữa những người xung quanh (hướng đến sứ mạng tối hậu của Chúa là ban phước cho muôn dân). Những người Đức Chúa Trời đã cứu chuộc phải sống vì sự vinh hiển của Ngài trong thế gian. Đó là một phần mục đích của luật pháp trong Cựu Ước. Dân sự Chúa được tạo dựng để ngợi khen và tôn cao Ngài, để các dân tộc biết Đức Chúa Trời hằng sống là ai: đó là nhiệm vụ của Y-sơ-ra-ên, và cũng là nhiệm vụ của chúng ta trong Đấng Christ.

9.4 Luật pháp Cựu Ước phản chiếu bản tính của Đức Chúa Trời

Đây là một lý do khác mà chúng ta nên cảm thấy được khích lệ khi giảng luật pháp Cựu Ước: nó phản chiếu bản tính của chính Đức Chúa Trời. Như tôi đã đề cập ở trên, một trong những cách nói phổ biến nhất diễn tả việc vâng giữ luật pháp là "bước đi trong đường lối Đức Giê-hô-va". Nhưng điều đó có nghĩa là gì? Một ý nghĩa của cụm từ này là đi theo, đi đến nơi người đi trước dẫn đường. Chúng ta hát "Ôi, xin cho con nhìn thấy dấu chân Ngài, và cho con đi theo dấu chân Ngài."⁵ **Ví dụ** Có lúc trong sách Phục Truyền, Môi-se trình bày tóm tắt toàn bộ luật pháp. Ông rút lại còn năm yêu cầu cơ bản. Đây là điều ông nói:

> Vậy, hỡi Y-sơ-ra-ên, điều mà bây giờ Giê-hô-va Đức Chúa Trời đòi hỏi anh em là gì nếu không phải là *lòng tôn kính* Giê-hô-va Đức Chúa Trời, *bước đi* trong sự vâng lời Ngài [nghĩa đen là đi trong đường lối Ngài], hết lòng hết linh hồn mà *kính mến* và *phục vụ* Giê-hô-va Đức Chúa Trời, *tuân giữ* các điều răn và luật lệ của Đức Giê-hô-va mà tôi truyền cho anh em ngày nay, để anh em được phước? (Phục 10:12–13; tôi tự ý in nghiêng)

Đó là tất cả những gì Chúa muốn: chúng ta phải kính sợ Ngài, bước đi trong đường lối Ngài, yêu mến Ngài, phục vụ Ngài và vâng lời Ngài.

Bây giờ, giả sử một thanh niên Y-sơ-ra-ên nhiệt tình nào đó giơ tay lên hỏi "Được thôi, chúng con sẽ cố gắng làm tất cả những điều đó, nhưng ông Môi-se ơi! Xin cho chúng con biết 'bước đi trong đường lối Chúa' *nghĩa* là gì ạ?"

Môi-se đã sẵn sàng trả lời. Đức Chúa Trời là:

> Vì Giê-hô-va Đức Chúa Trời của anh em là Thần của các thần, và Chúa của các chúa, là Đức Chúa Trời vĩ đại, đầy quyền năng và đáng kính sợ, là Đấng không thiên vị, và không nhận hối lộ. Ngài phân xử công minh cho kẻ mồ côi, người góa bụa, yêu thương người tha hương, ban cho họ bánh ăn áo mặc. (Phục 10:17–18)

Ngài là Đức Chúa Trời vĩ đại, Đấng sở hữu và cai trị vũ trụ, với thẩm quyền và sức mạnh trọn vẹn. Ngài là Đức Chúa Trời tuyệt đối liêm chính—Ngài không thể bị mua chuộc hay hối lộ như nhiều thẩm phán con người. Nhưng khi nào thì Đức Chúa Trời vĩ đại này bắt tay hành động, bạn sẽ tìm gặp Ngài ở đâu? Nơi bạn ít nghĩ đến nhất—giữa vòng người nghèo và người khốn cùng, người không gia đình, vô gia cư, người không có ruộng đất. Đây là những người Đức Chúa Trời chăm sóc và chu cấp cho. Đó là đường lối của Chúa. Vậy nên, Môi-se nói một mạch không nghỉ, 'nếu anh em bước đi trong đường lối của Giê-hô-va Đức Chúa Trời anh em, thì *anh em* phải yêu thương những người ngoại quốc này, vì chính anh em từng là người ngoại quốc ở Ai Cập" (10:19; tôi tự in nghiêng).

Nói cách khác, Y-sơ-ra-ên phải phản chiếu sự liêm chính, công bằng, lòng thương xót và tình yêu thương của Đức Chúa Trời trong chính cách họ đối xử với người khác. Họ phải bắt chước những phương diện này trong bản tính của Chúa. Đó là ý nghĩa của "bước đi trong đường lối Ngài".

---

⁵John E. Bode, "O Jesus, I Have Promised (Giê-xu, con hứa theo Ngài)," 1868.

Chúng ta cũng có thể nhìn thấy động cơ thúc đẩy mạnh mẽ này ở luật pháp Cựu Ước trong cách Lê-vi Ký 19 nhấn mạnh đòi hỏi của luật pháp đối với nếp sống đạo của Y-sơ-ra-ên—trên nông trang, trong gia đình, nơi tòa án, chỗ xóm giềng, ngoài thương trường—với lời khẳng định đơn giản: "Ta là Đức Giê-hô-va; Ta là thánh, vì vậy các con cũng phải nên thánh."

Bắt chước Chúa là chủ đề rõ rệt trong luật pháp Cựu Ước, nhưng nó không dừng lại ở đó. Đó là nguyên tắc cơ bản ẩn bên dưới sự dạy dỗ của Chúa Giê-xu về cách chúng ta cư xử. Việc chúng ta làm phải dựa trên điều chúng ta biết về bản chất của Chúa và trên điều Ngài làm (Mat 5:45–48; Lu 6:27–36).

☑ Những ý cần kiểm tra

Câu hỏi chúng ta cần đặt ra trước khi giảng bất kỳ phân đoạn Kinh thánh nào, trước nhất không phải là câu "Phân đoạn này có ý nghĩa gì với *tôi*? Phân đoạn này bảo *tôi* làm gì?" Với một số luật lệ được ban cho Y-sơ-ra-ên cổ trong xã hội và văn hóa của họ, có thể câu trả lời cho những câu hỏi này là "Rất ít, hoặc nói thẳng ra là chẳng có ý nghĩa gì cả". Hãy nhớ rằng luật pháp được viết là *vì bạn* (tức là để cho bạn học hỏi, như Phao-lô nói), chứ luật pháp không được viết *cho bạn*. Luật pháp được ban cho *Y-sơ-ra-ên* nhiều thế kỷ trước thời Đấng Christ. Thay vào đó, chúng ta nên bắt đầu bằng cách hỏi:

- Luật này cho tôi thấy điều gì về bản tính của Đức Chúa Trời?
- Luật này minh họa cho các giá trị và thứ tự ưu tiên của Đức Chúa Trời như thế nào?
- Ngữ cảnh xung quanh luật này nói gì về những điều Đức Chúa Trời quan tâm?
- Nếu đó là bản chất của Đức Chúa Trời, nếu đó là điều Chúa xem trọng, nếu đó là cách Chúa muốn nơi người Y-sơ-ra-ên thời Cựu Ước—thì điều Ngài muốn thế giới ngày nay là gì, khi áp dụng cùng nguyên tắc này trong một cách thứ nào đó?

Đôi khi, không dễ tìm ra câu trả lời cho những câu hỏi này. Hoặc có thể chúng ta sẽ bị rối trí khi chúng ta cố gắng hiểu lý do Đức Chúa Trời đưa ra một số luật lệ như thế. Và chúng ta sẽ cần phải quân bình bất cứ câu trả lời nào mà chúng ta đưa ra với điều chúng ta biết về Đức Chúa Trời từ tất cả phần Kinh thánh còn lại. Trong chương tiếp theo, chúng ta sẽ khám phá thêm về những điều này.

9.5   Luật pháp Cựu Ước đòi hỏi sự đoán phạt của Chúa

Tôi không biết bạn đã bao giờ nghe đến thuyết "Kế hoạch A—kế hoạch B" của Cựu Ước chưa? Thuyết này khá phổ biến, và nó như sau:

Đức Chúa Trời muốn cứu thế giới qua Y-sơ-ra-ên. Vì vậy, Ngài lập giao ước với họ và ban cho họ luật pháp của Ngài, để họ được cứu. Đó là Kế hoạch A. Nhưng đáng tiếc kế hoạch A cho Y-sơ-ra-ên lại là một thảm họa, vì Y-sơ-ra-ên hoàn toàn thất bại trong việc vâng giữ luật pháp Chúa. Vì vậy, Đức Chúa Trời nhận ra rằng họ không thể được cứu nhờ việc tuân theo luật pháp. Cho nên, Ngài từ bỏ ý tưởng đó, mà nảy sinh Kế hoạch B. Ngài ban Chúa Giê-xu để chúng ta có thể được cứu nhờ sự vâng lời và sự chết hy sinh của Đấng Christ thay cho chúng ta.

Đây có thể là một quan điểm phổ biến, nhưng tôi e rằng nó hoàn toàn sai trật.[6] Thất bại của Y-sơ-ra-ên không khiến Đức Chúa Trời ngạc nhiên. Trước tiên, chúng ta thấy rằng Chúa kêu gọi Y-sơ-ra-ên học biết Ngài, yêu mến Ngài, thờ phượng Ngài và vâng lời Ngài. Dĩ nhiên. Đó là điều Chúa muốn ở Y-sơ-ra-ên vì đó là điều Ngài muốn ở mọi người vì Ngài đã tạo dựng dòng dõi con người. Nhưng Đức Chúa Trời biết rằng người Y-sơ-ra-ên cũng là con người—là tội nhân giống như tất cả những người còn lại. Đức Chúa Trời biết họ thất bại. *Và Ngài đã nói với họ như vậy từ trước.* Không hề ngạc nhiên, thất bại của Y-sơ-ra-ên đã được Đức Chúa Trời hoàn toàn biết trước.

Phần cuối Phục Truyền có vài chương rất quan trọng—chương 29–32. Xem thử nếu bạn có thời gian đọc hết phần Kinh thánh đó một lần ngay bây giờ thì thật là tốt! Nhưng dưới đây là bố cục rất ngắn gọn trước khi bạn bắt đầu đọc. Đại khái, Đức Chúa Trời nói như sau:

- Y-sơ-ra-ên, Ta đã cứu con khỏi ách nô lệ và khiến con trở nên dân giao ước của Ta.
- Bây giờ Ta ban cho con luật pháp, để giúp con sống tốt và được phước. Và con cũng đã cam kết yêu mến và vâng lời Ta.
- *Tuy nhiên*, Ta biết rất rõ rằng con sẽ *không* làm theo luật pháp này. Con đã chứng tỏ mình hay nổi loạn và tội lỗi ra sao ngay cả khi có Môi-se. Và nhiều thế hệ sẽ trôi qua và các con sẽ ngày càng tệ hơn.
- Vì vậy, các con *sẽ* tự chuốc lấy cho mình mọi lời đe dọa và cảnh cáo mà Ta đã đưa vào giao ước này. Vì con nhất định phá vỡ giao ước Ta, nên con sẽ nhận lấy những lời rủa sả chứ không phải phước lành của giao ước.
- Sự đoán phạt của Ta sẽ đến qua kẻ thù của con, và con sẽ bị đuổi ra khỏi xứ này, bị tan lạc giữa các dân ngoại quốc.

---

[6]Thuyết "Kế hoạch A" có một phần rất sai—và ngay tức khắc bạn phải chỉ ra được cái sai đó. Đức Chúa Trời không ban luật pháp cho Y-sơ-ra-ên để họ được cứu nhờ vâng giữ luật. Chúng ta đã thấy ở trên rằng Đức Chúa Trời đã hành động để cứu họ và khiến họ trở thành dân Ngài. Ngài ban luật pháp cho họ, không phải để họ giành được sự cứu rỗi, mà để họ *đáp ứng* bằng tình yêu và lòng biết ơn đối với sự cứu rỗi mà Đức Chúa Trời đã ban cho họ.

- *Tuy nhiên*, bây giờ, ngay từ trước khi tất cả những điều này xảy ra, Ta muốn con biết rằng sự đoán phạt không nhất thiết là lời cuối cùng của Ta đối với con hay tình trạng cuối cùng của đời con. Con vẫn có thể hy vọng sau sự đoán phạt. Ta vẫn là Đức Chúa Trời của ân điển, yêu thương và tha thứ. Ta sẽ *khiến* con tìm kiếm Ta hết lòng, hết linh hồn, để con yêu mến và vâng lời Ta. Vì vậy, đừng quay lưng lại với Ta. Hãy chọn sự sống, đừng chọn sự chết!

Vậy thì, các bạn thấy đấy, bản thân luật pháp (trong Phục Truyền) báo trước sự thất bại của Y-sơ-ra-ên trong tương lai. Thật vậy, những chương Phục Truyền này không chỉ cho chúng ta thấy khái niệm thần học rõ ràng về tội lỗi, sự đoán phạt, sự ăn năn, ân điển và sự phục hồi; mà còn cho chúng ta biết trước lịch sử của Y-sơ-ra-ên. Vì đó là con đường Y-sơ-ra-ên thật sự đã đi qua suốt toàn bộ Màn 3 trong câu chuyện vĩ đại của Kinh thánh.

Và trong khi đó, ngay trong luật pháp, Chúa cung ứng một phương cách để thường xuyên thanh tẩy và chuộc tội—chính là hệ thống tế lễ trong Lê-vi Ký. Hành động đó tự nó không "giải quyết vấn đề" (như sách Hê-bơ-rơ rõ ràng đã chỉ ra). Sau này, các tiên tri mạnh mẽ buộc tội người Y-sơ-ra-ên về việc họ cho rằng hễ khi nào họ còn tiếp tục dâng tế lễ trong đền thờ, thì họ vẫn có thể nổi loạn và bất tuân mà không bị Chúa đoán phạt. Nhưng không ai phỉnh gạt Đức Chúa Trời được. Sự đoán phạt của Chúa đã giáng xuống – thông qua kinh nghiệm lưu đày thật kinh khủng tại Ba-by-lôn.

Cho nên, khi chúng ta quay lại với sứ đồ Phao-lô, chúng ta không ngạc nhiên (như Đức Chúa Trời đã không hề ngạc nhiên) khi tự thân luật pháp không thể làm cho tội nhân và kẻ nổi loạn trở nên tốt đẹp và hoàn hảo. Nhưng lỗi không ở luật pháp, mà là ở con người. Đó là lý do Phao-lô nói về việc luật pháp "không thể làm được do xác thịt làm cho yếu đuối" – tức là bản chất tội lỗi của con người (Rô 8:3). Đó là lý do người Y-sơ-ra-ên thấy luật pháp đem lại cho họ sự chết. Luật pháp phơi bày tội lỗi của họ. Và luật pháp làm cho họ ở dưới sự rủa sả và đoán phạt của Đức Chúa Trời. Nhưng đây là ý chính: *đây không phải điều Phao-lô mới khám phá. Chính luật pháp đã nói như vậy!* Luật pháp đòi hỏi lòng trung thành của Y-sơ-ra-ên, nhưng luật pháp cũng tin chắc vào sự thất bại của Y-sơ-ra-ên. Đó là thực tế. Nhưng rồi luật pháp cũng vượt ra khỏi sự phán xét để hướng đến *niềm hy vọng* vào ân điển cứu rỗi và phục hồi của Đức Chúa Trời *trong tương lai*. Nói cách khác, luật pháp cuối cùng chỉ về Đức Chúa Giê-xu Christ—như rõ ràng Phao-lô đã thấy.

Vậy thì, khi giảng luật pháp Cựu Ước, chúng ta cũng nên làm hai điều này. Trước tiên, khi cho mọi người biết điều Chúa muốn, nêu bật những lý tưởng và tiêu chuẩn có trong luật pháp Chúa ban cho Y-sơ-ra-ên, thì chúng ta phải thực tế. Chúng ta cũng là những tội nhân như người Y-sơ-ra-ên. Chúng ta cũng thất bại như họ đã thất bại. Chúng ta cần nhận ra sự bất lực hoàn toàn của mình và thái độ không sẵn lòng sống theo cách Chúa muốn. Câu chuyện đau buồn của Y-sơ-ra-ên cũng là câu chuyện của chúng ta. Nhưng, thứ hai, chúng có thể dẫn mọi người từ chỗ nhận ra thất bại của mình đến chỗ quay lại với những lời hứa và ân điển của Đức Chúa Trời. Vì điều đó cũng có trong luật pháp. Khi bạn biết mình phạm tội thì bạn đi đâu? Quay về với Đức Chúa Trời của ân điển. Đó là điều Y-sơ-ra-ên đã phải học, và đó vẫn là lẽ thật của Phúc âm dành cho chúng ta.

Bây giờ, vui lòng dừng lại để đọc toàn bộ **Phục Truyền 30.** Chương Kinh thánh này cực kỳ thực tế về việc Y-sơ-ra-ên sẽ thất bại và không tránh khỏi sự phán xét của Đức Chúa Trời. Chúa *biết* điều đó sẽ xảy ra. Nhưng đây cũng là phân đoạn cởi mở một cách tuyệt vời về quyền năng giúp vượt qua điều đó của Đức Chúa Trời—cho dù con người có đi xa đến mức nào trong tội lỗi và sự chống nghịch đi chăng nữa. Đức Chúa Trời hứa rằng Ngài sẽ ban cho họ tấm lòng biết yêu mến Ngài (30:6), để họ có thể đến với Ngài và vâng lời Ngài bằng hết cả tấm lòng và linh hồn (30:2, 10). Tội lỗi của con người không giam cầm được Đức Chúa Trời. Có một tương lai và một sự lựa chọn rộng mở dành cho dân sự. Vì vậy chương này kết thúc với lời kêu gọi mang đậm tinh thần truyền giảng là hãy quay về với Chúa và hãy chọn sự sống, không phải sự chết (30:19–20).

Trong bài giảng, dĩ nhiên chúng ta có thể liên kết ý của cả chương (Phục 30), bao gồm lời kêu gọi kết thúc, với Phúc âm. Vì cả luật pháp lẫn Phúc âm đều đồng ý về ba lẽ thật Kinh thánh trọng yếu (là ba điều tạo nên ba đề mục hay cho bài giảng):

- *Thất bại là một thực tế.* Tất cả đều phạm tội—dù là người Ngoại bang hay người Do Thái—và thất bại cũng như tội lỗi là thực tế của cuộc sống, thực tế của lịch sử, thực tế được minh họa nhiều lần trong Kinh thánh. Ngay cả các môn đồ của Chúa Giê-xu cũng biết điều này. Hãy hỏi Si-môn Phi-e-rơ thử xem!
- *Thất bại là điều được thấy trước.* Đức Chúa Trời biết điều này về chúng ta. Ngài không ngạc nhiên trước thất bại của Y-sơ-ra-ên. Chúa Giê-xu không ngạc nhiên (dù hết sức đau buồn) trước thất bại của Phi-e-rơ. Thật ra, Ngài đã báo trước cho ông về việc đó. Toàn bộ câu chuyện Kinh thánh cho thấy Đức Chúa Trời, hoàn toàn biết được tình trạng tội lỗi, sự thất bại và nổi loạn của chúng ta, đã hành động để thắng hơn tội lỗi và vươn tới chúng ta để đem chúng ta trở về.
- *Thất bại có thể được tha thứ.* Ân điển cứu rỗi của Đức Chúa Trời được xác nhận trong Torah. Các tác giả Thi Thiên biết và tin tưởng vào điều này (vd: Thi 25, 32, 51, 130). Và dĩ nhiên cuối cùng ân điển đó dành sẵn cho chúng ta thông qua thập tự giá của Đấng Christ.

Đây là sứ điệp chúng ta có thể giảng dạy từ các phân đoạn luật pháp của Cựu Ước. Đó ắt hẳn là lý do khiến sứ đồ Phao-lô kể luật pháp vào điều ông nói về Kinh thánh nói chung. Kinh thánh Cựu Ước không chỉ "hữu ích", mà còn "có thể khiến con khôn ngoan để được cứu bởi đức tin trong Đức Chúa Giê-xu Christ" (2 Ti 3:15). Và sau đó, khi chúng ta đặt đức tin nơi Đấng Christ,

Đức Chúa Trời đến ngự trong chúng ta qua Đức Thánh Linh (như Ngài cũng đã hứa trong các phần khác của Cựu Ước—vd: Giê 31:33; Êxê 36:26–27), thêm năng lực cho chúng ta để chúng ta sống bởi Thánh Linh—không phải bởi tuân giữ mọi luật pháp Cựu Ước – theo cách thật sự làm thỏa mãn toàn bộ mục đích của luật pháp (Rô 8:4).

CÂU HỎI VÀ BÀI TẬP

1. Bạn có đồng ý rằng chúng ta nên nghiên cứu luật pháp Cựu Ước trước nhất theo cách người Y-sơ-ra-ên thời Cựu Ước đã hiểu nó— vd: trong Thi Thiên 1, 19, 119—thay vì chỉ theo cách Phao-lô nói về luật pháp khi tranh luận với "những người theo phái Do Thái" không? Nghiên cứu luật pháp Cựu Ước theo cách này trước nhất sẽ hữu ích như thế nào?

2. Nếu luật pháp được nhìn nhận cách tích cực trong Cựu Ước, thì lý do tại sao Phao-lô lại nói khá tiêu cực về luật pháp? Ngữ cảnh cho lập luận của Phao-lô là gì?

3. Bạn sẽ nói gì với một người nào đó vẫn tin rằng trong thời Cựu Ước, sự cứu rỗi đến bởi vâng giữ luật pháp, trong khi chỉ ở Tân Ước sự cứu rỗi mới là việc của ân điển? Bạn giải thích ân điển và sự cứu rỗi đến *trước* luật pháp như thế nào? Bạn dùng bản văn nào cho phần giải thích của mình?

4. Chuẩn bị bài giảng ở Phục Truyền 6:20–25.

BỐ CỤC BÀI GIẢNG MẪU Đọc các bố cục bên dưới cùng với phần giải thích đầy đủ các bản văn trong phần 3 ở trên.

Công bố kế hoạch truyền giáo của Đức Chúa Trời
Sáng Thế Ký 18:19–21

1. Sô-đôm và Gô-mô-rơ là hình ảnh về thế giới chúng ta

Câu 21 mô tả "tiếng kêu la" chống lại các thành này. Điều đó cho thấy tại đó có sự áp bức và đau khổ. Từ này cũng là từ được dùng khi người Y-sơ-ra-ên "kêu van" trong khi bị áp bức ở Ai Cập. Xem thêm về bạo lực và sự trụy lạc trong chương 19 cũng như những tội bạo lực, kiêu căng và sự giàu có trong xã hội được mô tả trong Ê-sai 1:9–10; 16–23; và Ê-xê-chi-ên 16:49–50, khi Giê-ru-sa-lem và Giu-đa được so sánh với Sô-đôm. Đây vẫn là thế giới chúng ta đang sống.

2. Áp-ra-ham và lời hứa về sứ mạng truyền giáo của Chúa

Đức Chúa Trời nhắc lại lời hứa của Ngài với Áp-ra-ham và Sa-ra. 18:18 là tiếng vọng trực tiếp của 12:3. Đây là sứ mạng của Chúa, là chương trình của Chúa, là khải tượng của Chúa—phước lành cho muôn dân. Ngay cả khi chuẩn bị đoán phạt, Đức Chúa Trời cũng nhớ đến kế hoạch cứu rỗi của Ngài.

3. Đường lối của Đức Giê-hô-va là một chương trình dành cho dân sự Ngài

Câu 19 (xem tóm tắt ở trên). Đức Chúa Trời "tự nhắc mình" về mục đích của Ngài khi chọn Áp-ra-ham: đó là Áp-ra-ham phải là "người sáng lập" một dân tộc bước đi trong đường lối Chúa, thay vì đường lối của Sô-đôm. Cách sống của chúng ta (làm điều đúng và công chính) là sự kết nối sống còn giữa sự kêu gọi và sứ mạng của chúng ta.

Chúng ta là ai, và chúng ta ở đây để làm gì?
Xuất Ê-díp-tô Ký 19:1–6

1. Ân điển trong quá khứ: sự cứu rỗi của Đức Chúa Trời

Câu 4. Đức Chúa Trời chỉ về việc chính Ngài khởi xướng ân điển cứu rỗi: "Các con đã thấy điều Ta làm". Ân điển đến trước luật pháp—trong câu chuyện, và trong cấu trúc của sách Xuất Ê-díp-tô Ký. Chúng ta là ai và chúng ta làm gì cho Chúa luôn luôn là đáp ứng của chúng ta với điều Chúa đã làm cho chúng ta.

2. Ân điển tương lai: sứ mạng của Đức Chúa Trời

Câu 5b. "Tất cả các dân tộc... cả thế gian". Đây là ngôn ngữ của giao ước với Áp-ra-ham. Y-sơ-ra-ên có mối quan hệ đặc biệt với Chúa, nhưng mắt Chúa nhìn xem cả thế gian. Sự cân bằng quan trọng giữa tính cụ thể (điều Chúa đã làm cho Y-sơ-ra-ên) và tính phổ quát (mục đích của Ngài cho các dân tộc).

3. Ân điển trong hiện tại: dân sự của Chúa sống theo đường lối Chúa

Câu 5a và câu 6. Sứ mạng của Y-sơ-ra-ên là trở thành nước thầy tế lễ của Đức Chúa Trời giữa các dân tộc. Thầy tế lễ đứng giữa Đức Chúa Trời và phần dân sự còn lại như thế nào (dạy luật pháp của Chúa và dâng của tế lễ), thì toàn thể Y-sơ-ra-ên cũng là một dân sẽ đem Đức Chúa Trời đến với các dân tộc, và đem các dân tộc đến với Chúa thể ấy. Trên một phương diện, điều này đã được hoàn thành trong Đấng Christ. Nhưng chúng ta vẫn còn đóng vai trò "thầy tế lễ" trong thế gian – Rô-ma 15:16; 1 Phi-e-rơ 2:9–12. Chúng ta là những người đại diện sống động của Đức Chúa Trời hằng sống.

10

Giảng Các Phân Đoạn Luật Pháp Trong Cựu Ước

Tôi hy vọng chương vừa rồi giúp ích cho bạn trong việc "bước vào" luật pháp Cựu Ước và hiểu vai trò của luật pháp trong Kinh Thánh. Trong chương này, chúng ta sẽ cố gắng tìm hiểu xem có thể "rút ra được gì" từ luật pháp Cựu Ước, để giảng dạy ngày nay. Phao-lô nói rằng, giống như cả Kinh thánh, luật pháp Cựu Ước "có ích cho sự dạy dỗ, khiến trách, sửa trị, và huấn luyện trong sự công chính" (2 Ti 3:16). Câu hỏi đặt ra là: Bằng cách nào?

Phao-lô cũng cho biết rằng không phải chúng ta đang sống "dưới luật pháp", vì chúng ta đã đặt đức tin nơi Đấng Christ và đang sống bởi Đức Thánh Linh. Vì vậy, nếu chúng ta không bị buộc phải làm tất cả những gì luật pháp Môi-se yêu cầu, thì luật đó ích gì cho chúng ta? Phần nào chúng ta vẫn phải vâng giữ, và bỏ qua phần còn lại không? Hay chúng ta phải tìm ra điều gì đó "có ích cho sự dạy dỗ", hay tương tự thế trong luật pháp?[1]

Để giúp chúng ta trả lời những câu hỏi như vậy, trước tiên, tôi sẽ cho thấy rằng dù luật pháp được ban cho Y-sơ-ra-ên, nhưng Đức Chúa Trời muốn nó trở thành *một khuôn mẫu* ở phạm vi rộng lớn hơn là cho dân tộc khác. Vì vậy, khi dùng luật pháp để giúp chúng ta suy nghĩ về cách chúng ta nên sống trong thế giới hôm nay ở chính đất nước của mình, là chúng ta đang làm điều Chúa muốn ngay từ ban đầu. Thứ hai, tôi sẽ cho thấy luật pháp Cựu Ước *ích lợi cho mọi người* như thế nào. Luật pháp không phải để phá hỏng niềm vui của mọi người, mà để làm cho cuộc sống tốt đẹp hơn. Đó là điều áp dụng cho mọi dân

---

[1] Nếu bạn muốn xem phần giải thích đầy đủ hơn về luật pháp Cựu Ước, có thể bạn sẽ thấy hữu ích khi đọc chương 9 "Luật pháp và Hệ thống Pháp lý (Law and the Legal System)", trong quyển sách của tôi *Old Testament Ethics for the People of God* (Leicester: IVP, 2004). Tôi bàn đến những luật khác nhau ở Y-sơ-ra-ên (tội phạm, dân sự, gia đình, nghi lễ và yêu thương); thi hành sự công bằng; mức độ giá trị trong luật Cựu Ước.

tộc và mọi nền văn hóa. Vì vậy, chúng ta có điều gì đó để học vì lợi ích của chính mình. Thứ ba, chúng ta cần nhận biết *những giá trị và thứ tự ưu tiên* trong luật pháp—kể cả trong những phần chúng ta thấy khó, ví dụ một số luật rất khắt khe đòi hỏi án tử hình. Và cuối cùng, tôi sẽ gợi ý một phương cách *xây cầu* nối thế giới mà chúng ta thấy trong luật pháp của Y-sơ-ra-ên cổ với thế giới chúng ta sống ngày nay.

10.1 Luật pháp của Y-sơ-ra-ên phải là mẫu mực cho các dân tộc

Chúng ta hãy quay lại với phần mở đầu của câu chuyện Kinh thánh. **Màn 1:** Đức Chúa Trời tạo dựng trời và đất, rồi sau đó dựng nên con người theo hình ảnh của Ngài, để sống trên đất. Chúng ta có thể miêu tả ý này bằng một hình tam giác, với ba đỉnh đều có liên quan với nhau, như hình vẽ. Đây là tam giác về sự sáng tạo. Mỗi một cạnh của tam giác đều tượng trưng cho một mối quan hệ vốn vận hành theo cả hai chiều. Vì vậy, trái đất được Đức Chúa Trời dựng nên và thuộc về Ngài ("Đất thuộc về Đức Giê-hô-va", Thi 24:1). Con người được tạo dựng để yêu mến, phục vụ Chúa, yêu mến và phục vụ nhau, lẫn sử dụng và chăm sóc trái đất. Là một phần trong công trình sáng tạo của Đức Chúa Trời, trái đất đem lại vinh quang cho Ngài và là phước hạnh cho con người sống trên đất.

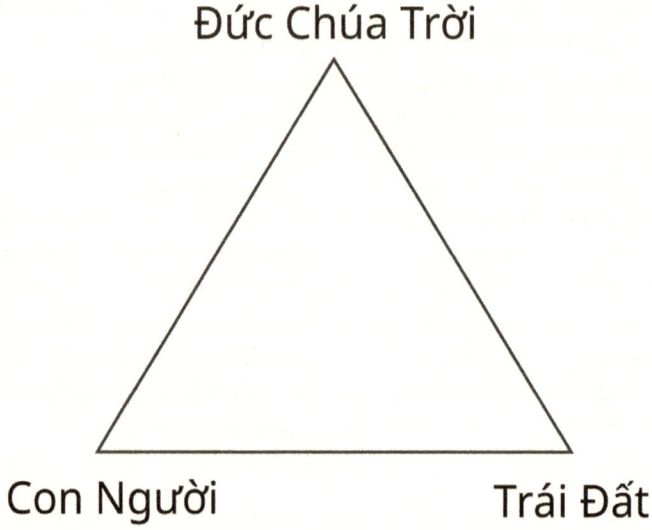

Nhưng đáng buồn là mỗi một cạnh và các mối quan hệ này đều đã bị gãy đổ, bị méo mó và hư hỏng bởi hậu quả của sự sa ngã (**Màn 2** của câu chuyện Kinh thánh). Con người sa ngã và phạm tội. Chúng ta đã nghi ngờ lòng nhân từ của Chúa và khước từ thẩm quyền của Ngài. Hậu quả là Đức Chúa Trời rủa sả trái đất vì trái đất liên hệ với chúng ta, và trái đất "thất bại" (như Phao-lô nói trong Rô 8) trong mục đích làm vinh hiển danh Chúa. Còn nhân loại xa lánh nhau, với đủ mọi sự căm thù, bất công và bạo lực giữa con người, gia đình, chi tộc và quốc gia.

Tuy nhiên, mặc dù tam giác bị méo mó và rạn nứt vì tội lỗi và điều ác, nhưng nó vẫn còn đó. Đức Chúa Trời vẫn ở đó, trái đất ở đó, và chúng ta vẫn ở đây như những con người sa ngã sống trên đất, nhưng xa cách Đức Chúa Trời. Trên một phương diện, tất cả chúng ta đều ở đâu đó trên cạnh đáy của tam giác, ở mọi thời kỳ và thế hệ.

Thế thì Đức Chúa Trời đã làm gì?

Đó là lúc **Màn 3** bắt đầu, như chúng ta đã biết. Đức Chúa Trời kêu gọi Áp-ra-ham và lập những lời hứa vĩ đại với ông.

- Đức Chúa Trời hứa với Áp-ra-ham rằng ông sẽ trở thành một dân lớn, ở dưới sự ban phước và bảo vệ của Chúa.
- Đức Chúa Trời hứa ban cho dòng dõi Áp-ra-ham, một xứ để ở.
- Đức Chúa Trời hứa rằng mọi dân tộc trên đất sẽ nhận được phước qua Áp-ra-ham.

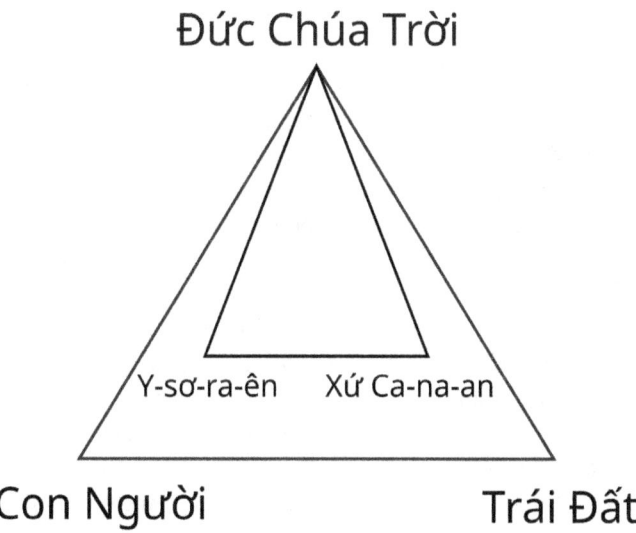

Bạn có thấy trình tự ấy không? *Một* dân, *một* xứ; rồi *mọi* dân trên *cả* trái đất. Chúng ta có thể hình dung điều này như một hình tam giác khác nằm trong một hình tam giác bao bên ngoài (xem hình). Khi Chúa bắt đầu câu chuyện cứu chuộc vĩ đại trong Kinh thánh (được phác họa bằng hình tam giác bên trong), Ngài bắt đầu với một con người sẽ trở thành một dân tộc (Y-sơ-ra-ên), được Đức Chúa Trời ban cho một xứ cụ thể (xứ Ca-na-an). Nhưng điều Chúa đang làm trong dân tộc đó là nhằm đem phước lành và sự cứu rỗi đến cho toàn thể nhân loại. Cả xứ Y-sơ-ra-ên trở thành mô hình thu nhỏ của ý muốn Chúa cho cuộc sống trên đất theo nghĩa rộng hơn. Sự kết hợp của một dân được chuộc sống trong đất hứa cũng trở thành hình ảnh được thấy trước về một nhân loại được chuộc từ mỗi chi tộc, ngôn ngữ và dân tộc, sống trong cõi tạo vật mới—trời mới đất mới được mô tả ở Khải Huyền 21–22.

Tam giác cứu chuộc bên trong của Cựu Ước—gồm Đức Chúa Trời, Y-sơ-ra-ên và xứ—trở thành khuôn mẫu hay mô hình[2] cho ý định rộng hơn của Chúa dành cho các dân tộc còn lại trên khắp đất (tam giác bên ngoài chỉ về cõi tạo vật). Y-sơ-ra-ên phải là "ánh sáng cho muôn dân", trong mối quan hệ giao ước với Đức Chúa Trời trong sự thờ phượng và trong chất lượng về mặt xã hội của họ (xin nhớ Phục 4:6–8)—trong các lĩnh vực kinh tế, chính trị, xã hội và cá nhân.

Điều này có nghĩa là luật pháp Cựu Ước, thuộc tam giác trong là công tác cứu chuộc của Đức Chúa Trời trong Y-sơ-ra-ên, *phải* liên hệ đến các bối cảnh lịch sử và văn hóa khác trong tam giác cõi thọ tạo—đối với bất kỳ dân tộc nào trên đất, kể cả dân tộc chúng ta. Vì vậy, như trong biểu đồ tiếp theo, điều đã xảy ra ở tam giác bên trong gồm Đức Chúa Trời, Y-sơ-ra-ên và xứ—kể cả việc ban cho luật pháp Môi-se – có thể gọi là được rút ra và được xem xét trong mối liên hệ với ngữ cảnh của chúng ta. Đó là lúc chúng ta thấy luật pháp "có ích" như Phao-lô đã nói.

Vậy thì, khi giảng luật pháp Cựu Ước, chúng ta đừng ráng ép theo nghĩa đen—tức cho rằng chúng ta có thể bảo mọi người làm đúng y như bản văn nói, từng câu từng chữ. Không ai trong chúng ta ngày nay sống ở Y-sơ-ra-ên cổ đại. Luật pháp Môi-se được ban cho *họ khi đó*, không phải cho *chúng ta ngày hôm nay*. Chúng ta không sống "ở" tam giác bên trong. Chúng ta sống ở "cạnh đáy" của tam giác ngoài—sống ở một trong các quốc gia trên trái đất của Chúa. Điều chúng ta cần làm là tìm xem điều Chúa dạy và đòi hỏi từ tam giác bên trong (Y-sơ-sa-ên thời Cựu Ước), rồi tìm hiểu xem điều đó vẫn tiếp tục phán bảo với và thách thức bối cảnh chúng ta đang sống trong tam giác ngoài như thế nào—cho dù là ở đâu. Qua việc cho chúng ta biết điều Chúa đòi hỏi ở xã hội *đó* vào thời điểm *đó*, luật pháp Cựu Ước vẫn có thể thách thức hội thánh và xã hội về những vấn đề liên quan đến đạo đức và công bằng xã hội trong thời *nay*. Có thể nói chúng ta thuộc trong số các quốc gia đang quan sát Y-sơ-ra-ên

---

[2]Mô hình là một ví dụ, một khuôn mẫu hoặc trường hợp rất cụ thể chi tiết, nhưng được xem như một kiểu mẫu để suy nghĩ về những vấn đề, nan đề hay tình huống có thể rất khác nhau, nhưng áp dụng cùng nguyên tắc. Trong khoa học thì có mô hình. Đó là lúc nhà khoa học dùng một giải pháp cụ thể mà họ biết qua thử nghiệm và chứng minh, như một cách xem xét và giải quyết các vấn đề khác. Trong ngôn ngữ cũng có mô hình. Nếu bạn đang học một ngoại ngữ, bạn sẽ học những mẫu động từ và danh từ nào đó, v.v... sẽ áp dụng được cho nhiều từ ngữ khác cùng loại trong nhiều câu khác nhau. Trong luật cũng có mô hình. Thẩm phán dùng phán quyết được công bố trong những vụ án cụ thể trong quá khứ làm "tiền lệ" để từ đó họ tìm ra những nguyên tắc nhằm quyết định những trường hợp khác mà họ gặp.

như Phục Truyền 4:6–8 đề cập, đặt câu hỏi không chỉ về Đức Chúa Trời mà Y-sơ-ra-ên thờ phượng là Đấng như thế nào và kiểu xã hội Chúa định cho họ ra làm sao, mà còn thắc mắc những câu trả lời cho các câu hỏi này giúp chúng ta đem ngữ cảnh của chính mình vào bài giảng khi giảng cho cộng đồng đức tin như thế nào.

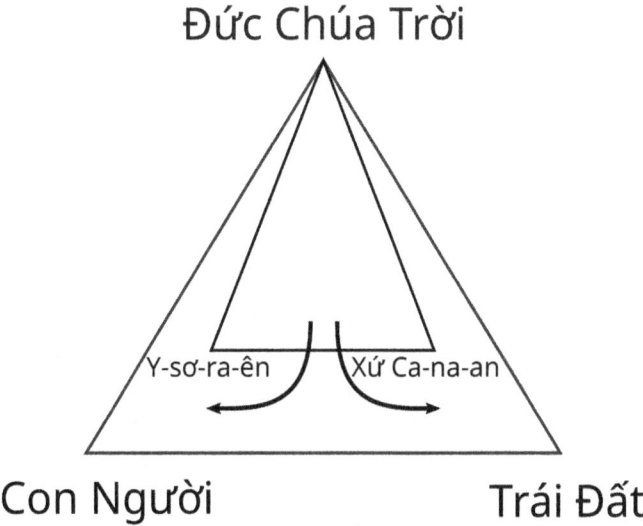

10.2   Luật pháp được ban cho vì ích lợi của nhân loại

Chúa Giê-xu muốn nói gì khi Ngài phán: "Ngày Sa-bát được tạo nên vì loài người, chứ không phải loài người được tạo nên vì ngày Sa-bát" (Mác 2:27)? Ngài muốn nói rằng luật Sa-bát là vì ích lợi của con người. Chúa Giê-xu nổi giận vì những người lãnh đạo thời đó đã biến điều tốt đẹp và ích lợi thành gánh nặng mà con người phải phục tùng. Họ làm như thể luật pháp là ông chủ mà con người đang phục vụ, trong khi Chúa Giê-xu lại nói rằng ý định của Đức Chúa Trời thì hoàn toàn ngược lại. Ngài ban luật pháp để phục vụ cho nhu cầu của con người và giúp con người sống tốt hơn. Nghỉ ngơi mỗi tuần là một ví dụ. Đó là một luật lệ nghiêm ngặt, nhưng là vì ích lợi của chính con người. Nghỉ ngơi mỗi tuần là điều tốt cho bạn!

Khi Chúa Giê-xu nói như thế về ngày Sa-bát, có lẽ Ngài đang nói đến toàn bộ luật pháp. Đức Chúa Trời ban luật pháp cho Y-sơ-ra-ên, không phải để Ngài hạnh phúc hay vui thích khi phê phán những thất bại của Y-sơ-ra-ên, mà là *vì lợi ích của chính họ*. Phục Truyền nhiều lần lặp lại ý này (vd: Phục 4:40; 5:29; 6:24; 10:13). Và như chúng ta thấy trong chương cuối cùng, những người Y-sơ-ra-ên nào thật sự yêu mến và thờ phượng Đức Chúa Trời đều nhận biết rất rõ rằng nhờ vâng giữ luật pháp của Chúa mà họ được ở chỗ tốt nhất dành cho mình. Giữ luật pháp Chúa (sống theo đường lối Chúa) là cách sống khôn ngoan, lành mạnh, đem lại sự thỏa mãn và hữu ích—là một phước hạnh thật sự. Cả sách Thi Thiên bắt đầu với việc vui mừng ca ngợi phước hạnh đến từ việc sống theo đường lối Chúa (đọc Thi 1 và 19). Về bản chất, vâng lời Chúa là điều tốt cho bạn. Vì Đức Chúa Trời đã tạo dựng chúng ta ngay từ ban đầu, nên cách tốt nhất để sống kết quả là "đi theo sự chỉ dẫn của Đấng Tạo Hóa". Đức Chúa Trời biết điều gì làm cho con người hưng thịnh. Đó là điều Ngài muốn cho Y-sơ-ra-ên—chỉ tội họ thường bị mù lòa đến nỗi không nhìn thấy điều đó và đi theo ý riêng, rơi vào tình trạng hỗn độn khủng khiếp của tội lỗi và sự đau khổ mà chúng ta nhìn thấy trong phần còn lại của Cựu Ước.

Ví dụ

Dưới đây là một vài ví dụ về những tình huống trong đó luật Cựu Ước thể hiện sự quan tâm đối với ích lợi và nhu cầu của con người. Đây là những tình huống trong đó có sự xung đột giữa *quyền lợi và đòi hỏi* của kẻ mạnh với *nhu cầu* của người yếu hơn. Trong những trường hợp như thế, chúng ta thấy rằng luật pháp của Y-sơ-ra-ên ưu tiên cho người không được bảo vệ và người thiếu thốn hơn. Đôi khi quyền ưu tiên hợp pháp này xảy ra ngay cả khi người khác có những đòi hỏi chính đáng. Dường như Đức Chúa Trời đang nói rằng: "Đừng chỉ nhìn vào những quyền lợi hợp pháp và những bất công của vụ kiện. Hãy chú ý nhu cầu lớn nhất là ở đâu. Hãy nghĩ đến ai là người dễ bị tấn công hay phải khốn khổ nhất, và hãy ưu tiên chăm sóc họ." Đây không phải "sự công bằng mù quáng", mà là sự công bằng với đôi mắt mở to—đôi mắt *nhìn thấy* người đang có nhu cầu. Nhưng đồng thời, luật pháp Cựu Ước cũng cảnh báo các thẩm phán Y-sơ-ra-ên không được *thiên vị*—bẻ cong công lý vì lòng thương xót đặt sai chỗ dành cho người nghèo hơn (Xuất 23:3, so sánh với 23:6). Hãy dành chút thời gian để đọc từng bản văn Kinh thánh sau đây.

a) Nhu cầu của nô lệ tị nạn so với yêu cầu của chủ nô (Phục 23:15–16)

Đây là một luật đi ngược với văn hóa. Trong tất cả những xã hội khác có chế độ nô lệ (cổ đại lẫn hiện đại), các quyền lợi và đòi hỏi hợp pháp của chủ nô luôn luôn đi đầu. Đối với một nô lệ, chạy trốn là phạm tội, thường bị trừng phạt bằng cái chết, và bất kỳ ai chứa chấp nô lệ bỏ trốn tức là phạm tội nặng. Trách nhiệm hợp pháp của bạn là trả lại hoặc giao nộp nô lệ cho nhà chức trách.

Còn luật pháp của Y-sơ-ra-ên nói gì? Trước tiên, luật ấy *cấm* người Y-sơ-ra-ên trả nô lệ về cho chủ của họ. Đây là điều lạ lùng và bất ngờ. Rồi luật cũng *yêu cầu* họ phải để cho người nô lệ sống an toàn trong bất kỳ chỗ nào người đó chọn trong cộng đồng. Họ phải ưu tiên đáp ứng nhu cầu con người của bên yếu hơn (người nô lệ) thay vì đòi hỏi hợp pháp của bên mạnh hơn (chủ nô).

Rõ ràng, nếu hầu hết các nô lệ đều chọn cách bỏ trốn thì luật rất nhân đạo này ngấm ngầm làm suy yếu chế độ nô lệ nói chung. Việc luật pháp xem đây như là tình huống ngoại lệ ngụ ý rằng chế độ nô lệ ở Y-sơ-ra-ên thời Cựu Ước thường không khắc nghiệt và ác độc như cách chúng ta thường nghĩ về chế độ nô lệ (tù nhân chèo thuyền ở La Mã, hay nô lệ da đen Châu Phi). Vì vậy, nếu một nô lệ ở Y-sơ-ra-ên *có chạy trốn*, thì phải hiểu là người chủ nô lệ thật sự đang đối xử với người nô lệ đó rất tệ (ngược với luật bảo vệ nô lệ ở Xuất 21:20–21, 26–27). Trong trường hợp đó, luật pháp Y-sơ-ra-ên nói rằng bạn phải đặt nhu cầu của nô lệ lên hàng đầu. Con người quan trọng hơn những đòi hỏi. Một chủ nô hung ác có thể cho rằng quyền sở hữu nô lệ hợp pháp đứng về phía họ. Nhưng luật pháp của Chúa không đứng về phía họ. Luật pháp của Chúa là để bảo vệ *người có nhu cầu*, không phải bảo vệ quyền sở hữu của những người chủ lạm dụng và bạo lực.

b) Nhu cầu của tù binh nữ so với quyền lực của người lính (Phục 21:10–14)

Đây là một luật khác nữa mà mới đọc có thể khiến chúng ta nhăn mặt. Chúng ta sẽ nói rằng không nên có chiến tranh, và không nên giữ tù binh, không nên bắt phụ nữ làm tù binh chiến tranh. Phải, đây là điều hoàn toàn đúng trong một thế giới lý tưởng. Nhưng Đức Chúa Trời xử lý *thực tế trong một thế giới sa ngã*. Và một phần chiến lược của luật pháp Cựu Ước là đối phó với những thực tế khó chịu và cố gắng làm dịu những ảnh hưởng tệ hại trên những người bị vướng vào.

Trong trường hợp này, luật pháp cho phép người lính thắng trận lấy người nữ trong số các tù binh. Nhưng anh ta được phép làm gì? Chúng ta biết rằng một trong những khía cạnh khủng khiếp nhất của chiến tranh ở mọi thời đại là, và vẫn là, sự đau đớn kinh khủng của phụ nữ dưới bàn tay của những người lính—hãm hiếp, bắt họ làm nô lệ hay giết chết họ. Đôi khi hãm hiếp phụ nữ có hệ thống được dùng như một công cụ có chủ đích trong chiến tranh, nhằm sỉ nhục kẻ thù. Luật pháp của Y-sơ-ra-ên loại trừ quyền lợi đó ngay từ đầu.

Trước tiên, người lính có thể chỉ lấy *một* trong những nữ tù binh làm *vợ* hợp pháp, với đầy đủ trách nhiệm của một người chồng và những quyền lợi dành cho nàng. Không được quyền hãm hiếp hay bắt nàng làm nô lệ. Thứ hai, ngay cả sau khi đã lấy nàng làm vợ, người chồng phải cho nàng trọn một tháng để nàng thích nghi sau một kinh nghiệm đau buồn trước khi chàng được sử dụng quyền lợi bình thường về mặt tình dục của một người chồng. Tức là chàng phải cho nàng thời gian than khóc trước khi chàng có quan hệ tình dục với nàng. Và thứ ba, nếu sau đó chàng hối tiếc về quyết định của mình, chàng không được lợi dụng sai lầm của mình bằng cách bán nàng như nô lệ và làm nhục nàng theo cách đó. Chàng đã nhận nàng làm vợ, thì chàng phải ly hôn cách hợp pháp rồi để cho nàng tự do ra đi.

Chiến tranh là điều khủng khiếp. Phụ nữ chịu nhiều đau đớn khi người lính thắng trận. Nhưng dường như luật này đang cố gắng đặt nhu cầu của người yếu và không được bảo vệ (ở đây nàng là người nữ, một người ngoại quốc và là một tù binh) lên trên quyền lợi thông thường của người có quyền lực (ở đây là người nam, người lính, người chiến thắng và là một người chồng).

c) Nhu cầu của người mắc nợ so với đòi hỏi hợp pháp của chủ nợ (Phục 24:6, 10–13)

Một trong những cách mà Cựu Ước cố gắng giúp người nghèo là qua việc khích lệ người khác cho vay không lấy lãi. Đó là việc đạo đức nên làm, và đẹp lòng Chúa (Thi 37:26; 112:5; Châm 19:17). Ở đây, chúng ta đang nói về việc vay mượn vì nghèo khổ và túng thiếu—không phải mượn để đầu tư làm ăn. Đây là trường hợp tiêu biểu của một nông dân Y-sơ-ra-ên, cần mượn hạt giống để gieo cho vụ thu hoạch năm sau, hoặc mượn thứ gì đó kiểu như vậy. Ở đây không nói đến tín dụng ngân hàng và món nợ trong kinh tế thương mại.

Ở mọi xã hội, nhu cầu vay mượn phải được kiểm soát cách đúng đắn. Thường những người cho vay đòi hỏi một sự an toàn nào đó đối với số tiền họ cho vay. Người mượn tiền sẽ đưa cho chủ nợ cái gì đó làm "vật cầm cố" hoặc "vật thế chấp", để bảo đảm người mượn tiền sẽ trả nợ. Đây cũng là một thực tại kinh tế đơn giản, và luật pháp Y-sơ-ra-ên chấp nhận điều này.

Tuy nhiên, một lần nữa, luật pháp Cựu Ước đứng về bên yếu thế (người nghèo cần vay mượn), bằng cách yêu cầu chủ nợ tôn trọng nhu cầu của con nợ mà đừng đối xử khắc nghiệt với họ. Trước tiên, người nghèo vẫn cần phải kiếm ăn để nuôi sống bản thân và gia đình. Vì vậy, chủ nợ không được tước đoạt của họ phương tiện kiếm sống (tức cối xay mà nhà nào cũng có để làm bột). Thứ hai, người nghèo cần nơi ở và hơi ấm vào ban đêm. Vì vậy, chủ nợ không được lấy quần áo thiết yếu làm vật thế chấp, hoặc nếu lấy thì phải trả lại khi đêm xuống (vậy thì từ ban đầu tại sao lại lấy của họ, nếu người đó nghèo đến nỗi thứ họ có thể đưa cho bạn làm vật thế chấp là chiếc áo choàng trên lưng họ?). Và thứ ba, ngay cả nhu cầu quyền tự trọng và sự riêng tư của chính gia đình người nghèo ấy cũng phải được tôn trọng. Chủ nợ không được lao vào nhà con nợ để lấy bất cứ thứ gì mình muốn. Chủ nợ phải đứng ở ngoài để cho con nợ tự do chọn vật thế chấp họ muốn đưa cho chủ nợ.

Chúng ta biết rằng trong nhiều xã hội, cách người cho vay tiền đối xử với con nợ thật sự rất khắc nghiệt. Mọi quyền lực, và đôi khi cả pháp luật, đều đứng về phía chủ nợ. Nhưng ở đây, trong Y-sơ-ra-ên, Đức Chúa Trời nhìn vấn đề theo hướng ngược lại, từ góc độ của người nghèo khổ phải đi vay mượn để sinh sống. Nhu cầu của người đó phải được xem là ưu tiên và được bảo vệ—hơn cả quyền lợi và đòi hỏi hợp pháp của người cho vay giàu có hơn.

d) Nhu cầu của người không có ruộng đất so với quyền lợi hợp pháp của địa chủ (Phục 24:19–22)

Hãy tưởng tượng bạn là một nông dân ở Y-sơ-ra-ên, đang canh tác trên mảnh đất của bạn. Có thể bạn nghĩ rằng: "Đây là đất của tôi. Tôi đã vất vả để dọn cho sạch sẽ, cày xới, gieo hạt và thu hoạch. Chắc chắn tôi được hưởng 100 phần trăm sản phẩm từ công khó và sự đầu tư của chính tôi! Mọi hạt ngũ cốc, nho hay trái ô-liu cuối cùng đều thuộc về tôi. Mọi người khác có thể tự lo cho mình và tránh xa khu đất của tôi!"

Nhưng Đức Chúa Trời chống nghịch thái độ như thế bằng luật mót lúa. Thật ra chính Đức Chúa Trời là chủ đất tối thượng (Lê 25:23). Và là chủ, Ngài có quyền đòi hỏi *mọi* người Y-sơ-ra-ên trong xứ phải "ăn và được no nê"—cho dù họ nghèo hay không có đất đai và gia đình riêng đi nữa. Vì vậy, Đức Chúa Trời cho những người như thế quyền tự do mót lúa ngoài đồng vào mùa thu hoạch, và yêu cầu những người đi thu hoạch phải chừa lại nhiều lúa chưa mót. Luật này liên quan đến việc mót lúa trong ruộng, vườn ô-liu và vườn nho cũng được nói đến trong Lê-vi Ký 19:9–10. Câu chuyện Ru-tơ và Bô-ô là một minh họa rất hay về việc nông dân Y-sơ-ra-ên cẩn thận vâng theo luật này (Ru 2).

Vậy thì, một lần nữa, nhu cầu của con người được đặt lên hàng đầu. Quan tâm đến người thiếu thốn phải được đặt lên trên lợi ích cá nhân của chủ đất. Và điều đó đặc biệt đúng nếu người ta đang thiếu đói (Phục 23:24–25).

Bây giờ, chúng ta hãy quay lại với Chúa Giê-xu. Vì chính luật pháp chứa đựng những ví dụ này và ví dụ khác về việc đặt nhu cầu của con người lên hàng đầu, nên chúng ta có thể hiểu tại sao Chúa Giê-xu tức giận khi người Pha-ri-si và các chuyên gia về luật biến luật pháp thành *gánh nặng* thay vì thành *ích lợi* cho người túng thiếu (vd: Mác 7:9–13; Mat 23:23). Nhiều ẩn dụ của Chúa Giê-xu dạy về lòng nhân từ và thương xót, ngay cả khi sự công bằng tuyệt đối hay những mong đợi thường thấy đi theo hướng khác (vd: Mat 20:1–16). Trong câu chuyện này, Chúa Giê-xu phản ánh thái độ bên trong và sức mạnh của chính luật pháp.

Vậy thì, chúng ta nên giảng luật pháp Cựu Ước sao cho người nghe thấy được luật đó là vì ích lợi của con người. Chúng ta nên nhấn mạnh quyền ưu tiên của luật pháp hướng về người yếu đuối và túng thiếu, và yêu cầu họ suy nghĩ xem những điều đó có ý nghĩa gì trong xã hội ngày nay—ít ra là trong chính hội thánh. Có nhiều tài liệu trong luật pháp cho thấy tấm lòng của Chúa hướng về nhu cầu của con người, đặc biệt là người dễ bị tổn thương, những người bị thiệt thòi về mặt xã hội, kinh tế, chủng tộc hay tình dục trong thế giới sa ngã của chúng ta. Chúng ta có thể giảng những bản văn này một cách mạnh mẽ. Chúng thật sự "có ích cho sự dạy dỗ, khiển trách, sửa trị và huấn luyện trong sự công chính". Nhưng (xin nhắc lại) cần nhớ liên kết chúng với bản tính và ân điển cứu rỗi của Chúa. Nếu không thì có thể chúng ta chỉ dấy lên mặc cảm duy luật chủ nghĩa hoặc duy tâm cảm tính chủ nghĩa mà thôi.

10.3   Thước đo giá trị trong luật pháp Cựu Ước

Có hơn 600 điều luật cá nhân trong luật pháp Môi-se (tôi nghe nói vậy chứ tôi chưa từng đếm). Nhưng không phải tất cả "đều giống nhau". Có *nhiều loại luật khác nhau*. Một số luật liên quan đến những tội nghiêm trọng; một số liên quan đến bất đồng dân sự giữa người dân; một số luật liên quan đến các vấn đề trong gia đình như hôn nhân, ly hôn và nuôi dạy con cái; một số luật quy định cách sắp xếp việc tế lễ và nghi lễ trong tập tục tôn giáo của Y-sơ-ra-ên; một số chỉ đơn giản thôi thúc người Y-sơ-ra-ên có lòng thương xót và quan tâm. Và luật pháp cũng có *những giá trị và những ưu tiên khác nhau*. Một số luật có vai trò chủ đạo và quan trọng hơn những luật khác. Người ta từng hỏi điều gì thật sự quan trọng? Điều quan trọng nhất trong luật pháp của Đức Chúa Trời là gì?

Như chúng ta đã thấy ở trên, *Môi-se* đã trả lời câu hỏi đó bằng năm điều: kính sợ Đức Giê-hô-va, bước đi trong đường lối Ngài, yêu mến Ngài, phục vụ Ngài và vâng lời Ngài (Phục 10:12–13). *Mi-chê* giảm xuống còn ba điều: làm điều công chính, ưa sự nhân từ và bước đi cách khiêm nhường với Đức Chúa Trời (Mi 6:8). Rồi cuối cùng Chúa Giê-xu giảm còn hai điều khi có người hỏi Ngài chính câu hỏi đó: hết lòng, hết linh hồn, hết sức kính mến Chúa là Đức Chúa Trời ngươi (Phục 6:4 5–) và yêu người lân cận như chính mình (Lê 19:18).

Khi Chúa Giê-xu trả lời như thế, thầy dạy luật là người hỏi câu đó đã trả lời thật thú vị. Ông ta nói rằng: "Thầy nói phải lắm. Thầy đúng khi nói rằng Đức Chúa Trời chỉ có một và không có ai ngoài Ngài [Phục 6:4]. Yêu Ngài với cả tấm lòng, cả tâm trí và cả sức lực, và yêu người lân cận như chính mình *quan trọng hơn mọi của lễ thiêu và các tế lễ khác*" (Mác 12:32–33; tôi tự ý in nghiêng).

Ngay lập tức Chúa Giê-xu khen ngợi ông ta về câu trả lời đó. Nhưng đó không phải là ý tưởng mới đột ngột lóe lên. Ông thầy đó chỉ lặp lại cách Kinh thánh Cựu Ước từng nói rằng có một số điều quan trọng hơn những điều khác rất nhiều—ngay cả trong chính luật pháp của Chúa. Ví dụ, hãy nghĩ đến những lời Sa-mu-ên nói với Sau-lơ: "Sự vâng lời tốt hơn của tế lễ" (1 Sa 15:22); hoặc những lời Đức Chúa Trời nói với Y-sơ-ra-ên qua Ô-sê: "Ta muốn lòng thương xót, chứ không phải sinh tế, thích sự nhận biết Đức Chúa Trời hơn là tế lễ thiêu" (Ô-sê 6:6); hoặc tiếng nói của Châm Ngôn: "Làm theo sự công chính và ngay thẳng được đẹp lòng Đức Giê-hô-va hơn là dâng sinh tế" (Châm 21:3).

Vì vậy, khi chúng ta đọc các phân đoạn nói về luật Cựu Ước với ý định sẽ giảng, thì chúng ta nên hỏi luật quan trọng nhất ở đây là gì? Những giá trị và nguyên tắc nào được ưu tiên? Có luật nào trong những luật này có tính quyết định hơn đối với những vấn đề "lớn"- điều mà Chúa Giê-xu gọi là "vấn đề quan trọng hơn của luật pháp" không (Mat 23:23)?

Đặt những câu hỏi như thế là một việc, nhưng chúng ta trả lời như thế nào? Một cách trả lời là nghĩ đến danh sách đứng đầu toàn bộ luật pháp Cựu Ước— tức Mười Điều răn. Thứ tự các điều răn dường như phản chiếu – theo nghĩa rộng—thước đo giá trị. Dĩ nhiên, tất cả các điều răn đều quan trọng! Nhưng có phải một số điều được ưu tiên hơn những điều khác không? Dường như là có.

Mười Điều Răn

Mười Điều Răn bắt đầu với Đức Chúa Trời và kết thúc với ý nghĩ trong lòng người. Một mặt, điều răn thứ mười (không tham lam) và điều răn thứ nhất (không thờ phượng thần nào khác ngoài Giê-hô-va Đức Chúa Trời) tương đương. Đó là vì về bản chất, tham lam là đặt người khác hay điều gì khác vào vị trí lẽ ra chỉ dành cho một mình Đức Chúa Trời. Như Phao-lô đã nói "tham lam là thờ hình tượng" (Côl 3:5).

- *Điều răn thứ nhất*: Đức Chúa Trời đứng đầu và trên hết tất cả: không có thần nào khác.

Điều này được củng cố bởi hai điều răn tiếp theo:

- *Điều răn thứ hai:* không làm tượng chạm
- *Điều răn thứ ba:* không dùng danh Chúa cách sai trật

Rồi đến điều răn vì Chúa và vì lợi ích của gia đình cũng như đời sống xã hội:

- *Điều răn thứ tư:* giữ ngày Sa-bát làm ngày thánh và nghỉ ngơi.

Sau bốn điều răn này, tức bốn điều tập chú vào Đức Chúa Trời, là sáu điều còn lại tập chú vào mối liên hệ trong xã hội con người. Một lần nữa, thứ tự các điều răn có vẻ quan trọng.

- *Điều răn thứ năm:* bảo vệ tính bền vững của gia đình, qua việc tôn kính cha mẹ.
- *Điều răn thứ sáu:* bảo vệ tính thiêng liêng của sự sống – không giết người
- *Điều răn thứ bảy:* bảo vệ tính thiêng liêng của tình dục và hôn nhân – không phạm tội tà dâm
- *Điều răn thứ tám:* bảo vệ tài sản cá nhân—không ăn cắp
- *Điều răn thứ chín:* bảo vệ tính chính trực/tính toàn vẹn của luật pháp và sự tin cậy trong xã hội—không làm chứng dối.
- *Điều răn thứ mười:* đi đến nguyên nhân gốc rễ của các vấn đề trên—không thèm muốn đồ vật hay con người.

Thứ tự các điều răn cho chúng ta manh mối về phạm vi giá trị của Y-sơ-ra-ên. Nói đại khái, thứ tự đó là:

- Đức Chúa Trời
- Gia đình
- Sự sống
- Tình dục
- Tài sản

Điều này có thách thức bạn chút nào khi nghĩ về điều được xem là quan trọng nhất trong đất nước hay văn hóa của bạn không? May mắn thay, nhiều nơi trên thế giới chưa đi theo con đường của xã hội Tây phương. Họ vẫn tôn cao Đức Chúa Trời trong phương diện nào đó, và vẫn xem gia đình là rất quan trọng. Mong rằng điều đó còn kéo dài lâu. Nhưng khi tôi nghĩ đến xã hội phương Tây mà tôi đang sống, tôi cảm thấy như thể trật tự đó bị đảo ngược hoàn toàn. Tiền bạc và tình dục hầu như quan trọng hơn bất kỳ điều gì khác—nếu bạn chỉ nhìn vào sự tham lam và phóng đãng phủ khắp truyền thông đại chúng, đời sống chính trị và ngành quảng cáo của chúng ta, v.v... thì sẽ thấy. Mạng sống con người ngày càng bị xem nhẹ—đặc biệt khi nói đến bậc lão thành và trẻ chưa ra đời. Số lượng gia đình đổ vỡ ngày càng gia tăng, đổ vỡ trong mối quan hệ giữa vợ chồng lẫn giữa cha mẹ và con cái. Và Đức Chúa Trời bị bỏ ra ngoài trong suy nghĩ và giá trị của hầu hết những người đó; Ngài không liên quan gì trong bất kỳ ý nghĩa nào. Giảng Mười Điều Răn trong thế giới ngày nay—ở bất kỳ nơi đâu trên thế giới—đều hoàn toàn đi ngược lại văn hóa.

Án tử thì sao?

Nghĩ về Mười Điều Răn và thước đo giá trị của Y-sơ-ra-ên có thể giúp ích cho chúng ta trong phương diện khác. Chúng ta dễ cảm thấy bối rối bởi tính chất khắc nghiệt của một số luật trong Cựu Ước. Án tử hình được chỉ định trong một số vi phạm mà chắc chắn sẽ không bị kết tội tử hình trong xã hội chúng ta ngày nay. Tại sao lại như thế? Dưới đây là một vài điều giúp chúng ta nhìn vấn đề cho đúng.

Thứ nhất, Y-sơ-ra-ên theo "chế độ thần quyền". Tức là đất nước được xây dựng trên giao ước của họ với Giê-hô-va Đức Chúa Trời. Do đó, Đức Chúa Trời là thẩm quyền cao nhất trong xứ, vượt trên bất kỳ vua, thẩm phán, thầy tế lễ hay người lãnh đạo nào khác. Ngay cả những quan chức cấp cao trong lãnh thổ cũng phải ở dưới thẩm quyền tối cao của Đức Chúa Trời. Vì vậy, bất kỳ vi phạm nào đe dọa mối quan hệ giao ước với Đức Chúa Trời phải được xử lý nghiêm túc. Vì ngay cả khi chỉ một cá nhân hay gia đình vi phạm, thì đều có thể gây nguy hiểm cho toàn xã hội bởi việc phá vỡ giao ước.

Thứ hai, khi nghiên cứu những luật gắn liền với án tử hình, chúng ta thấy rằng tất cả các điều luật đều hoặc là vi phạm trực tiếp một trong Mười Điều Răn, hoặc có liên quan rất gần với một trong mười điều ấy. Tự thân điều này cho thấy Mười Điều Răn quan trọng thế nào đối với Y-sơ-ra-ên. Chúng giống như "cột mốc ranh giới" của giao ước. Nếu bạn phá vỡ những cột mốc này, là bạn đang tự đặt mình bên ngoài giao ước với Chúa—và điều đó có thể dẫn đến sự chết.

Cho nên, thứ ba, án tử hình gắn liền với những vi phạm được xem là nghiêm trọng nhất, vì Y-sơ-ra-ên ở dưới giao ước. Việc này cho thấy điều gì đó về thước đo giá trị của họ. Bất kỳ xã hội nào cũng trừng phạt nghiêm khắc những tội họ cho rằng nguy hiểm nhất cho sự lành mạnh của xã hội nói chung. Những hình phạt của Y-sơ-ra-ên cho chúng ta thấy điều *họ* cho là nguy hiểm đối với toàn xã hội. Những điều đó là:

- Những hành động khiến con người từ bỏ việc thờ phượng chỉ một mình Đức Chúa Trời hằng sống—chẳng hạn như làm tượng chạm. Những việc làm như thế khiến Đức Chúa Trời nổi cơn thịnh nộ trên đất nước.
- Những hành động gây tổn hại cho xã hội – chẳng hạn vi phạm ngày Sa-bát.
- Những hành động gây tổn hại đến cơ cấu của đời sống gia đình lành mạnh vốn là nền tảng của toàn xã hội—chẳng hạn chống nghịch cha mẹ và phá hủy sự liêm chính trong tình dục qua tội ngoại tình.

Tuy nhiên, thứ tư, không phải tất cả những vi phạm Mười Điều Răn đều bị xem là tội tử hình. Thước đo giá trị mà chúng ta thấy ở trên trong thứ tự các điều răn cũng được phản chiếu trong hình phạt. Vì vậy, nếu một người vi phạm trắng trợn bất kỳ điều nào trong sáu điều răn đầu tiên—từ thờ thần tượng cho đến giết người—thì hình phạt là sự chết. Với điều răn thứ bảy (tà dâm), thật sự có án tử hình, nhưng không có ghi chép nào cho thấy án này từng được thực thi. Còn điều răn thứ tám (trộm cắp) chắc chắn *không* phải tội tử hình. Bạn không thể bị xử tử vì lấy cắp tài sản trong Y-sơ-ra-ên thời Cựu Ước theo luật thông thường. Trộm cắp trong chiến tranh là một việc khác (A-can, Giôs 7); còn trộm cắp *người* (bắt cóc làm nô lệ) *từng* bị tử hình (Xuất 21:16; Phục 24:7). Điều răn thứ chín (nói dối hay làm chứng dối) thì không bị tử hình trừ trường hợp bạn bị bắt quả tang đang vu khống ai đó phạm tội dẫn tới việc người đó bị xử tử nếu tin lời buộc tội của bạn. Việc khai man trước tòa bị xử rất nghiêm (Phục 19:16–21). Còn điều răn thứ mười, vì là vấn đề liên quan đến lòng và trí, thì không thể có bất kỳ hình phạt nào tại tòa. Tham muốn là tội lỗi, không phải tội phạm (dù dĩ nhiên nó có thể dẫn đến mọi loại tội phạm).

Vậy thì, nếu chúng ta đang bàn đến một số luật Cựu Ước có vẻ như quá khắt khe, và làm chúng ta bối rối, thì chúng ta cũng không nên gạt bỏ chúng như là những điều không phù hợp. Dĩ nhiên chúng ta cũng không nên thúc ép buộc mọi người phải áp dụng như vậy trong thời đại ngày nay. Chúng ta không phải Y-sơ-ra-ên cổ sống dưới giao ước cũ, và Đức Chúa Trời không có ý định áp dụng luật pháp Ngài ban cho họ cách cứng ngắc cho mọi xã hội ở mọi thời đại. Lịch sử thay đổi. Văn hóa đổi thay. Đức Chúa Trời cũng biết như thế! Thay vào đó, chúng ta nên hỏi tính nghiêm khắc của một số luật cho chúng ta biết gì về ưu tiên đạo đức mà Đức Chúa Trời đang muốn truyền dạy. Vì sao điều này quan trọng đến thế vào thời đó? Nó có bày tỏ một giá trị mà có lẽ chúng ta đã đánh mất hay không? Mà cho dù chúng ta không áp dụng, và không nên áp dụng, hình thức trừng phạt đó ngày hôm nay đi nữa, thì chúng ta vẫn có thể học được gì từ thước đo giá trị của Y-sơ-ra-ên, là điều có thể thách thức xã hội chúng ta ngày nay?

10.4 Xây cầu nối luật pháp Cựu Ước với thế giới ngày nay

Nếu bạn từng tham dự hội thảo giảng dạy của Langham, thì bạn sẽ biết rất rõ về việc xây những chiếc cầu nối này! Nhiệm vụ khi giảng Kinh thánh là xây cầu nối từ thế giới Kinh thánh đến thế giới ngày nay chúng ta đang sống. Đó là *chiếc cầu văn hóa*. Việc này đòi hỏi xây cầu nối giữa bản văn Kinh thánh cụ thể mà chúng ta sẽ giảng và bài giảng cuối cùng chúng ta sẽ giảng. Đó là *cây cầu truyền đạt*. Tôi đang nghĩ đến điều đầu tiên. Làm thế nào để chúng ta đi từ thế giới của luật pháp Cựu Ước đến thế giới ngày hôm nay, sao cho vừa *trung thành* với nguyên bản vừa *phù hợp* với ngữ cảnh hiện đại của chúng ta? (Đây là hai mục tiêu khác nữa mà bạn sẽ phải ghi nhớ nếu có liên hệ đến mục vụ Giảng dạy của Langham!)

Một trong những nguyên tắc đầu tiên nhất để hiểu và giải thích Kinh thánh là gì? Chúng ta không nên hỏi "Bản văn này có ý nghĩa gì đối với tôi ngày hôm nay?" cho đến khi chúng ta nghiên cứu kỹ lưỡng để tìm ra "Bản văn này có ý nghĩa gì đối với độc giả vào thời đó?" Chúng ta phải đặt mình ngược trở lại thời Kinh thánh và suy nghĩ: Ai viết bản văn này? Khi nào? Ở đâu? Viết cho ai? Tại sao họ viết? Họ đang viết về điều gì (chủ đề chung)? Họ đang nói gì về điều họ đang nói (nội dung thật sự)? Ý chính là gì? Khi đọc luật pháp Cựu Ước, chúng ta cũng phải làm y như vậy. Chúng ta phải đặt câu hỏi!

Nhưng chúng ta nên đặt loại câu hỏi gì về luật pháp Cựu Ước? Hãy suy nghĩ đến cách luật pháp vận hành—trong xã hội của bạn hay trong bất kỳ xã hội nào. Luật pháp trong bất kỳ xã hội nào cũng có một mục đích. Luật pháp bảo vệ con người khỏi bạo lực hoặc việc bị đối xử bất công. Luật pháp giới hạn quyền lực của một số người để bảo vệ người khác. Luật pháp cố gắng cân bằng quyền lợi và trách nhiệm của các nhóm người khác nhau trong xã hội. Luật pháp thúc đẩy những mục tiêu trong xã hội – tức là chính quyền sẽ có một khải tượng chính trị nào đó về kiểu mẫu xã hội lý tưởng mà họ muốn có, và sẽ thông qua luật để đưa xã hội đi theo chiều hướng đó. Đôi khi luật pháp được thông qua để chấm dứt một tình huống tệ hại đang ngày càng tệ hơn. Ví dụ, khi tôi còn nhỏ, xe hơi ở Vương quốc Anh không hề có dây an toàn. Khi hai xe đối đầu thì ắt sẽ có người chết. Vì vậy những nhà sản xuất xe đã gắn dây an toàn ở ghế trước, nhưng người ngồi có cài dây hay không là tùy. Cuối cùng, chính phủ phải thông qua luật bắt buộc cài dây an toàn ở ghế trước và ghế sau xe hơi. Vì sao? *Mục đích* của luật là nhằm giảm số ca tử vong khi có tai nạn. Luật *bắt buộc* con người phải giữ an toàn hơn cho chính mình. Đó là luật, nhưng cũng là vì lợi ích của mọi người và của xã hội nói chung.

Bây giờ hãy nghĩ đến Y-sơ-ra-ên khi xưa. Đức Chúa Trời ban cho họ hệ thống luật pháp. Luật pháp không đề cập mọi điều trong cuộc sống, nhưng chắc chắn cung cấp một dạng khuôn khổ theo hiến pháp đối với những lĩnh vực chính như kinh tế, chính trị, pháp lý, quân đội và đời sống gia đình—cũng như tập tục tôn giáo. Vì vậy, khi đọc và nghiên cứu hệ thống luật pháp đó, chúng ta phải nghĩ đến các mục tiêu xã hội. Luật pháp đó đang tìm cách tạo nên loại xã hội kiểu nào? Luật pháp đó đang tìm cách ngăn chặn hay thay thế kiểu xã hội nào?

Bạn có nhớ khi suy nghĩ làm thế nào để giảng các câu chuyện Cựu Ước, tôi có nói rằng chúng ta không chỉ cần hỏi "Câu chuyện này nói về việc gì? Điều gì xảy ra trong câu chuyện?" mà chúng ta cũng cần hỏi "Tại sao câu chuyện này lại ở đây trong Kinh thánh? *Lý do* trước giả đã chọn và đưa câu chuyện này vào và đặt nó tại vị trí này là gì?" Chúng ta cần làm điều tương tự với luật pháp Cựu Ước. Hỏi "Luật này nói gì?" thôi thì chưa đủ. Chúng ta cũng cần phải hỏi "Tại sao có luật này ở đây trong Kinh thánh? *Mục đích* của luật này trong xã hội Y-sơ-ra-ên là gì?"

☑ Những ý cần kiểm tra

Dưới đây là một số câu hỏi bạn có thể đặt cho bất kỳ phân đoạn nào trong các phần nói về luật pháp Cựu Ước. Hãy nhớ: bạn đang hỏi về Y-sơ-ra-ên thời Cựu Ước, không phải về xã hội ngày nay. Câu hỏi đặt ra liên quan đến họ, không liên quan đến bạn!

- Luật này đang cố gắng ngăn chặn tình huống xấu nào?
- Luật này đang tìm cách thúc đẩy tình hình nào tốt đẹp hơn?
- Luật này nhằm bảo vệ ai?
- Ai sẽ nhận được lợi ích từ luật này và vì sao?
- Luật này tìm cách giới hạn quyền lực của ai, và bằng cách nào?
- Luật này tìm cách đáp ứng nhu cầu của ai, và bằng cách nào?
- Những quyền lợi và trách nhiệm nào bao hàm trong luật này?
- Luật này khuyến khích kiểu hành vi nào, và khuyến khích nó bằng cách nào?
- Luật này không khuyến khích kiểu hành vi nào và bằng cách nào?
- Khải tượng về mặt xã hội nào được tìm thấy trong luật này?
- Xã hội Y-sơ-ra-ên ra sao nếu họ vâng giữ trọn vẹn luật này?
- Bạn nhìn thấy những nguyên tắc, giá trị hay thứ tự ưu tiên nào về đạo đức được thể hiện trong luật này?
- Những lý do nào (nếu có) được nói đến để khuyến khích người ta giữ luật này?
- Biện pháp chế tài hay trừng phạt nào (nếu có) gắn liền với luật này? Và điều đó cho thấy gì về tính chất nghiêm trọng hay quan trọng của luật?

Xin hãy thành thật! Sẽ có lúc cho dù bạn đặt ra bao nhiêu câu hỏi hay bạn cố gắng bao nhiêu để nghĩ ra những câu trả lời đúng, thì bạn cũng sẽ hơi nản chí và nói với mình "Tôi thật sự chẳng biết tại sao luật này lại ở đây và mục đích của nó là gì!" Để tôi nói ngay với bạn rằng có những phần Cựu Ước tôi cũng không hiểu rõ. Có những luật mà ngay cả các học giả Kinh thánh giỏi nhất cũng không thể giải thích một cách chắc chắn. Nhưng chỉ có một vài trường hợp như vậy thôi, và chỉ ở trong những điều luật có vẻ như khá mơ hồ. Tôi thật sự không ngại gặp phải vài trường hợp không giải quyết được vẫn nằm trên kệ của mình, trong khi sứ điệp và ý nghĩa tổng quát của phần lớn luật pháp thì rất rõ. Như chúng ta đã thấy, Môi-se, Mi-chê và Chúa Giê-xu có thể tóm tắt luật pháp trong vài nguyên tắc chủ đạo. Và tôi có thể hứa với bạn rằng thường thì bài tập đơn giản là *đặt câu hỏi* giống các câu trên thật sự giúp chúng ta hiểu rõ hơn luật pháp Cựu Ước. Chúng ta bắt đầu nhận ra không chỉ *luật pháp nói gì* mà còn *tại sao có luật đó ở đó* nữa. Chúng ta bắt đầu hiểu được kiểu xã hội mà Chúa muốn có nơi Y-sơ-ra-ên—cho dù họ thất bại.

Khi chúng ta xây dựng nên bức tranh về điều Chúa muốn có trong Y-sơ-ra-ên thời Cựu Ước, là chúng ta được chuẩn bị cho bước tiếp theo—băng qua cây cầu để đến với thế giới của chính mình.

Vậy thì đây là điều bạn đang cần. Bạn đã làm bài tập giải kinh nguyên ngữ. Bạn đã đặt câu hỏi và viết xuống câu trả lời. Bạn đã cố gắng hết mức có thể để hiểu một phần luật pháp Cựu Ước trong chính ngữ cảnh của nó—tức Y-sơ-ra-ên cổ đại vào thời đó. Tiếp theo là gì?

Đứng xa ra. Hít sâu. Chủ động bước ra khỏi thế giới Cựu Ước và bước vào thế giới của chính bạn—cho dù thế giới đó ở đâu. Bạn không còn suy nghĩ trong ngữ cảnh của Cựu Ước, mà trong chính ngữ cảnh của mình. Vì vậy, khi bạn "băng qua chiếc cầu đó" đi ngược từ thế giới Cựu Ước về thế giới của chính mình, thì điều bạn phải làm là *thay đổi ngữ cảnh nhưng bảo tồn mục tiêu*. Điều đó có nghĩa là, khi suy nghĩ về ngữ cảnh của mình—hội thánh, văn hóa, đất nước của bạn, xã hội xung quanh bạn—làm thế nào để đạt được những mục tiêu bạn tìm thấy trong luật pháp Cựu Ước trong thời đại này?

Một lần nữa, cách tốt nhất để thực hiện điều này là đặt câu hỏi (đến lúc này thì bạn hẳn quá quen thuộc với điều tôi nói rằng chìa khóa để có một bài giảng Kinh thánh hay là bắt đầu bằng cách đặt những câu hỏi hay!).

☑ **Những ý cần kiểm tra**

Chúng ta có thể đặt một chuỗi những câu hỏi tương tự với những câu chúng ta hỏi về Y-sơ-ra-ên thời Cựu Ước, nhưng hỏi về *ngữ cảnh của chúng ta*. Chúng ta có thể tìm kiếm những tình huống, vấn đề, nhu cầu, sức mạnh tương tự, điều phải và điều trái, những hành vi tốt và xấu, v.v... cần được nêu lên trong xã hội của chính chúng ta. Rồi trong ngữ cảnh mới đó, tức ngữ cảnh của thế giới đương đại mà chúng ta đang sống, chúng ta đặt câu hỏi làm thế nào để đạt được những mục đích của luật pháp Cựu Ước.

- Tình huống nào trong xã hội chúng ta giống với những tình huống này trong luật pháp Cựu Ước, và giống như thế nào?
- Loại người nào trong xã hội chúng ta đang đối diện những nhu cầu giống những người thiếu thốn ở Y-sơ-ra-ên, và vì sao?
- Loại người nào trong xã hội chúng ta có quyền lực và ảnh hưởng nhiều nhất, và điều đó cần phải bị giới hạn bằng cách nào?
- Một số người cần được bảo vệ và chu cấp như thế nào?
- Mục tiêu của chúng ta trong xã hội là gì nếu chúng ta muốn xã hội mình ngày càng giống với kiểu xã hội mà Chúa muốn ở Y-sơ-ra-ên, theo luật pháp Ngài ban cho họ?
- Chúng ta có thể làm gì, hoặc khuyến khích người dân và xã hội chúng ta làm gì, trong thực tế để phản chiếu những giá trị và thứ tự ưu tiên của Chúa như chúng ta thấy trong luật pháp Cựu Ước?
- Những nguyên tắc được tìm thấy trong các điều luật Cựu Ước được áp dụng trong đời sống thực tế ngày hôm nay như thế nào—trong chính đời sống tôi, trong hội thánh và trong xã hội rộng lớn hơn?

- Tân Ước có chỗ nào đề cập đến điều luật Cựu Ước này không, nếu có thì Tân Ước nói gì? Tân Ước có thấy ý định cơ bản của điều luật này là điều mà chúng ta cũng cần làm theo trong cam kết Cơ Đốc của mình không?
- Theo cách nói của Cơ Đốc giáo (tức là dưới ánh sáng của Đấng Christ và Phúc âm), động lực để chúng ta đáp ứng với luật pháp Chúa là gì?
- Vậy thì làm cách nào tôi có thể giảng phần Kinh thánh này sao cho trung thành với ngữ cảnh và mục đích ban đầu, nhưng cũng thích hợp với hội chúng của tôi hiện thời? Làm thế nào tôi có thể làm cho bản văn này "lên tiếng một lần nữa" để mọi người ngày hôm nay thấy được tính thích hợp của bản văn và được cảm động đáp ứng bằng sự vâng lời?

Khi bạn soạn bài để giảng về luật pháp Cựu Ước với những câu hỏi như vậy trong trí, thì cũng hãy ghi nhớ tất cả những ý chính chúng ta đã đưa ra trong chương này và chương trước:

- Ân điển của Đức Chúa Trời phải luôn là điểm khởi đầu, và cho dù chúng ta làm gì, hay khích lệ người khác làm gì, thì đó cũng phải là sự đáp ứng với điều Chúa đã làm cho chúng ta.
- Dân sự của Chúa được kêu gọi sống vì sứ mạng của Chúa, đó là đem phước lành của Chúa đến cho muôn dân.
- Luật pháp của Y-sơ-ra-ên được định để trở thành khuôn mẫu cho những xã hội khác trong các nền văn hóa khác và ở những thời kỳ khác trong lịch sử, vì vậy luật pháp đó sẽ luôn luôn "hữu ích" và thích hợp.
- Phải luôn luôn tìm kiếm điều bản văn dạy về bản tính của Đức Chúa Trời.
- Hãy nhớ rằng luật pháp được ban cho vì hạnh phúc của con người, cho nên đừng biến nó thành gánh nặng của chủ nghĩa duy luật.
- Chú ý những đòi hỏi thật sự quan trọng của luật pháp – như Chúa Giê-xu đã dạy về nó: yêu mến Đức Chúa Trời và người lân cận, yêu sự công bằng, có lòng thương xót và trung thành.
- Và hãy nhớ thực tại của tội lỗi và thất bại trong thế giới sa ngã, rằng cả người giảng lẫn hội chúng đều là những tội nhân như nhau, cần sự ăn năn và ân điển đem lại sự tha thứ.

CÂU HỎI VÀ BÀI TẬP

Chọn ít nhất một trong những phân đoạn sau và dùng danh sách những ý cần kiểm tra ở trên để nghiên cứu: tức là đặt câu hỏi về mục tiêu của luật pháp trong ngữ cảnh Cựu Ước, sau đó đặt câu hỏi về ngữ cảnh của bạn hôm nay và điều bạn có thể học và áp dụng được từ các điều luật của Cựu Ước.

- Xuất Ê-díp-tô Ký 21:12–19
- Xuất Ê-díp-tô Ký 21:28–36
- Xuất Ê-díp-tô Ký 23:1–9
- Lê-vi Ký 19:33–34
- Phục Truyền 24:6, 10–13
- Phục Truyền 24:14–15

BỐ CỤC BÀI GIẢNG MẪU

Con Dân Chúa Trong Xã Hội
Lê-vi Ký 19

Đây là chương Kinh thánh mà từ đó Chúa Giê-xu rút ra "điều răn quan trọng thứ nhì trong luật pháp": yêu kẻ lân cận như mình. Điều răn đó được bao quanh bởi nhiều điều khác sẽ đem lại sự biến đổi trong bất kỳ xã hội nào. Nhưng tôi bắt đầu bằng cách nhấn mạnh rằng chương này không chỉ là bài luận về đạo đức xã hội hay kinh tế. Chương này bắt đầu và kết thúc với Đức Chúa Trời: sự thánh khiết của Đức Chúa Trời (câu 2) và sự cứu rỗi của Đức Chúa Trời (câu 36). Có thể bạn không thể giảng cả chương trong một bài giảng. Có lẽ sẽ dễ dàng hơn khi chia chương này thành nhiều bài giảng. Nhưng mỗi bài giảng phải nhấn mạnh ngữ cảnh là ân điển cứu rỗi.

1. Chúng ta là ai?

Điều quan trọng là phải tiếp cận ngữ cảnh của phân đoạn Kinh Thánh qua "lăng kính" của câu chuyện mà trong đó luật pháp của Y-sơ-ra-ên được thiết lập. Những luật này được ban cho những người đã được Đức Chúa Trời cứu chuộc và thánh hóa, và những người được đặt để trong thế gian để thực hiện sứ mạng của Chúa cho các dân tộc. Những lẽ thật này vẫn còn áp dụng cho chúng ta, trong Đấng Christ.

- *Những người được chuộc (19:36)*. Động lực quan trọng của cuộc xuất hành là ân điển cứu chuộc của Đức Chúa Trời bày tỏ qua hành động.
- *Những người được thánh hóa (19:2)*. Sự thánh khiết vừa là một thực tế vừa là một trách nhiệm. Đó là điều Đức Chúa Trời thực hiện ("Ta biệt riêng các con"), và là điều chúng ta được kêu gọi để bày tỏ trong đời sống ("hãy nên thánh"). Hai mặt của lẽ thật này được kết hợp trong Lê-vi Ký 20:26. Và ảnh hưởng thực tiễn được nhìn thấy trong Lê-vi Ký 18:1–3—khác biệt với nền văn hóa xung quanh và sự sùng bái thần tượng.
- *Người có sứ mạng (19:4–6)*. Ý này không rõ ràng trong bản văn, nhưng được hàm chứa trong cụm từ "hãy nên thánh". Đây là điều cần thiết để Y-sơ-ra-ên thực hiện sứ mạng của họ là trở thành chức thầy tế lễ của Đức Chúa Trời giữa các dân.

Cả ba chủ đề đều có trong 1 Phi-e-rơ đều được áp dụng cho Cơ Đốc nhân: chúng ta *được chuộc* (1:18–19), *được thánh hóa* (1:2, 14–15), và *đang thực thi sứ mạng* cho Chúa giữa các dân tộc (2:9–12). Vì vậy, chúng ta được kêu gọi sống trong thế gian một cách khác biệt và thu hút với mục đích đem người khác đến sự cứu chuộc. Một cộng đồng người đang được Đức Chúa Trời biến đổi có thể tạo ảnh hưởng mang đến sự biến đổi trong xã hội.

2. Chúng ta tạo khác biệt bằng cách nào?

Lê-vi Ký 19 thường được trích dẫn trong Tân Ước (vd: Mat 22:39–40; Rô 13:9; 1 Phi 1; Gia 2:8). Nếu bạn có quyển Kinh thánh tham chiếu, thì hãy kiểm tra những phân đoạn có liên quan trong Xuất Ê-díp-tô Ký 21–23 và đặc biệt là Phục Truyền 22–25. Hãy suy nghĩ xã hội chúng ta sống sẽ như thế nào nếu ngày nay những luật này được áp dụng! Làm thế nào để Cơ Đốc nhân trở thành những người ủng hộ cho những nguyên tắc và giá trị này trong xã hội?

- *Biến đổi gia đình (19:3, 20–30, 32).* Lưu ý sự cân bằng trong trách nhiệm của con cái với cha mẹ, và cha mẹ với con cái. Và chăm sóc người lớn tuổi.
- *Thay đổi trạng thái nghèo khổ (19:9–10).* Đây là một phần trong hệ thống phúc lợi của Y-sơ-ra-ên. Xem thêm về của dâng giúp đỡ người thiếu thốn mỗi ba năm (Phục 14:28–29), và xóa nợ lẫn trả tự do cho nô lệ vào năm thứ bảy (Phục 15). Cũng lưu ý mối quan tâm đến người khuyết tật trong câu 14 (so sánh Phục 27:18 và Châm 17:5).
- *Biến đổi nơi làm việc (19:13b).* Sứ điệp của Phục Truyền 24:14–15 thậm chí còn mạnh mẽ hơn. Một thách thức cho những người chủ Cơ Đốc chăng? Có thích hợp với luật lao động và thông lệ ở đất nước bạn không?
- *Biến đổi thương trường (19:35–36).* Thật thà trong thương mại và kinh doanh – từ sạp hàng ở địa phương cho đến các mối quan hệ kinh doanh với thế giới. Đức Chúa Trời ghét sự bất lương trong kinh doanh— nó được xếp ngang hàng với phóng túng tình dục. Chúng ta có sống theo những tiêu chuẩn này không? So sánh với Phục Truyền 25:13–15.
- *Biến đổi hệ thống pháp lý (19:15–16).* Luật pháp thời Cựu Ước rất hăng say trong việc gìn giữ tính liêm chính của hệ thống tư pháp và loại trừ tham nhũng và hối lộ. Điều này được nhấn mạnh nhiều hơn ở Xuất Ê-díp-tô Ký 23:1–9. Chúng ta cần cầu nguyện cho các thẩm phán và luật sư, và khuyến khích thêm nhiều Cơ Đốc nhân trở thành muối và ánh sáng trong đấu trường này.
- *Biến đổi các mối quan hệ xã hội (19:11–12, 17–18).* Không phải ra tòa thì vẫn tốt hơn! Vì vậy hãy vun đắp những mối quan hệ với láng giềng để thúc đẩy sự hòa thuận, giảm xung đột và tăng cường lời nói chân thật, chính xác. Câu 17 toàn những sự hiểu biết tinh tế – lòng căm thù có thể gây hại chẳng khác gì bạo lực, như Chúa Giê-xu và Giăng sau này chỉ ra (Mat 5:21–22; 1 Giăng 3:15). Hãy can đảm chỉ ra việc sai trái. Tránh thành kiến. Tránh những lời nói khó nghe. Hãy yêu người láng giềng như chính mình – điều khó thực hiện nhất, và không giới hạn về phạm vi (Lu 10:25–37).
- *Biến đổi các mối quan hệ về chủng tộc (19: 33–34).* Lưu ý tính tương đương giữa câu 18 và 34—"Các con phải thương yêu…" Cụm từ đó xuất hiện bốn lần: Phục Truyền 6:5 (Đức Chúa Trời); Lê-vi Ký 19:18 (láng giềng); Phục Truyền 10:19 và Lê-vi Ký 19:34 (cả hai, người ngoại quốc). Tình yêu

thực tiễn dành cho người ngoài, người không có ruộng đất, người tị nạn, người xin tị nạn. Minh họa: Bô-ô bảo vệ Ru-tơ người Mô-áp. Xin cũng lưu ý: quyền bình đẳng ở dưới luật pháp dành cho mọi nhóm sắc tộc trong xã hội—đối xử bình đẳng với người ngoại quốc cũng như người bản xứ. Chúng ta vẫn còn kém xa tiêu chuẩn này.

- *Biến đổi sự thờ phượng (câu 4–8, 26–28, 30–31).* Chỉ một vài luật lệ trong chương này nói về lễ nghi tôn giáo, với mục đích giữ cho sự thờ phượng của Y-sơ-ra-ên không chỉ trong sạch, mà còn liên hệ đến toàn xã hội. Không thờ hình tượng (19:4). Chia sẻ thức ăn! (19:5–8— để ăn thịt trong một hoặc hai ngày thì phải mời nhiều người đến ăn chung). Tránh những phong tục ngoại giáo (19:26–28)—đây là những đặc điểm trong lễ nghi của người Ca-na-an—thuyết huyền bí và rạch thân thể. Những đặc điểm của sự sùng bái thần tượng xung quanh chúng ta ngày nay là gì? Chủ nghĩa bảo vệ quyền lợi của người tiêu dùng chăng?

Chúng ta có thể nhìn thấy khải tượng về sự biến đổi xã hội trong Lê-vi Ký 19 không? Thế giới sẽ ra sao nếu có:

- Sự tôn trọng và trách nhiệm trong gia đình
- Sự giúp đỡ thực tiễn và dễ tiếp cận dành cho người nghèo
- Sự công bằng nơi công sở
- Sự chân thật chốn thương trường
- Sự công bằng trong hệ thống pháp lý
- Tình yêu thương với láng giềng
- Sự bình đẳng trong mối quan hệ chủng tộc
- Sự trong sạch trong sự thờ phượng?

Đây không phải là giấc mơ không tưởng. Đây là ý niệm của Đức Chúa Trời về "sự thánh khiết". Lẽ nào chúng ta không nên tìm kiếm những điều như thế bất cứ nơi nào có thể được trong chính xã hội của mình sao?

3. Làm thế nào chúng ta có thể "làm trọn" luật pháp thời Cựu Ước trong thời đại này?

Chúng ta không "ở dưới luật pháp", theo nghĩa duy luật, như Phao-lô đã nói rõ. Nhưng Chúa Giê-xu nói Ngài không đến để phá bỏ luật pháp, mà để làm trọn luật pháp. Phao-lô nói chúng ta "làm trọn luật pháp" ở hai chỗ:

- *Bằng cách sống theo Thánh Linh (Rô 8:1–4).* Sau khi được cứu bởi Đấng Christ và được đầy dẫy Đức Thánh Linh, chúng ta có năng lực để sống theo những cách sao cho hoàn thành mục đích ban đầu của Đức Chúa Trời cho luật pháp.
- *Bằng cách yêu thương láng giềng (Rô 13:8–10).* Phao-lô nhắc lại việc Chúa Giê-xu dùng Lê-vi Ký 19:18. Chúng ta vâng giữ luật pháp Chúa khi chúng ta yêu thương, khi chúng ta tìm kiếm lợi ích tốt nhất cho người khác, khi chúng ta "hăng hái làm lành"– không phải để đạt được sự công bình

riêng, mà để làm cho Phúc âm trở nên hấp dẫn với người khác (Tít 2:9–14).

11

Gặp Gỡ Các Vị Tiên Tri

Bạn nghĩ gì về những người được cho là có "chức vụ tiên tri vĩ đại"? Nhiều người trong số họ vẫn hiện diện đâu đó ở một số nơi trên thế giới. Họ khuấy động sự ồn ào và kiếm được nhiều tiền. Nhưng họ có "nói tiên tri" theo cách giống như các tiên tri của Cựu Ước không? Hay, nói ngược lại, các tiên tri thời Cựu Ước có khía cạnh nào giống một số "diễn giả có ơn nói tiên tri" nổi tiếng thời nay không? Tôi nghĩ rằng có một số điểm khác nhau khá quan trọng! Tôi hy vọng chương này sẽ giúp bạn giảng tốt hơn các sách tiên tri *trong Kinh thánh*, chứ không phải giúp bạn tưởng tượng rằng bạn có thể bắt chước những người xưng mình là "tiên tri" ngày nay. Có lẽ nó cũng sẽ giúp bạn đánh giá "các tiên tri" hiện đại dưới ánh sáng của Kinh thánh–đó cũng là một điều tốt.

11.1 Tiên tri là ai?

Vậy thì các tiên tri trong Cựu Ước là ai? Điều đầu tiên cần làm là phân biệt giữa số lượng lớn những *người* làm tiên tri ở Y-sơ-ra-ên, và một số ít *sách* (mười lăm) được đặt theo tên của các tiên tri mà các sách ấy đã được đưa vào Kinh thánh.

Đức Chúa Trời ban các tiên tri cho dân Y-sơ-ra-ên trong suốt thời kỳ Cựu Ước, và hầu hết các tiên tri đều không có sách đặt theo tên của mình. Môi-se là một tiên tri. Chị Mi-ri-am của Môi-se cũng vậy (Xuất 15:20; Mi 6:4). Thật vậy, ở một phương diện nào đó, Môi-se là kiểu mẫu cho tất cả các tiên tri sau này (Phục 18:18). Rồi có những tiên tri như Sa-mu-ên, Na-than, Ê-li và Ê-li-sê, và nhiều người khác được nhắc đến trong các sách lịch sử nhưng không có sách mang tên họ. Một số tiên tri đáng ghi nhận nhất là nữ. Trong Cựu Ước có năm nữ tiên tri (Mi-ri-am, Đê-bô-ra, Hu-đa, vợ của Ê-sai–có lẽ là Hu-đa–và Nô-a-đia).¹

Rồi có mười lăm sách trong Cựu Ước chứa đựng lời phán của các tiên tri được nêu tên cụ thể. Có ba sách lớn: Ê-sai, Giê-rê-mi và Ê-xê-chi-ên và đến các sách được gọi là "Sách Của Mười Hai Vị" (Book of the Twelve). Thỉnh thoảng những quyển này cũng được gọi là "Tiểu tiên tri"–mười hai sách tiên tri được liệt kê trong Kinh thánh của bạn từ Ô-sê đến Ma-la-chi. Nhưng từ "tiểu" chỉ có nghĩa là các sách của họ ngắn, chứ không phải bản thân họ nhỏ bé hay không quan trọng trong công tác họ làm cho Chúa vào thời đó. Một vài người trong số họ thật ra rất quan trọng.

Trong Kinh thánh của chúng ta, Đa-ni-ên nằm giữa Ê-xê-chi-ên và Quyển Của Mười Hai Vị. Như vậy có tất cả mười sáu sách. Nhưng trong bộ sưu tập tiếng Hê-bơ-rơ, Đa-ni-ên không nằm trong các sách Tiên tri, mà thuộc Văn thơ. Đó là lý do tôi nhắc đến mười lăm sách ở trên: ba "Đại Tiên tri" cùng với mười hai "Tiểu Tiên tri".

Điểm chung của các tiên tri này—cho dù có sách mang tên họ hay không—là họ là *những người nam và người nữ nói ra ý của Đức Chúa Trời*. Vì vậy, đó là nơi chúng ta cần bắt đầu. Chúng ta hãy nghĩ đến những bộ phận khác nhau trong cơ thể như một cách để dễ nhớ vài điểm chính về các tiên tri này.

a) Tiên tri có miệng: họ nhân danh Đức Chúa Trời để nói

Nói một cách đơn giản, tiên tri là những sứ giả. Họ là cái loa của Đức Chúa Trời. Qua họ, Ngài phán trực tiếp lời Ngài vào đôi tai, tâm trí và tấm lòng của con người vào những thời điểm khác nhau. Điều nhà tiên tri nói là điều Chúa muốn nói. Khi nói, họ đều bắt đầu hoặc kết thúc bằng những lời như "Đức Giê-hô-va phán vậy."

Vì vậy, cho dù hiện tại chúng ta đang suy nghĩ làm thế nào để giảng lời của một số tiên tri từ những điều được *viết ra* trong Kinh thánh, thì chúng ta cũng phải nhớ rằng trước tiên các tiên tri *nói* với dân sự. Dân sự lắng nghe lời giảng của vị tiên tri ấy rất lâu trước khi họ có thể đọc sách của vị tiên tri ấy. Đây là điều quan trọng chúng ta cần nhớ khi đọc sách của họ. Hãy cố tưởng tượng khi *nghe* những lời này thì như thế nào, và bạn sẽ đáp ứng ra sao. Đọc Giê-rê-mi 36 thì bạn sẽ thấy cách Chúa hướng dẫn Giê-rê-mi chuyển những lời ông nói (suốt hơn hai mươi ba năm) thành một cuốn sách. Nhưng dẫu vậy, những lời đó cũng phải được đọc lớn (ba lần một ngày, trước khi nó bị đốt).

Từ "tiên tri" hay "có tính tiên tri" thỉnh thoảng được dùng để chỉ việc nói trước tương lai. Chúng ta có thể nói "tôi không phải tiên tri", nghĩa là "đừng bảo tôi tiên báo điều sẽ xảy ra". Một số người có suy nghĩ rằng tất cả các tiên

---

¹Điều thú vị là Tân Ước cũng đề cập đến năm nữ tiên tri—An-ne và bốn con gái của Phi-líp–dù Phao-lô có nói đến những người nữ khác nói chung cũng đang sử dụng ân tứ tiên tri trong các hội thánh.

tri Cựu Ước chỉ làm một việc là ngồi đó dự báo tương lai. Chắc chắn có lúc các tiên tri nói về tương lai và báo trước một số việc nào đó. Tuy nhiên, chúng ta cần biết rằng đó là điều thứ yếu đối với mục đích chính của họ, và thật ra điều đó chỉ phục vụ cho mục đích chính của họ.

Mục đích chính của họ là trực tiếp nói lời Đức Chúa Trời cho những người quanh họ—chính thế hệ của họ. Họ cho dân Y-sơ-ra-ên biết điều Đức Chúa Trời đang nghĩ và đang nói về hoàn cảnh *hiện tại*, trong bối cảnh lịch sử ngay trong thời của họ. Cho nên, tại thời điểm nào đó mà họ *có nói* về việc tương lai, thì cũng là để làm cho dân sự suy nghĩ và hành động khác đi trong hiện tại. Nói cách khác, những dự báo tương lai, khi xảy ra, là nhằm tác động đến hiện tại (thời của họ), chứ không chỉ để dân sự nhìn chăm chăm từ xa. Người ta nói rằng nên xem các tiên tri như "người rao báo lẽ thật", không phải "người tiên báo tương lai". Chúng ta sẽ quay lại ý này sau và giải thích thêm về cách phân tích những lời tiên báo về tương lai.

b) Tiên tri có đôi tai: họ nghe lời phán của Chúa

Để nói ra lời Chúa phán, trước tiên các tiên tri phải nhận lãnh lời đó. Trước hết, họ là công cụ hay tác nhân của lời Chúa. Đó là ý của từ "sự linh cảm". Linh cảm không có nghĩa là họ được cảm thúc cách lạ lùng hay là những người truyền cảm hứng như những họa sĩ, nhạc sĩ hay vận động viên nổi tiếng. Nó chỉ đơn giản có nghĩa là điều họ truyền đạt là điều Chúa muốn nói ra—lời Chúa phán qua ngôn từ của họ.

Chúng ta không được biết làm thế nào họ biết điều họ phải nói là gì. Giê-rê-mi nói về cách tiên tri thật đứng trong sự hiện diện của Chúa để nghe lời Ngài, còn tiên tri giả không bao giờ làm như thế—không bao giờ nghe điều Chúa phán. Vì vậy mọi lời nói *của họ* chỉ là do họ tự nghĩ ra mà thôi.

Đôi khi tiên tri nhận lãnh sứ điệp của Chúa qua một khải tượng. Đôi khi chỉ là do nhìn thấy điều gì đó bình thường ở xung quanh họ (giống như cây hạnh nhân trổ hoa, hai giỏ trái vả hay người thợ gốm đang làm việc). Đôi khi điều này giống như áp lực thể lý. Giê-rê-mi nói rằng khi ông quyết định *không* nói cho Chúa nữa, thì lời Ngài như lửa đang thiêu đốt ông. Ê-sai và Ê-xê-chi-ên nói đến việc cảm thấy "bàn tay" của Chúa chạm đến họ. Ê-xê-chi-ên nói đến việc "ăn nuốt cuộn sách" lời của Chúa—tức là bất cứ điều gì Ngài phán đều là lời của Chúa được ông "tiêu hóa". Cả Ê-sai lẫn Giê-rê-mi đều có cảm giác Chúa "chạm đến môi của họ". Đức Chúa Trời phán với Giê-rê-mi "Ta sẽ đặt lời Ta trong miệng con". Ô-sê nghe sứ điệp của Chúa qua một trải nghiệm rất đau đớn trong cuộc hôn nhân tan vỡ của mình.

Ý chính cần nhớ là *điều họ phán là điều họ đã nghe từ Đức Chúa Trời* (qua bất kỳ phương cách nào). Vì vậy, hễ khi nào người Y-sơ-ra-ên nghe các tiên tri nói tức họ đang lắng nghe Đức Chúa Trời. Khi họ từ chối không nghe lời tiên tri được Chúa sai đến, tức là họ không chịu nghe lời Đức Chúa Trời phán. Chúa đã nói rất rõ ràng như thế ngay từ đầu (Phục 18:15–20). Và điều đó có nghĩa là khi *chúng ta* lắng nghe các tiên tri bằng cách đọc lời của họ trong Kinh thánh, thì chúng ta cũng đang lắng nghe Chúa qua những lời hiện được lưu giữ trong Kinh thánh.

Tuy nhiên, chúng ta cần cẩn thận! Điều này không có nghĩa là khi chúng ta *giảng một bài giảng* dựa theo một trong các sách tiên tri là *chúng ta* đang trực tiếp nói lời của Đức Chúa Trời. Lời Đức Chúa Trời là *bản văn* chúng ta đang giảng. Và chắc chắn chúng ta muốn hội chúng nghe điều Chúa đang phán với họ bây giờ, ngày hôm nay, *từ trong* lời của Chúa. Nhưng chúng ta phải luôn luôn phân biệt rõ giữa lời *Kinh thánh* - được khải thị, được linh cảm và có thẩm quyền—với lời chúng ta nói trong *bài giảng*. Dĩ nhiên, tôi phải cố gắng trung thực tối đa với điều Đức Chúa Trời *đã phán* trong lời thành văn. Và dĩ nhiên tôi muốn Ngài phán với hội chúng lời của Ngài qua Thánh Linh. Nhưng khi giảng, tôi không bao giờ khẳng định rằng Đức Chúa Trời *hiện đang phán* y chang những lời tôi đang giảng. *Kinh thánh* là lời Đức Chúa Trời. Bài giảng của tôi tự thân nó *không* phải lời Đức Chúa Trời, dù tôi cố gắng truyền đạt cách trung thực hết mức có thể với điều Chúa muốn phán qua lời Ngài ngày hôm nay. Thật vậy, chúng ta nên khuyến khích hội chúng thường xuyên kiểm tra điều chúng ta giảng. Họ nên kiểm tra sự giảng dạy của chúng ta dưới ánh sáng của Kinh thánh, để xem điều *chúng ta nói* trong bài giảng có chính xác với điều Chúa *đã phán* trong lời Ngài hay không. Đó là điều các tín hữu ở Bê-rê đã làm ngay cả với sự giảng dạy của Phao-lô, và đó là một tấm gương tốt (Công 17:11)! Hãy khích lệ hội chúng của bạn làm như vậy.

c) Tiên tri có mắt: họ nhìn sự việc từ quan điểm của Đức Chúa Trời

Một trong những từ đầu tiên được dùng trong Cựu Ước để nói về các tiên tri là "tiên kiến" (see-ers). Từ sao nghĩa vậy. Họ là "người nhìn thấy". Đôi khi cũng có nghĩa như vậy, bởi quyền năng nhiệm mầu của Đức Chúa Trời, họ có thể nhìn thấy điều gì đó mà người khác không thể thấy. Ví dụ, Sa-mu-ên có thể nói cho Sau-lơ và đầy tớ của ông biết những con lừa bị lạc ở đâu (1 Sa 9). Ê-li-sê có thể nhìn thấy đạo quân thiên sứ bảo vệ Y-sơ-ra-ên (2 Vua 6:15–17). Điều này có được không phải nhờ năng lực huyền bí sáng suốt, mà chỉ vì Đức Chúa Trời chỉ cho họ những việc người khác không thể nhìn thấy.

Nhưng theo ý nghĩa quan trọng hơn, thì các tiên tri được ban cho khả năng nhận biết điều Đức Chúa Trời đang thực hiện qua những sự việc xảy ra trong thời của họ. Họ có thể *giải thích* các sự kiện và nhìn thấy bàn tay của Chúa đang vận hành. Họ có thể nhìn thấy điều Chúa dự tính làm trong tương lai, là kết quả của việc dân sự hiện đang làm. Điều đó thường không hề dễ chịu, nhưng đôi lúc có thể đem lại niềm hy vọng lớn lao.

- Vì vậy, ví dụ khi dân sự vi phạm giao ước của Chúa, họ nghĩ rằng họ sống như thế nào không quan trọng. Chừng nào họ còn đến đền thờ thờ phượng Chúa thì họ nghĩ rằng họ vẫn được bình an. Nhưng Giê-rê-mi *nhìn* vấn đề từ quan điểm của Chúa, và ông thấy rất khác. Đức Chúa Trời phán qua Giê-rê-mi (Giê 7:9–11) "Ta đã nhìn thấy tất cả!" Họ không hề được bình an! Sự đoán phạt của Chúa sắp đến, và nhà tiên tri thấy nó đang đến.
- Trong một dịp khác, khi kẻ thù đang đe dọa Giu-đa, Ê-sai bảo A-cha đừng hốt hoảng vì ông có thể *nhìn* từ góc nhìn của Đức Chúa Trời, rằng kẻ thù của Y-sơ-ra-ên sẽ sớm bị tiêu diệt. Ê-sai nói với A-cha hãy tin cậy Chúa, nhưng A-cha không nghe (Ê-sai 7:1–12).
- Khi một số người Giu-đa bị đem đi lưu đày, những người ở lại Giê-ru-sa-lem nghĩ rằng những kẻ bị đem đi coi như chết và vứt đi, còn họ (những người vẫn còn ở lại Giê-ru-sa-lem) sẽ được an toàn và thịnh vượng. Giê-rê-mi nói rằng chương trình của Chúa hoàn toàn ngược lại (Giê 24). Ông có thể *nhìn thấy* một kết quả rất khác cho hai nhóm người này.
- Khi Giê-rê-mi viết cho những người Giu-đa lưu đày ở Ba-by-lôn, ông chỉ họ cách nghĩ khác về hoàn cảnh của mình. Họ nghĩ rằng chính Nê-bu-cát-nết-sa là người đã đem họ đi (và ở mức độ con người thì đúng vậy). Nhưng Đức Chúa Trời nói "chính Ta là Đấng đã đem các con đi lưu đày, vậy hãy ổn định cuộc sống ở đó và mưu cầu phúc lợi cho Ba-by-lôn là nơi Ta đã đặt các con." Đó là cách nhìn của Đức Chúa Trời, và cần có nhà tiên tri để nói cho dân sự biết điều đó. Giê-rê-mi *nhìn* hoàn cảnh của họ từ quan điểm của Đức Chúa Trời và *thấy* điều Chúa muốn họ làm.
- Khi dân sự đi lưu đày một thời gian dài và nhiều người đã mất hết hy vọng về tương lai, thì những lời tiên tri của Ê-sai cho họ biết rằng Đức Chúa Trời sẽ đem họ trở về trong xứ và tiếp tục mục đích của Ngài cho họ, và qua họ cho cả thế gian. Nhà tiên tri ban cho họ hy vọng, vì ông *nhìn thấy* Đức Chúa Trời hành động, đã có kế hoạch cho tương lai của họ.

Vì vậy, khi giảng các sách tiên tri, chúng ta thường thấy sứ điệp của họ đi ngược lại với suy nghĩ thông thường trong thời của họ. Họ trở nên nổi bật. Họ chỉ về một hướng khác với hướng của mọi người. Họ nhìn thấy sự việc từ góc nhìn của Chúa, và đó là điều thách thức, thường không được nhiều người ưa thích. Đôi khi chúng ta cũng phải như vậy trong bài giảng của mình, và các tiên tri có thể giúp chúng ta thêm can đảm để làm điều đó.

Đôi lúc các tiên tri có thể "nhìn thấy" điều Đức Chúa Trời sắp làm tại một thời điểm nào đó trong tương lai. Họ thường nói những câu như "Vào ngày đó..." hoặc "trong Ngày của Đức Giê-hô-va". Dĩ nhiên, họ không thể biết bao lâu nữa thì việc đó xảy ra. Ngày nay chúng ta có thể nhìn lại để thấy rằng một số việc họ "nhìn thấy" cuối cùng đã xảy ra khi Chúa Giê-xu đến. Nhưng một số việc họ nhìn thấy chỉ về những điều còn xa hơn nữa và vẫn còn ở tương lai—

tương lai đối với cả chúng ta. Chúng ta sẽ suy nghĩ về những "chân trời" khác liên quan đến khải tượng của các tiên tri sau.

d) Tiên tri có đầu: họ có ý nghĩ của riêng họ

Chúng ta đã nói rằng điều các tiên tri nghe là lời Đức Chúa Trời, và điều họ nói ra cũng là lời phán của Ngài. Nhưng điều đó không có nghĩa là nhà tiên tri chỉ giống như cái máy chép chính tả. Họ không đứng đó với cặp mắt chăm chăm cách vô hồn, tâm trí hờ hững tuôn ra những lời được ban cho từ trên. Cũng không phải họ nói trong trạng thái hôn mê do thuốc hoặc thiền.

Bạn có bao giờ nhìn thấy người có tài nói tiếng bụng cùng với hình nộm của họ không? Hay bạn có xem múa rối chưa? Bù nhìn hay con rối cử động cặp môi và trông như thể bạn đang thấy bù nhìn nói hay con rối đang cử động. Nhưng dĩ nhiên chính người nói tiếng bụng và người điều khiển con rối mới là người đang nói và cử động. Hình nộm hay con rối không có tâm trí hay giọng nói. Đó là món đồ chơi, bị điều khiển bởi người giữ nó. Các tiên tri thì *không* hề như thế. Họ không phải hình nộm hay con rối. Không phải họ chỉ "nói ra" từ ngữ mà không có suy nghĩ trong đầu.

Ngược lại, khi đọc từng sách tiên tri cách cẩn thận, bạn có thể thấy họ đều khác nhau. Mỗi người có một cách nói và cách viết đậm tính cá nhân. Mỗi tiên tri có những vấn đề mà họ rất quan tâm và thường xuyên nói đến. Họ nhấn mạnh những việc khác nhau. Họ tập trung vào những phương diện khác nhau trong quá khứ hoặc tương lai của Y-sơ-ra-ên. Điều rất rõ ràng là họ là *những nhà tư tưởng* lẫn *người phát ngôn*. Mỗi một người đều có cái mà ngày nay chúng ta gọi là "quan điểm thần học". Vì vậy, chúng ta có thể nói về "thần học của Ê-sai" khác với "thần học của Ê-xê-chi-ên". Tôi không có ý nói họ mâu thuẫn nhau—dĩ nhiên họ có nhiều điểm chung—nhưng đơn giản là mỗi tiên tri đều có suy nghĩ của riêng mình, và Đức Chúa Trời đã sử dụng sự khác biệt đó.

Cho nên, hễ khi nào họ rao giảng sứ điệp – cho dù nó được trình bày như là lời *Đức Chúa Trời* - thì đó cũng là sứ điệp của chính họ. Họ vô cùng tin tưởng và vật lộn với sứ điệp họ đem đến cho dân sự, đôi khi còn tham gia tranh luận và bàn luận với dân sự về điều họ đang nói.

Vì vậy, khi giảng về một tiên tri cụ thể, chúng ta cần mường tượng một con người cụ thể có tâm trí riêng. Chúng ta cần đọc toàn bộ sách của tiên tri đó và tìm ra điểm đặc biệt của họ là gì. Cách họ nói như thế nào? Những chủ đề nào được lặp đi lặp lại? Những vấn đề thần học nào nổi bật trong sách của tiên tri này? Vị tiên tri này *nghĩ* thế nào về Đức Chúa Trời và Y-sơ-ra-ên?

Khi Chúa ban sứ điệp cho các tiên tri, Ngài cũng thu hút *tâm trí* của nhà tiên tri ấy, trong chính hoàn cảnh, các mối quan hệ và trải nghiệm của vị tiên tri ấy. Điều đó có nghĩa là chúng ta càng cố gắng hiểu suy nghĩ của vị tiên tri trong ngữ cảnh đó, thì chúng ta sẽ càng hiểu rõ hơn lời Chúa phán qua họ.

e) Tiên tri có tấm lòng: họ cảm nhận được điều Chúa cảm nhận

Ôi! Ước gì đầu tôi là suối nước
Mắt tôi là nguồn lệ
Tôi sẽ khóc suốt ngày đêm
Cho những người bị tàn sát của con gái dân tôi.
(Giê 9:1)

Giê-rê-mi hết sức buồn rầu bởi sự đau khổ mà ông thấy sẽ đến trên chính dân mình đến nỗi ông cảm thấy nước mắt mình không ngừng rơi, giống như dòng sông giọt lệ. Đó là ngôn ngữ chứa đựng cảm xúc sâu sắc. Nó cho chúng ta thấy rằng các tiên tri cũng có cảm xúc. Họ không chỉ *nói* ra sứ điệp. Họ không chỉ *nghĩ* về sứ điệp của mình. Họ *cảm nhận* được sứ điệp của họ một cách sâu sắc.

Thật vậy, lời nói của họ truyền tải lời phán của Chúa như thế nào, thì cảm xúc của họ cũng bày tỏ cảm xúc của Đức Chúa Trời thể ấy. Chúng ta là những con người được dựng nên theo hình ảnh của Chúa. Vì vậy, mặc dù Đức Chúa Trời không có những cảm nhận điên dại và không thể kiểm soát như thỉnh thoảng chúng ta vẫn gặp phải, nhưng Ngài *vẫn có cảm xúc*. Và những từ ngữ chúng ta phải sử dụng để bày tỏ cảm xúc của chính mình cũng là những từ Kinh thánh dùng khi nói đến cảm xúc của Chúa. Đức Chúa Trời yêu thương và khao khát con người. Ngài nổi giận vì tội lỗi và điều xấu—nhất là sự bất công và hung ác. Đức Chúa Trời hết sức nhân từ và quan tâm đến người nghèo, người túng thiếu và người dễ bị tổn thương. Ngài đau đớn khi bị khước từ. Ngài tràn đầy vui mừng khi con người và tạo vật được ban phước. Đây là những từ ngữ diễn tả cảm xúc. Đó là từ ngữ con người dùng. Nhưng chúng nói về điều gì đó có thật và chính xác trong bản tính của Đức Chúa Trời.

Cho nên, tự nhiên khi các tiên tri nói về những điều khơi gợi cảm xúc như thế trong tấm lòng và tâm trí Đức Chúa Trời, thì chính họ diễn đạt những cảm xúc đó trong bài giảng của mình. Thật vậy, trong câu trích ở trên từ Giê-rê-mi, chính Đức Chúa Trời đang phán qua vị tiên tri này. Cách dùng từ "Ta" và "của ta" giữa Giê-rê-mi 8:21 và 9:3 có thể ám chỉ ngược trở lại chính Đức Chúa Trời (giống như ở cuối 9:3)—sử dụng chính ngôn ngữ của con người. Đức Chúa Trời đang khóc! Và vì thế, Giê-rê-mi cũng vậy. Đôi khi Giê-rê-mi được gọi là "tiên tri than khóc". Đó là vì ông nhân danh Đức Chúa Trời đang than khóc để nói—Đức Chúa Trời hết sức buồn khổ và đau lòng vì thảm kịch sắp giáng xuống Y-sơ-ra-ên bởi tội lỗi và sự gian ác của họ.

Và đối với một số nhà tiên tri, trách nhiệm mang lấy lời của Chúa, cảm nhận cảm xúc của Chúa tác động kinh khủng đến đời sống họ. Với Giê-rê-mi, ông phải chịu sự cô đơn và đau khổ cùng cực, gần như trầm cảm đến mức muốn tự tử. Với Ô-sê, đó là nỗi đau của một cuộc hôn nhân tan vỡ. Với Ê-xê-chi-ên, đó là nỗi đau đớn vì vợ mất. Họ là những con người. Hãy ghi nhớ điều đó khi bạn đọc sách của họ. Hãy nghĩ đến giọng nói sống động đằng sau những ngôn từ trên trang giấy.

Vậy nên, khi đọc các sách tiên tri, bạn hãy tìm những cảm xúc trong lời họ nói rồi mô tả chúng một cách cụ thể. Dĩ nhiên, thông thường bạn sẽ cảm thấy tức giận vì họ đang nói đến cơn giận của Chúa đối với tội lỗi và sự nổi loạn. Nhưng dưới đây là một vài cảm xúc khác cần tìm:

- Khát khao: "Giá mà các con lắng nghe".
- Tiếc nuối quá khứ: "Ta nhớ lại ngày trước các con yêu mến Ta".
- Dịu dàng, giống như người mẹ: "Làm sao Ta có thể từ bỏ Ép-ra-im, con trai Ta?"
- Chung thủy, giống như người chồng: "Ta đã yêu con bằng tình yêu đời đời."
- Cảm giác bối rối hay khó xử: "Tại sao các con cứ làm như vậy? Sao các con lại cư xử như vậy? Ngay cả con vật còn tốt hơn các con!"
- Hào hứng về phước hạnh tương lai: "Hãy kinh ngạc về điều Ta sắp làm!"
- An ủi: "Hãy an ủi, an ủi dân Ta...".

Vậy thì, khi bạn giảng, hãy suy nghĩ làm thế nào để bạn có thể phản ánh cảm xúc của nhà tiên tri ấy trong cách bạn giảng. Vấn đề của nhiều bài giảng ngày hôm nay là chúng có thể dễ dàng trở thành một tiếng la hét chát chúa kéo dài. Giọng nói lúc nào cũng y như nhau. Nhưng không nên như vậy. Nếu bản văn nói đến cơn giận và sự khiển trách của Chúa, thì chúng ta nên thể hiện điều đó. Còn nếu bản văn đầy nước mắt và nỗi buồn, thì chúng ta nên giúp hội chúng cảm nhận điều Chúa và nhà tiên tri cảm nhận. Nếu bản văn chứa đựng sự mềm mại và tình yêu thương, thì hãy bày tỏ điều đó ra. Nếu bản văn đầy sự an ủi và hy vọng, hãy làm cho hội chúng cảm nhận được điều đó.

f) Tiên tri có đôi tay: đôi khi họ biến lời nói thành hành động

Ngày nay thỉnh thoảng chúng ta dùng thị cụ. Dĩ nhiên, trẻ con rất thích thị cụ. Nếu giỏi về kỹ thuật, chúng ta có thể dùng hình ảnh chiếu trên màn hình, hoặc trình chiếu Powerpoint. Tất cả chúng ta đều biết rằng khi vừa nhìn vừa nghe một thông điệp, chúng ta sẽ nhớ lâu hơn. Đức Chúa Trời cũng biết điều đó (Ngài ban cho chúng ta có đôi mắt và đôi tai!). Vì vậy đôi khi Chúa bảo các tiên tri công bố sứ điệp cùng một hành động hoặc dấu hiệu để củng cố sứ điệp đó. Đôi khi đó có thể là việc làm đơn giản hằng ngày nhưng bày tỏ đức tin lớn trong hoàn cảnh đó—chẳng hạn việc Giê-rê-mi mua một đám ruộng ở Giê-rê-mi 32. Đôi khi đó là việc làm đầy kịch tính—như khi Giê-rê-mi lấy chiếc bình lớn bằng đất và nghiền nát ngoài thành trước sự hiện diện của những nhà lãnh đạo chính trị (Giê 19). Các ví dụ khác về những lời tiên tri được rao báo bằng hành động gồm:

- A-hi-gia xé áo choàng thành mười hai mảnh rồi đưa cho Giê-rô-bô-am mười mảnh tượng trưng cho việc Giê-rô-bô-am cướp đi mười chi phái Y-sơ-ra-ên khỏi tay vua Rô-bô-am ở Giê-ru-sa-lem (1 Vua 11)

- Ê-sai cởi trần đi vòng quanh Giê-ru-sa-lem để minh họa nỗi xấu hổ khi bị giặc bắt trong tương lai (Ê-sai 20).
- Giê-rê-mi mua và đeo một chiếc thắt lưng mới bằng vải lanh; sau đó đem chôn nó cho đến khi nó mục nát và vô dụng—để minh họa Y-sơ-ra-ên sẽ ra như thế nào trong mắt Đức Chúa Trời (Giê 13).
- Giê-rê-mi mang một cái ách bò vào cổ rồi xông vào hội nghị ngoại giao quốc tế tại Giê-ru-sa-lem, để bảo đại sứ các nước phải vâng phục "cái ách" của Nê-bu-cát-nết-sa, vì Đức Chúa Trời đã nâng ông ấy lên vào lúc đó (Giê 27).
- Ê-xê-chi-ên đặt bên cạnh mình mô hình Giê-ru-sa-lem "đang bị bao vây" trên một viên gạch lớn—để cho những người lưu đày đầu tiên ở Ba-by-lôn thấy rằng thành sẽ sớm bị chiếm giữ và phá hủy (Êxê 4–5).
- Chúa Giê-xu đuổi những người đổi tiền trong đền thờ—hành động có tính tiên tri có lẽ được giải thích là đền thờ sẽ bị phá hủy (Mat 21:12–13).

Nếu chúng ta giảng bất kỳ phân đoạn nào có hành động nhằm tượng trưng hoặc củng cố sứ điệp, thì chúng ta cần giải thích. Đó là một cách hay để làm cho sứ điệp trở nên sống động và giúp hội chúng ghi nhớ—cũng là lý do vì sao cách này được thực hiện ngay từ ban đầu!

☑ Những ý cần kiểm tra

Vậy thì, khi bạn nghiên cứu một phân đoạn trong một sách tiên tri, hãy nghĩ đến các bộ phận cơ thể của nhà tiên tri và đặt những câu hỏi sau:

- *Miệng:* Nhà tiên tri thật ra đang *nói* gì ở đây? Ý của ông là gì?
- *Tai:* Nhà tiên tri *nghe* được điều gì từ Đức Chúa Trời? Đức Chúa Trời đang muốn phán điều gì?
- *Mắt:* Nhà tiên tri *thấy* gì về Đức Chúa Trời và về thế gian và điều ông thấy khác với cách suy nghĩ của con người vào thời đó như thế nào? Nhà tiên tri có sự nhận thức sâu sắc nào về thời của mình?
- *Đầu:* Nhà tiên tri nghĩ gì trong *đầu*? Những mối quan tâm đặc biệt và cách rao giảng của ông là gì?
- *Tấm lòng:* Nhà tiên tri *cảm thấy* thế nào khi ông nói những lời này? Cảm xúc của ông phản chiếu cảm xúc của Đức Chúa Trời ra sao?
- *Tay:* Nhà tiên tri đã *làm* gì (nếu có) để củng cố sứ điệp?

11.2 Biết lịch sử

Đến bây giờ thì bạn phải hiểu rõ nguyên tắc này—nhất là nếu bạn có tham dự các hội thảo về giảng dạy của Langham. Chúng ta phải luôn luôn đọc bất kỳ phân đoạn Kinh thánh nào ngay trong bối cảnh lịch sử của chính nó trước khi hỏi phân đoạn nói gì với chúng ta ngày nay. Trong trường hợp các sách tiên tri, điều này có lẽ còn quan trọng hơn nữa. Nói cách đơn giản, không thể nào hiểu đúng các sách tiên tri nếu bạn không hiểu bối cảnh lịch sử của sứ điệp ấy—ít ra là hiểu khái quát, nếu không hiểu được chi tiết (dù càng biết chi tiết thì càng tốt).

Thật sự ý này nối tiếp toàn bộ ý cuối cùng. Các tiên tri là những người Chúa sai đến để nói trực tiếp với dân Y-sơ-ra-ên lời Ngài phán ngay giữa những việc đang xảy ra tại một thời điểm nào đó. Họ đang nói với dân của họ trong bối cảnh của những sự kiện và tình huống đó. Hãy nhớ: những lời chúng ta đọc trên trang sách của tiên tri được viết *vì* chúng ta (tức là để chúng ta đọc và học sau này), chứ không phải được viết *cho* chúng ta hay *về* chúng ta. Vì vậy, khi nghiên cứu bất kỳ phân đoạn cụ thể nào, chúng ta cũng phải tìm ra, càng nhiều càng tốt, những lời này được nói hay được viết cho *ai*, và viết về *việc gì*. Chuyện gì đang xảy ra.

Và đây là mẩu tin tốt lành. Mười lăm sách các tiên tri (hoặc mười sáu nếu bạn tính luôn Đa-ni-ên) tập trung vào một giai đoạn (chỉ) khoảng ba trăm năm trong lịch sử Y-sơ-ra-ên. Nếu bạn nghĩ đến cả Cựu Ước, bỏ các câu chuyện giữa Sáng Thế Ký 1–11 qua một bên, thì đó là giai đoạn lịch sử kéo dài ít nhất là 1.500 năm. Vì vậy, *các sách* tiên tri chỉ xuất hiện trong khoảng thời gian ngắn đó. Cho dù trong suốt thời kỳ Cựu Ước vẫn có những tiên tri được Đức Chúa Trời sai đến, nhưng những tiên tri có tên được đặt cho các sách tiên tri thì sống trong khoảng 300 năm.

A-mốt là tiên tri đầu tiên mà những lời ông nói được ghi lại trong sách mang chính tên của ông. Ông thi hành chức vụ khoảng năm 760 T.C, tức là giữa thế kỷ thứ tám trước Đấng Christ. Ma-la-chi là tiên tri cuối cùng được ghi lại, sống khoảng năm 460 T.C, giữa thế kỷ thứ năm trước Đấng Christ.

Bạn có thể nghĩ ra lý do gì cho việc các sách tiên tri tập trung trong thời kỳ khoảng ba trăm năm đó không? Tôi nghĩ lý do khả thi nhất ấy là đây là những thế kỷ hỗn loạn nhất trong lịch sử Y-sơ-ra-ên. Khoảng hai trăm năm sau thời của Đa-vít và Sa-lô-môn, và một trăm năm sau thời của Ê-li và Ê-li-sê, vương quốc Y-sơ-ra-ên phía Bắc đầy những bất công về kinh tế và xã hội, cùng với việc sùng bái thần Ba-anh. Đức Chúa Trời sai A-mốt và Ô-sê đến cảnh báo họ về sự đoán phạt sắp đến và về việc Y-sơ-ra-ên sẽ bị hủy diệt. Điều đó đã xảy ra khi người A-si-ri tàn phá Sa-ma-ri năm 721 T.C và các chi phái phía bắc bị tản lạc. Sau đó, Giu-đa ở phía Nam còn tệ hơn, và Đức Chúa Trời sai các tiên tri như Ê-sai, Mi-chê, Xa-cha-ri, Ha-ba-cúc và đặc biệt là Giê-rê-mi đến cảnh báo họ rằng nếu họ không thay đổi, thì Giê-ru-sa-lem cũng sẽ bị tiêu diệt và dân chúng sẽ tản lạc vì lưu đày. Họ không chú ý đến lời cảnh báo ấy. Đức Chúa Trời đã thi hành điều Ngài đã cảnh báo họ. Năm 587 T.C, Giê-ru-sa-lem bị chiếm, đền thờ bị đốt và dân chúng bị đem đi lưu đày ở Ba-by-lôn. Đó là thời điểm đau buồn nhất trong cả Cựu Ước. Tuy nhiên, Đức Chúa Trời không từ bỏ dân Ngài. Các lời tiên tri từ Ê-sai, Giê-rê-mi, và Ê-xê-chi-ên (là người cũng bị lưu đày ở Ba-by-lôn) nói cho họ biết rằng Đức Chúa Trời sẽ đem họ trở về. Và sau hai thế hệ đi lưu đày, Đức Chúa Trời đã đem họ trở về. Sau đó, khi dân Giu-đa trở về Giê-ru-sa-lem, xây lại thành và đền thờ, thì Đức Chúa Trời sai thêm một số tiên tri đến trong giai đoạn hậu lưu đày, đó là A-ghê, Xa-cha-ri và Ma-la-chi.

Vì vậy, các sách tiên tri gắn liền với những năm tháng dẫn đến sự hủy diệt và lưu đày của cả hai vương quốc, thời kỳ lưu đày của Giu-đa ở Ba-by-lôn và những năm tháng ngay sau khi họ trở về Giê-ru-sa-lem. Đó là một câu chuyện bao quát về sự đoán phạt và tha thứ của Chúa, về ân điển và sự phục hồi. Và chính các tiên tri là người giải thích lý do dẫn đến sự đoán phạt cũng như giúp dân sự tin cậy vào ân điển của Đức Chúa Trời. Lời nói của các tiên tri đi kèm với các sự kiện lịch sử để giải thích chúng chính là hành động của Đức Chúa Trời. Các tiên tri giúp Y-sơ-ra-ên (và chúng ta) *hiểu* thời kỳ then chốt đó trong lịch sử Cựu Ước và xem nó ăn khớp thế nào với bản tính cùng mục đích của Đức Chúa Trời.

Ý nghĩa của tất cả những việc này đó là, để hiểu rõ các tiên tri hầu giảng các sách tiên tri một cách chính xác, bạn cần đặc biệt quen thuộc với thời kỳ ba trăm năm đó trong lịch sử Y-sơ-ra-ên. Điều này thật sự không quá khó. Bạn có thể làm ít nhất ba điều, và thêm điều thứ tư nếu bạn có thể tiếp cận thêm nguồn tài liệu.

1. Nghiên cứu phần tóm tắt lịch sử Cựu Ước trong phần Phụ lục 1. Cố gắng ghi nhớ tên các vị vua *chính* của Y-sơ-ra-ên và Giu-đa và các thế kỷ họ trị vì (không cần phải nhớ tất cả các tên—một số chỉ cai trị vài tuần!) Sau đó cố gắng nhớ tên các vị tiên tri đã sống và thi hành chức vụ trong từng thế kỷ. Như vậy, ít nhất bạn sẽ có khái niệm tổng quát về thứ tự các tiên tri và biết được họ khớp ở đâu trong lịch sử Y-sơ-ra-ên.

2. Đọc qua sách 2 Các Vua, và có lẽ đọc thêm 2 Sử Ký (sách kể lại cùng câu chuyện lịch sử nhưng chi tiết hơn). Sách 2 Các Vua bắt đầu vào thế kỷ thứ chín T.C, cùng thời với Ê-li-sê. Nhưng từ 2 Các Vua chương 14 trở đi, bạn đang ở vào thế kỷ thứ tám, và tường thuật tiếp tục cho đến khi Giê-ru-sa-lem sụp đổ và bị đi lưu đày. Điều đó cho bạn biết được bức tranh lớn. 2 Các Vua không nhắc đến các tiên tri, vì sách tập trung vào cuộc đời và việc làm (thiện hoặc ác) của các vua, nhưng nó cung cấp bối cảnh cần thiết để đọc các sách tiên tri từ A-mốt đến Ê-xê-chi-ên. Rồi sau đó bạn có thể đọc E-xơ-ra – Nê-hê-mi, là bối cảnh cho những năm đầu sau lưu đày khi dân Giu-đa trở về Giê-ru-sa-lem. Đó là bối cảnh cho sách A-ghê, Xa-cha-ri và Ma-la-chi.

3. Một số tiên tri thật sự có định niên đại cho sứ điệp của họ, họ nói cho bạn biết họ ban sứ điệp ấy khi nào—đôi khi khá chính xác. Lời xác định niên đại ấy có thể ở dạng lời giới thiệu của người biên tập về cả sách— nêu tên vị vua đang cai trị Y-sơ-ra-ên hoặc Giu-đa khi nhà tiên tri đem lời Chúa đến. Hoặc có khi niên đại nằm ngay trong sứ điệp cụ thể trong sách. Khi đó, cố gắng hết sức để tìm xem chuyện gì đang xảy ra lúc đó hầu giúp bạn hiểu rõ hơn sứ điệp của nhà tiên tri. Trên hết, đó là lý do thông tin đó xuất hiện ở đó!

4. Tất cả mọi thứ ở trên đã nằm trong tay bạn—Kinh thánh và quyển sách này! Nhưng nếu bạn có thể tìm được và sử dụng thêm nguồn tài liệu khác thì sẽ rất hữu ích. Một quyển Kinh thánh chú thích sẽ cho bạn thông tin hay về mỗi tiên tri. Cẩm nang hay dẫn nhập Kinh thánh cũng là quyển sách ích lợi. Và dĩ nhiên, các sách giải nghĩa chất lượng cho từng sách tiên tri sẽ ích lợi nhất.

Căn bản là: *bạn càng tìm được nhiều bối cảnh lịch sử của mỗi tiên tri và sứ điệp của họ thì bạn càng có thể giảng sứ điệp đó một cách chính xác.*

CÂU HỎI VÀ BÀI TẬP

1. Chọn ít nhất một trong các phân đoạn bên dưới và sử dụng phần Những ý cần kiểm tra ở cuối phần 1 ở phần "các chi thể" của các nhà tiên tri để nghiên cứu các phân đoạn Kinh thánh sau:

    Ê-sai 40:12–31
    Giê-rê-mi 2:1–13
    Giê-rê-mi 5:1–17
    Giê-rê-mi 13:1–11
    Ê-xê-chi-ên 37:1–14
    Ê-xê-chi-ên 37:15–28

2. Nghiên cứu lịch sử Cựu Ước ở Phụ lục 1 như đã đề nghị trong ý thứ nhất ở trên.

12

Giảng Các Sách Tiên Tri

Bây giờ thì bạn đã thực hành rất nhiều bài tập rồi—hãy nghĩ đến bối cảnh của sách tiên tri mà bạn sắp giảng, và cố tìm xem có hoàn cảnh lịch sử cụ thể nào làm bối cảnh cho vị tiên tri công bố sứ điệp này không. Đã đến lúc cần xem xét chính bản văn. Vâng, tôi chắc chắn bạn sẽ làm tất cả những nhiệm vụ cơ bản trong công tác giải kinh nguyên ngữ mà bạn đã học, cẩn thận quan sát bản văn bằng cách đọc đi đọc lại và đặt những câu hỏi quan trọng để giúp bạn tìm ra cấu trúc và ý chính của bản văn.

Tuy nhiên, trong trường hợp các phân đoạn nằm trong sách tiên tri, thì có thêm vài điều hữu ích cho bạn mà bạn cần nhớ. Dưới đây là một số việc bạn có thể làm.

12.1 Đơn giản hóa sứ điệp

Về cơ bản, các tiên tri được Đức Chúa Trời sai đến để nhắc người Y-sơ-ra-ên nhớ đến *mối quan hệ giao ước* giữa Chúa và họ. Với ý nghĩa đó, không có gì hoàn toàn mới trong sứ điệp các tiên tri rao báo. Họ nhắc lại, củng cố, giải thích và áp dụng những gì dân sự lẽ ra đã biết rồi, dựa trên tất cả những điều Đức Chúa Trời đã làm cho họ và nói với họ trong quá khứ—đặc biệt trong giao ước và luật pháp mà Ngài đã lập với Y-sơ-ra-ên tại núi Si-na-i sau cuộc xuất hành.

Trong chương 9 và 10, chúng ta đã xem xét kỹ luật giao ước đó, và tại đây chúng ta cần nhớ điều chúng ta đã tìm thấy ở đó—vì các tiên tri cũng biết tất cả những điều này rồi.

Giao ước giữa Đức Chúa Trời và Y-sơ-ra-ên bao hàm điều gì?
- Thứ nhất, *lịch sử*. Đức Chúa Trời đã hành động để cứu chuộc Y-sơ-ra-ên bằng cách giải cứu họ khỏi ách nô lệ ở Ai Cập. Dĩ nhiên, sau này Ngài cũng đã gìn giữ họ an toàn khi họ lang thang trong hoang mạc suốt một thế hệ rồi đem họ vào xứ Ngài đã hứa. Đức Chúa Trời đã làm cho họ

nhiều điều bằng tình yêu và ân điển của Ngài. Đó là nền tảng của luật pháp trong Torah, và cũng là cơ sở cho sứ điệp của các tiên tri.

- **Thứ hai,** *cam kết*. Trong giao ước, Đức Chúa Trời cam kết là Đức Chúa Trời của Y-sơ-ra-ên, ban phước và bảo vệ họ và khiến họ trở thành công cụ đem phước hạnh đến cho muôn dân. Phía bên kia, Y-sơ-ra-ên cũng cam kết vâng theo luật pháp Chúa và toàn dân sống theo cách Chúa muốn – trên hết cũng là vì lợi ích của chính họ và là mẫu mực cho các dân tộc. *Cam kết hỗ tương* là trọng tâm của mối quan hệ giữa Đức Chúa Trời và Y-sơ-ra-ên trong Cựu Ước.
- **Thứ ba,** *biện pháp chế tài*. Nếu Y-sơ-ra-ên sống theo đường lối Chúa và vâng giữ luật pháp Ngài, thì họ tiếp tục tận hưởng phước hạnh. Còn nếu họ không sống như vậy, nếu họ nổi loạn, bất tuân và đi theo các thần khác—thì họ tự cắt đứt khỏi phước hạnh của Ngài và chịu sự rủa sả của Ngài. Trong một thế giới đã ở dưới sự rủa sả của Chúa kể từ khi sa ngã, thì Y-sơ-ra-ên sẽ giống như các dân tộc khác dưới sự đoán phạt của Chúa.

Một trong những cách tốt nhất để ghi nhớ những ý chính này trong đầu là đọc các đoạn tóm tắt dưới đây. Những đoạn này cho thấy giao ước của Chúa bao hàm lịch sử, cam kết và biện pháp chế tài (lời hứa và lời cảnh báo) như thế nào, và chúng cũng đưa ra bối cảnh rất rõ ràng để hiểu sứ điệp của các tiên tri. Tôi khuyến khích bạn dành thời gian để đọc những phân đoạn ấy ngay bây giờ.

- Lê-vi Ký 26 (đọc cả chương)
- Phục Truyền 4:23–40
- Phục Truyền 26:16–19
- Phục Truyền 28–30 (phần này dài, nhưng bạn phải đọc cho hết nhé!)

Khi các tiên tri xuất hiện, họ chỉ *nhắc* Y-sơ-ra-ên nhớ lại những điều này. Vì vậy, chắc chắn sứ điệp của họ đơn giản—cho dù nó mang lấy đủ mọi hình thức và đủ mọi nội dung cụ thể. Ẩn dưới sự phong phú này, sứ điệp của các tiên tri là:

- *Nhắc Y-sơ-ra-ên nhớ lại lịch sử của họ.* Đức Chúa Trời đã làm cho họ nhiều điều trong quá khứ. Nhưng hiện tại họ đang sống hết sức vô ơn và thiếu nhất quán.
- *Nhắc Y-sơ-ra-ên nhớ lại cam kết của họ.* Họ hứa vâng lời Chúa, nhưng đã hoàn toàn bất tuân. Họ đã vi phạm giao ước trong mọi phương diện (được nói rõ trong các sứ điệp khác nhau).
- *Nhắc Y-sơ-ra-ên nhớ lại những lời cảnh báo và lời hứa của Đức Chúa Trời.* Giao ước có những lời cảnh báo rất rõ về hậu quả của sự bất tuân. Vì vậy, nếu họ không thay đổi, thì hậu quả sẽ xảy đến. Lời rủa sả trong giao ước sẽ giáng trên họ. Phải cẩn thận! Nhưng đồng thời giao ước cũng có cả những lời hứa và phước lành—sau sự đoán phạt. Cho nên, về lâu về dài vẫn có hy vọng, ngay cả khi đối diện với tai họa trước mắt. Hãy trở lại cùng Đức Chúa Trời!

Dĩ nhiên, mỗi phân đoạn sách tiên tri đều khác nhau ở phương diện nào đó. Nhưng ít ra cũng hãy bắt đầu bằng cách hỏi xem nó khớp với "lời nhắc nhở" nào trong ba lời nhắc trên. Tất nhiên, có một số phân đoạn khớp với cả ba. Một số nhấn mạnh ý khác, nhưng nếu bạn ghi nhớ ba "lời nhắc nhở" này, thì vẫn sẽ rất hữu ích cho bạn.

Để đơn giản hơn, hãy xem bản văn bạn đang đọc có khớp với cái nào trong *hai* phân loại cơ bản sau không. Có nhiều biến thể của hai nội dung này, nhưng thường sứ điệp của các tiên tri:

- *Hoặc là:* Đưa ra cho một cá nhân hoặc tất cả mọi người *lời cảnh báo hay đe dọa* về sự đoán phạt sắp đến—rồi kêu gọi họ ăn năn và thay đổi (sứ điệp đoán phạt).
- *Hoặc là:* Đưa ra cho một cá nhân hoặc tất cả mọi người *lời hứa* về sự giải cứu và phước lành sắp đến—rồi kêu gọi họ đặt hy vọng và tin cậy nơi Chúa (sứ điệp hy vọng).

Như tôi đã nói, không phải tất cả sứ điệp của tiên tri đều như vậy. Có quá nhiều sứ điệp! Và cũng có nhiều biến thể. Nhưng đây là khởi điểm tốt. Phân đoạn bạn đang học khớp với loại nào trong hai loại cơ bản này nhất? Điều đó sẽ giúp bạn có hướng đi chung trước khi đi vào chi tiết cụ thể. Điều đó cũng sẽ giúp bạn quyết định ý chính căn bản của bài giảng bạn sẽ giảng từ bản văn đó.

Bài tập ngắn

Đọc các phân đoạn Kinh thánh dưới đây và xem xét chúng thuộc phân loại nào ở trên, ba phân loại đầu hay hai phân loại sau. Vài phân đoạn có thể không chỉ thuộc một phân loại.

- Ê-sai 1:10–20
- Ê-sai 5:1–7
- Ê-sai 42:18–25
- Ê-sai 43:1–7
- Giê-rê-mi 2:1–13
- Giê-rê-mi 7:1–15
- Giê-rê-mi 31:1–14
- Ê-xê-chi-ên 18
- Ô-sê 1
- A-mốt 2:6–16
- A-mốt 5:1–15

12.2 Nhận diện phương pháp

Cũng sẽ hữu ích nếu chúng ta học cách nhận biết một số hình thức phổ biến các tiên tri dùng để công bố sứ điệp của họ. Dưới đây là một số hình thức phổ biến nhất trong các sách tiên tri.

a) "Đức Giê-hô-va phán": sứ giả

Đây là cách phổ biến nhất. Nhà tiên tri chỉ đơn giản công bố sứ điệp từ Đức Chúa Trời. Những sứ điệp này thay đổi tùy theo điều Chúa muốn nói với dân sự.

b) "Bị buộc tội!": vụ kiện

Đôi khi các tiên tri trình bày sứ điệp của họ như thể họ đang trong một phiên tòa Đức Chúa Trời là thẩm phán, nhưng Ngài cũng là bên nguyên. Dân Y-sơ-ra-ên là bị cáo. Đôi khi, ngay cả trời và đất cũng được mời đến làm nhân chứng, để làm cho quang cảnh tại tòa được đầy đủ. Rồi bên nguyên đọc cáo trạng. Đây là những điều Y-sơ-ra-ên bị buộc tội. Sau đó, thẩm phán tuyên án: có tội. Tiếp theo là bản án—điều kinh khủng phía trước vì sự đoán phạt của Chúa đối với sự chống nghịch và tội lỗi của họ. Việc trình bày sứ điệp theo cách này là tiếng vọng rõ ràng của mối quan hệ giao ước.

Ví dụ
- Ê-sai 3:13–26
- Ô-sê 4
- Mi-chê 6:1–8

c) "Khốn nạn cho chúng ta!": sự bi đát

Đôi khi các tiên tri kêu lên "Khốn thay!" cho dân sự. Câu này nói đến sự rủa sả và đoán phạt của Đức Chúa Trời nhưng cũng có ý than văn. Những điều kinh khủng sắp diễn ra và dân sự sẽ chịu nhiều đau khổ, vì vậy các tiên tri bày tỏ nỗi sầu khổ và đau đớn vì việc đó. Câu này trái ngược với cụm từ dễ thương "Phước thay!" Thay vì phước hạnh đến từ việc sống theo đường lối Chúa và làm Ngài hài lòng, thì sự khốn khổ vì hậu quả của tội lỗi và sự dại dột sẽ giáng xuống trên chính họ. Vì vậy các tiên tri kêu lên "Khốn thay!" và than văn.

Ví dụ
- Ê-sai 5:8–22
- A-mốt 5:18–20
- Ha-ba-cúc 2:6–20
- Mi-chê 2:1–5

d) "Ngạc nhiên, nhạc nhiên thay!": lời hứa

Rất dễ mà ta nghĩ rằng (và nhiều người ở Y-sơ-ra-ên *đã* nghĩ như thế) một khi giao ước bị phá vỡ thì không còn tương lai gì cho Y-sơ-ra-ên. Họ chỉ có chết dần chết mòn dưới sự đoán phạt của Chúa, bằng hình phạt công bằng vì tội của họ mà thôi. Cho nên khi các tiên tri nói đến *lời hứa và hy vọng*, thì đi kèm với chúng *luôn* là thái độ sửng sốt và ngạc nhiên. Có điều gì đó bất hợp lý và bất ngờ khi các tiên tri nói về tương lai với viễn cảnh niềm hy vọng sau sự đoán phạt hay phục hồi sau sự tiêu diệt. Điều đó bất ngờ đến nỗi Ê-xê-chi-ên nói nó chẳng khác nào giảng cho đống hài cốt khô lâu ngày rồi thấy chúng hồi sinh—niềm hy vọng về sự sống lại. Tuy nhiên, những sứ điệp như thế có nhiều trong các sách tiên tri, chúng ta cần vui mừng vì điều đó, và dĩ nhiên cũng nên nhận biết rằng điều đó cuối cùng có thể được ứng nghiệm qua Chúa Giê-xu Christ.

Ví dụ
- A-mốt 9:11–15
- Ô-sê 2
- Ô-sê 13
- Ê-sai 40–55
- Giê-rê-mi 31–33
- Ê-xê-chi-ên 37

Tất nhiên, một lần nữa chúng tôi phải nói rằng những cách phân loại này không bao hàm tất cả các sứ điệp của các tiên tri. Đôi khi họ truyền đi những thông điệp riêng cho các cá nhân—đặc biệt cho các vua của Y-sơ-ra-ên và Giu-đa. Đôi khi họ đang nói chuyện với Đức Chúa Trời về chính nỗi đau đớn và khốn khổ của họ.

12.3 Hiểu ngôn ngữ

Một khó khăn chúng ta chắc chắn gặp phải khi đọc và giảng các sách tiên tri là ngôn ngữ của họ thường có vẻ như rất xa lạ đối với chúng ta. Tôi không chỉ có ý đề cập đến chuyện họ nói tiếng Hê-bơ-rơ! Ngay cả khi sứ điệp của họ được dịch ra ngôn ngữ của chúng ta, thì nó vẫn không hề dễ hiểu. Dưới đây là ba điều cần nhớ khi bạn tìm hiểu một phân đoạn tiên tri.

a) Họ muốn thuyết phục

Các tiên tri hết sức nghiêm túc trong điều họ rao giảng. Họ thấy nếu không thay đổi cách sống thì dân sự sẽ gặp nguy hiểm thật sự. Họ cũng đối diện với nhiều chống đối. Đôi khi họ bị khước từ và thù ghét. Vì vậy chúng ta không nên tưởng rằng họ chỉ đang dự phần vào những bàn luận chính trị hay những tranh cãi học thuật. Đôi khi đó là cuộc đấu tranh một mất một còn. Họ đi ra để *thuyết phục* dân chúng tin điều họ đang nói và hành động cho thích hợp. Đôi khi điều đó có nghĩa là họ phải khiến dân chúng *sốc* để dân chúng chú ý. Vì vậy, đừng ngạc nhiên khi đôi lúc ngôn từ của các tiên tri có vẻ cường điệu, chát chúa và gây tranh cãi. Có thể họ cũng dùng ngôn ngữ mỉa mai và châm biếm nữa. Họ cũng có thể trở nên hay công kích. Họ có thể nói bất kỳ điều gì nhằm khiến dân sự chịu nghe họ nói. Đáng buồn thay, chúng ta biết rằng người Y-sơ-ra-ên hầu như lúc nào cũng phớt lờ lời của các tiên tri và chọn con đường tự hủy diệt mình. Nhưng họ không bao giờ có thể nói rằng họ không được báo trước. Vì vậy, đừng kinh ngạc trước ngôn ngữ của các tiên tri đến nỗi bỏ qua sứ điệp của họ! Nếu bạn đối diện với một phân đoạn khiến bạn sửng sốt, hãy hỏi điều gì khiến vị tiên tri nói như thế, và ông muốn dân sự hiểu và làm gì khi dùng ngôn ngữ đó.

Ví dụ

- Ê-sai 1:10–15
- Ê-sai 3:16–24
- Giê-rê-mi 2:22–28
- Giê-rê-mi 19:1–13
- Ê-xê-chi-ên 23

b) Họ dùng thơ ca

Nhiều sứ điệp của các tiên tri được viết theo hình thức thi ca Hê-bơ-rơ (dù có vẻ Ê-xê-chi-ên đa phần nói bằng văn xuôi). Trong chương tiếp theo, chúng ta sẽ giải thích Thi Thiên sử dụng hình thức thơ ca Hê-bơ-rơ thế nào, vì vậy tôi sẽ không đi vào chi tiết ở đây. Nhưng điều tôi muốn nói là: thông thường các tiên tri phát biểu những tràng ngắn, dùng lời lẽ đầy tính hình ảnh, với những cụm từ và hình ảnh khác thường. Đó là bản chất của thơ ca. Thơ ca hầu như lúc nào cũng diễn đạt rất nhiều ý chỉ bằng một vài từ. Và thơ ca cũng thường dùng ngôn ngữ theo cách đặc biệt—các biện pháp tu từ, so sánh, ẩn dụ, biểu tượng, v.v... Có lẽ lý do chính mà các tiên tri dùng thơ ca để nói là vì nó giúp người nghe dễ dàng ghi nhớ sứ điệp của họ. Nhưng điều đó cũng có thể làm cho các độc giả sau này trong những nền văn hóa khác khó hiểu sứ điệp của họ! Điều quan trọng là thơ ca có cách diễn đạt mà chúng ta thường không nên hiểu theo nghĩa đen—tức là hiểu theo kiểu như thể từng từ từng chữ chỉ về một điều gì đó trong thế giới thật, thay vì chỉ là hình ảnh—ví dụ: khi trước giả Thi Thiên nói "Đức Chúa Trời là hòn đá" hay "cái khiên"–thì chúng ta biết đó là hình ảnh, không phải một sự việc có thật. Thay vào đó, chúng ta cần tìm ra mục đích, cảm xúc, sứ điệp nằm sau ngôn từ và nhận biết rằng thơ ca làm cho chúng có tác động mạnh hơn. Trong một vài sách tiên tri, đặc biệt là Giê-rê-mi, có sự pha trộn thú vị giữa thơ ca và văn xuôi. Thông thường phần văn xuôi diễn đạt bằng những cách thẳng thắn, rõ ràng và đơn giản hơn điều mà phần thi ca thường diễn đạt theo cách giàu trí tưởng tượng hơn rất nhiều. Điều này rất hữu ích. Và đó là lý do vì sao tốt hơn hết là chúng ta cần đọc cả một phần lớn của một sách tiên tri chứ không nên để bị khựng lại ở chỗ này một tí chỗ kia một tí.

Ví dụ Đọc **Giê-rê-mi 2**. Chương này chứa đầy hình ảnh mang tính thơ ca và câu hỏi tu từ. Nó không ngừng chuyển từ hình ảnh này sang hình ảnh khác, mô tả sự bất trung và nổi loạn của Y-sơ-ra-ên đối với Đức Chúa Trời. Ngôn ngữ nhiều màu sắc và sống động. Sẽ hữu ích khi đọc lớn tiếng, đọc diễn cảm, dừng lại ở những câu hỏi sâu sắc và những chỗ so sánh. Bây giờ, hãy đọc **Giê-rê-mi 11:1–13**. Phân đoạn này ở dạng văn xuôi. Nhưng bạn có thấy rằng về cơ bản đây cũng là thông điệp tương tự—giao ước bị phá vỡ không? Nghĩa là Giê-rê-mi 11 tóm tắt bằng *văn xuôi* điều Giê-rê-mi 2 công bố *bằng thơ*. Ngôn ngữ đúng mực, đơn giản và thẳng thắn. Phân đoạn này hầu như không có hình ảnh hay câu hỏi nào, mà là sự mô tả tình hình một cách đi thẳng vào vấn đề cũng như mô tả điều đã xảy ra và suy nghĩ của Đức Chúa Trời. Khi so sánh hai phân đoạn này, bạn có thể thấy rõ thơ ca khác với văn xuôi như thế nào. Bạn cần hiểu và giải thích tất cả những cách nói đặc biệt của thơ ca và không ngừng đặt ra câu hỏi "Vị tiên tri đang nói gì? Ý của ông là gì?"

c) Họ thích hình ảnh

Các tiên tri thích dùng hình ảnh giống như Chúa Giê-xu thích dùng ẩn dụ. Dĩ nhiên, tôi không có ý nói những hình ảnh hay tranh ảnh có thật được vẽ trên giấy hoặc trên vải bạt, mà là *bức tranh diễn tả bằng ngôn từ*. Các tiên tri "vẽ" đủ loại hình ảnh trong trí để diễn đạt điều họ muốn nói. Họ vẽ nên những so sánh sinh động từ cuộc sống xung quanh, từ thiên nhiên—chẳng hạn như cây cối, thú vật, chim chóc và côn trùng, mặt trời, mặt trăng và ngôi sao, gió và lửa, động đất và núi lửa, từ âm nhạc và công trình xây dựng và từ mọi mối quan hệ giữa con người. Những bức tranh bằng ngôn từ này thường được gọi là *ẩn dụ*.

Quay lại **Giê-rê-mi 2**, đến bây giờ thì bạn đã đọc qua một lần rồi! Hãy đếm xem có bao nhiêu *bức tranh bằng ngôn từ* mà Giê-rê-mi dùng để diễn đạt điều ông muốn nói. Ý tôi là những hình ảnh hoặc sự so sánh—giống như hình ảnh cô dâu (2:2), trái đầu mùa (2:3), nguồn nước và bể chứa (2:13), sư tử (2:15), cây nho (2:21), xà phòng (2:22), lạc đà và lừa (2:23–24), v.v... Tôi đếm thấy có ít nhất mười lăm hình ảnh chỉ trong một phân đoạn đó. Giê-rê-mi chuyển từ bức tranh này sang bức tranh khác—lôi kéo trí tưởng tượng của chúng ta vào và làm cho sứ điệp của ông trở nên đáng nhớ.

Vậy thì khi đọc các sách tiên tri, hãy tìm những hình ảnh so sánh sống động ấy. Chúng ta không nên hiểu *theo nghĩa đen*. Bạn cần suy nghĩ *nhà tiên tri muốn nói ý gì khi dùng hình ảnh đó*. Đôi khi bạn có thể cần phải biết chút ít về bối cảnh văn hóa để hiểu được hình ảnh đó. Và khi giảng, bạn cần giải thích ý nghĩa hình ảnh hoặc tìm hình ảnh hiện đại có nghĩa tương tự—hoặc cả hai.

Ví dụ:
a) Giê-rê-mi 2:13 Giê-rê-mi nói dân Y-sơ-ra-ên đã phạm hai tội. Ông muốn nói đến tội bội đạo (từ bỏ Đức Gia-vê là Đức Chúa Trời hằng sống) và thờ thần tượng (thờ phượng các thần khác). Ông có thể nói như thế. Nhưng thay vào đó, ông vẽ nên một bức tranh không thể nào quên. Hãy tưởng tượng một nông

dân ngu ngốc chặn bỏ nguồn nước quanh năm chảy vào ruộng mình ở vùng đất khô hạn như Pa-lét-tin. Hãy tưởng tượng sự vô ích khi người nông dân đó đào một bể chứa ngầm khổng lồ để hứng nước mưa—để rồi phát hiện ra nó bị nứt và nước chảy đi mất. Ý Giê-rê-mi muốn nói là gì? Bội đạo và thờ thần tượng là việc làm ngu dại và vô ích. Khi bạn biết Đức Chúa Trời hằng sống, thì vì cớ gì bạn "đánh đổi" Ngài để lấy những thần tượng vô ích? Bạn sẽ dùng hình ảnh nào trong văn hóa của mình để diễn đạt ý này? Điều gì có thể minh họa cho việc làm rất ngu dại và vô ích ấy?

b) Ê-sai 52:7–10

Nhà tiên tri muốn trình bày tin lành tuyệt vời đó là Đức Chúa Trời sẽ trở lại Giê-ru-sa-lem với dân sự Ngài–những người lưu đày sẽ hồi hương. Vì vậy ông tưởng tượng chính Giê-ru-sa-lem đang lo lắng nhìn về phương Đông, đợi chờ tin tức. Rồi một người đưa tin xuất hiện (người đem tin lành trong câu 7 ở số ít)—dù tất cả những gì chúng ta thấy chỉ là "bàn chân xinh đẹp" của người ấy!–báo cáo về tin lành rằng Đức Chúa Trời đã chiến thắng và đang trở về để cứu chuộc dân sự Ngài. Rồi các lính gác trên bức tường Giê-ru-sa-lem đã sụp đổ cùng hòa ca (52:8). Kế tiếp, chính nơi đổ nát của Giê-ru-sa-lem cũng bật lên bài ca vui mừng (52:9)—và cuối cùng muôn dân và nơi tận cùng trái đất trong bức tranh cũng vậy (52:10), như "cánh tay của Đức Giê-hô-va" để trần (một hình ảnh khác về sức mạnh cứu rỗi của Đức Chúa Trời).

Chúng ta sẽ cùng xem xét cả Giê-rê-mi 2 lẫn Ê-sai 52:7–10 trong phần bài giảng mẫu ở cuối chương, vì vậy, chúng ta nên đọc hai phân đoạn này ngay bây giờ.

12.4 Thận trọng với những lời tiên báo

Trở về với tương lai. Chúng ta nên hiểu những phân đoạn trong các sách tiên tri nói về điều gì đó trong tương lai (tức là từ góc nhìn của nhà tiên tri) như thế nào? Chúng ta cần hết sức cẩn thận ở đây, vì mọi học thuyết kỳ lạ và huyền bí và những lời dự đoán đều ra từ những bản văn trong các sách tiên tri Cựu Ước. Con người dễ dàng bị lừa dối tin vào những ý tưởng và những niềm hy vọng giả dối. Chúng ta cần bảo đảm việc giảng dạy của mình không như thế!

a) Tiên báo là cảnh báo

Điều đầu tiên chúng ta cần hiểu là thông thường khi một tiên tri nói rằng việc gì đó sẽ xảy ra trong tương lai, thì sẽ có một điều kiện đi kèm—hoặc rõ ràng hoặc hàm ẩn. Tức là họ không chỉ hoàn toàn *tiên báo* về sự kiện nào đó trong tương lai, mà còn đưa ra *lời cảnh báo* điều gì đó *sẽ* xảy đến *nếu* dân sự *không* thay đổi. Vì vậy, hàm ý ấy là *nếu* họ đáp ứng và thay đổi đường lối mình, thì tương lai được báo trước *không bắt buộc* xảy ra. Lời phán của Đức Chúa Trời không phải là lời tiên báo số phận của một người một cách vô cảm không bao giờ có thể thay đổi. Đức Chúa Trời là Đấng có thân vị và Đức Chúa Trời cá nhân, và Ngài đáp ứng trước cách chúng ta đáp ứng với điều Ngài phán – bằng hình thức lời cảnh báo hay lời hứa.

Giê-rê-mi 18:7–10 là câu diễn đạt ý này rõ ràng nhất. Hãy đọc cẩn thận. Đức Chúa Trời nói Ngài có thể tuyên bố một tương lai nào đó cho một dân tộc (vd: sự đoán phạt). Nhưng nếu họ lắng nghe, ăn năn và làm điều đúng, thì Ngài có thể ngưng lại sự đoán phạt đó và hành động khác đi. Câu chuyện Giô-na minh họa một cách hoàn hảo ý này. Lời tiên báo về sự phán xét của Giô-na làm cho Ni-ni-ve ăn năn. Vì vậy, Đức Chúa Trời tha cho họ, và sách Giô-na nói rõ rằng đó chính là mục đích của Đức Chúa Trời ngay từ đầu.

Hãy nghĩ như thế này. Giả sử bạn là cha mẹ, bạn đi vào phòng của con mình và thấy lẽ ra lúc này chúng phải đang làm bài tập và học hành chăm chỉ. Nhưng chúng lại đang xem Ti-vi hoặc đang ra ngoài chơi với bạn bè. Bạn biết việc này đã xảy ra nhiều lần rồi, cho nên tối hôm đó bạn nghiêm khắc nói với con: *"Con sẽ thi rớt cho mà xem!"* Câu nói đó ở hình thức lời cảnh báo, ở thì tương lai. Nhưng ý bạn thật sự muốn nói là gì? Bạn mong muốn điều gì?

Điều bạn thật sự muốn nói là: *"Nếu* con *không* thay đổi thì con sẽ thi rớt đấy, đừng lãng phí thời gian vào việc chơi bời nữa, phải học chăm chỉ hơn. *Nếu* con thay đổi, con sẽ không rớt. Còn nếu con tiếp tục như thế này, con *sẽ* thi rớt và lúc đó chỉ có tự trách mình thôi."* Vậy thì "lời tiên báo" thật ra là lời cảnh báo.

Cũng hãy lưu ý một điều nữa là "lời tiên báo" *không phải điều bạn thật sự muốn xảy ra*. Bạn không có ý nói: "Con sẽ thi rớt, vì mẹ nói như vậy, và mẹ sẽ vui khi con thi rớt!" Không hề, bạn nói với con điều sẽ xảy ra nếu con không thay đổi *vì bạn không muốn điều đó xảy ra*. Bạn muốn chúng cư xử khác đi *để lời báo trước của bạn* không phải *thành sự thật*.

Hãy nghĩ như vậy về Đức Chúa Trời và Y-sơ-ra-ên (hoặc Đức Chúa Trời và Ni-ni-ve, vì đó chính là điều đã xảy ra trong sách Giô-na). Nhiều lần, qua nhiều tiên tri, Chúa báo họ biết điều sẽ xảy ra cho họ nếu họ tiếp tục nổi loạn và phạm tội với Ngài. Nhiều lần Ngài kêu gọi họ thay đổi đường lối để tránh bị đoán phạt. Vì vậy, lời báo trước không hoàn toàn là "số mệnh". Chúng ta có thể tránh được. Nhưng Y-sơ-ra-ên cứ tiếp tục bất tuân cho đến khi giao ước bị phá hủy hoàn toàn đến nỗi sự phán xét của Chúa là không thể tránh được.

Vì vậy, hãy cẩn thận đừng xem tất cả những lời báo trước trong Cựu Ước như thể chúng "chắc chắn thành sự thật" cho dù thế nào đi nữa. Hãy nghĩ xem *tại sao* chúng được phán và mục đích của Đức Chúa Trời là gì.

b) Lời báo trước bằng hình ảnh thi ca

Thứ nhì, hãy nhớ ý chúng ta vừa mới nói ở trên về cách các tiên tri sử dụng ngôn ngữ sống động. Họ thường dùng những cách nói sinh động mà chúng ta không nên hiểu theo nghĩa đen. Có những cách nói giàu tính tưởng tượng đã được chấp nhận về những điều cụ thể nào đó mà người ta đều hiểu được. Đôi khi hình ảnh bị "rập khuôn" – tức là cách mô tả theo quy ước điều gì đó mà mọi người đều biết là không thể hiểu theo nghĩa đen. Nó tương tự với cách chúng ta nói về một sự việc "làm cả thế giới rúng động", thì không có nghĩa là trái đất rúng động theo nghĩa đen, mà là hậu quả của sự việc đó rất nghiêm trọng. Hoặc chúng ta có thể nói một đội bóng đá "tiêu diệt" đối thủ. Chúng ta không có ý nói họ giết tất cả các cầu thủ đội kia, mà chỉ là họ chiến thắng trận đấu với nhiều bàn thắng! Nhưng chúng ta dùng ẩn dụ trong thể thao mà mọi người đều hiểu.

Ví dụ Trong **Giê-rê-mi 50–51** chúng ta có một lời tiên tri rất dài của Giê-rê-mi về Ba-by-lôn. Thực chất, đó là một sứ điệp rất đơn giản: Ba-by-lôn cuối cùng sẽ sụp đổ, và dân Y-sơ-ra-ên sẽ quay trở về. Nhưng nếu bạn đọc lướt qua những chương này, bạn sẽ thấy lặp đi lặp lại việc tiên tri nói về Ba-by-lôn bị xâm lấn, bị tấn công, bị lật đổ và bị tiêu diệt bởi các liên quân trong trận đánh lớn. Các hình ảnh ở đây đều rất sống động và khá kinh khủng. Trong lịch sử, không có sự kiện nào như thế thật sự đã xảy ra. Người Ba Tư chiếm giữ Ba-by-lôn mà không cần chiến đấu. Nhưng chúng ta không nên vì thế mà trách Giê-rê-mi đã "dự báo sai". Ông đang dùng những hình ảnh chuẩn mực chỉ sự thất bại và kết thúc một đế chế. Ngôn ngữ của ông là những hình ảnh sinh động mà mọi người đều hiểu. Ý của ông là: Ba-by-lôn sắp sụp đổ và sẽ không bao giờ nổi lên lại. Điều đó chắc chắn đã xảy ra. *Lời tiên tri đã đúng. Các chi tiết* mang tính thi ca và giàu hình ảnh tưởng tượng, chứ không phải lời báo trước theo nghĩa đen.

12.5 Tầm nhìn

Tầm nhìn là giới hạn mắt bạn có thể nhìn thấy từ xa so với chỗ bạn đang đứng. Độ dài của tầm nhìn phụ thuộc vào độ cao của đôi mắt bạn so với mặt đất. Bây giờ hãy nghĩ đến "đôi mắt" của nhà tiên tri. Như chúng ta đã nói ở trên, các tiên tri có thể "nhìn thấy" sự việc từ góc nhìn của Đức Chúa Trời. Điều đó bao hàm việc nhìn thấy sự thật về chính thời đại của họ, và nhìn xa hơn vào tương lai. Khi các tiên tri nói về điều Chúa cho họ có thể "nhìn thấy", thì chúng ta có thể mô tả ba tầm nhìn chính trong lời của họ. Tức là chúng ta có thể thấy ba vị trí lời họ nói "hạ cánh xuống", ba chỗ mà lời của họ trở nên thích hợp và được ứng nghiệm.

a) Tầm nhìn 1: thời kỳ Cựu Ước

Đây là tầm nhìn về thế giới của chính nhà tiên tri, tức thời kỳ Cựu Ước. Những điều các tiên tri nói ra áp dụng nhiều nhất vào chính thời của họ. Và hầu hết những điều họ báo trước đã xảy ra hoặc trong chính thời đại của họ hoặc một thời điểm nào đó trong lịch sử của Y-sơ-ra-ên trong Cựu Ước. Chúng ta nên bắt đầu với giả định này trước khi tìm kiếm các tầm nhìn khác hoặc tưởng tượng rằng sự ứng nghiệm nào đó về tương lai vẫn còn ở phía trước. Có thể khá dễ dàng nhìn thấy điều này trong một số trường hợp. Ví dụ, Giê-rê-mi báo trước rằng tiên tri giả Ha-na-nia sẽ chết (Giê 28:15–16) vì ông ta đã nhân danh Đức Giê-hô-va công bố những lời tiên tri giả dối (sẽ bị án tử hình theo Phục 13:1–5). Lời báo trước đó được ứng nghiệm sau hai tháng. Chúng ta không đi vòng vòng tìm ai đó có tên Ha-na-nia để nói với ông ta rằng ông ta sẽ chết trong vòng một năm vì Giê-rê-mi đã báo trước rồi. Lời tiên tri của Giê-rê-mi được ứng nghiệm ở tầm nhìn 1. Không cần phải chờ đợi thêm sự ứng nghiệm nào nữa trong tương lai.

Cũng vậy, nhiều tiên tri báo trước rằng Đức Chúa Trời sẽ đưa Y-sơ-ra-ên và sau đó là Giu-đa đi lưu đày, vì họ cứ mải miết phá vỡ giao ước và nổi loạn chống lại Ngài. Điều đó được ứng nghiệm ngay trong chính thời Cựu Ước, năm 721 T.C đối với vương quốc Y-sơ-ra-ên phía Bắc, và năm 587 T.C đối với vương quốc Giu-đa phía Nam. Những lời tiên tri này được ứng nghiệm ở tầm nhìn 1.

Nhiều tiên tri cũng báo trước rằng Đức Chúa Trời sẽ đem những người Giu-đa lưu đày trở về xứ. Ngài sẽ phục hồi số phận của họ và chấm dứt cuộc lưu đày. Giao ước sẽ được nhắc lại và họ sẽ xây lại đền thờ. Điều đó cũng được ứng nghiệm ngay trong thời kỳ Cựu Ước. Sau sắc lệnh của Si-ru, vua Ba Tư, năm 538 T.C, có nhiều làn sóng người lưu đày trở về Giê-ru-sa-lem. Những lời tiên tri cũng được ứng nghiệm ở tầm nhìn 1.

Bạn có nhớ trong chương 2 chúng ta có nói *lời hứa* tuyệt vời hơn *lời báo trước* như thế nào không? Lời hứa có thể tiếp tục được thực hiện theo những cách mới mẻ và khác nhau khi cuộc sống tiếp diễn. Vì vậy đôi lúc chúng ta sẽ thấy rằng lời tiên tri Cựu Ước được công bố và ứng nghiệm ở tầm nhìn 1 cũng có thể "tiếp tục" và được ứng nghiệm cách ý nghĩa hơn sau này. Một ví dụ thích hợp ở đây là "dấu hiệu" của Ê-sai cho A-cha ở Ê-sai chương 7. Vì đó là một "dấu hiệu", nên chúng ta phải mặc định rằng con trẻ thật sự đã được sinh ra (nhiều học giả cho rằng đó là đứa con kế của chính Ê-sai với bí danh là "Maher-Shalal-Hash-Baz"), rằng điều Ê-sai dự báo về kẻ thù của Y-sơ-ra-ên đã thành sự thật—tất cả đều ở tầm nhìn 1. Giữa sự nguy hiểm và đe dọa của những ngày tháng đó, Đức Chúa Trời đã thật sự ở với họ ("Em-ma-nu-ên"). Đó là nơi chúng ta phải bắt đầu khi đọc hiểu bản văn đó. Ê-sai đang nói với A-cha trong thời của ông, và lời ông nói ắt hẳn có sự áp dụng và ứng nghiệm nào đó vào lúc đó. Tuy vậy, dĩ nhiên chúng ta cũng biết rằng Ma-thi-ơ tìm thấy một mức độ ứng nghiệm lớn hơn của lời tiên tri "Em-ma-nu-ên" đó trong sự giáng sinh của Chúa Giê-xu. Và điều đó đem chúng ta đến với Tầm nhìn 2.

b) Tầm nhìn 2: thời kỳ Tân Ước

Cũng như phần còn lại của Cựu Ước, lời tiên tri tối thượng phải hướng đến Đấng Christ và đến những sự kiện phúc âm vĩ đại của câu chuyện Kinh thánh—Màn 4 trong biểu đồ "Kinh thánh vẽ trên mặt sau của bì thư". Chúng ta đã suy nghĩ nhiều về điều đó trong chương 2 và 3, nên tôi không cần nhắc lại ở đây. Hãy nhớ: chúng ta không nói rằng mỗi một câu trong các sách tiên tri đều nói về Chúa Giê-xu (bạn nhớ chương 4 chứ!). Thay vào đó, ý chúng ta muốn nói là hễ điều gì các tiên tri nói ra trong thời của họ đều nằm trong hành trình dẫn đến Chúa Giê-xu. Và vì vậy chúng ta có thể nhìn mọi điều họ nói *dưới ánh sáng của Đấng Christ*, ngay cả khi họ không suy nghĩ cụ thể về một tương lai xa hơn.

Tuy nhiên, đôi khi các tiên tri nói đến tương lai theo cách mà bây giờ chúng ta biết chỉ có thể được ứng nghiệm trong và qua Chúa Giê-xu Christ và Phúc âm cứu rỗi qua sự chết và sự sống lại của Ngài. Điều này được gọi là "lời tiên tri về Đấng Mê-si-a", nhưng từ "Mê-si-a" không thường xuyên xuất hiện. Không phải các tiên tri chỉ nói về Đấng sẽ đến, mà họ còn mô tả những việc chỉ có thể đúng cách trọn vẹn qua Chúa Giê-xu. Ví dụ, khi Giê-rê-mi nói về việc Đức Chúa Trời lập "giao ước mới" (Giê 31:31–33), phần lớn những điều ông nói *tương tự* với giao ước Si-na-i *nói chung*. Nhưng khi ông nói rằng một phần của mối quan hệ mới đó sẽ bao hàm sự tha thứ tội lỗi hoàn toàn, thì chúng ta biết điều đó chỉ được thực hiện bởi Chúa Giê-xu Christ. Tương tự, khi Ê-sai nói về "đầy tớ của Đức Giê-hô-va", thì có nhiều điều về người Đầy tớ ấy cũng nói về Y-sơ-ra-ên (được Đức Chúa Trời lựa chọn và yêu mến, được ban để làm sự sáng cho muôn dân). Nhưng khi ông nói đến việc Đầy tớ mang lấy tội lỗi của nhiều người và chết thế cho chúng ta (Ê-sai 53), thì chúng ta chỉ có thể nhìn thấy những lời đó được thể hiện hoàn toàn trong Cứu Chúa Giê-xu.

Vì vậy, khi đọc hay giảng một phân đoạn trong các sách tiên tri (sau khi đã cẩn thận xem xét ý nghĩa của nó ở tầm nhìn 1), chúng ta cần đặt câu hỏi xem phân đoạn có những phương diện cần được nhìn thấy ở tầm nhìn 2 không. Chúng ta cần hỏi phân đoạn này kết nối với Phúc âm của Chúa Giê-xu Christ được bày tỏ và hoàn tất trong Tân Ước như thế nào. Bạn cần nhớ rằng trong chương 5 chúng ta đã khám phá một số cách để tạo những kết nối như thế. Và tôi hy vọng bạn cũng cần nhớ rằng ngay cả khi chúng ta *nhìn thấy* kết nối như thế giữa một phân đoạn trong sách tiên tri và Đức Chúa Giê-xu Christ, thì chúng ta cũng phải nhớ rằng không nhảy vào giảng bản văn đó liền như thế nó hoàn toàn "nói về Chúa Giê-xu". Cần nhớ kiểm tra điều nhà tiên tri đang thật sự nói đến với chính dân của ông ta vào lúc đó.

c) Tầm nhìn 3: sự tạo dựng mới

Đôi khi nhà tiên tri nói đến tương lai bằng ngôn ngữ vượt trên bất cứ điều gì chúng ta từng thấy trong lịch sử. Điều này có thể liên hệ đến sự phán xét của

Chúa. Chúng ta biết rằng các tiên tri có thể nói về việc Đức Chúa Trời phán xét Y-sơ-ra-ên và các dân ngoại quốc khác. Nhưng đôi khi họ mô tả sự phán xét của Chúa bao trùm cả trái đất và các dân tộc trong cuộc hủy diệt toàn cầu tất cả những gì gian ác và xấu xa (vd: Ê-sai 24). Chúng ta chỉ có thể liên hệ khải tượng đó với tầm nhìn cuối cùng về sự hiện đến lần thứ hai của Đấng Christ và sự phán xét sau cùng.

Nhưng thông thường "khải tượng vinh hiển" như thế có liên hệ với phước hạnh của Chúa trong tương lai. Nó được mô tả bằng những từ ngữ tràn đầy niềm vui và sự phấn khích. Chúng ta nhận ra mình đang tưởng tượng về một thế giới trong đó mọi thứ đều hoàn hảo. Thiên nhiên phong phú. Trái đất dường như hãnh diện về Đấng Tạo dựng nó. Đời sống con người bình an, thỏa mãn và vắng bóng bạo lực, bất công, đói khổ cũng như hiểm nguy. Chiến tranh và bạo lực không còn nữa. Con người và loài vật sống hòa hợp và yên bình. Loài người không bao giờ xây bỏ Đức Chúa Trời vì bất tuân nữa. Con người từ khắp nơi trên thế giới và các dân tộc từ bỏ thần giả dối mà trở về với Đức Chúa Trời hằng sống và thờ phượng Ngài với sự vui mừng và những tặng phẩm dâng cho Ngài (vd: Ê-sai 25:6–9; 35; 65:17–25; Giê 32:37–41; 33:6–9; Giô-ên 3:17–18).

Khi đọc những lời này, chúng ta biết rằng chắc chắn chúng không được ứng nghiệm ở Tầm nhìn 1. Phần lớn những điều Chúa hứa với Y-sơ-ra-ên *đã* xảy ra ở tầm nhìn đó—khi họ hồi hương. Nhưng họ vẫn là những tội nhân không hề toàn hảo, như Nê-hê-mi, E-xơ-ra và Ma-la-chi đã cho ta thấy. Và cho dù Đấng Christ đã hoàn tất công tác cứu chuộc thế gian qua sự chết và sống lại của Ngài (ở Tầm nhìn 2), nhưng chúng ta chưa thấy sự ứng nghiệm của tất cả những điều chúng ta và các tiên tri chờ đợi. Và vì vậy, chúng ta được thúc đẩy đi tới Tầm nhìn cuối cùng–hay thuật ngữ chuyên môn là "tầm nhìn lai thế học". Kinh thánh kết thúc ở Khải Huyền 21–22 với bức tranh về sự tạo dựng mới, cố tình nhắc lại nhiều chủ đề trong các sách tiên tri (đọc Ê-sai 65:17–25 và Khải 21). Khải tượng cuối cùng của họ sẽ chỉ được ứng nghiệm khi Đấng Christ trở lại, trái đất được xóa sạch và làm mới lại để trở thành nơi Đức Chúa Trời ngự với chúng ta. **Ví dụ** Đọc **Giê-rê-mi 32:36–44.** Đây là câu Đức Chúa Trời trả lời cho Giê-rê-mi, sau khi ông mua đám ruộng tại A-na-tốt (nếu được, hãy đọc phần còn lại của chương này). Đó là một hành động tuyệt vời bằng đức tin của Giê-rê-mi, vì ông ở tù tại Giê-ru-sa-lem ngay trước khi thành bị người Ba-by-lôn xâm chiếm, và người Ba-by-lôn giẫm đạp lên khắp đám ruộng đó. Mua đám ruộng đó là biểu chỉ đường đi đến tương lai khi dân sự sẽ lại mua bán ruộng đất trong xứ, sau khi họ từ xứ lưu đày trở về. Bây giờ, bạn có thể thấy ngay rằng câu 43–44 hướng về Tầm nhìn 1. Chúng mô tả chính xác điều đã thật sự xảy ra. Việc đó vẫn còn ở tương lai khi Giê-rê-mi nói những lời đó ngay trước khi thành sụp đổ, nhưng đó là lời báo trước đã thành sự thật ngay trong thời Cựu Ước. Dân Giu-đa trở về quê hương sau hai thế hệ lưu đày, tái định cư trong các thành và bắt đầu làm ruộng trở lại.

Nhưng hãy đọc lại 32:38–41. Những câu này mô tả một tương lai hoàn hảo trong đó sẽ có giao ước đời đời giữa Đức Chúa Trời và dân sự, trong đó sẽ không có tội lỗi hay sự bất tuân nào nữa. Đó là sẽ thời kỳ mà sự hiện diện và phước lành của Đức Chúa Trời sẽ trọn vẹn, và là lúc con người sẽ sống trong sự an ninh hoàn toàn mãi mãi. Điều đó hoàn toàn khác xa so với cộng đồng Giu-đa nhỏ bé sau lưu đày. Và nó vượt ra ngoài trải nghiệm của hội thánh nữa (trừ khi hội thánh của bạn hoàn hảo như câu 39 và phần mô tả ở cuối câu 40!). Đây là bức tranh về mối liên hệ hoàn hảo đó giữa Đức Chúa Trời và dân sự Ngài mà chúng ta biết rằng cuối cùng chỉ nên trọn vẹn trong sự tạo dựng mới. Tầm nhìn 3.

☑ **Những ý cần kiểm tra**

Vậy thì khi bạn nghiên cứu và giảng nghĩa các phân đoạn từ các sách tiên tri nói về điều gì đó trong tương lai (từ góc nhìn của họ), hãy đặt những câu hỏi như sau:

- Lời tiên tri này nói đến chính dân sự của nhà tiên tri và nói về tương lai trước mắt họ ở những phương diện nào? Lời tiên tri đó được ứng nghiệm trong chính thời Cựu Ước (Tầm nhìn 1) ở những phương diện nào? Hãy nhớ: luôn luôn bắt đầu bằng câu hỏi này. Với một số phân đoạn, đó là câu hỏi duy nhất có câu trả lời rõ ràng. Câu hỏi này sẽ áp dụng cho *hầu hết* các lời tiên tri.

- Ngay cả nếu lời tiên tri đã được ứng nghiệm trong Cựu Ước, thì có phương diện nào trong đó nó được ứng nghiệm xa hơn, trong Chúa Giê-xu và hội thánh thời Tân Ước không? Hay có phương diện nào trong đó nó mang ý nghĩa sâu sắc hơn hay trở nên ý nghĩa hơn dưới ánh sáng sự hiện đến của Đấng Christ không (Tầm nhìn 2)? Câu hỏi này sẽ áp dụng cho *một số* nhưng chắc chắn không phải tất cả các lời tiên tri.

- Lời tiên tri này có chỉ về sự ứng nghiệm sau cùng trong sự cai trị hoàn hảo của Đấng Christ vào cuộc tạo dựng mới (Tầm nhìn 3) trong một phương diện nào đó không? Câu hỏi này sẽ chỉ áp dụng cho *một vài* lời tiên tri.

- Bản văn này có được trích dẫn ở đâu trong Tân Ước không? Nếu có, mục đích của việc trích dẫn là gì? Người trích dẫn trong Tân Ước có liên kết lời nói của nhà tiên tri với Tầm nhìn 2 hoặc 3, hoặc cả hai không?

Như tôi đã nói, có vài phân đoạn trong các sách tiên tri dường như bao hàm cả ba tầm nhìn, và điều này lúc đầu có thể làm chúng ta cảm thấy bối rối. Chúng ta sẽ xem một ví dụ trong bố cục bài giảng mẫu ở cuối chương này. Nhưng hãy nhớ rằng các tiên tri đang hướng về tương lai mà theo họ nhìn thấy chỉ là một khải tượng. Họ không (không thể) biết rằng nó cách Tầm nhìn 2 đến hàng thế kỷ, và không biết bao nhiêu thế kỷ tiếp theo trước khi Tầm nhìn 3 diễn ra (vẫn còn ở phía trước). Với góc nhìn của chúng ta, bây giờ *chúng ta* có thể thấy rằng lời họ nói trải dài qua một khoảng thời gian dài. *Họ đã nhìn thấy sự việc "trước"*, và thấy những việc ở gần lẫn xa như thể chúng đều thuộc về cùng một bức tranh lớn.

Nếu bạn nhìn một rặng núi từ đằng xa, bạn có thể trông thấy chúng như xếp thành hàng gần nhau theo đường chân trời. Nhưng khi bạn đến gần rặng núi đó, bạn khám phá ra rằng có khoảng cách lớn giữa đỉnh núi gần hơn và đỉnh núi xa hơn. Hoặc thử tưởng tượng nhìn một chiếc xe lửa đang tiến về phía bạn trên một đường thẳng. Từ góc nhìn đó, bạn có thể chỉ thấy đầu máy, còn xe lửa bị co lại hay bị rút ngắn lại phía sau. Chỉ khi bạn di chuyển sang bên hông thì bạn mới có thể nhìn thấy chiều dài xe lửa từ một góc nhìn khác. Từ chỉ một hình dạng đơn lẻ khi nhìn từ phía trước trở thành một đường dài các toa tàu trải trên chiều dài khủng của đường ray. Trong Cựu Ước cũng vậy: một số lời tiên tri có thể mang "hình dạng đơn lẻ" khi nhìn từ quan điểm "trung thực" của nhà tiên tri, nhưng lại là một rặng dài hơn nhiều qua thời gian khi nhìn trong mối liên hệ với Đấng Christ và sự tạo dựng mới. Một lần nữa, tôi hy vọng bạn có thể thấy được việc đọc bất kỳ phân đoạn Kinh thánh nào dưới ánh sáng của toàn bộ cốt truyện Kinh thánh là quan trọng ra sao.

Ví dụ Đọc **Ê-sai 52:7–11.** Bạn có thể nhìn thấy cả ba tầm nhìn trong khải tượng tuyệt vời này không? Về cơ bản, bản văn này là "tin tốt lành". Đó là điều câu 7 thông báo. Và đó là tin tốt lành ở cả ba tầm nhìn. Thật vậy, đó là cách tôi giảng phân đoạn này (xem bố cục bài giảng mẫu ở cuối chương).

Tầm nhìn 1. Nhà tiên tri muốn khích lệ và thôi thúc dân lưu đày sẵn sàng trở về quê hương ở Giê-ru-sa-lem. Đức Chúa Trời đã chiến thắng (Ngài cai trị), và Ngài đang trở về thành, đem họ theo với Ngài. Như ở cuộc xuất hành, Đức Chúa Trời đang chuộc cứu dân sự Ngài. Cho nên họ có thể vui mừng về nhà. Và thật thế, điều đó đã xảy ra. Lời tiên tri được ứng nghiệm ở Tầm nhìn 1.

Tầm nhìn 2. Mọi khía cạnh của tin tốt lành mà sứ giả loan báo đều là tin tốt lành qua Đấng Christ. Câu 7 nói đến Đức Chúa Trời là Đấng *cai trị*. Câu 8 nói đến Đức Chúa Trời, Đấng *trở về*. Câu 9 nói đến Đức Chúa Trời, Đấng *cứu chuộc*. Trong Đấng Christ, tất cả những điều đó đều đúng. Ngài đã rao giảng về nước Trời. Ngài đã đến đến thờ, như Đức Chúa Trời nói Ngài sẽ đến. Ngài là Đấng Cứu chuộc và Cứu Thế, qua sự chết và sống lại của Ngài. Ở Tầm nhìn 2, Chúa Giê-xu là Đức Chúa Trời cai trị, Đức Chúa Trời trở về và Đức Chúa Trời cứu chuộc.

Tầm nhìn 3. Như thường thấy, nhà tiên tri mở rộng khải tượng. Ông bắt đầu với một sứ giả đem tin tốt lành đến cho thành Giê-ru-sa-lem bị tàn phá, để dân lưu đày có thể trở về reo mừng (câu 7). Nhưng trong câu 10, ông chuyển sang phạm vi toàn cầu – chuyển sang "mọi nước" và "mọi nơi tận cùng trái đất". Điều này nằm ngoài những gì đã xảy ra. Nhưng qua sứ mạng của hội thánh, Phúc âm về "sự cứu rỗi của Chúa chúng ta" thật sự đang đến "đầu cùng đất". Vì vậy, khải tượng cuối cùng của lời tiên tri nằm ở Tầm nhìn 3. Nó sẽ được ứng nghiệm sau cùng khi Cứu Chúa Giê-xu Christ trở lại để cai trị trên khắp trái đất và cứu chuộc dân sự Ngài mãi mãi.

12.6   Xây cầu nối

Vậy ngày nay thì sao? Có lẽ bạn đang thắc mắc liệu chúng ta có nên nói đến *tầm nhìn thứ tư*—tức thế giới ngày nay không? Rốt cục, mục tiêu của chúng ta là *rao giảng* lời tiên tri, và điều đó có nghĩa là xây chiếc cầu nối thế giới của Kinh thánh với thế giới ngày nay. Chúng ta muốn nhìn thấy lời tiên tri ấy có thể áp dụng vào thế giới và hội chúng của chính mình một cách gần gũi như thế nào. Và dĩ nhiên, đó là điều rất quan trọng. Ở một vài phương diện, tìm ra và áp dụng sứ điệp của các tiên tri cho thời đại này giống với điều chúng ta đã làm với luật pháp. Bạn sẽ thấy bảng câu hỏi cần kiểm tra phản chiếu điều chúng ta đã làm trong chương 10. Tuy nhiên, đây là vài lưu ý để chúng ta cùng suy nghĩ trước.

- Đừng đưa ra những nhận diện mang tính giáo điều về con người, nơi chốn hay sự kiện trong thời hiện đại dựa trên những lời tiên tri trong Cựu Ước. Có cả một ngành công nghiệp của những người sản xuất những ứng nghiệm cho các lời tiên tri—đặc biệt về "thời kỳ cuối cùng". Họ lấy một từ hay một cụm từ trong bản văn Cựu Ước và nói với chúng ta rằng từ đó rõ ràng để cập đến việc gì đó đã xảy ra, hoặc sắp xảy ra, trong thế giới ngày nay. Một ví dụ ấy là lời dự báo rất nổi tiếng vào những năm 1970 rằng sự phán xét trong Ê-xê-chi-ên 38–39 về Gót và Ma-gốc sẽ được ứng nghiệm trong cuộc xâm lược lớn lãnh địa Y-sơ-ra-ên hiện đại bởi các lực lượng của Liên bang Nga. Người ta kiếm được nhiều tiền từ việc viết sách về điều này. Nhưng họ đã sai (dù họ không hề xin lỗi hoặc thừa nhận mình sai). Kiểu liều lĩnh gán một lời tiên tri Cựu Ước với một sự kiện thời hiện đại như thế này gần như lúc nào cũng sai trật và gieo nghi ngờ. Vì vậy, phải rất cẩn thận. Đừng cả tin, ngay cả khi những người giảng hay viết những điều như thế có vẻ rất thuyết phục.
- Phải cẩn thận đừng hứa với thính giả ngày nay điều gì đó chỉ được hứa trong giai đoạn lịch sử Cựu Ước. Đức Chúa Trời đã giữ những lời hứa với Y-sơ-ra-ên thời Cựu Ước rằng Ngài sẽ giải cứu họ khỏi kẻ thù hay đem họ từ lưu đày trở về. Chúng ta có thể được khích lệ từ những sự ứng nghiệm này, vì chúng dạy chúng ta về sự thành tín của Chúa. Nhưng chúng ta không thể mong đợi rằng chắc chắn Chúa sẽ làm y như vậy trong hiện tại hay trong tương lai gần cho bất kỳ ai trong hoàn cảnh tương tự ngày nay. Ví dụ, chúng ta không nên dùng lời tiên tri Cựu Ước để hứa với những người tị nạn rằng họ sẽ sớm được hồi hương. Chúng ta chắc chắn có thể chỉ về sự cứu rỗi của Chúa qua Đấng Christ (tại Tầm nhìn 2), rằng cuối cùng Chúa sẽ sắp xếp tất cả vào đúng chỗ của nó (ở Tầm nhìn 3).

Và chắc chắn chúng ta có thể hành động để đem lại sự công bằng trong hiện tại cho tất cả những con người chịu khổ đau và áp bức —chúng ta biết Chúa muốn thấy điều đó. Nhưng chúng ta không thể đổi những lời tiên tri dành cho Y-sơ-ra-ên trong Cựu Ước ở Tầm nhìn 1 thành những lời bảo đảm cho mọi người ngày nay.

- Ngày nay không có quốc gia nào ở trong mối quan hệ giao ước với Đức Chúa Trời như Y-sơ-ra-ên thời Cựu Ước. Vì vậy, chúng ta không nên giảng như thể họ ở trong cùng một địa vị như Y-sơ-ra-ên thời Cựu Ước. Ngày nay không có nhà nước nào theo chế độ "thần quyền" Cơ Đốc—tức là thật sự tôn vinh Đức Chúa Trời như một vị Vua, Đấng ban luật pháp và Thẩm phán tối cao cả. Dân giao ước của Chúa ngày hôm nay là những người từ mọi dân tộc, Do Thái và Ngoại bang, những người tin vào Cứu Chúa Giê-xu Christ, sống tản lạc trong khắp các nước. Tuy nhiên, chắc chắn chúng ta có thể dùng *những nguyên tắc* được tìm thấy trong lời tiên tri Cựu Ước (và cả trong luật pháp Cựu Ước) để phê bình và thách thức điều đang diễn ra trong thế giới ở các quốc gia và các chính quyền. Giống như các tiên tri, chúng ta có thể vạch trần sự bất công và áp bức—chúng ta có thể chỉ ra ảnh hưởng hết sức nguy hại của mọi loại thờ thần tượng ở các nền văn hóa. Và cũng giống như họ, chúng ta có thể lên tiếng vì người nghèo, người bị xã hội xem thường và người dễ bị tổn thương, và lên án những người hưởng lợi từ việc làm cho những nhóm người này cứ ở trong tình trạng như vậy.

- Chúng ta không nên chỉ giảng những phần "tốt đẹp" của các sách tiên tri. Thật dễ lấy những lời hứa tuyệt vời như Giê-rê-mi 29:11 hoặc Ê-sai 43:1–2 ra để giảng mà không chú ý đến ngữ cảnh của chúng. Chúng ta cần để dân sự Chúa nghe toàn bộ sứ điệp của các tiên tri—kể cả khi họ vạch trần việc làm sai trái và cảnh báo về sự đoán phạt của Chúa. Hội thánh (chứ không chỉ xã hội trần tục) cần được thách thức về vấn đề thờ thần tượng, sự bất công, thiếu lòng thương xót, bất hòa, thỏa hiệp, v.v... những điều mà các tiên tri đã nói đến nhiều. Dĩ nhiên, nếu chúng ta đụng đến những chủ đề như thế, có khả năng nhiều người sẽ không thích chúng ta, cũng giống như các tiên tri ngày xưa. Nhưng "giảng lời tiên tri" thì nên đụng đến những vấn đề như thế.

☑ Những ý cần kiểm tra

Xây cầu nối có nghĩa là chúng ta bắt đầu với cách nhà tiên tri thách thức chính dân của ông trong ngữ cảnh của họ vào lúc đó. Rồi chúng ta bước qua khỏi chỗ đó để đi đến những cách trong đó sứ điệp của nhà tiên tri thách thức ngữ cảnh hiện đại ngày hôm nay, trong hội thánh hoặc ngoài xã hội. Vì vậy, chúng ta đi theo danh sách câu hỏi tương tự những câu hỏi về luật pháp Cựu Ước ở cuối chương 10.

- Tình huống lịch sử (theo như chúng ta biết) mà nhà tiên tri đang nói là gì?
- Mục đích hay mục tiêu của lời tiên tri là gì? Ý chính nhà tiên tri ấy đang nói là gì?
- Nhà tiên tri đang lên án hay khen ngợi ai, vì sao?
- Điều gì đang diễn ra, và nhà tiên tri đang nói gì về điều đó, tại sao?
- Những vấn đề hay ưu tiên nào bạn có thể nhìn thấy trong điều nhà tiên tri nhắc đi nhắc lại?
- Sứ điệp của nhà tiên tri trong phân đoạn này chủ yếu là lời đe dọa và cảnh báo, hay lời hứa và hy vọng? Dù là trường hợp nào, thì điều nhà tiên tri muốn dân chúng đáp ứng là gì?
- Bạn tóm tắt lời Chúa phán qua nhà tiên tri cho dân Y-sơ-ra-ên *vào thời điểm đó* như thế nào?

Bây giờ hãy từ thế giới của nhà tiên tri băng sang thế giới ngày hôm nay:

- Nhà tiên tri muốn nói gì với chúng ta ngày hôm nay?
- Bạn có thể có những so sánh nào giữa việc xảy ra ở Y-sơ-ra-ên trong thời của tiên tri với hội thánh/thế giới ngày nay?
- Nếu nhà tiên tri sống trong thời nay, thì ông sẽ lên án hay khen ngợi điều gì, vì sao?
- Những lý do chúng ta cần ăn năn là gì?
- Những lý do chúng ta cần hy vọng và tin quyết là gì?
- Sắc thái, giọng điệu của bài giảng sẽ như thế nào để phản chiếu được sắc thái hay giọng điệu của phân đoạn này? Khích lệ? Khiển trách? Cảnh báo? Hy vọng? Thách thức thay đổi? Hứa? Thêm đức tin?

Rồi sau đó cố gắng giảng sao cho lột tả được ý trọng tâm của phân đoạn và với cùng sắc thái, giọng điệu của nó. Nếu Giê-rê-mi hay A-mốt (hoặc một tiên tri nào khác mà bạn đang giảng trong sách của người ấy) đang lắng nghe bài giảng của bạn, bạn muốn họ nghĩ "Đúng rồi, đó là điều tôi muốn nói (đại loại như thế). Hãy giảng đi!"

BỐ CỤC BÀI GIẢNG MẪU Tôi đã chọn hai phân đoạn để minh họa hai chủ đề chính của các sách tiên tri: sự đoán phạt và hy vọng. Mục đích chọn phân đoạn đầu tiên là để giúp mọi người thấy rằng một số tội lỗi mà Giê-rê-mi lên án cũng có thể có trong hội thánh ngày nay, để khuyến khích họ ăn năn. Mục đích chọn phân đoạn thứ hai là giúp mọi người thấy rằng tin tốt lành (Phúc âm) về Chúa Giê-xu đã được tiên báo trong Cựu Ước, rằng Đức Chúa Trời ban sứ điệp hy vọng cho dân lưu đày và sứ điệp ấy cuối cùng trở thành tin tốt lành cho cả thế gian.

Lời Hứa Không Được Thực Hiện: Bể Chứa Bị Vỡ
Giê-rê-mi 2

Ngữ cảnh: Giê-rê-mi chương 2 có lẽ nằm trong số những bài giảng đầu tiên của ông. Cuộc cải cách của vua Giô-si-a đã lên đến đỉnh điểm. Nhưng Giê-rê-mi không nhìn thấy sự thay đổi thật sự trong tấm lòng và đời sống của dân chúng. Đức Chúa Trời thấy dân sự là một sự thất vọng đối với Ngài (2:1–8), là những người bất trung với giao ước (2:9–13) và những người tự lừa dối mình (2:14–37). Họ đang đâm đầu vào thảm họa.

1. Sự thất vọng (2:1–8)
Đức Chúa Trời luyến tiếc nhớ lại những năm đầu tiên của Y-sơ-ra-ên (2:1–2) và đối chiếu với cách cư xử của họ sau này (2:5–8).

a) Tuần trăng mật! (2:1–3)
Nhưng tất cả chỉ là quá khứ. So sánh với Ô-sê 9:10; 11:1.

b) Sự vô ơn (2:4–8)
Họ đã quên những điều Chúa làm cho họ. Giê-rê-mi chỉ ra ba đặc điểm của những việc Y-sơ-ra-ên đang làm—mỗi đặc điểm đều có sự tương đương trong xã hội hiện đại.
- Họ đang chạy theo điều vô giá trị (2:5b).
- Họ đang phí phạm đều quý giá (2:6–7).
- Những người lãnh đạo họ thất bại ở mọi lĩnh vực—tôn giáo, luật pháp, và chính trị (câu 8).

2. Sự bất trung (2:9–13)
"Ta buộc tội" (2:9). Câu nói này dùng hình ảnh của một tòa án, ở đó Y-sơ-ra-ên là bị cáo còn Đức Chúa Trời là bên nguyên và cũng là thẩm phán. Y-sơ-ra-ên đang phá vỡ giao ước. Giê-rê-mi lên án sự bất trung của họ:

a) Đó là điều không bình thường (2:10–12)

Các dân tộc khác có các thần khác, mà thật sự chẳng phải là thần gì cả. Nhưng ít ra họ còn trung thành với thần-không-phải-là-thần của họ, còn Y-sơ-ra-ên biết Đức Chúa Trời hằng sống chân thật—mà lại đổi Ngài để lấy thần tượng vô giá trị! Thật là sốc. Đó là điều kinh khủng.

b) Đó là điều không đem lại ích lợi gì (2:13)

Hình ảnh suối nước sống bị bỏ hoang và bể chứa bị rỉ nước, bị nứt và vô dụng. Một hình ảnh đầy sức mạnh nói về sự vô ích. Khi bạn quay lưng lại với Chúa và cố gắng tự mình tìm ra giải pháp—đó có thể vừa là việc làm vô ích vừa là sự ngu dại.

Một số việc Y-sơ-ra-ên đang làm gồm:

- Liên minh chính trị (2:14–18, 36–37)—cố gắng tìm kiếm sự an ninh trong các liên minh quân sự và chính trị, mà về cơ bản là bằng chứng của việc thiếu lòng tin cậy Đức Chúa Trời.
- Tôn giáo "thịnh vượng" (2:20, 28)—tôn thờ sức khỏe, giàu có, tình dục và sự đông con.

Ngày nay, tất cả những điều được nói ở trên đều có những hành động tương đương, khi Cơ Đốc nhân nỗ lực tìm kiếm sự an ninh hay hạnh phúc cho mình nơi mọi hình thức hấp dẫn nào khác thay vì tin cậy Chúa.

3. Tự lừa dối (2:14–37)

Điều tệ hại nhất về tình trạng của Y-sơ-ra-ên là họ phủ nhận tình trạng thật sự của mình! Họ quả quyết rằng họ không làm gì sai trái cả. Vì vậy:

a) Họ không nhận biết tội lỗi mình (2:23, 35)

Điều lạ lùng là họ cứ nói rằng mình vô tội.

b) Tội của họ không che giấu được (2:22)

"Nhiều xà phòng" có thể nói đến những cải cách của Giô-si-a. Nhưng Giê-rê-mi thấy rằng tất cả chỉ như thứ mỹ phẩm tô điểm bề ngoài. Tội của họ vẫn còn đó.

Kết luận: Phương thuốc duy nhất: kêu gọi ăn năn (3–4:4).

Kỳ trăng mật (2:1–3) kết thúc bằng việc ly dị (3:1). Nhưng có khả năng phục hồi không? Giê-rê-mi thúc giục Y-sơ-ra-ên quay đầu trở lại trong chương 3–4. Chúng ta không thể giảng hết hai chương này trong một bài giảng, nhưng khi đối diện với sự thật Đức Chúa Trời phơi bày trong chương 2, chúng ta phải cho thấy rằng sự ăn năn và thay đổi thật sự sẽ là giải pháp duy nhất.

Thách thức: Phương diện nào trong đời sống chúng ta có:

- làm Chúa thất vọng—bất chấp tình yêu và sự ban cho của Ngài?

- bất trung với Chúa bằng việc đi theo thần tượng của nền văn hóa xung quanh chúng ta?
- đang tự lừa dối rằng ăn năn thật sự không quan trọng?

Hãy quay về với nguồn nước sống.
Đức Chúa Trời Chúng Ta Trị Vì!
Đôi Giày Chạy Đua với Sứ Mạng
Ê-sai 52:7–11

Ý chính: Phúc âm về sự cai trị của Đức Chúa Trời là tin tốt lành! Đó là tin tốt lành đem lại hy vọng cho dân lưu đày; tin tốt lành được ứng nghiệm qua Chúa Giê-xu; và tin tốt lành mà chúng ta có thể nắm giữ với niềm hy vọng, khi đối diện với những vấn đề trong thế giới ngày nay. Tin tốt lành cần được chia sẻ!

Ngữ cảnh: Y-sơ-ra-ên đi lưu đày. Giê-ru-sa-lem bị đổ nát. Những niềm hy vọng và mong mỏi. Họ có được trở về không? Nhà tiên tri phác họa một người ở trong đống đổ nát của Giê-ru-sa-lem, nhìn về hướng đông, mong mỏi và chờ đợi xem Chúa và dân lưu đày có trở về không. Rồi người đó nhìn thấy một người đưa tin đem đến tin tốt lành! Đức Chúa Trời đã chiến thắng! Đức Chúa Trời đang trên đường trở về!

1. Tin tốt lành cho dân lưu đày (bản văn trong chính ngữ cảnh Cựu Ước- Tầm nhìn 1)

a) Đức Chúa Trời trị vì (52:7)
- "Bình an"
- "Tốt đẹp"
- "Sự cứu rỗi"

Mỗi một từ ngữ này mang ý nghĩa rất phong phú trong Cựu Ước. Khi Đức Chúa Trời cai trị, sẽ có bình an, cuộc sống sẽ tốt đẹp (như Chúa đã định từ buổi sáng thế) và chúng ta sẽ được cứu. Người đưa tin đang đem đến tin tức về "Phúc âm" cho dân lưu đày—được tóm tắt bằng đỉnh điểm là "Đức Chúa Trời ngươi trị vì!"

b) Đức Chúa Trời trở về (52:8)
Tiếng của người đưa tin được kết hợp với tiếng reo hò của lính gác, vì họ có thể nhìn thấy chính Đức Chúa Trời đang trở lại thành của Ngài.

c) Đức Chúa Trời cứu chuộc (52:9–10)

Nhà tiên tri làm cho đống đổ nát của Giê-ru-sa-lem cũng cất tiếng hát! Đức Chúa Trời đang an ủi và cứu chuộc dân Ngài – thêm những từ ngữ phong phú của Cựu Ước. Rồi câu 10 mở rộng bản văn ra cả thế giới: "tận cùng trái đất!" Thật đáng ngạc nhiên! Nhưng nó khớp với toàn bộ câu chuyện Kinh thánh. Điều Đức Chúa Trời làm cho Y-sơ-ra-ên luôn vì phước lành cho muôn dân (Sáng 12:1–3).

"Cánh tay" của Chúa—52:10, nhưng bức tranh về Đức Chúa Trời đang hành động này cũng được dùng ở 40:10–11 và 53:1 cũng như phần còn lại của chương đó.

- Sức mạnh cùng lòng thương xót
- Chiến thắng trong trận chiến
- Chịu khổ và sự chết

2. Tin tốt lành trong Chúa Giê-xu Christ (bản văn trong chính ngữ cảnh Tân Ước—Tầm nhìn 2)

Có một bài hát Giáng Sinh có đoạn "Hãy đi loan tin trên núi rằng Chúa Giê-xu Christ ra đời".[1] Có lẽ bài hát ấy lấy cảm hứng từ phân đoạn Kinh thánh này. Và thật hợp lý khi xem bản văn này như là tin tốt lành, không chỉ cho dân lưu đày của Y-sơ-ra-ên trong Cựu Ước, mà còn như phần mô tả Chúa Giê-xu đến để trở thành Đấng như thế nào và Ngài sẽ làm gì. Những từ ngữ như "tin tốt lành", "bình an", "sự cứu rỗi", "sự cứu chuộc" và "vương quốc Đức Chúa Trời"– tất cả đều là thuật ngữ được nhắc lại nhiều lần trong Tân Ước, vì tất cả đều đúng trong Chúa Giê-xu Christ.

a) Chúa Giê-xu đã và hiện là Đức Chúa Trời đang trị vì

Ngài công bố nước Trời đã đến

b) Chúa Giê-xu đã và hiện là Đức Chúa Trời trở lại

Chúa Giê-xu đã làm ứng nghiệm những lời tiên tri ở Ma-la-chi chương 3 và Xa-cha-ri chương 9: Đức Chúa Trời đang trở lại với đền thờ và dân sự Ngài. Ngài sẽ trở lại lần nữa.

c) Chúa Giê-xu đã và hiện là Đức Chúa Trời cứu chuộc

"Cánh tay thánh" của Chúa dang ra trên thập tự giá, để cứu rỗi thế gian.

3. Tin tốt lành cho chúng ta và cho thế giới (bản văn này trong thế giới ngày nay, với niềm hy vọng tương lai—Tầm nhìn 3)

a) Với *tôi*, có ý nghĩa gì khi nói:

---

[1] John W. Work, Jr., 1907.

- Chúa Giê-xu là Đức Chúa Trời đang *trị vì*? Điều này có nghĩa là tìm cách nhận biết dấu hiệu của vương quốc Đức Chúa Trời đang vận hành trong thế giới. "Chúa Giê-xu là Chúa" (không phải là Sê-sa). Tôi nhìn thế giới bằng con mắt đức tin.
- Chúa Giê-xu là Đức Chúa Trời đang *trở lại*? "Những nơi hoang vu" sẽ được sửa lại cho tốt đẹp (Thi 96:10–13). Tôi có hy vọng.
- Chúa Giê-xu là Đức Chúa Trời đang *cứu chuộc*? Tận cùng trái đất sẽ nhìn thấy sự cứu rỗi của Đức Chúa Trời chúng ta. Tôi vui mừng khi nghĩ về điều đó.

Đó là ý nghĩa của nó đối với tôi, và tôi hy vọng nó cũng là ý nghĩa của nó đối với tất cả các Cơ Đốc nhân chúng ta. NHƯNG...

b) Những lẽ thật này có ý nghĩa gì đối với *những người xung quanh chúng ta?*

Việc Chúa Giê-xu là Chúa đang trị vì của lịch sử, là Vua đang trở lại của cõi tạo vật, và là Đấng Cứu Chuộc và Cứu Chúa của thế gian có ý nghĩa gì đối với những người ngoài đường phố trong xứ của chúng ta?

KHÔNG CÓ Ý NGHĨA GÌ CẢ!!—nếu không có ai đó nói cho họ biết

Đó là lý do bản văn của chúng ta được nhắc lại ở **Rô-ma 10:12–15.** "Bàn chân *những kẻ* đem tin tốt lành thật đẹp đẽ biết bao" (Phao-lô đổi người đưa tin số ít ở Ê-sai 52:7 thành số nhiều). Tất cả chúng ta đều có thể trở thành sứ giả đem tin tốt lành đến cho người khác. Bàn chân thì không có gì đẹp đẽ cả—trừ khi chúng đang mang đôi giày Phúc âm để đem Phúc âm cho thế giới.

"Hãy đi loan tin trên núi rằng Chúa Giê-xu Christ đã ra đời"– và đang trị vì, đang trở lại và cứu chuộc.

13

Tìm Hiểu Thi Thiên

Bạn có thích giảng sách Thi thiên không? Tôi nghĩ rằng bạn sẽ trả lời "Có". Tôi cũng vậy. Nhiều người cũng giống như chúng ta. Khi giảng dạy, Chúa Giê-xu dùng Thi Thiên nhiều hơn bất kỳ sách nào khác trong Cựu Ước. Và hầu hết các trước giả Tân Ước đều thường xuyên trích dẫn Thi Thiên.

Thi Thiên là quyển sách ở vị trí trung tâm và quan trọng. Nó không chỉ là sách chúng ta sẽ gặp ngay khi ngẫu nhiên mở Kinh Thánh. Nó còn là quyển sách nơi mà hàng triệu tín hữu – người Do Thái lẫn Cơ Đốc nhân—trải dài nhiều thế kỷ đã tìm thấy cho mình những thông điệp trong mọi tình huống và trải nghiệm: thông điệp của đức tin và hy vọng, những lời đau đớn và an ủi, vui mừng và sầu khổ, cảm tạ và than khóc, xưng tội và tha thứ, khích lệ và và bình an. Thi Thiên nói về Đức Chúa Trời đúng như bản chất của Ngài và về cuộc sống như nó vốn có. Thi Thiên nói với tấm lòng chúng ta, và để cho chúng ta đáp lại từ lòng mình. Bởi thế, Thi Thiên là nguồn tư liệu tuyệt vời cho những người giảng dạy Lời Chúa. Việc lấy vài câu thi thiên nào đó ra giảng một cách đơn giản và rõ ràng là điều có vẻ không hề khó. Tôi hy vọng đến cuối chương này, bạn vẫn sẽ có thể làm điều đó, nhưng có lẽ với chiều sâu, sự hiểu biết và trân trọng hơn.

13.1 Bài hát dạng thơ

Điều đầu tiên chúng ta cần biết là các Thi Thiên về cơ bản là những bài ca do người Y-sơ-ra-ên hát, và cũng như hầu hết các bài ca, chúng được sáng tác bằng hình thức thơ ca. Ngày nay chúng ta gọi những từ lời lẽ trong bài hát là "lời". Các Thi Thiên cũng có lời, và chúng được sáng tác để hát với thể loại âm nhạc nào đó. Một số Thi Thiên thật ra có tiêu đề nhỏ cùng với lời hướng dẫn sử dụng loại nhạc cụ hoặc giai điệu nào đi kèm. Chúng ta ngày nay thường không biết những thuật ngữ này chỉ điều gì, nhưng chúng nhắc chúng ta rằng chúng ta phải đọc, hát và giảng các Thi Thiên đúng với bản chất của chúng—tức thơ ca.

Thơ ca mang nhiều hình thức khác nhau trong các ngôn ngữ và văn hóa khác nhau. Cho đến hiện nay, nhiều bài thơ tiếng Anh vẫn sử dụng hai yếu tố cơ bản -nhịp và vần. Nhịp có nghĩa là số lượng từ hoặc số thành tố của từ (parts of words) được nhấn ở mỗi dòng—tạo nên nhịp điệu và tốc độ cho từ ngữ. Vần nghĩa là từ ngữ ở cuối các dòng có âm giống nhau—hoặc dòng này với dòng khác, hoặc xen kẽ, hoặc theo một khuôn mẫu vần điệu khác.

Trong thơ ca Hê-bơ-rơ, người ta không quan tâm đến vần ở cuối hàng, nhưng họ có vẻ thích nhịp. Vì vậy, bạn thường thấy các hàng trong những bài thơ của họ theo khuôn mẫu nhấn ba âm tiết, tiếp theo là ba âm khác hoặc có khi hai âm (3 + 3 hoặc 3 + 2). Dĩ nhiên, điều này nằm ở nguyên bản tiếng Hê-bơ-rơ, và không phải lúc nào cũng có thể thấy được đặc điểm này trong bản dịch. Hầu như lúc nào trong bản dịch Anh ngữ chúng ta cũng phải dùng nhiều từ hơn so với bài thơ trong nguyên bản Hê-bơ-rơ.[1] Nhưng khi bạn đọc một thi thiên, bạn có thể thấy rằng hầu hết các dòng thơ có độ dài xấp xỉ nhau—cho thấy rằng tiếng Hê-bơ-rơ cơ bản đi theo khuôn mẫu vần và nhịp như vậy.

Bây giờ chúng ta cùng suy nghĩ về một số đặc trưng quan trọng của thơ ca trong Kinh thánh.

a) Nghe tiếng vang vọng

Có một đặc điểm tiêu biểu và rất phổ biến trong thơ ca Hê-bơ-rơ. Chúng ta không chỉ thấy đặc điểm này trong các Thi Thiên mà còn trong cả những phần khác của Cựu Ước được viết theo thể thơ, chẳng hạn Châm Ngôn, Gióp và nhiều sứ điệp của các tiên tri. Từ chuyên môn chỉ đặc điểm này là *song hành*. Đó là cách nói về cùng một sự việc nhưng được nói hai lần (song song), nhưng với sự thay đổi nhỏ để không có cảm giác phải nghe lặp lại.

Tôi thích nghĩ về đặc trưng này như là *hiệu ứng âm thanh*. Đức Chúa Trời cho chúng ta hai lỗ tai, vì vậy khi lắng nghe cái gì đó bằng âm thanh, là chúng ta đang nghe hai dải ghi âm song song, có thể nói như vậy, từ hai phía. Nhưng hiệu ứng kết hợp là tạo ra một loại âm thanh gần như ba chiều (3D) trong não bộ chúng ta. Vì vậy, các nhạc sĩ người Hê-bơ-rơ này đã dùng kỹ thuật song hành ấy như một cách "làm cho tròn trịa" và nhấn mạnh điều họ đang nói hay đang hát bằng cách làm cho nó thêm sâu sắc hơn.

Trong Kinh thánh của chúng ta, thơ ca Hê-bơ-rơ được trình bày theo dòng. Dòng đầu tiên được viết từ lề bên trái, rồi đến dòng thứ hai (đôi khi dòng thứ ba) thường được thụt vào một chút sang bên phải. Thường thì (dĩ nhiên không phải lúc nào cũng vậy). Các thi sĩ Hê-bơ-rơ khá tự do và thoải mái trong cách

---

[1]Ví dụ, Thi Thiên 23:1 có tám từ trong bản Anh ngữ, nhưng trong bản Hê-bơ-rơ chỉ có bốn từ.

viết!) dòng thứ hai hay thứ ba đứng ở dạng song hành nào đó với dòng thứ nhất, hoặc kết nối với dòng thứ nhất theo cách dễ nhận diện.

Dưới đây là một số thể song hành khác nhau, có ví dụ đi kèm mỗi loại.

i) Lặp lại

Chúng ta gọi đây là thể song hành *lặp lại*.[2] Đây có lẽ là thể phổ biến nhất và quen thuộc nhất. Tác giả thi thiên phát biểu một câu, rồi nói lại ý đó một lần nữa, nhưng dùng từ ngữ hơi khác một chút, hoặc điền vào một số "hương vị" cho điều ông vừa mới nói. Ví dụ:

> Các tầng trời rao truyền vinh quang của Đức Chúa Trời;
> Bầu trời bày tỏ công việc tay Ngài làm.
> Ngày này giảng về vinh quang của Đức Chúa Trời cho ngày kia;
> Đêm này truyền tri thức về Đức Chúa Trời cho đêm nọ.
> (Thi 19:1–2)

> Chớ phiền lòng vì kẻ làm dữ,
> Cũng đừng ganh tị kẻ làm điều gian ác.
> Vì chẳng bao lâu chúng sẽ bị phát như cỏ,
> Và phải héo như cỏ tươi xanh.
> (Thi 37:1–2)

Trong thể song hành này, bạn cần hiểu rằng tác giả đang nêu lên một ý chính, cho dù tác giả có thể diễn giải ý đó bằng hai hay nhiều hơn hai dòng. Chúng ta cần kết nối các mảng lại với nhau để hiểu trọn vẹn ý ông muốn nói. Vì vậy, trong ví dụ đầu tiên, không phải tầng trời và bầu trời đang rao truyền hai điều khác nhau. Không phải vậy! Vinh quang của Đức Chúa Trời được nhìn thấy trong công việc tay Ngài làm. Và cũng không phải chúng rao truyền việc này ban ngày, còn việc khác ban đêm. Vũ trụ lúc nào cũng phơi bày lẽ thật về Đức Chúa Trời.

Bây giờ, hãy dành một phút để đọc ngẫu nhiên vài thi thiên, để xem bạn có thể chỉ ra thể song hành này không. Lưu ý thể song hành này làm cho ý đang được nói đến trở nên phong phú và sâu sắc như thế nào.

ii) Các cặp đối nhau

Chúng ta có thể gọi đây là song hành *đối lập*.[3] Đây là thể song hành mà dòng thứ hai củng cố ý của dòng thứ nhất bằng cách nói điều ngược lại theo cách phủ định.

---

[2]Thuật ngữ chuyên môn là "song hành tương đồng".
[3]Thuật ngữ chuyên môn là "song hành tương phản".

Ví dụ

Chúa đã ban cho người [vua] điều lòng người ước ao
Cũng không từ chối điều môi người cầu xin.
(Thi 21:2)

Vì con đã tuân theo đường lối Đức Giê-hô-va;
Không làm điều ác mà từ bỏ Đức Chúa Trời của con.
(Thi 18:21)

Chúa cứu người khiêm nhường
Nhưng hạ kẻ có mắt tự cao xuống.
(Thi 18:27)

Trong sách Châm Ngôn, thể song hành này thậm chí còn phổ biến hơn. Đó một lần nữa cũng là cách nhấn mạnh một ý bằng cách khiến chúng ta nghĩ đến ý tương phản qua điều trái ngược.

iii) **Thêm vào một ý nữa**

Chúng ta có thể gọi đây là song hành *bổ sung*.[4] Đây là thể song hành mà dòng thứ hai hoặc thứ ba *thêm* ý cho dòng thứ nhất, mà nội dung thêm vào ấy vẫn quan trọng. Các dòng đều chỉ về cùng một hướng và kết hợp với nhau để diễn đạt tất cả những gì chúng muốn nói. Nhưng các dòng song hành này không chỉ đơn thuần lặp lại dòng thứ nhất, mà thực chất là điền vào hoặc thêm vào một phương diện nữa. Một lần nữa, chúng ta không nên tách rời từng dòng, nhưng hãy xem các dòng liên kết với nhau ra sao để diễn đạt ý chúng muốn nói một cách hoàn chỉnh.

Ví dụ

Hỡi linh hồn ta, hãy chúc tụng Đức Giê-hô-va,
Chớ quên các ân huệ của Ngài-
Chính Ngài tha thứ các tội ác ngươi;
Chữa lành mọi bệnh tật ngươi,
Cứu chuộc mạng sống ngươi khỏi chốn hư nát
Lấy lòng nhân từ và thương xót mà làm mão triều đội cho ngươi.
(Thi 103:2–4)

Vì lời Đức Giê-hô-va là ngay thẳng;
Và mọi việc Ngài làm bày tỏ sự thành tín.

---

[4] Thuật ngữ chuyên môn là "song hành tổng hợp". Bạn không cần phải nhớ những thuật ngữ này, chắc chắn bạn không nên sử dụng chúng trên bục giảng.

Ngài yêu sự công chính và điều chính trực;
Khắp đất đầy dẫy sự nhân từ của Đức Giê-hô-va.
(Thi 33:4–5)

Đôi khi từ ngữ nối tiếp nhau tựa như các bậc thang hoặc bậc tam cấp—lặp lại và thêm vào mỗi lần một chút.

Đức Giê-hô-va cai trị, Ngài mặc vẻ uy nghiêm;
Đức Giê-hô-va mặc và thắt lưng bằng sức mạnh;
Thế giới được thiết lập vững bền, không hề bị rúng động.
Ngôi Chúa đã lập vững từ thời xưa;
Chúa hiện hữu từ trước vô cùng;
Lạy Đức Giê-hô-va, sóng biển nổi lên,
Đại dương gầm thét;
Biển cả trổi tiếng ầm ầm.
Đức Giê-hô-va ngự trên cao, đầy quyền năng,
Mạnh hơn tiếng gầm thét của các dòng nước lớn-
Hơn biển cả ba đào.
(Thi 93:1–4)

Tại sao chúng ta phải quan sát đặc trưng song hành này của các Thi Thiên? Chắc chắn không phải để khuyến khích bạn lặp lại mọi thứ trong bài giảng! Một số diễn giả lặp đi lặp lại y chang như bài Thi Thiên ấy! Thay vào đó, chúng ta cần quan sát để *cảm nhận* được kết cấu và chiều sâu của chất thơ trong Thi Thiên. Ngôn ngữ đã được sắp xếp với nhau một cách khéo léo và tuyệt đẹp. Khi giảng Thi Thiên, mặc dù không giảng bằng thơ, nhưng chúng ta cũng nên giúp hội chúng cảm nhận được không chỉ *điều* bản văn nói, mà còn cả *cách* bản văn nói lên điều đó. Ngôn ngữ của Thi Thiên vang rền và "vang dội". Và điều đó cũng giúp chúng ta nhớ bài giảng dễ dàng hơn.

Ngay bây giờ, hãy dừng lại để đọc vài Thi Thiên ngắn, đọc lớn tiếng thì tốt hơn. Hãy cố gắng cảm nhận đặc trưng này trong các bài thơ, và trân trọng cách mà đặc trưng này đang làm sâu sắc thêm điều đang được nói đến. Hãy nghe tiếng vọng. Hãy lắng nghe âm thanh.

b) Tìm những hình ảnh

Thơ ca là hình thức diễn đạt sống động. Thơ ca thích dùng hình ảnh trong tâm trí và những phép so sánh ấn tượng. Thường chỉ một hình ảnh thôi cũng đã đủ để làm cho trí tưởng tượng phải chạy đua rồi. Một hình ảnh ẩn dụ sắc nét có thể đem lại hiệu quả hơn nhiều so với hàng ngàn từ ngữ.

Một ngày kia, Đa-vít đang nghĩ rằng ông thật vui mừng biết bao vì Đức Chúa Trời chăm sóc, hướng dẫn, bảo vệ ông khi gặp rắc rối và cung ứng cho những nhu cầu của ông. Ông có thể chỉ nói ra tất cả những điều này, rồi mở rộng thêm ở mỗi câu với những lẽ thật thần học về Đức Chúa Trời và một vài minh họa thực tiễn từ chính kinh nghiệm của mình. Ông có thể viết cả một bài luận về Đức Chúa Trời—hoặc có lẽ một lá thư dài, giống như sứ đồ Phao-lô.

Nhưng thay vào đó, ông nhìn vào bầy chiên mình đang chăn, và chỉ nói hai từ (trong tiếng Hê-bơ-rơ) "Đức Giê-hô-va là Đấng chăn giữ tôi". Với hình ảnh đơn giản đó, Đa-vít bắt đầu Thi Thiên được yêu thích nhất và đáng ghi nhớ nhất của mình trong cả sách Thi Thiên, tạo nên cả một thế giới trong trí tưởng tượng của chúng ta.

Dĩ nhiên, câu nói trên là một ẩn dụ. Nó dùng một thực tế (cuộc đời và công việc của người chăn chiên giữa bầy chiên) để mô tả một thực tế khác (cách Chúa chăm sóc con người). Thực tế thứ hai mới thật sự là điều ông đang muốn nói đến (mục đích của ẩn dụ). Thực tế đầu tiên chỉ là để so sánh (nguồn của ẩn dụ).

Sách Thi Thiên chứa đầy những ẩn dụ như thế—đủ mọi hình ảnh trong tâm trí.

Nhiều hình ảnh nói về Đức Chúa Trời. Bạn nghĩ đến điều gì khi tác giả Thi Thiên mô tả Đức Chúa Trời bằng những hình ảnh như: hòn đá, cái khiên, đồn lũy, tháp vững chắc, sư tử rống, người cưỡi ngựa, người cha, vị vua, người thợ xây? Dĩ nhiên, Đức Chúa Trời không phải là những hình ảnh này *theo nghĩa đen*. Nhưng mỗi hình ảnh đều là một ẩn dụ nói về Đức Chúa Trời cách mạnh mẽ và giàu trí tưởng tượng. Chúng chuyển tải lẽ thật theo cách mà những mô tả trừu tượng hoàn toàn không thể sánh được.

Một số ẩn dụ nói về kinh nghiệm của con người. Tác giả Thi Thiên nói đến việc lún trong bùn hay bị cuốn đi trong cơn lũ. Họ cảm thấy bị thú dữ bao vây hay bị vật ngã xuống đất. Họ ví chính mình như túi da đựng rượu bị cạn khô trong sương khói, hay con trùn dưới đất. Hoặc họ có thể nô đùa như trẻ con, hay có sừng nhấc cao như con bò thắng trận. Họ có thể đang đứng trên hòn đá, hay núp dưới cánh chim ưng. Họ có thể sinh trưởng như cây cọ hay giẫm đạp trên sư tử và rắn. Dĩ nhiên, tất cả đều là hình ảnh nói về các trải nghiệm khác nhau.

Một số Thi Thiên mô tả cõi tạo vật đáp ứng với hành động của Đức Chúa Trời. Núi tan chảy hay nhảy nhót như chiên con. Cây cối nhảy múa. Sông suối vỗ tay. Đồng ruộng vui mừng.

Khi chúng ta giảng Thi Thiên, hãy để cho những hình ảnh này thực hiện công việc của nó. Đôi khi cũng cần phải giải thích. Nhưng đừng giải thích theo kiểu làm mất đi những hình ảnh sống động. Hãy để chúng kích thích trí tưởng tượng của hội chúng.

Vài điều cần chú ý:
- Đừng tìm cách nhét mọi thứ vào một ẩn dụ duy nhất. Ví dụ, mặc dù Thi Thiên 23 bắt đầu với hình ảnh người chăn và bầy chiên, nhưng ẩn dụ đó không tiếp tục cho đến cuối bài. Ở câu 5, nó chuyển sang một hình ảnh khác—người chủ chuẩn bị tiếp đón khách đến dùng một bữa ăn ngon.

Người chăn không dọn bàn cho chiên, xức dầu lên đầu chúng hay cho chúng uống nước bằng chén. Nhưng đó là công việc của chủ nhà. Vì vậy, Đa-vít đang ví Đức Chúa Trời với người chăn chu đáo *lẫn* người chủ hào phóng. Ông pha trộn hai hình ảnh này lại với nhau một cách hài hòa—nhưng là hai hình ảnh riêng biệt.

- Đừng đẩy ẩn dụ đi quá xa, hay vượt ra ngoài ý so sánh chính yếu của nó. Vì Thi Thiên 23 mô tả Đức Chúa Trời là người chăn không có nghĩa là chúng ta phải cư xử như chiên trong mọi phương diện. Ắt hẳn điều này có nghĩa là chúng ta nên đi theo và tin cậy người chăn. Nhưng chiên thường tẻ tách đi riêng, và đó là việc không tốt (Ê-sai 53:6)! Hãy cẩn thận bám sát vào ý được nói đến trong ẩn dụ ấy vì Kinh thánh dùng ẩn dụ trong ngữ cảnh cụ thể đó, đừng để cho trí tưởng tượng mở rộng quá xa.

c) Cảm nhận cảm xúc và chia sẻ kinh nghiệm

Thơ ca là ngôn ngữ của trải nghiệm, và thơ ca bày tỏ mọi cảm xúc xung quanh những trải nghiệm khác nhau. Và phạm vi trải nghiệm lẫn cảm xúc trong sách Thi Thiên thật rộng lớn! Dưới đây là một ví dụ tiêu biểu về những cảm xúc trong sách. Bạn có thể dễ dàng viết ra địa chỉ những câu thi thiên cho từng cảm xúc này.

- Vui mừng và hạnh phúc
- Biết ơn và cảm tạ
- Kính sợ và kinh ngạc
- Đau đớn và tổn thương
- Tức giận và cay đắng
- Hối tiếc và đau buồn
- Thắc mắc, bối rối
- Khát khao
- Đau khổ cùng cực
- Hy vọng
- Tin cậy
- Ngửa trông sự cứu giúp

Tác giả Thi Thiên mô tả đủ mọi loại hoàn cảnh. Tương tự, bạn có thể thấy các Thi Thiên đề cập những điều sau:

- Cô đơn
- Có nhiều người bao vây
- Bị vu khống
- Tình trạng vô cùng nguy hiểm hay hiểm nghèo
- Đau ốm, thậm chí sắp chết
- Bị mất mát hay tổn hại
- Được giải cứu khỏi hiểm nguy

- Mặc cảm tội lỗi vì đã làm điều sai quấy
- Biết ơn Chúa về tặng phẩm hoặc việc Ngài làm
- Lên Giê-ru-sa-lem để thờ phượng Chúa
- Đi đánh trận
- Trở về từ chiến trận
- Phong vương cho vị vua mới
- Làm chứng khi thờ phượng chung
- Nhìn thấy thành và đền thờ bị phá hủy
- Đi lưu đày

Một điểm thú vị về sách Thi Thiên là ban đầu, những bài hát này do con người viết, và viết cho Đức Chúa Trời, hoặc cho người khác (để kêu gọi người khác ca ngợi Chúa chẳng hạn). Đó là những lời của *con người* (phần lớn) nói *với Đức Chúa Trời*. Nhưng bây giờ chúng ta xem chúng như một phần của Kinh Thánh—tức là lời *của Chúa* nói với *chúng ta*. Đó là lý do tại sao chúng ta có thể *giảng* những bài ca này. Khi giảng bất kỳ phần nào trong Kinh thánh là chúng ta đang nói với hội chúng của mình "Đây là điều tôi tin Chúa muốn nói với chúng ta ngày hôm nay từ những gì Ngài đã phán trong phân đoạn Kinh thánh này". Vậy thì, với ý nghĩa đó, Thi Thiên trở thành một phần trong sứ điệp của Chúa dành cho chúng ta, chứ không chỉ là lời của con người nói với Đức Chúa Trời.

Tôi nghĩ có nhiều lý do cho sự "chuyển đổi" này (tức là những lời được viết ra khi xưa là lời con người nói với Chúa, thì ngày nay chúng ta đọc như lời Chúa phán với chúng ta).

Dĩ nhiên, trước tiên là vì *đó là điều Chúa muốn*. Mặc dù những bài ca này thật sự xuất phát từ lòng và trí của con người (họ thật sự cảm nhận, suy nghĩ và diễn đạt những điều này cho chính mình), nhưng kế hoạch của Chúa đó là những gì họ đã viết và tổng hợp được phải trở thành một phần trong lời được linh cảm của Ngài. Trên phương diện đó, các Thi Thiên không khác gì những phần khác trong Kinh thánh—cũng là những lời của con người nhưng được Đức Chúa Trời hà hơi để trở thành lời của Đức Chúa Trời.

Thứ hai, tôi nghĩ đó là vì *chính Đức Chúa Trời cũng từng trải qua những kinh nghiệm và cảm xúc được nói đến trong sách Thi Thiên một cách sâu sắc*. Đức Chúa Trời ở trong những hoàn cảnh mà tác giả đối diện. Vì vậy, những người tổng hợp sách Thi Thiên cho thế hệ người Y-sơ-ra-ên sau này hát nhận ra rằng, qua ngôn từ của các tác giả nguyên thủy và những hoàn cảnh họ đối diện, *Đức Chúa Trời có thể tiếp tục phán với họ nhiều lần khác nữa*. Tương tự, qua những bài hát này trong Kinh thánh, *Đức Chúa Trời cũng phán* với tất cả chúng ta, những người đối diện với những tình huống hay cảm nhận mọi cung bậc cảm xúc tương tự.

Đây là điều xảy ra khi chúng ta trung thành giảng các Thi Thiên. Và để trung thành giảng chúng thì chúng ta cần *cố gắng bước vào trải nghiệm lẫn cảm xúc của các trước giả*. Đừng đọc sách Thi Thiên một cách "vô cảm". Đừng đọc chúng như đọc những "giáo lý bằng thơ". Thật sự, chúng chứa đựng những lẽ thật tuyệt vời về Đức Chúa Trời, về thế giới và chính chúng ta (mà chúng ta sẽ nói đến bên dưới). Nhưng trước tiên, chúng là những bài hát dưới dạng thi ca, chứa đựng cuộc sống và cảm xúc rất thật. Hãy cố gắng nhìn, lắng nghe và cảm nhận điều đó. Hãy nhận ra *tâm trạng* lẫn *sứ điệp* của từng Thi Thiên khi bạn chuẩn bị bài giảng.

13.2 Những bài hát đa dạng về thể loại

Trong sự thờ phượng của Cơ Đốc nhân, chúng ta hát nhiều thể loại bài hát khác nhau. Chúng ta biết sự khác biệt giữa thánh ca truyền thống trong đó các lời đều đều và giai điệu quen thuộc với những bài linh khúc hoặc điệp khúc thờ phượng hiện đại, ngắn gọn, hay loại nhạc nào đó được một nhóm người hoặc một người đơn ca trình bày. Chúng ta có nhiều nhịp điệu khác nhau cho các bài hát khác nhau, chẳng hạn bài hát Giáng Sinh, thánh ca Phục Sinh, thánh ca cảm tạ về mùa gặt, thánh ca Tiệc Thánh, những bài thánh ca hát trong lễ hôn phối hay lễ tang, v.v... Quyển thánh ca Cựu Ước cũng có nhiều thể loại Thi Thiên khác nhau, nhận biết một số thể loại chính cùng đặc điểm của chúng là việc đáng làm.

Điều này cũng có thể giúp ích cho chúng ta khi nghiên cứu một Thi Thiên để giảng. Chúng ta không phải chỉ suy nghĩ đến nội dung, mà còn suy nghĩ đến cả *thể loại thi thiên* nữa. Điều đó có thể giúp chúng ta nhận biết cấu trúc của Thi Thiên và tư tưởng chủ đạo của nó.

Dưới đây là những thể loại chính.[5] Hãy dành ít phút nhìn vào các ví dụ được liệt kê trong phần chú thích ở cuối trang cho từng thể loại. Đọc qua một vài ví dụ được liệt kê dưới từng thể loại để nắm được hình thức và cấu trúc tiêu biểu của thể loại thi thiên đó. Dành thêm thời gian để đọc một vài thể loại thi thiên khác nhau ở từng thể loại sẽ giúp bạn hiểu những điểm khác biệt giữa chúng.

a) Thi Thiên ngợi khen[6]

"Ngợi khen" là đặc trưng rõ ràng nhất trong Thi Thiên. Thật vậy, tựa đề của cả sách trong tiếng Hê-bơ-rơ chỉ là "Những lời ca ngợi". Ngợi khen không chỉ có nghĩa là nói lên việc bạn vui mừng ra sao. Ngợi khen có thể bao hàm lời ca thán, như chúng ta sẽ thấy bên dưới. Nhưng có nhiều Thi Thiên chúng ta có thể gọi là "lời ngợi khen thuần túy". Và dĩ nhiên, chúng là lời ngợi khen Đức

---

[5] Các học giả Kinh Thánh khám phá ra nhiều loại thi thiên khác, và họ chia một số những phân loại này thành đơn vị nhỏ hơn nữa. Nhưng tôi sẽ cố gắng làm cho nó đơn giản.

[6] Thi Thiên ngợi khen gồm các Thi Thiên như 8, 33, 47, 65, 66, 100, 103, 104, 111, 113, 117, 145–150.

Chúa Trời. Thi Thiên ngắn nhất cho chúng ta một ví dụ hoàn hảo về những yếu tố chính trong thi thiên ngợi khen—Thi Thiên 117:

> Hỡi các nước, hãy ca ngợi Đức Giê-hô-va;
> Hỡi muôn dân, hãy ca tụng Ngài.
> Vì lòng nhân từ Ngài đối với chúng ta rất lớn,
> Đức thành tín của Đức Giê-hô-va còn đến đời đời! Ha-lê-lu-gia.

Bố cục là:

i) Lời kêu gọi ngợi khen Chúa

Đây có thể là lời kêu gọi rất chung chung, được dành cho những người Y-sơ-ra-ên hoặc (chẳng hạn ở đây) được dành cho cả thế giới. Lời kêu gọi ấy có thể ngắn hoặc có thể dài. Và đôi khi lời kêu gọi ấy chỉ được ngầm hiểu chứ không rõ ràng vì Thi Thiên ấy chỉ ngợi khen Đức Chúa Trời mà thôi.

ii) Lý do ngợi khen

Đây là yếu tố chính. Thường (nhưng không phải luôn luôn) lý do ngợi khen Chúa được giới thiệu bằng từ "vì". Tác giả Thi Thiên đang muốn nói: "Tôi đang kêu gọi anh chị em hãy ngợi khen Giê-hô-va Đức Chúa Trời, và đây là lý do anh chị em nên ngợi khen Ngài." Tất cả các lý do đều được đưa ra trong bài hát ngợi khen, nhưng chúng thường thực hiện một trong hai (hoặc cả hai) chức năng sau: hoặc *mô tả* Đức Chúa Trời—sự vĩ đại, bản tính, sự nhân từ, thành tín của Ngài, v.v... hoặc *công bố* điều Ngài đã làm—những việc làm lớn lao của Ngài trong sự sáng tạo và cứu chuộc. Lời ca ngợi của Y-sơ-ra-ên luôn chứa đầy nội dung ý nghĩa. Các tác giả không chỉ khơi gợi những cảm xúc vui vẻ và sự ồn ào náo nhiệt. Họ cũng nêu lên *lý do* vì sao mọi người nên ca ngợi Chúa—tất cả những lý do bạn có thể nghĩ đến.

iii) Nhắc lại lời kêu gọi ca ngợi

Lời nhắc lại có thể vắn tắt (chỉ là tiếng "Ha-lê-lu-gia" ngắn để kết thúc!), hoặc được mở rộng và khiến người nghe suy nghĩ thêm. Đôi khi nó có thể dẫn đến lời kêu gọi *tin cậy* Chúa, vì những lý do tương tự như khi được kêu gọi *ngợi khen* Ngài. Xem Thi Thiên 33, chẳng hạn. Thi Thiên này bắt đầu bằng lời kêu gọi ngợi khen (33:1–3) và kết thúc với lời quả quyết về sự tin cậy và hy vọng (33:20–22). Còn khúc giữa là lý do khen ngợi và nền tảng cho niềm hy vọng ấy. Đó là một bài thánh ca ngợi khen kinh điển.

Ở một vài phương diện, các thánh ca ngợi khen là những thi thiên dễ hiểu nhất mà ta có thể giảng. Trọng tâm chính của những thi thiên này là chính Đức Chúa Trời, và chúng có cùng mục tiêu với việc giảng Kinh thánh—khuyến khích mọi người biết Chúa và thờ phượng Ngài vì bản tính và những việc Ngài đã làm.

Đây là "mẹo" nhỏ để giúp bạn "bước vào bên trong" các thi thiên ngợi khen. Khi đọc những điều tác giả nói về Đức Chúa Trời, hãy tự đặt mình trong hoàn cảnh của họ—tức người Y-sơ-ra-ên nhiều thế kỷ trước thời Đấng Christ—và đặt câu hỏi "Bạn biết điều này về Đức Chúa Trời bằng cách nào?"

Ví dụ

Quay lại **Thi Thiên 33**. Trước giả thi thiên nói:

> Vì lời Đức Giê-hô-va là ngay thẳng,
> Và mọi việc Ngài làm bày tỏ sự thành tín.
> Ngài yêu sự công chính và điều chính trực;
> Khắp đất đầy dẫy sự nhân từ của Đức Giê-hô-va.

Khi giảng Thi Thiên này, tôi nói: "Chúng ta hãy hỏi tác giả 'Làm thế nào ông biết những điều này về Gia-vê, Đức Chúa Trời của Y-sơ-ra-ên?'" Rồi tôi tưởng tượng tác giả nói: "Để tôi kể cho các bạn nghe câu chuyện của chúng tôi. Đức Chúa Trời của chúng tôi chứng tỏ sự thành tín, công bằng và tình yêu của Ngài thông qua những biến cố lớn Ngài đã thực hiện trong cuộc xuất hành và trong hoang mạc. Nhờ đó chúng tôi biết Đức Chúa Trời như thế nào và vì sao chúng tôi phải ca ngợi Ngài."

Nhưng điều đó gợi lên một câu hỏi khác (và tương tự, trong bài giảng, chúng ta có thể hỏi tác giả trong cuộc trò chuyện tưởng tượng): "Ông nói rằng cả trái đất đầy dẫy tình yêu của Đức Chúa Trời. Nhưng bằng cách nào? Làm thế nào cả trái đất trải nghiệm điều Y-sơ-ra-ên biết về sự thành tín, công bằng và tình yêu thương đem lại sự biến đổi của Chúa?" Tác giả trả lời câu hỏi đó bằng cách chỉ ra rằng Đức Chúa Trời đã cứu chuộc Y-sơ-ra-ên cũng là Đấng tạo dựng cả vũ trụ này. Các vì tinh tú, biển cả và trái đất đều từ Ngài mà có, vì vậy Ngài có quyền cai trị trái đất (33:6–9). Và Ngài *thật* đang cai trị trái đất này. Bởi vì sau đó tác giả nói rằng Đức Chúa Trời, Đấng tạo dựng trái đất, cũng điều khiển lịch sử (câu 10–11). Mọi người trên đất phải khai trình trước Ngài (câu 13–15). Vì vậy, chỗ tốt nhất để đặt lòng tin cậy không phải nơi nguồn lực của con người, nhưng nơi Đức Chúa Trời mà thôi (câu 16–19). Và đó là điều những người hát Thi Thiên thực hiện ở cuối Thi Thiên (câu 20–22).

Bạn có thể thấy rằng nhờ đặt mình vào trong thế giới của trước giả, bạn có thể hiểu được suy nghĩ của ông về Đức Chúa Trời từ những việc ông biết ở thời điểm đó từ câu chuyện của Y-sơ-ra-ên? Dĩ nhiên, ngày hôm nay chúng ta biết nhiều hơn. Chúng ta biết rằng qua Đấng Christ mà Đức Chúa Trời đã dựng nên, cứu chuộc và cai trị thế giới. Đấng Christ là Chúa của trời đất và Chúa của lịch sử. Vì vậy, chúng ta có thể kết nối những lẽ thật quan trọng trong Tân Ước với những lời ngợi khen trong Cựu Ước. Đó là sự giảng dạy đúng theo Kinh thánh!

b) Tạ ơn[7]

Tạ ơn tương tự như ngợi khen, nhưng tập trung hơn vào một điều đặc biệt Đức Chúa Trời đã làm trong kinh nghiệm của tác giả hay của những người trước giả muốn cùng hát chung.

Hầu hết các thi thiên tạ ơn đều được viết bởi những cá nhân, nói đến một hành động của Chúa mà họ biết ơn. Hành động đó có thể là sự giải cứu khỏi kẻ thù, bệnh tật hay sự chết; sự thắng trận; hay sự tha thứ tội lỗi. Những yếu tố khác cũng thường được nói đến, chẳng hạn đem đến của lễ cảm tạ như đã hứa nguyện, hay làm chứng trong giờ thờ phượng của hội chúng.

Một số thi thiên là lời tạ ơn của cộng đồng, khi toàn thể hội chúng tạ ơn Chúa về một mùa gặt tốt đẹp, hay được giải cứu khỏi kẻ thù (vd: Thi 65, 124).

Biết ơn không phải chỉ là cảm xúc. Đó là một kỷ luật thuộc linh rất quan trọng. Chúng ta có thể dùng những thi thiên này để khích lệ hội chúng chân thành và thường xuyên tạ ơn Chúa. Đây là phần quan trọng của đời sống Cơ Đốc khỏe mạnh.

c) Than khóc

Đây thật ra là thể loại quen thuộc nhất của thi thiên. Khoảng hai phần ba sách Thi Thiên là lời than khóc, và một số ít hầu như chỉ toàn chứa đựng lời than thở! Đây là những bài hát phản đối, những bài ca lúc gặp hiểm nguy, bài hát khi chịu khổ và đau đớn. Nhiều bài trong số ấy là những lời than thở của các cá nhân,[8] trong khi những bài khác lại là lời than khóc của cả cộng đồng do toàn thể dân sự hát trong những giờ phút hết sức đau khổ.[9]

Chẳng phải đây là điều đáng ngạc nhiên sao? Chúng ta có một quyển sách mang tựa đề "Những lời ca ngợi", nhưng số lượng lớn nhất trong "Những lời ca ngợi" ấy thật ra lại là *những lời than khóc!* Điều này dường như nghịch lý đối với chúng ta, nhưng đó là vì chúng ta thường nghĩ "ngợi khen" chỉ là điều chúng ta làm khi hạnh phúc và vui mừng. Nhưng với Y-sơ-ra-ên, ngợi khen là điều gì đó sâu sắc hơn thế. Họ có thể ngợi khen ngay cả trong những giờ phút đen tối nhất—thật vậy, *đặc biệt là* trong những giờ phút đen tối nhất.

Với Y-sơ-ra-ên, ngợi khen Đức Chúa Trời có nghĩa là *nhận biết thực tại và sự hiện diện của Đức Chúa Trời.* Ngợi khen có nghĩa là quả quyết Giê-hô-va Đức Chúa Trời của Y-sơ-ra-ên là Đức Chúa Trời hằng sống và chân thật duy nhất và chỉ có một. Lời ngợi khen mô tả bản tính của Đức Chúa Trời và công bố những việc làm của Ngài. Về bản chất, ngợi khen là nói về Đức Chúa Trời. Ngợi khen là cúi xuống trong sự hiện diện của Đức Chúa Trời (cho dù hoàn cảnh có ra sao)

---

[7]Thi Thiên tạ ơn gồm các Thi Thiên 18, 30, 32, 34, 40, 66, 92, 116, 118, 138.

[8]Những bài ca than khóc của cá nhân gồm các Thi Thiên 3, 6, 13, 22, 31, 39, 42, 57, 71, 73, 88, 142.

[9]Lời than khóc của cộng đồng bao gồm các Thi Thiên 44, 74, 80, 91, 94, 137.

và quả quyết "Đức Chúa Trời đang sống, và Ngài ở đây, Đức Chúa Trời là như thế này, và Ngài đã làm như thế kia."

Nhưng không chỉ có vậy, ngợi khen còn có nghĩa là đem *cả cuộc đời* vào trong sự hiện diện của Đức Chúa Trời theo cách tương tự. Không chỉ là những phần tươi đẹp của cuộc sống mà chúng ta muốn nói "Cám ơn Ngài rất nhiều", mà cả những phần gay go và cản trở mà chúng chỉ muốn gào lên "Cái gì đang xảy ra thế này?" Ý ở đây là các tác giả Thi Thiên bước vào trong sự hiện diện của Chúa để thừa nhận sự thực hữu của Ngài cho dù cảm xúc của họ ra sao—và đó là một hình thức ngợi khen. Họ đem toàn bộ con người của mình vào trong toàn bộ điều họ biết về Đức Chúa Trời. Vì vậy, khi cuộc sống có đau đớn, không thể chịu nổi, hay chỉ là vượt quá trí hiểu, họ đem tất cả những điều đó lên cho Đức Chúa Trời và kêu cầu cùng Ngài. Lưu ý là họ kêu cầu *cùng Chúa*. Họ không kêu cầu với người khác *về Chúa*, như chúng ta thường làm với những lời than phiền của mình. Không, họ đem tất cả vào trong sự hiện diện của Đức Chúa Trời—và đứng đó, hoặc quỳ ở đó, khóc lóc, kinh ngạc, chờ đợi...

Tôi nghĩ chúng ta đã đánh mất điều gì đó trong sự thờ phượng vì chúng ta hầu như không khi nào cho phép chính mình hay người khác làm điều này. Chúng ta bỏ qua các Thi Thiên than khóc, mà cố gắng giả vờ rằng mọi người đều vui vẻ hoặc cần phải vui vẻ. Chúng ta thậm chí còn ngụ ý (hay thật sự nói ra) rằng nếu bạn không thấy hạnh phúc và vui vẻ trong sự thờ phượng, thì có điều gì đó sai trật nơi bạn hay nơi đức tin của bạn. Chúng ta không khuyến khích hay không cho phép mọi người *thành thật* trong sự thờ phượng và thật sự đến với Chúa ngay trong những tranh chiến của mình.

Một điều thật sự khiến tôi bực bội trong một số chương trình thờ phượng là khi người hướng dẫn chương trình bắt đầu bằng câu nói kiểu như: "Chúng ta ai cũng có rất nhiều việc phải suy nghĩ và phải làm trong tuần này, tất cả mọi nan đề và có lẽ cả những chuyện đau buồn hoặc khó khăn. Nhưng chúng ta hãy để tất cả qua một bên, hãy quên chính mình đi, và hãy đến trong sự hiện diện của Chúa để thờ phượng Ngài." Nói như vậy thì có gì sai? Nói như vậy có nghĩa là bạn hãy bỏ mọi lo lắng muộn phiền của mình xuống ngay cổng nhà thờ, trước khi đi vào nhà thờ, và sẽ lấy chúng lên lại khi bạn đi ra. Bạn không đem chúng đến trước mặt *Đức Chúa Trời* và hỏi Ngài những câu hỏi hóc búa thật sự khiến bạn lo lắng. *Thực tại của bạn chưa chạm vào thực tại của Đức Chúa Trời.* Và vì lý do đó, hễ điều gì bạn làm hay hát trong nhà thờ đều không thật sự "ngợi khen Đức Chúa Trời – chí ít là không phải theo cách tác giả Thi Thiên thừa nhận là sự ca ngợi. Vì họ không "để qua một bên những rắc rối của mình." Không, thật sự họ không làm như vậy! Họ cho Chúa biết tất cả những nan đề của họ bằng lời. Họ khóc lóc và kêu la, than phiền và phản kháng, tức giận và tranh chiến—nhưng họ làm những điều đó trong sự hiện diện của Đức Chúa Trời, với lòng tin cậy vào sự thành tín và quyền năng của Ngài.

Các Thi Thiên than khóc cũng có cấu trúc tiêu biểu. Về cơ bản là như sau:
- Chúa ơi, con đang chịu khổ hết sức nặng nề ở đây.

- Chúa ơi, mọi người đều chống lại con hoặc cười nhạo con. Thật là khủng khiếp và không công bằng!
- Chúa ơi, Ngài không làm gì để giúp con cả, con đang rất cần Ngài.
- Chuyện này sẽ tiếp tục đến bao lâu hỡi Chúa? Con phải chờ đợi mãi sao?
- Nhưng Chúa ơi, con vẫn tin cậy Ngài và sẽ cứ ngợi khen Ngài, dù ra sao đi nữa.

Yếu tố cuối cùng có trong hầu hết các Thi Thiên than khóc. Có sự biến chuyển từ buồn khổ và đau đớn trong lời than khóc sang hy vọng, tin cậy hay trông đợi sự giải cứu, và lời ngợi khen được nhắc lại một lần nữa. Trong **Thi Thiên 73**, có lúc tác giả đến thờ phượng với các tín hữu khác và điều đó giúp ông nhìn nhận sự việc một cách đúng đắn (Thi 73:15–28). Tuy đôi khi lời than khóc kéo dài đến cuối Thi Thiên và tác giả dường như không tìm thấy sự an ủi nào cả. Điều này đúng với Thi Thiên 88, có lẽ là thi thiên u ám nhất trong tất cả các Thi Thiên than khóc—thi thiên này thật sự kết thúc trong tăm tối. Tôi chắc chắn Thi Thiên này nói hộ cho nhiều người chịu đựng đau khổ lâu dài trải nhiều thời điểm – chí ít là trong đời này.

Hãy dành thời gian đọc qua tuyển tập các Thi Thiên than khóc được liệt kê trong phần chú thích cuối trang. Hãy cố gắng *cảm nhận* chúng. Cố gắng bước vào nhiều tình huống khác nhau tạo nên ngôn ngữ như thế. Lưu ý trình tự tiêu biểu ở trên, và đặc biệt lưu ý đức tin mới mẻ và sự ngợi khen chỉ xuất hiện sau khi người hát thi thiên hoàn toàn bộc lộ những đau khổ hay cảnh khốn cùng của mình kinh khủng ra sao.

Sau đó, để tôi hỏi bạn hai câu hỏi:

- Thứ nhất, nếu bạn là mục sư, bạn có cho phép tín hữu nghĩ đến và nói những điều như các Thi Thiên than khóc này nói không? Hay bạn lại nói với họ rằng Cơ Đốc nhân không nên nói những điều như thế? Nếu Đức Chúa Trời đưa những Thi Thiên này vào Kinh Thánh, thì chắc chắn chúng ta nên khích lệ mọi người đọc và sử dụng những Thi Thiên này vào những lúc họ có cảm nhận giống như tác giả Thi Thiên. Chúng ta đừng kìm nén lời của chính Đức Chúa Trời khi con người cần được nói ra. Đừng bắt người khác trở thành người thiếu trung thực trong những điều họ hát và cầu nguyện.
- Trong việc giảng dạy, bạn chỉ giảng một Thi Thiên than khóc, hay giảng một chuỗi nhiều Thi Thiên than khóc? Nếu chưa, tôi nghĩ bạn đang lấy đi của hội chúng một phần rất quan trọng của Kinh thánh, và một nguồn tài liệu giá trị trong những lúc đau khổ và túng thiếu. Đức Chúa Trời đã đưa chúng vào Kinh Thánh. Thật vậy, Ngài đem *nhiều Thi Thiên than khóc* vào Kinh thánh, như thể cho chúng ta nhiều từ ngữ cho mọi tình huống. Hãy cho hội chúng của chúng ta những điều đó.

d) Thi Thiên viết về Si-ôn

Người Y-sơ-ra-ên biết rằng bất kỳ ở nơi đâu họ cũng đều có thể cầu nguyện với Đức Chúa Trời (như Giô-na đã khám phá ra). Nhưng trung tâm thờ phượng của họ là đền thờ ở Giê-ru-sa-lem. Đó là nơi Đức Chúa Trời đặt Danh Ngài, như Kinh thánh đã nói. Và khi đền thờ được Sa-lô-môn cung hiến, điều ông nhấn mạnh nhất về đền thờ ấy là đó là nơi để cầu nguyện (1 Vua 8).

Vì lý do này, mà một số Thi Thiên mô tả chính nơi đó—tức đền thờ, thành Giê-ru-sa-lem, hay Si-ôn như mọi người gọi. Những thi thiên về Si-ôn ban đầu được sáng tác nói về thành Si-ôn và những việc xảy ra ở đó.[10] Nhưng Si-ôn cũng đại diện cho chính dân của Đức Chúa Trời, được tập hợp trong sự thờ phượng theo giao ước và cam kết với Ngài. Vì vậy, nhiều thi thiên về Si-ôn rõ ràng nói về con người, không phải chỉ nói về nơi chốn. Những Thi Thiên này nói về tình yêu của Chúa đối với dân Ngài, sự bảo vệ của Ngài và việc Ngài ngự giữa họ. Chúng ta có thể giảng những Thi Thiên này với sứ điệp cơ bản như vậy, vì ở trong Đấng Christ, chúng ta trở thành đền thờ đó, nơi ngự của Đức Chúa Trời qua Đức Thánh Linh (Êph 2:21–22).

Từ khắp nơi trong xứ, người Y-sơ-ra-ên sẽ đi lên Giê-ru-sa-lem, đặc biệt vào những lễ hội lớn hằng năm. Họ hăm hở mong chờ được đến thành ấy, đi lên đền thờ và cùng thờ phượng Đức Chúa Trời của họ. Vì vậy, nhiều bài ca được sáng tác trong hành trình đi lên Giê-ru-sa-lem. Đây là những bài ca hành hương.[11] Những bài hát này thể hiện mong ước được ở trong sự hiện diện của Đức Chúa Trời, những khó khăn và nguy hiểm trong chuyến đi và niềm vui thờ phượng với dân sự Chúa. Không khó để thể hiện những điều này trong khuôn khổ Cơ Đốc. Thật vậy, qua Cứu Chúa Giê-xu Christ, người Hê-bơ-rơ nói với chúng ta rằng chúng ta "đã đến núi Si-ôn" bởi đức tin (Hê 12:22), để thờ phượng Đức Chúa Trời cùng với tất cả các thánh và các thiên sứ.

e) Các Thi Thiên hoàng gia

Vì Đa-vít, tác giả của nhiều Thi Thiên, cuối cùng trở thành vua trên cả Y-sơ-ra-ên tại Giê-ru-sa-lem, nên thành không chỉ là nơi có đền thờ mà còn là "Thành Đa-vít". Đó là nơi vua ở và lên ngôi cai trị. Trước tiên, Đa-vít và Sa-lô-môn đã cai trị trên toàn bộ các chi phái Y-sơ-ra-ên, rồi các vua của Giu-đa cai trị ở Giê-ru-sa-lem sau đó. Năm 587 T.C, thành và đền thờ bị Nê-bu-cát-nết-sa của Ba-by-lôn phá hủy. Vị vua cuối cùng cai trị ở Giê-ru-sa-lem là Sê-đê-kia. Và vị vua cuối cùng thuộc dòng dõi Đa-vít là Giê-hô-a-kin, băng hà trong khi lưu đày tại Ba-by-lôn, nơi ông đã bị bắt lưu đày trước đó, tức vào năm 597 T.C. Nhưng cho đến lúc đó thì nhiều bài ca đã được sáng tác để nói về vua hoặc

---

[10]Thi Thiên về Si-ôn gồm Thi Thiên 46, 48, 76, 84, 87, 122, 125.
[11]Trong sách Thi Thiên, chúng được gọi là "Bài ca đi lên từng bậc", vì dân chúng phải đi "lên" Giê-ru-sa-lem theo nghĩa đen bởi thành ở trên một ngọn đồi. Đó là Thi Thiên 120–134.

dành cho vua. Một số bài ca có lẽ được viết lúc vua đăng quang. Một số được viết để ủng hộ nhà vua khi ông ra trận. Những bài ca này được biết đến với tên gọi Thi Thiên Hoàng gia, hay Thi Thiên về Vương quyền.[12]

Trên một phương diện, vị vua con người ngồi trên ngôi Đa-vít tượng trưng cho việc Đức Chúa Trời là Vua thật sự của Y-sơ-ra-ên (và của cả thế giới). Vì vậy, một số Thi Thiên giới thiệu hình ảnh một nhà vua lý tưởng là như thế nào và vua nên làm gì để phản chiếu vương quyền của Đức Chúa Trời cùng bản tính của Ngài. Rõ nhất là **Thi Thiên 72**. Đây là một Thi Thiên về (hoặc dành cho) Sa-lô-môn, và thi thiên này mô tả về ông bằng những lời lẽ thật sự rất sinh động.

Tuy nhiên, khi dòng dõi các vua ra từ Đa-vít kết thúc, thì những Thi Thiên này có thể được hát cho ai, hay hát về điều gì? Từ thời gian lưu đày trở đi, những Thi Thiên này được hiểu là *nói về Chúa Cứu Thế*. Tức là chúng diễn tả niềm hy vọng và mong đợi một ngày nào đó Đức Chúa Trời sẽ dấy lên một vị vua thuộc dòng dõi Đa-vít, Người sẽ là Vua thật sự của Y-sơ-ra-ên. Người ấy sẽ là Đấng được xức dầu của Đức Chúa Trời, mà qua đó Đức Chúa Trời sẽ thật sự cai trị như một vị Vua.

Chúng ta biết rằng niềm hy vọng đó được ứng nghiệm bởi Chúa Giê-xu Christ, Con cháu Đa-vít. Và đó là lý do tại sao Tân Ước có thể trích dẫn nhiều phần trong số các Thi Thiên hoàng gia này và áp dụng vào Chúa Giê-xu theo nhiều cách khác nhau—đặc biệt **Thi Thiên 110**, là thi thiên được trích dẫn nhiều nhất trong Tân Ước. Vì vậy, khi giảng những Thi Thiên này, chúng ta có thể và nên liên kết chúng với Chúa Giê-xu một cách xứng hợp. Nhưng chúng ta cũng cần nhớ rằng những Thi Thiên này *trước nhất* được viết cho, hoặc viết về, một trong các vua của Y-sơ-ra-ên thuộc dòng dõi Đa-vít. Một ví dụ hay minh họa cho ý này là **Thi Thiên 22**—một thi thiên của Đa-vít. **Ví dụ: Thi Thiên 22**

Trên thập tự giá, Chúa Giê-xu trích câu đầu tiên của Thi Thiên 22 "Đức Chúa Trời tôi ôi, Đức Chúa Trời tôi ôi, sao Ngài lìa bỏ tôi?" Rõ ràng, Chúa Giê-xu thấy mình ở trong tình huống tương tự như Đa-vít trong lúc đau buồn. Có thể mô tả những đau đớn của Ngài cũng giống như vậy, nhất là các câu 6–18. Vì vậy, Chúa Giê-xu kêu lên những lời mở đầu Thi Thiên này như thể Ngài nói rằng "Tất cả những gì Thi Thiên này nói chính là hoàn cảnh của Ta hiện giờ." Vì lý do đó, Thi Thiên này thường được xem như lời tiên tri—chỉ về sự đau đớn của Đấng Mê-si-a và nhất là lúc Ngài trên thập tự giá.

Tôi không phản đối điều đó. Rốt cục, chính Chúa Giê-xu đã nói về chính Ngài như vậy. Nhưng chúng ta cần cẩn thận. Như đã trình bày trong chương 4, chúng ta không nên nói rằng: "Thi Thiên 22 chỉ nói *về* Chúa Giê-xu"- như thể Thi Thiên đó chỉ là lời tiên báo. Thi Thiên này ban đầu được viết bởi ai đó đang chịu đau khổ cùng cực, mô tả sự đau đớn của mình qua một chuỗi hình

---

[12] Các Thi Thiên Hoàng gia là 2, 18, 20, 21, 45, 72, 89, 101, 110, 132.

ảnh, *chủ yếu là hình ảnh ẩn dụ.* Kẻ thù vây quanh tấn công người đó (câu 12, 13, 16). Người đó thấy mình tê liệt vì sợ hãi (câu 14). Người đó không thể nói gì để bảo vệ mình (câu 15). Cứ như thế người ấy bị ghim xuống đất và không thể cử động (câu 16b). Người ấy thấy bị xúc phạm và xấu hổ trước mọi người (câu 17). Người ấy bị đối xử như thể mình đã chết và mọi vật dụng bị đem ra đấu giá (câu 18).

Một số hình ảnh mà trước giả Thi Thiên 22 dùng để mô tả sự đau khổ của chính mình trở nên sống động và thật sự đúng với Chúa Giê-xu theo nghĩa đen (khát, đâm thủng và chia áo xống). Nhưng một số hình ảnh thì không (con bò đực, sư tử và chó). Vì vậy, chúng ta nên xem Thi Thiên này như lời mô tả hết sức sống động và sâu sắc về nỗi đau—nỗi đau đớn mà Chúa Giê-xu đã chịu hơn gấp bội phần điều trước giả đã trải qua. Nhưng đó không chỉ là "lời báo trước được ứng nghiệm" trên thập tự giá (nếu không chúng ta phải giải thích sự vắng mặt của những bò đực, sư tử và chó, những điều không được "ứng nghiệm").

Điều thật sự ý nghĩa hơn về mối liên hệ giữa Thi Thiên 22 và Chúa Giê-xu là cách thi thiên này bất ngờ chuyển sang sự giải cứu và ca ngợi (câu 22–31). Tác giả thi thiên tin cậy Chúa giải cứu và liên kết điều đó với sự cứu rỗi cuối cùng của Ngài dành cho cả thế giới (thật là một viễn cảnh tuyệt vời!). Dĩ nhiên, Chúa Giê-xu không cầu xin được giải cứu *khỏi* thập tự giá. Nhưng dù Ngài chết cách đau đớn, Ngài vẫn không chết trong tuyệt vọng. Ngài tin rằng Đức Chúa Trời sẽ khiến Ngài sống lại từ cõi chết, và sự chết cùng sự sống lại của Ngài sẽ là chiến thắng cuối cùng khiến khắp cả trái đất ngợi khen Ngài (câu 27). Vì vậy, tiếng kêu cuối cùng của Ngài "Mọi việc đã hoàn tất" có lẽ cũng vang vọng dòng cuối cùng của Thi Thiên 22 "Ngài đã làm việc ấy!"

Vậy thì, khi bạn giảng Thi Thiên 22, đừng chỉ nhấn vào nửa phần đầu và cách mà phần đó dẫn chúng ta đến với Chúa Giê-xu trên thập tự giá. Phải đảm bảo rằng bạn đi đến phần nửa sau và cho thấy cách phần đó chỉ về chiến thắng của Chúa Giê-xu cùng kế hoạch và sứ mạng của Đức Chúa Trời đem đến cho toàn thế giới để thờ phượng và ngợi khen Ngài.

13.3 Tập hợp những bài ca

Có bao giờ bạn thắc mắc tại sao sách Thi Thiên được chia thành năm quyển không? (Tôi không muốn làm cho bạn bối rối với câu hỏi thật ra bạn có biết điều đó không!) Xem lại trong Kinh thánh thì bạn sẽ thấy như sau:

- Quyển I: Thi Thiên 1–41
- Quyển II: Thi Thiên 42–72
- Quyển III: Thi Thiên 73–89
- Quyển IV: Thi Thiên 90–106
- Quyển V: Thi Thiên 107–150

Điều đầu tiên chúng ta thấy được từ sự phân chia này đó là sách Thi Thiên không phải là sự pha trộn ngẫu nhiên các bài hát thờ phượng. Ai đó vào lúc nào đó đã biên tập nên hình thức này và sắp xếp chúng lại với nhau theo cách này thành một bộ sưu tập có trật tự. Đáng tiếc là họ không viết lại lý do vì sao họ làm như thế, vì vậy chúng ta phải tự tìm ra lý do. Người ta đưa ra đủ loại ý kiến, nhưng với tôi, ba trong số đó có vẻ hữu ích.

a) Phản chiếu Luật pháp (Torah)

Một lý do khả thi đó là nó phản chiếu năm sách Luật pháp—tức Ngũ Kinh (Sáng Thế Ký đến Phục Truyền Luật Lệ Ký). Ý này được củng cố thêm khi bạn đọc Thi Thiên 1. Đây là điều thú vị. Như chúng ta đã đọc ở trên, sách Thi Thiên trong tiếng Hê-bơ-rơ được gọi là "Những lời ca ngợi". Nhưng sách bắt đầu với Thi Thiên nói về Luật pháp (Torah)![13] Thi Thiên 1 giống như lời tựa cho toàn sách, có vẻ như đang nói rằng: "trong quyển sách này, chúng ta sẽ thờ phượng Đức Chúa Trời bằng mọi hình thức. Đây là toàn bộ tuyển tập các bài hát trong mọi dịp tiện. Nhưng trước khi bắt đầu, hãy nhớ rằng thờ phượng là việc làm *cả đời*, chứ không chỉ vào ngày Sa-bát hay các lễ hội. Và chỉ có hai cách sống: *sống công chính* hay *sống gian ác*. Đây là sự khác biệt."

Thi Thiên 1 mô tả người vui thích "về luật pháp Chúa", tức là Torah, thì được phước và thành công ra sao. Rồi như để chứng minh, chúng ta thấy cả sách Thi Thiên có năm quyển, giống như luật pháp Môi-se vậy, và có cùng một mục đích. Thờ phượng là kim chỉ nam cho đời sống. Thờ phượng giữ chúng ta bước đi trong đường lối Chúa.

b) Đi từ than khóc đến ngợi khen

Điều thứ hai cần lưu ý về cấu trúc năm quyển là mỗi quyển kết thúc bằng lời ca tụng Đức Chúa Trời (doxology) và hai chữ "A-men" (xem các câu cuối của Thi 41, 72, 89 và 106). Thật vậy, quyển thứ năm kết thúc bằng cả năm Thi Thiên trong đó đều bắt đầu và chấm dứt bằng chữ "Ha-lê-lu-gia!" Cách đây chừng vài phút, chúng ta đang nói đến các Thi Thiên than khóc, và việc có thật nhiều Thi Thiên than khóc. Nhưng hãy lưu ý rằng hầu như tất cả các Thi Thiên than

---

[13] Thật ra, điều thậm chí còn thú vị hơn nữa là lời kêu gọi quan sát và suy ngẫm Torah của Đức Giê-hô-va không chỉ nằm ở ngay đầu sách Thi Thiên (Thi 1), mà cả ở đầu sách Giô-suê. Đó là chỗ thứ nhì nói đến việc "suy ngẫm luật pháp Chúa ngày và đêm" (Giôs 1:8). Trong Kinh thánh tiếng Hê-bơ-rơ, có ba phần: *Luật pháp* (hay Torah: Sáng Thế Ký đến Phục Truyền Luật Lệ Ký), *các sách Tiên tri* (bắt đầu với Giô-suê; nó gọi các sách lịch sử là "Các sách Tiên tri trước") và *các sách Văn thơ* (bắt đầu với Thi Thiên, bao gồm Gióp, Châm Ngôn và các sách khác). Vì vậy, ngay phần mở đầu các sách Tiên tri (Giôs 1) và các sách Văn thơ (Thi 1), độc giả được nhắc nhở về tầm quan trọng căn bản của luật pháp. Dĩ nhiên, phải nhớ rằng Torah bao gồm câu chuyện về sự sáng tạo, những lời hứa của Chúa cho Áp-ra-ham, sự cứu chuộc ra khỏi Ai Cập, và giao ước tại Si-na-i, cũng như chính luật pháp.

khóc đều nằm trong Quyển I-III và đa phần là lời than khóc *của cá nhân*. Một khi bạn đọc Quyển IV và V, lời tạ ơn và ngợi khen còn nổi bật hơn nữa, và cộng đồng thờ phượng được nhấn mạnh. Nói cách khác, nhìn chung toàn sách có sự chuyển đổi dần dần từ than khóc sang ngợi khen, từ cá nhân sang cộng đồng. Hầu như chắc chắn đây không phải việc ngẫu nhiên. Nó phản chiếu điều chúng ta tìm thấy ở Thi Thiên 73, là Thi Thiên mà mỗi người Y-sơ-ra-ên là những người đang vật lộn với đức tin của mình vì sự thịnh vượng của kẻ ác đến thờ phượng cùng với tất cả con dân Chúa, rồi lại tin cậy, ngợi khen và hiểu biết Chúa sâu sắc hơn. Vì vậy, sách Thi Thiên nói chung mang sứ điệp: trong cuộc sống, có nhiều lý do khiến chúng ta than khóc và phản ứng lại với Chúa, nhiều điều khiến chúng ta đau khổ, nhưng cuối cùng chúng ta sẽ thấy rằng Đức Chúa Trời đáp ứng những nhu cầu lớn nhất của chúng ta và chúng ta có thể tin cậy Ngài. Chúng ta có thể tiếp tục dâng lên Ngài lời ngợi khen, và đến cuối cùng, sự ca ngợi sẽ phủ lấp cả cuộc đời chúng ta. Ha-lê-lu-gia!

c) Đi theo câu chuyện của Y-sơ-ra-ên

Thứ ba, dường như các thi thiên được sắp xếp sao cho, về phương diện tổng quát, nó đi theo câu chuyện của Y-sơ-ra-ên trong Cựu Ước. Nghĩa là:

- Trong Quyển I và II, chúng ta có nhiều Thi Thiên được liên kết với giai đoạn đầu trong cuộc đời Đa-vít, rồi sau đó ông lên ngôi vua— "con Đức Chúa Trời" được xức dầu (Thi 2). Quyển II kết thúc với hình ảnh về vị vua lý tưởng—trong lời cầu nguyện cho Sa-lô-môn ở Thi Thiên 72.
- Nhưng Quyển III bắt đầu một cách đáng ngại với bức tranh rất tương phản (Thi 73). Kẻ ác vẫn đang hưng thịnh—như họ đã hưng thịnh trong suốt các thời kỳ của các vua tiếp nối Sa-lô-môn. Thi Thiên 78 kể lại sự thất bại và nổi loạn của Y-sơ-ra-ên suốt nhiều thế hệ. Thi Thiên 79 mô tả rõ ràng sự sụp đổ của Giê-ru-sa-lem và đền thờ năm 587 T.C. Rồi Quyển II kết thúc ở Thi Thiên 89 với việc dân chúng nhớ lại tất cả những gì Đức Chúa Trời đã hứa với Đa-vít, nhưng tất cả đã sai trật một cách khủng khiếp với việc kết thúc dòng Đa-vít và cuộc lưu đày như thế nào. Một dấu chấm hỏi khổng lồ treo lơ lửng trong không trung—y như với dân lưu đày, và y như trong sách Ca Thương.
- Quyển IV bắt đầu một cách nghiêm túc với lời nhắc nhở rằng chỗ duy nhất an toàn là chỗ tin cậy vào chính Đức Giê-hô-va, như Môi-se đã làm (Thi Thiên 90 được gọi là "Bài cầu nguyện của Môi-se, người của Đức Chúa Trời"). Và ở Quyển IV tập trung những Thi Thiên tuyên bố Gia-vê, CHÚA, là vua (93, 96–99). Ngay cả khi không có con cháu Đa-vít ngồi trên ngôi ở Giê-ru-sa-lem, thì Đức Chúa Trời vẫn ở trên ngai của vũ trụ, và vì vậy, Y-sơ-ra-ên phải học cách quay lại tin cậy Ngài. Nhưng Quyển IV kết thúc mà vẫn nhớ đến ký thuật về sự thất bại và nổi loạn trong lịch sử—họ rất cần được cứu (106:47)!

- Quyển V mở đầu với lời ca ngợi về sự cứu chuộc của Đức Chúa Trời, mô tả cuộc xuất hành đầu tiên như cách nói với Y-sơ-ra-ên rằng sẽ có một cuộc xuất hành mới và lớn hơn nữa (như trong Thi 114). Dân lưu đày sẽ chứng minh "những hành động đầy yêu thương của Chúa". Bài ca về cuộc hành hương đi lên Si-ôn sẽ lại là niềm vui của những người quay về cùng Đức Chúa Trời mình và chứng tỏ quyền năng giải cứu của Ngài. Vì vậy, cả tuyển tập có thể kết thúc với lời ngợi khen tuôn tràn dành cho Đức Chúa Trời.

Như tôi đã nói, đây là phương diện "chung chung và bao quát", chúng ta không nhất thiết phải nhét từng Thi Thiên một vào cách phân loại này. Nhưng đúng là có vẻ như có dòng chảy lịch sử nào đó xuyên suốt cả sách, khớp với những thời khắc quan trọng trong lịch sử của Y-sơ-ra-ên thời Cựu Ước. Sự thờ phượng của Y-sơ-ra-ên được liên kết với câu chuyện về Y-sơ-ra-ên. Họ đang "lần theo dấu chân" mà họ đã đi với Chúa qua nhiều thế kỷ và các bài ca của họ phản chiếu điều đó.

Có lẽ bạn thắc mắc "Vậy thì tất cả những điều này có ý nghĩa gì trong việc giảng dạy?" Tôi không nghĩ rằng bạn sẽ đem tất cả những điều này vào bài giảng! (Dẫu vậy, nếu bạn đang theo học về nghiên cứu Kinh thánh và dạy cho hội thánh của mình thì nó có thể hữu ích.) Nhưng tôi thiết nghĩ việc xem xét tổng quát bất kỳ sách nào trong Kinh thánh luôn luôn là điều hữu ích. Và khi làm điều đó với sách Thi Thiên, thì đây có thể là một số những điểm đặc trưng và ý nghĩa của chúng. Vậy thì, chúng ta vẫn phải nghiên cứu và giảng từng Thi Thiên một cách độc lập, nhưng khi biết xuất xứ của Thi Thiên ngay trong cấu trúc tổng quát của cả sách và cách nó được sắp xếp, thì bạn sẽ đánh giá sứ điệp của Thi Thiên một cách sâu sắc hơn.

14

Giảng Thi Thiên

Tại sao chúng ta lại phải giảng Kinh thánh? Ắt hẳn đó là vì chúng ta muốn mọi người *biết về niềm tin mà họ đang nắm giữ*, bằng cách hiểu biết một cách đầy đủ về bản tính Đức Chúa Trời và tất cả những điều Ngài đã làm cho họ; và cũng bởi vì chúng ta muốn họ *giữ vững đức tin mà họ xưng nhận*, bằng cách tiếp tục bước đi với Chúa, ngay trong khó khăn hoặc khổ đau. Chúng ta giảng Thi Thiên để *dạy* về đức tin và *làm mạnh mẽ* đức tin. Nếu quả đúng như vậy (và tôi hy vọng bạn đồng ý), thì sách Thi Thiên phải nằm trong kế hoạch giảng dạy thường xuyên của bạn. Vì Thi Thiên lặp đi lặp lại cả hai điều trên.

14.1 Bài ca về đức tin

a) Công bố đức tin của con dân Chúa

Người ta nói rằng sách Thi Thiên đem toàn bộ thần học Cựu Ước vào sự thờ phượng. Tôi thì muốn nói thêm. Tôi nghĩ sách Thi Thiên trình bày thần học của cả Kinh thánh. Dĩ nhiên, nó bắt nguồn từ Màn 3 trong Kinh thánh, trước khi Chúa Giê-xu sinh ra, sống, chết và sống lại (câu chuyện Phúc âm ở Màn 4). Và nó có trước Màn 5, sự mở rộng công tác truyền giáo của hội thánh từ sách Công Vụ Các Sứ Đồ trở đi. Nhưng dù thế thì sách Thi Thiên vẫn thấy trước câu chuyện lớn trong Tân Ước. Và Chúa Giê-xu và các môn đồ–những người là một phần của Tân Ước–đã thường xuyên dùng Thi Thiên để giúp người khác hiểu Chúa Giê-xu là ai và các sự kiện về Ngài có ý nghĩa gì.

Hãy nghĩ về câu chuyện vĩ đại của Kinh thánh một lần nữa, cùng với sáu màn hay sáu cảnh mà chúng ta đã vẽ ra trong chương 2. Thi Thiên có liên quan với cả sáu màn, như chúng ta thấy trong bảng bên dưới. Vậy thì, nếu bạn lên kế hoạch trong một khoảng thời gian (ít nhất là vài tháng) sẽ giảng qua cả sáu màn trong câu chuyện vĩ đại trong Kinh thánh, thì bạn có thể giảng ít nhất một hoặc hai Thi Thiên cho mỗi phần. Và khi giảng Thi Thiên (ngay cả khi không nằm trong loạt bài giảng như thế), thì phải chắc chắn rằng bạn chỉ ra được những liên hệ với câu chuyện vĩ đại trong Kinh thánh như trong bảng. Mọi người cần biết rằng *đức tin cá nhân* được kết nối với *Đức Tin* – những lẽ thật quan trọng trong cả Kinh thánh mà dân sự Chúa đã tiếp nhận và truyền từ thế hệ này sang thế hệ khác. Chúng ta có cùng đức tin với các tác giả Thi Thiên vì chúng ta cũng có phần trong câu chuyện của họ.

Màn 1	Sự sáng tạo	Sự sáng tạo và Đấng Sáng Tạo thường được khắc họa trong Thi Thiên
Màn 2	Sự sa ngã	Hiện thực về tội lỗi và điều ác được phơi bày một cách sống động. Thi Thiên nói nhiều về mọi hình thức của điều ác.
Màn 3	Lời hứa—Y-sơ-ra-ên trong Cựu Ước	Lịch sử của Đức Chúa Trời với Y-sơ-ra-ên, từ thời Áp-ra-ham, thường được nhắc lại trong Thi Thiên. Nổi bật là bản tính của Đức Chúa Trời trong vai trò Đấng Cứu Chuộc. Chủ đề về cuộc xuất hành thường xuyên xuất hiện. "Hành động quyền năng" của Đức Chúa Trời được ca ngợi.
Màn 4	Sự ứng nghiệm trong Đấng Christ	Thi Thiên tiên báo về danh tính của Chúa Giê-xu (Con cháu Đa-vít) và sự xuất hiện của nước Trời. Chúa Giê-xu thường dùng Thi Thiên để cho biết Ngài là ai và mục đích của Đức Chúa Trời dành cho Ngài là gì.
Màn 5	Sứ mạng của hội thánh	Một số thi thiên công bố cách rõ ràng mục đích cứu rỗi của Đức Chúa Trời dành cho muôn dân, cùng niềm mong đợi rằng muôn dân sẽ đến thờ phượng Chúa (xem bên dưới, Màn 6).
Màn 6	Sự tạo dựng mới	Một số Thi Thiên nói đến sự cai trị của Đức Chúa Trời và thấy trước niềm vui của cả tạo vật khi Đức Chúa Trời sửa lại mọi thứ cho đúng (vd: Thi 96, 98).

Lại nghĩ về việc người Y-sơ-ra-ên khi xưa hát đi hát lại những bài hát này. Họ đang học điều gì? Họ đang ghi nhớ điều gì? Họ đang tuyên bố điều gì về Đức Chúa Trời, về thế giới, về chính họ và về tương lai? Sự thờ phượng của Y-sơ-ra-ên là *sự giáo dục* liên tục về những gì thiết yếu trong toàn bộ đức tin và sự hiểu biết của họ. Và không có gì để nghi ngờ rằng đây chính là điều Chúa định cho họ. Khi hát đi và hát lại những bài ca này, họ *học biết* về cốt lõi của niềm tin của mình.

Đó là lý do tại sao giảng Thi Thiên và khích lệ mọi người thường xuyên đọc Thi Thiên là việc quan trọng. Và đây cũng là lý do chúng ta cần chú ý đến điều chúng ta hát trong giờ thờ phượng. Hội chúng thường tin một cách vô thức vào điều họ hay hát. Chúng ta cần bảo đảm những từ ngữ và bài hát diễn đạt được chiều rộng của đức tin chúng ta theo Kinh thánh. Nhiều bài hát thờ phượng hiện đại có vẻ rất hời hợt và rỗng tuếch nếu đem so với Thi Thiên!

b) Gìn giữ đức tin của dân sự Chúa

Nhưng đức tin lại bị thử nghiệm. Cựu Ước chứa đầy những câu chuyện cho thấy điều này. Và Thi Thiên muốn khích lệ con dân Chúa tiếp tục tin cậy và vâng lời Đức Chúa Trời, dù lúc khó khăn, hay khi bị cám dỗ tẻ tách theo hướng khác. Đôi khi Thi Thiên làm điều này theo hướng rất tích cực—chỉ kêu gọi người thờ phượng nhớ lại Đức Chúa Trời vĩ đại ra sao và tiếp tục tin cậy Ngài (Thi 46). Hoặc một cá nhân làm chứng thể nào Chúa đã nâng đỡ mình trong lúc nguy khốn hay giải cứu khỏi hiểm nguy (Thi 40). Đây là những Thi Thiên *tạo* niềm hy vọng và làm vững mạnh đức tin. Thỉnh thoảng Thi Thiên cũng làm điều này theo hướng tiêu cực bằng cách kể lại chi tiết những lần người Y-sơ-ra-ên nổi loạn cùng Đức Chúa Trời và phải chịu khốn khổ vì điều đó trong lịch sử Y-sơ-ra-ên (Thi 106). Đây là những Thi Thiên *cảnh báo* sự bất trung và chống nghịch.

Những trải nghiệm và thử nghiệm như thế rất quen thuộc đối với con dân Chúa trong mọi thời đại. Vì vậy, chúng ta có thể tự tin giảng những Thi Thiên này để nâng đỡ đức tin của hội chúng—đặc biệt giữa lúc gặp thách thức hay đau khổ. Đó là điều Phi-e-rơ đã làm. Hãy đọc 1 Phi-e-rơ để xem bao nhiêu lần ông trích dẫn Cựu Ước, nhất là Thi Thiên, để khích lệ độc giả của mình khi họ đang chịu khổ.

☑ Những ý cần kiểm tra

Dưới đây là một số câu hỏi sẽ giúp ích cho bạn khi bắt đầu giảng một Thi Thiên mà bạn nghĩ sẽ hướng dẫn hoặc làm vững mạnh đức tin của hội chúng. Nhưng cần nhớ rằng: điều *đầu tiên* bạn cần làm (như với mọi phân đoạn Kinh thánh khác) là đọc chính thi thiên đó thật cẩn thận. Mỗi Thi Thiên đều có chủ đề và cấu trúc riêng của nó. Bạn cần nghiên cứu cho đến khi có thể tóm tắt ý chính của Thi Thiên ấy và lên bố cục mạch tư tưởng trong thi thiên đó. Rồi hãy suy nghĩ về những ý sau:

- Thi Thiên này dạy gì về Đức Chúa Trời? Hình ảnh nào được dùng để chỉ về Chúa? Những đặc điểm nào của Chúa được đề cập? Hành động nào của Chúa được mô tả—trong quá khứ, hiện tại hay tương lai? Bạn nghĩ

tác giả biết tất cả những điều này về Chúa bằng cách nào? Trước giả học biết những điều này ở đâu?
- Những sự kiện nào trong câu chuyện của Y-sơ-ra-ên được đề cập (nếu có)? Y-sơ-ra-ên phải học điều gì từ những sự kiện này?
- Những lẽ thật nào về thế giới, về dân Y-sơ-ra-ên hay các dân khác được đề cập hoặc ngụ ý?
- Những lý do phải tin cậy Chúa, hay vâng lời Ngài, hoặc không từ bỏ đức tin mà Thi Thiên này đưa ra là gì?
- Thi Thiên này có liên hệ với Tân Ước, với Đấng Christ, với Phúc âm hay hội thánh ra sao?
- Thi Thiên này có được trích dẫn trong Tân Ước không, nếu có thì vì những lý do nào?
- Vậy thì, chúng ta nên đáp ứng với Thi Thiên này như thế nào, trong việc *hiểu* đức tin và *giữ* đức tin của mình? Chúng ta học được điều gì để sự hiểu biết của chúng ta về Chúa và lòng tin cậy nơi Chúa ngày càng gia tăng?

14.2   Bài ca về cách sống

Trong chương trước, chúng ta đã thấy Thi Thiên 1 đóng vai trò như lời nói đầu cho cả sách Thi Thiên và nhắc người Y-sơ-ra-ên rằng thờ phượng không chỉ là việc chúng ta có thể hát hay ra sao, mà còn là chúng ta đang sống tốt như thế nào.

Hãy quay lại đọc **Thi Thiên 1** cách chậm rãi một vài lần. Bạn nhìn thấy các hình ảnh được kết hợp với nhau một cách đầy thi vị không? Có sự tương phản về mặt nông nghiệp giữa một cây trồng cạnh dòng nước và rơm rác vô dụng bị thổi khỏi hạt lúa mì. Có ẩn dụ về "hai con đường". Và có bức tranh nhẹ nhàng về hai số phận: người công chính sẽ được an toàn khi đứng trước sự phán xử của Chúa còn kẻ ác sẽ bị tiêu diệt. Đây là sự kết hợp của lời khích lệ và lời cảnh báo ngắn gọn nhưng có tác động rất lớn.

Người công chính lấy làm vui thích, và suy ngẫm "luật pháp của Đức Giê-hô-va". Từ "suy ngẫm" (trong tiếng Hê-bơ-rơ) không chỉ mang ý nghĩa là im lặng suy nghĩ trong lòng (như nghĩa của từ này trong tiếng Anh). Trong tiếng Hê-bơ-rơ, từ này thường có nghĩa là đọc lớn tiếng (một mình hoặc với sự có mặt của nhiều người), hay đọc thuộc lòng hoặc thậm chí là hát đi hát lại những lời Kinh thánh. Đó là sự tham gia tích cực vào bản văn, có thể dùng từ "nhai kỹ" bản văn đó. Còn từ "vui thích" mang ý nghĩa đúng y như vậy trong tiếng Anh lẫn tiếng Hê-bơ-rơ—lấy làm thích thú về việc gì đó, tận hưởng và say mê nó. Chúng ta thích thú khi có bạn tốt, khi nhận món quà đầy yêu thương, khi có bữa ăn ngon, khi có một ngày tuyệt vời. Còn Thi Thiên đầu tiên này nói rằng người công chính thích thú như thế khi được Chúa dạy bảo lời Ngài.

Trước tiên, chúng ta hãy chú ý rằng hai từ này (vui thích và suy ngẫm) không có nghĩa là trước giả Thi Thiên chỉ có sự dự phần về mặt cảm xúc hay lý trí. Thay vào đó, trước giả yêu mến luật pháp Chúa vì họ đang *sống* theo luật pháp Ngài. Họ đang thực hành luật pháp Ngài. Nằm ngay ở đầu sách, Thi Thiên này hô vang phước hạnh dành cho những người *sống* bày tỏ đức tin nơi Chúa bằng cách *làm theo* những chỉ dẫn của Ngài. Đây là loại người duy nhất có thể thờ phượng Chúa theo cách Ngài chấp nhận (như Thi Thiên 15 và 24 giải thích thêm).

Thứ hai, lưu ý rằng người được phước không xem luật pháp như là gánh nặng, những đòi hỏi nặng nề, lạnh lùng mà họ phải thực hiện theo từng câu chữ một cách tuyệt đối. Họ *vui thích* về Torah! Và cuộc sống họ thành công là nhờ điều này. Đây không phải bộ luật dành cho nô lệ tôn giáo, mà là phương pháp để được tự do một cách có trách nhiệm và niềm vui khi sống trong sự hiện diện của Đức Chúa Trời hằng sống. Sứ điệp tương tự có trong **Thi Thiên 19 và 119** (lặp đi lặp lại!).

Vậy thì, thờ phượng là một trải nghiệm do học hỏi mà có—hoặc cần là một trải nghiệm như thế; và không phải chỉ là học hỏi bằng tâm trí, mà là *học bằng cách sống*. Nhiều Thi Thiên cung cấp cho chúng ta những suy ngẫm về cuộc sống, những sự khôn ngoan trong lúc hoạn nạn và những lời khuyên hữu ích trong nếp sống sao cho đẹp lòng Chúa. Trên hết tất cả, các Thi Thiên liên tục khích lệ cứ tin cậy Chúa và bước đi trong đường lối Ngài, ngay cả khi con đường của kẻ ác dường như hấp dẫn hơn. Đôi khi những Thi Thiên này được gọi là "Thi Thiên Khôn ngoan" vì chúng tương tự với những điều chúng ta tìm thấy trong Văn chương Khôn ngoan[1] ở một số phương diện.

Nhưng ngay cả trong những Thi Thiên chỉ ca ngợi Đức Chúa Trời thì cũng có những bài học cho cuộc sống. Với Y-sơ-ra-ên, bản tính của Giê-hô-va Đức Chúa Trời là lý do tốt nhất cho thấy cách Chúa muốn họ sống. Vì vậy hễ khi nào họ hát những bài hát về sự thành tín, chân thật, đáng tin cậy, công chính, thương xót, yêu thương, quan tâm và chu cấp của Chúa, thì ngụ ý dù không nói ra nhưng rất có sức thuyết phục ấy là "đó là cách chúng ta phải trở nên giống như vậy". Thờ phượng khiến chúng ta trở nên giống như, và muốn trở nên giống như, Đấng chúng ta thờ phượng.

Đôi khi ý đó được diễn đạt một cách rất rõ ràng. **Thi Thiên 111 và 112 tạo thành một cặp.** Cả hai đều theo "thể thơ chữ đầu"–tức là mỗi dòng thơ bắt đầu bằng một chữ cái trong bảng chữ cái Hê-bơ-rơ theo đúng thứ tự—kiểu như từ A đến Z. Thi Thiên 111 là bài ca mô tả bản tính và hành động của những người kính sợ Đức Giê-hô-va và "vui thích về mạng lệnh của Ngài" (vang vọng Thi 1). Hãy đọc cả hai Thi Thiên này song song với nhau. Bạn sẽ thấy rằng có nhiều điều nói về Đức Chúa Trời trong Thi Thiên 111 được vọng lại trong những

---

[1] Những Thi Thiên khôn ngoan, hay Thi Thiên dạy dỗ, này bao gồm Thi Thiên 36, 37, 49, 73, 112, 127.

điều nói về người công bình trong Thi Thiên 112. Hãy so sánh các câu 3, 4, 7 trong cả hai Thi Thiên ấy, và 111:5 với 112:9. Người công bình sống với lòng kính sợ Đức Giê-hô-va sẽ ngày càng trở nên giống Đức Chúa Trời mà họ thờ phượng hơn.

Vì vậy, có nhiều sự dạy dỗ về *đạo đức* trong sách Thi thiên. Khi chúng được hát đi hát lại, những Thi Thiên này làm cho tâm trí và lương tâm của Y-sơ-ra-ên thấm nhuần cách sống đẹp lòng Chúa—và những cảnh báo về những cách sống không đẹp lòng Ngài. Vì lý do đó, chúng ta có thể giảng Thi Thiên với cùng một mục đích—đó là để giúp dân sự không chỉ hiểu và gìn giữ đức tin của mình, mà còn để sống bày tỏ đức tin cho thế gian. Có nhiều điều để khám phá về chính chúng ta, về cuộc sống trong thế giới của Đức Chúa Trời, về những cám dỗ của tội lỗi và điều ác, về điều gì là công bình và đẹp lòng Chúa. Có nhiều điều rất hay để giảng trong những Thi Thiên này!

Nhưng khi chúng ta giảng Thi Thiên như những bài hát cho đời sống—tức là nhằm giúp người ta biết cách sống như thế nào—chúng ta nên nhớ vài điều sau:

- Thứ nhất, hãy nhớ rằng lời dạy về đạo đức trong Thi Thiên từng (và hiện vẫn) dành cho những người biết câu chuyện vĩ đại về sự cứu rỗi của Chúa và thuộc về dân Ngài. Như chúng ta đã áp dụng với Luật pháp, chúng ta phải luôn luôn giảng về sự giáo huấn và dạy dỗ của Kinh thánh dựa trên nền tảng là ân điển của Đức Chúa Trời – chứ không phải như một phương cách để tìm kiếm công trạng. Chúng ta sống trong tinh thần *đáp ứng* với bản tính của Đức Chúa Trời và điều Ngài đã làm. Đó phải luôn luôn là điều chúng ta nhấn mạnh.

- Thứ hai, hãy nhớ rằng tác giả Thi Thiên xem luật pháp Chúa là một tặng phẩm, một niềm vui thích (xem lại Thi 1 và 19), không phải là gánh nặng. Vì vậy, hãy dùng những Thi Thiên này để giúp hội chúng *yêu mến, tận hưởng và thích thú* với nếp sống vâng phục Chúa. Đừng giảng theo kiểu chất thêm gánh nặng của chủ nghĩa duy luật.

- Thứ ba, mặc dù một số Thi Thiên này có nói về những điều tốt đẹp xảy đến với những người sống vâng theo đường lối Chúa, nhưng chúng ta không bao giờ được giảng về chúng như những lời bảo đảm và lời hứa. Đó là điều một số người giảng theo Phúc âm Thịnh vượng đã làm. Họ bóp méo những câu như Thi Thiên 34:10 "những người tìm cầu Đức Giê-hô-va sẽ chẳng thiếu điều tốt lành nào" thành ra lời mặc định rằng nếu bạn có đủ đức tin bạn sẽ có sức khỏe, của cải và mọi điều tốt đẹp trong cuộc sống. Nhưng chính tác giả thi thiên nhận biết rằng, mặc dù sống trung tín vâng lời Chúa là điều đúng, điều tốt và phước hạnh, nhưng đôi lúc những người sống như vậy vẫn phải chịu khổ rất nhiều trong thế giới sa ngã với điều ác vây quanh. Thi Thiên 73 đề cập ngay vấn đề này. Đừng giảng Thi Thiên theo kiểu tạo ra trong thính giả những mong đợi ích kỷ hay sai trật.

14.3   Bài ca về sứ mạng

Đôi khi tôi thắc mắc người Y-sơ-ra-ên cổ nghĩ gì trong đầu khi họ hát Thi Thiên. Có lúc tôi thắc mắc một số Cơ Đốc nhân nghĩ gì trong đầu khi họ hát trong giờ thờ phượng—nhưng chúng ta đừng đi sâu vào chuyện đó! Hãy nghe! Đây là một người Y-sơ-ra-ên, có lẽ sống cả ngàn năm trước Đấng Christ, khi Y-sơ-ra-ên chỉ là một chấm nhỏ trên bản đồ thế giới còn Giê-ru-sa-lem là một thành phố với diện tích khiêm tốn trên một ngọn đồi nhỏ. Thế mà người Y-sơ-ra-ên hát lên những lời sau đây (tôi nhấn mạnh những từ ngữ khiến người nghe ngạc nhiên):

> *Muôn dân* mà Chúa đã tạo dựng
> sẽ đến thờ lạy trước mặt Chúa
> và tôn vinh danh Ngài.
> (Thi 86:9)

Một ngày khác, người Y-sơ-ra-ên ấy lại hát

> Bấy giờ muôn dân sẽ kính sợ danh Đức Giê-hô-va,
> *và tất cả các vua trên thế gian* sẽ kính sợ vinh quang Ngài.
> (Thi 102:15)

Rồi người ấy kêu gọi muôn dân hãy vỗ tay ca ngợi Đức Giê-hô-va và cùng hòa giọng với mình:

> *Hỡi muôn dân*, hãy vỗ tay;
> Hãy trổi tiếng reo mừng cho Đức Chúa Trời.
> (Thi 47:1)

> Hãy hát cho Đức Giê-hô-va một bài ca mới;
> *Hỡi cả trái đất,* hãy ca ngợi Đức Giê-hô-va.
> (Thi 96:1)

Đây chỉ là một vài trong số nhiều câu trong cả sách Thi Thiên mở rộng phạm vi thờ phượng ra cho muôn dân và cả trái đất.[2]

Những người Y-sơ-ra-ên thờ phượng Chúa làm thế nào có thể tưởng tượng những việc như thế có thể xảy ra trên đất chứ? Tôi thật sự không biết. Nhưng bằng đức tin và trí tưởng tượng, họ đã đưa những mong đợi đó vào bài hát thờ phượng của mình. Ngay cả Phao-lô cùng gọi đây là

> "sự mầu nhiệm... được giấu kín trải qua các thời đại" (Côl 1:26).

---

[2]Đọc các Thi Thiên sau để thấy ý phổ quát tương tự: Thi 22; 27; 67; 87; 96; 98; 99; 117.

Tức là người Y-sơ-ra-ên thời Cựu Ước tin *rằng* một ngày nào đó Đức Chúa Trời sẽ thực hiện lời Ngài hứa với Áp-ra-ham và muôn dân sẽ được Chúa ban phước nhiều đến nỗi họ đến thờ phượng Ngài. Nhưng sự mầu nhiệm, điều có thể họ không biết, ấy là Đức Chúa Trời sẽ làm điều đó *bằng cách nào*. Ngày nay dĩ nhiên là chúng ta biết. Vì như Phao-lô đã nói, sự mầu nhiệm hiện đã được bày tỏ *qua Phúc âm* (Êph 2:11–3:6). Chính qua Cứu Chúa Giê-xu Christ mà con đường đã được mở ra để mọi người thuộc mọi dân tộc (gồm cả bạn và tôi) đều có thể đến với Đức Chúa Trời. Trong Rô-ma 15:11, Phao-lô trích dẫn Thi Thiên 117, trong số các bản văn Cựu Ước ca ngợi trước về việc hội thánh sẽ mở mang công tác truyền giáo giữa vòng người Ngoại bang (nghĩa là "các dân tộc").

Những Thi Thiên này là một phần trong chủ đề rộng lớn hơn nhiều xuyên suốt Cựu Ước, đó là chủ đề mong đợi con người từ mọi dân tộc cùng đến hưởng phước lành và sự cứu rỗi của Chúa, rồi thờ phượng Ngài. Hãy nhìn vào loạt các bản văn trong chú thích cuối trang này[3], đặc biệt chú ý chủ đề này nổi bật thế nào trong Ê-sai. Đây là khải tượng truyền cảm hứng cho Phao-lô và hội thánh đầu tiên khi họ đem tin tốt lành về Chúa Giê-xu đến cho Dân ngoại—các dân tộc không phải người Do Thái trong thế giới thời đó.

Điều được hứa ở Màn 3 (phước lành cho muôn dân) được thực hiện ở Màn 4 (Phúc âm của Chúa Giê-xu Christ), và sẽ được ứng nghiệm suốt Màn 5 (lan truyền Phúc âm nhờ sứ mạng của hội thánh). Và nó sẽ được hoàn tất ở Màn 6, khi muôn dân thật sự tập hợp lại thờ phượng tại ngai của Đức Chúa Trời (Khải 7:9–10). Đó là ngữ cảnh bao quát đúng theo Kinh Thánh cho những Thi Thiên này, mô tả muôn dân và cả trái đất ngợi khen Đức Chúa Trời.

Bạn có thấy bằng cách nào điều này nói lên tầm quan trọng và ý nghĩa của những Thi Thiên như thế khi chúng ta xem xét chúng dưới ánh sáng của toàn bộ câu chuyện Kinh thánh không? Chúng không phải chỉ là những bài ca thờ phượng vui tươi được mang vào đó một chút tưởng tượng đầy thi vị. Chúng không chỉ là sự cường điệu đầy tính lãng mạn—nói về cả trái đất theo cách người yêu nói với người mình yêu dấu–nàng là người nữ đẹp nhất trần đời. Không phải thế, những Thi Thiên này đang xác nhận và ca ngợi sứ mạng của Đức Chúa Trời là đem phước lành đến cho mọi dân tộc. Các Thi Thiên này nhìn thấy trước mọi dân tộc từ đầu cùng đất bước đến thờ phượng Đức Chúa Trời. Chúng là một phần Phúc âm trong Kinh thánh! Chúng ta phải đọc và giảng chúng dưới ánh sáng lời hứa của Chúa dành cho Áp-ra-ham, dưới ánh sáng Đại Mạng lệnh của Chúa Giê-xu là môn đồ hóa muôn dân, và dưới ánh sáng của kỳ chung kết vẻ vang trong Khải Huyền 21–22. Đó là bối cảnh và văn cảnh thích hợp cho những Thi Thiên này.

Tôi rất thích giảng một vài Thi Thiên "truyền giáo" quan trọng này, chẳng hạn Thi Thiên 47, 67 và 87. Một trong những Thi Thiên tôi yêu thích là **Thi**

---

[3] 1 Vua 8:41–43, 60; 2 Vua 19:15–19; Ê-sai 2:1–5; 12:4–5; 19:19–25; 45:22; 49:6; 56:3–8; 60:1–3; 66:19; A-mốt 9:12; Xa 2:11.

Thiên 96. Thi thiên này bắt đầu bằng lời kêu gọi mọi người hãy "hát một bài ca mới". Tôi đã chọn ý này làm cụm từ chính cho bài giảng. Tôi thích giảng bài này vào ngày "Chúa Nhật Truyền Giáo Thế Giới".

Bài ca mới cho một thế giới mới
Thi Thiên 96

Ba câu hỏi: Trong thế giới đầy ắp khổ đau, bạo lực và điều ác ngày nay,
- Có hợp lý khi vẫn tin vào lẽ thật cổ xưa của Phúc âm không?
- Có hợp lý khi tiếp tục tin những lẽ thật đó dù chúng ta bị bao vây bởi các thần và thần tượng của những người khác, kể cả các tôn giáo khác không?
- Có hợp lý khi hy vọng vào một thế giới mới tốt đẹp hơn không?

Thi Thiên này trả lời "Có" cho cả ba câu hỏi trên.

Cấu trúc: Lưu ý câu 1–9 tập trung vào trái đất là nơi ở của con người—các dân và dân tộc. Câu 10–13 tập trung vào chính trái đất – cõi tạo vật. Tất cả sẽ đến ngợi khen Đức Chúa Trời bằng "bài ca mới". Đức Giê-hô-va sẽ cai trị trên tất cả (câu 10 là ý trọng tâm của Thi Thiên này).

1. Một bài ca mới khơi lại những lời ca cũ (câu 1–3)

Người sáng tác bắt đầu rất hăng hái: "hãy hát, hát, hát, ca ngợi, rao truyền và công bố!" Người ấy muốn chúng ta "hát một bài ca *mới*". Nhưng nội dung bài ca toàn *những lời cũ kỹ*—những điều Y-sơ-ra-ên luôn luôn hát:
- *Danh* của Đức Giê-hô-va
- *Sự cứu rỗi* của Ngài
- *Vinh quang* của Ngài
- *Những việc quyền năng* của Ngài.

(Trước tiên hãy hỏi xem từng từ này có ý nghĩa gì với người Y-sơ-ra-ên thời Cựu Ước, rồi sau đó chúng có ý nghĩa gì với chúng ta ngày nay qua Đấng Christ.)

- Điều khiến nó trở thành bài ca *mới* là: nơi nó được hát lên (trên khắp đất), và người sẽ tham gia hát (mọi dân tộc). Bài hát cũ của Y-sơ-ra-ên (về Đức Chúa Trời và sự cứu rỗi) trở thành bài ca mới của các dân tộc. Bài hát cũ trở nên mới khi nó được hát bởi những con người mới ở những nơi mới.
- Đó là việc mà công tác truyền giáo làm với Phúc âm. "Câu chuyện cũ kỹ trở nên mới hơn bao giờ hết", khi nó được nghe và tin bởi những con người mới từ đầu cùng đất. Và đó là nhiệm vụ của truyền giáo thế giới. Không điều gì có thể thay đổi những sự kiện lịch sử nền tảng của Phúc âm, nhưng chúng ta được kêu gọi để ca ngợi chúng với sự tươi sáng và

mới mẻ, và điều chỉnh cho thích hợp với từng nền văn hóa. Chúng ta làm điều này bằng sự vui mừng ca hát.

Truyền giáo làm cho những bài ca xưa cũ trở nên mới.

Truyền giáo mời gọi thế giới nghe nhạc và cùng hát theo.

Bài hát mới thay thế các thần cũ (câu 4–9)

- Đây là bài ca hát *cho Giê-hô-va*—không phải cho thần nào khác.
- Nếu các dân tộc được mời đến thờ phượng Chúa, Đức Chúa Trời của Y-sơ-ra-ên, thì họ cũng sẽ nhận biết rằng tất cả các thần khác là giả tạo và vô ích khi so sánh với Đức Chúa Trời (câu 4–6). Vì vậy, phải thay thế hoàn toàn những thần tượng cũ. Chỉ một mình Đức Gia-vê là vĩ đại, xứng đáng được ca ngợi và kính sợ (câu 4).
- Cho dù các thần khác "là" gì (những điều chúng ta sợ, hay yêu mến hay ngưỡng mộ—mọi kiểu thần tượng trên đời, không phải chỉ là "những tín ngưỡng khác"), thì cuối cùng chúng cũng chẳng là gì cả so với Đức Chúa Trời hằng sống (câu 5–6).
- Vậy thì các dân tộc phải thờ phượng chỉ một Đức Chúa Trời hằng sống mà thôi (câu 7–9). Hãy đọc những câu này, nhấn mạnh vào *Đức Giê-hô-va:* ...hành lang *Ngài*... danh *Ngài*... sự thánh khiết *Ngài*. Có một sự tương phản rõ rệt ở đây (câu 5). Trước giả Thi Thiên không mời gọi các dân tộc chấp nhận Đức Gia-vê là một trong các thần của họ, cùng với các thần khác. Không phải vậy. Ngài là Đức Chúa Trời hằng sống có thật duy nhất, vì vậy tất cả các thần giả khác phải rời khỏi phòng.
- Truyền giáo làm biến đổi bức tranh tôn giáo. Chúng ta không *tấn công* các tôn giáo khác, nhưng giúp con người nhận biết Đức Chúa Trời hằng sống duy nhất, là Đấng xứng đáng được thờ phượng, để rồi các thần khác phải biến đi. Điều đó xảy ra khi truyền giáo giúp người ta nhận biết Cứu Chúa Giê-xu Christ.
- Truyền giáo thế giới dẫn đến sự thay đổi lớn, trong cá nhân, gia đình, làng xã, khu vực và thậm chí cả nền văn hóa. Điều này có thể xảy đến cách rất nhanh chóng, hoặc mất hàng trăm năm. Nhưng cuối cùng, bài ca mới sẽ thay thế các thần cũ.

Truyền giáo làm biến đổi bức tranh tôn giáo.

Bài ca mới kỷ niệm sự tận chung của thế giới cũ (câu 10–13)

- Câu 10 là đỉnh điểm và là ý chủ đạo của Thi Thiên này: "Hãy công bố giữa các nước rằng: 'Đức Giê-hô-va cai trị.'" Đức Giê-hô-va đã là, đang và sẽ luôn luôn là Vua thật sự của cõi hoàn vũ. Cho nên, rất lâu trước khi Chúa Giê-xu giảng về điều này ở Ga-li-lê, thì đây là tin tốt lành về nước Trời.

- Nhưng lời mô tả về sự cai trị của Đức Chúa Trời trong những câu này hoàn toàn tương phản với thế giới như chúng ta biết trong hiện tại—thế giới xưa cũ sa ngã của tội lỗi và điều ác. Thi Thiên này kích thích trí tưởng tượng của chúng và mời gọi chúng ta nhìn xem thế giới mà Đức Chúa Trời sắp tạo dựng, và rồi ca ngợi bằng bài ca mới. Đây chính là thế giới mới đã làm đảo ngược thế giới cũ của chúng ta.
- Một thế giới *đáng tin cậy* – "được thiết lập vững bền"
- Một thế giới *công bình* – "theo lẽ công bằng"
- Một thế giới *hân hoan*—"Nguyện các tầng trời vui vẻ, và đất mừng rỡ". Khi Chúa đến để "sắp xếp mọi thứ cho đúng" (ý nghĩa của "phán xét đất"), điều đó bao gồm toàn thể cõi tạo vật. Phúc âm trọn vẹn, chứ không chỉ có tính truyền giảng; vừa quan tâm đến môi trường vừa mang tính thần học.
- Thế giới xưa cũ của chúng ta đối lập ở cả ba phương diện: nơi không vững vàng và hỗn độn, nơi của bất công và đàn áp, nơi của đau khổ và buồn bã—cho con người lẫn thiên nhiên.
- Nhưng chúng ta trông mong một thế giới mới mà Đức Chúa Trời sẽ tạo dựng. Truyền giáo cho thế giới hướng đến một khải tượng vượt trên và biến đổi hiện tại. Chúng ta ăn mừng "Sứ mạng được hoàn thành" trước. Và với lòng tin quyết nơi niềm hy vọng mà Kinh thánh nói đến, chúng ta đi ra để cùng tham gia vào công tác của vương quốc Đức Chúa Trời—bằng lời nói và hành động. Thi thiên này kêu gọi chúng ta hãy ngước lên, nhìn về phía trước và chúc tụng điều Đức Chúa Trời sẽ làm và điều một ngày kia Ngài sẽ hoàn tất.

Truyền giáo công bố và chúc mừng một thế giới mới.
Hy vọng là khả năng nghe thấy tiếng nhạc của tương lai
Đức tin là lòng can đảm để nhảy theo tiếng nhạc đó ngày hôm nay
(Ruben Alves)

GHI CHÚ VỀ CÁC THI THIÊN RỦA SẢ

Có một số Thi Thiên không hề dễ giảng. Thật vậy, quả là khó để nhận biết liệu chúng ta có nên giảng những Thi Thiên đó không. Một số Cơ Đốc nhân thắc mắc tại sao chúng lại có mặt trong Kinh Thánh. Ý tôi đang nói đến những Thi Thiên cầu xin Chúa giáng sự đoán phạt trên kẻ ác—tức là các Thi Thiên rủa sả. Dưới đây là một vài Thi Thiên rủa sả. Đừng mất quá nhiều thời gian để đọc ngay bây giờ, nếu bạn không muốn chán nản!

Thi Thiên 7, 10, 17, 35, 55, 58, 59, 69, 83, 109.

Dưới đây là một vài ý có thể giúp chúng ta suy nghĩ rõ ràng hơn về những Thi Thiên này.

1. Những thi thiên này là một phần của Kinh thánh mà Phao-lô nói là "được Chúa hà hơi" và "hữu ích" (2 Ti 3:15–16), vì vậy, chúng ta không thể bỏ qua. Chúng có mặt trong Kinh thánh là có mục đích và chúng ta cần tiếp nhận như một phần trong sứ điệp tổng quát về những điều Đức Chúa Trời muốn nói với chúng ta qua Kinh thánh và cần học hỏi xem chúng có thể dạy chúng ta điều gì.

2. Chúa Giê-xu biết, đọc, nghiên cứu những Thi Thiên này trong những năm tháng còn là một cậu bé và là một người nam Do Thái, và hẳn Ngài đã thường xuyên hát những Thi Thiên này trong nhà hội. Chúng ta không thấy có chỗ nào chứng tỏ Chúa Giê-xu bác bỏ chúng hay bối rối về chúng. Tuy nhiên, vào một thời điểm then chốt trong cuộc đời, Ngài đã cư xử *vượt xa hơn* tinh thần của những Thi Thiên này, như chúng ta sẽ thấy.

3. Chúng ta phải xem ngữ cảnh của những Thi Thiên rủa sả này. Chúng được ra đời từ sự chịu khổ cùng cực mà những con người độc ác gây ra. Có thể đó là khi tác giả là nạn nhân của lời buộc tội bất công tại tòa, khiến cuộc sống của tác giả gặp nguy hiểm, hay khi tác giả bị lừa dối hoặc phản bội, hoặc lúc tác giả đối diện với kẻ thù hung bạo muốn triệt tiêu mình. Chẳng hạn, chúng ta biết Đa-vít đã đối mặt với những tình huống như thế và nhiều tác giả Thi Thiên khác có lẽ cũng vậy.

Nhưng không phải chỉ khi con người ta chịu đựng đau khổ vì sự tấn công *cá nhân* thì họ mới bộc lộ những cảm xúc như thế. Đôi khi người ta khao khát Đức Chúa Trời chấm dứt bất công trong thế giới vì *những người khác* đang phải chịu khổ quá nhiều—người nghèo, người đói, người bị cách ly khỏi xã hội, v.v...Và đa số chúng ta cũng đều có những cảm xúc như vậy. Chúng ta tức giận và đau buồn khi con người làm những việc hung ác hèn hạ với người khác. Chúng ta muốn Đức Chúa Trời ngăn họ lại!

Vì vậy, có lẽ chúng ta không nên nhảy vào lên án tác giả thi thiên ngay khi họ thốt ra những lời tức giận ấy và kêu xin Chúa hành động—cho đến khi nào chính chúng ta ở vào vị trí của họ. Vì có nhiều tín hữu trên thế giới này chịu đựng sự bất công khủng khiếp và họ thấy những Thi Thiên này thật sự an ủi họ, bởi họ có thể trình bày *với Chúa* điều họ khao khát, mà không tự mình tìm cách trả thù.

1. Và đó là một điểm quan trọng khác. Điều tác giả Thi Thiên đang làm trong những Thi Thiên như thế là *vâng theo* mạng lệnh của Chúa, rằng chúng ta *không* nên trả thù. Chúng ta không "trả đũa" những người đối xử bất công với chúng ta. Thay vào đó, chúng ta phải đặt vấn đề ấy vào tay Chúa và để Ngài xử lý kẻ ác theo cách của Ngài và vào thời điểm của Ngài. Đó là điều tác giả Thi Thiên đang làm. Họ đang cầu xin Chúa làm *điều Ngài đã hứa sẽ làm*—tức là hạ kẻ ác xuống và bênh vực người công bình, sửa lại mọi việc cho đúng, ngăn chặn những kẻ làm điều sai trái, thực thi sự công bằng trong thế giới của chính Ngài.

2. Xin nhớ, đôi lúc họ có vẻ thiếu kiên nhẫn! Họ xin Chúa hành động nhanh lên! Và họ đưa ra một số hành động khả thi mà họ muốn Ngài thực hiện! Tuy nhiên, chúng ta cũng cần nhận biết rằng trong thế giới cổ đại (và trong nhiều nền văn hóa truyền thống ngày nay vẫn thế), có cả một danh mục những lời rủa sả bạn có thể sử dụng. Họ có nhiều cụm từ và khuôn mẫu có sẵn. Họ có danh sách các lời rủa sả rất đặc trưng và khá ác độc để bạn có thể chọn. Vì vậy, khi chúng ta đọc những Thi Thiên như Thi Thiên 109, chúng ta không nên tưởng tượng rằng tác giả muốn nói hoàn toàn theo nghĩa đen. Nhiều từ là lối nói hoa mỹ và cường điệu.

3. Dĩ nhiên, trên hết tất cả, chúng ta phải đem những thi thiên này (như chúng ta thường làm với cả Cựu Ước) soi rọi dưới ánh sáng của sự mặc khải và dạy dỗ trong Tân Ước. Điều đó dẫn chúng ta đến thẳng Chúa Giê-xu—sự dạy dỗ lẫn tấm gương của Ngài.

Chúa Giê-xu nói khá rõ về việc này: những ai là môn đồ của Ngài phải chúc phước cho người khác chứ không được rủa sả. Chúng ta phải yêu thương kẻ thù mình, không được tìm cách giết họ hay xin Chúa phải giết họ (Mat 5:43–48). Rồi sau đó, lúc bị xét xử và đóng đinh, Ngài đã làm theo điều chính mình đã dạy. Lúc đó, Ngài đã có thể rủa sả kẻ thù mình. Ngài có thể dùng một Thi Thiên rủa sả nào đó nếu Ngài muốn. Không ai ngạc nhiên về điều đó. Nhưng không, Ngài đã khiến họ và chúng ta ngạc nhiên bằng những lời bất hủ: "Lạy Cha, xin tha cho họ..." Ngay giờ phút đó, Chúa Giê-xu đã cư xử vượt xa hơn tiêu chuẩn hay cách hành xử của các tác giả Thi Thiên. Ngài không nói rằng việc họ cầu xin Đức Chúa Trời đoán phạt kẻ ác là sai. Đó là một phần trong toàn bộ sứ điệp Kinh thánh, và Đức Chúa Trời sẽ làm điều đó. Nhưng Chúa Giê-xu đã đến để *cứu* kẻ ác, và ngay tại giờ phút sinh tử, đó là điều Ngài cầu xin Đức Chúa Trời thực hiện.

1. Dĩ nhiên, trên thập tự giá, Đấng Christ không chỉ mang lấy sự rủa sả vì tội lỗi, mà Ngài còn trở thành lời nguyền rủa vì chúng ta. Bởi đó, những lời cầu nguyện xin Đức Chúa Trời đoán phạt kẻ ác của cá tác giả Thi Thiên đã được làm trọn. Đức Chúa Trời *đã* đoán phạt tội lỗi và điều ác. Nhưng Ngài làm điều đó bằng cách nhận lấy sự đoán phạt, sự rủa sả đó trên chính Ngài trong thân vị của Con Ngài.

2. Vậy thì, giống như Ê-tiên, người tuận đạo đầu tiên, chúng ta phải học theo gương mẫu cũng như sự dạy dỗ của Chúa Giê-xu, và cầu nguyện cho cả những người làm hại chúng ta nữa (Công 7:59–60). Đó là việc khó vô cùng. Thật vậy, chúng ta không thể làm được điều này nếu không có tình yêu và quyền năng biến đổi của Đấng Christ trong đời sống. Nhưng đây cũng là điều sứ đồ Phao-lô truyền: "Hãy chúc phước cho kẻ bắt bớ anh em, hãy chúc phước, đừng nguyền rủa" (Rô 12:14, 17–21).

Vậy thì chúng ta phải làm gì với những Thi Thiên rủa sả này?

Tôi tin rằng chúng ta có thể giúp hội chúng hiểu những Thi Thiên này cách cẩn thận như tôi đã phác họa ở trên. Chúng ta *không nên* sử dụng những Thi

Thiên này để trực tiếp rủa sả bất kỳ người nào hay nhóm người nào. Chúng ta không được phép làm như vậy. Nhưng chúng ta *có thể* cầu nguyện cho họ với ý tổng quát là mong ước Đức Chúa Trời thực thi sự công bằng cho thế giới và ngăn chặn những kẻ làm ác gây ra quá nhiều đau đớn và khổ sở cho người khác. Tuy nhiên, giống như Chúa Giê-xu, chúng ta không nên cầu xin Đức Chúa Trời phán xét họ mà không cầu nguyện cho họ với ao ước họ sẽ ăn năn và được tha thứ, thông qua Chúa Giê-xu, Đấng đã chết cho họ.

Hãy nhớ, mỗi lần chúng ta đọc bài Cầu Nguyện Chung là chúng ta cầu xin "Nước Cha được đến". Đó là lời cầu nguyện xin Đức Chúa Trời sửa lại thế giới, và lúc vương quốc Ngài cuối cùng được thiết lập khi Đấng Christ trở lại, thì sẽ có sự phán xét lẫn hủy diệt cuối cùng dành cho những kẻ làm điều ác không chịu ăn năn. Những Thi Thiên rủa sả không phải để cho chúng ta bắt chước trong thời điểm này, với ý muốn dùng những Thi Thiên này để giảng và cầu nguyện chống lại kẻ thù của mình. Nhưng những thi thiên này vẫn ở đó để nhắc chúng ta rằng thật có đau khổ trên thế gian, nhất là với những tín hữu bị bắt bớ, và chúng ta nên cầu nguyện cho họ, xin Chúa giải cứu họ khỏi tay kẻ ác. Những thi thiên này cũng dạy chúng ta về phản ứng nghiêm túc của Đức Chúa Trời đối với tội lỗi và điều ác, rằng chúng ta có thể tin tưởng rằng cuối cùng Ngài sẽ thực thi công lý trên khắp đất.

15

Giảng Văn Chương Khôn Ngoan

Cho đến thời điểm này, chúng ta đã đề cập đến nhiều vấn đề rồi phải không nào? Chúng ta đã nói về những câu chuyện trong các sách lịch sử, các sách Luật pháp, các sách tiên tri và Thi Thiên. Còn sót gì không? Có nhiều sách nhỏ mà tôi e rằng chúng ta không đủ giấy bút để nói đến (chẳng hạn Ru-tơ, Ê-xơ-tê, Ca Thương, Nhã Ca). Nhưng có một nhóm các sách khá lớn mà chúng ta thật sự cần nói đến: Châm Ngôn, Gióp và Truyền Đạo. Những sách này thường được liệt kê chung với nhau và được đặt tên là "Văn chương Khôn ngoan." Đôi khi tên gọi này bao gồm cả Nhã Ca và một vài Thi Thiên. Nhưng ở đây, chúng ta sẽ tập trung vào ba sách lớn.

15.1 Những sách khôn ngoan của những người khôn ngoan

Ở Y-sơ-ra-ên và các quốc gia Cận Đông cổ đại xung quanh, có một lớp người đặc biệt được biết đến với tên gọi "nhà thông thái" hay "hiền nhân". Đây là những người nổi tiếng về tri thức và sự khôn ngoan. Người ta đến với họ để nhận được những lời khuyên về đủ loại vấn đề. Đôi khi những người này chỉ ở cấp độ gần như địa phương—tức những người lớn tuổi hơn trong cộng đồng, được kính trọng vì kinh nghiệm sống. Họ được tin tưởng sẽ có những lời khuyên khôn ngoan cho giới trẻ—như cha mẹ với con cái vậy. Dẫu vậy, đôi khi "nhà thông thái" dường như là một người thuộc giới tinh hoa, có học trong số những cố vấn ưu tú của hoàng gia, dạng như "chuyên gia cố vấn" và người quản lý của chính phủ. Qua khám phá khảo cổ, chúng ta biết ở Ai Cập và Ba-by-lôn cũng có những người như vậy. Có những cẩm nang chỉ dẫn cho những người phục vụ chính quyền, chứa đầy những lời khuyên để được thành công trong xã hội. Cũng có những bản văn triết học, ngẫm nghĩ về ý nghĩa cuộc sống và những vấn đề về cái ác và khổ đau. Vì vậy, văn chương khôn ngoan mà chúng ta tìm thấy trong Kinh Thánh là một phần của loại văn chương phổ biến dọc theo quang phổ rộng lớn của nền văn hóa Cận Đông cổ đại, trải dài một ngàn năm từ trước khi Y-sơ-ra-ên định cư trong xứ Ca-na-an. Một chút nữa chúng ta sẽ quay lại với phương diện quốc tế của sự khôn ngoan và ý nghĩa của nó trong việc giảng dạy của chúng ta.

Xin đọc **Giê-rê-mi 18:18.** Một số kẻ thù của Giê-rê-mi đã đi tìm giết ông. Và họ tự nhủ: "Sẽ không thành vấn đề nếu chúng ta giết Giê-rê-mi. Chúng ta vẫn còn có các thầy tế lễ khác để dạy luật pháp cho chúng ta. Và chúng ta vẫn còn các tiên tri khác dạy cho chúng ta lời của Chúa. Chúng ta vẫn còn các nhà thông thái để cho chúng ta lời khuyên. Mất đi một tiên tri chẳng nghĩa lý gì." Điều chúng ta thấy được là rõ ràng họ có sự phân biệt giữa ba nhóm người—*thầy tế lễ*, *nhà tiên tri* và người *khôn ngoan*. Có thể hiểu như là họ thuộc các lĩnh vực chuyên môn riêng biệt.

Vậy thì chúng ta có các sách luật pháp (mà thầy tế lễ phải canh giữ và dạy dỗ) và các sách tiên tri như thế nào, thì chúng ta cũng có các sách của những người khôn ngoan trong Y-sơ-ra-ên thể ấy. Chúng thuộc phần thứ ba trong kinh điển tiếng Hê-bơ-rơ, được gọi là cá sách văn thơ, bao gồm Gióp, Thi Thiên, Châm Ngôn và Truyền Đạo. Trong số những sách này, Châm Ngôn, Gióp và Truyền Đạo là những sách chúng ta sẽ xem xét ở đây. Cho nên, từ đây trở đi, khi chúng ta dùng từ "khôn ngoan" là muốn nói đến ba sách này—văn chương khôn ngoan.

Như Giê-rê-mi 18:18 cho thấy, nhà thông thái là một nhóm người riêng biệt, khác với thầy tế lễ và nhà tiên tri. Cho nên, chúng ta hãy xem sách của họ cũng cho thấy những khác biệt thế nào.

15.2 Văn chương khôn ngoan khác với luật pháp

Dưới đây là một bài tập nhỏ.

> **Đọc Xuất Ê-díp-tô Ký 20:14; Lê-vi Ký 20:10 và Phục Truyền 22:22**
> **Bây giờ đọc Châm Ngôn 5 và Châm Ngôn 6:20–35**

Tôi chắc rằng bạn có thể thấy tất cả các phân đoạn trên đều nói về tội tà dâm—bất trung về tình dục trong hôn nhân. Và tất cả những phân đoạn này đều lên án điều đó. Nhưng văn phong thì rất khác nhau. Luật pháp thì thẳng thừng và đi vào trọng tâm: "Không được làm vậy! Nếu vi phạm thì hình phạt là cái chết." Đó là một mạng lệnh dứt khoát của Chúa, được hậu thuẫn bằng một hình phạt nặng nề theo đúng luật pháp. Còn Châm Ngôn không trình bày như một mạng lệnh mà là một lời cảnh báo rõ ràng, được hậu thuẫn bằng cách chỉ ra một số hậu quả thảm khốc: "Nó có thể hủy hoại chính bạn và gia đình bạn.

Ngay cả nếu bạn không bị bắt quả tang và bị tử hình, thì bạn cũng vẫn đánh mất rất nhiều thứ. Hãy suy nghĩ lại đi!"

Ví dụ này minh họa một điểm khác biệt quan trọng giữa sự khôn ngoan và luật pháp.

- Luật pháp ra lệnh. Sự khôn ngoan khuyên bảo, cảnh báo và thuyết phục.
- Luật pháp đứng trên nền tảng là thẩm quyền của Đức Chúa Trời và những điều kiện trong giao ước của Ngài. Sự khôn ngoan nói ra từ kinh nghiệm và chỉ ra những hậu quả có thể xảy ra.
- Luật pháp chỉ tay vào mặt và thẳng thắn nói rõ điều bạn không được phép làm. Sự khôn ngoan vòng tay sang khoác vai bạn và khuyên nài bạn suy nghĩ cho kỹ.

Là những Cơ Đốc nhân sống ở những xã hội khác nhau, chúng ta có cơ hội để bàn luận đủ mọi vấn đề đạo đức, chính trị và xã hội với những người ở quanh mình—đôi khi với những người khác niềm tin hoặc những người nói rằng họ không theo tôn giáo nào cả. Đôi khi chúng ta cũng có cơ hội giảng dạy ở những sự kiện mang tính cộng đồng, trước sự hiện diện của các nhà lãnh đạo cộng đồng. Tôi nghĩ văn chương khôn ngoan giúp chúng ta có thể làm điều đó mà không có vẻ "hạ thấp luật pháp" hoặc áp đặt những đòi hỏi tuyệt đối của luật pháp lên con người. Chúng ta có thể ủng hộ những điều khôn ngoan và thận trọng. Chúng ta có thể chỉ rõ kết quả hoặc hậu quả theo sau các chính sách hay hành động nào đó. Chúng ta có thể đưa ra các giá trị và những thứ tự ưu tiên theo Kinh thánh, rồi mời người khác xem những điều đó có ý nghĩa và vì lợi ích chung.

Vậy thì, hãy nhớ điểm khác biệt giữa luật pháp và các sách khôn ngoan, nếu bạn muốn giảng sách Châm Ngôn. *Châm ngôn không phải luật pháp.* Châm ngôn không phải những mệnh lệnh tuyệt đối, hay những quy tắc, hay câu phát biểu về những việc sẽ *luôn luôn* xảy ra. Châm ngôn nhắm khiến chúng ta chú ý và suy nghĩ. Châm ngôn đưa ra những nhận thức sâu sắc, những góc nhìn và sự chỉ dẫn, không phải những quy tắc cứng ngắc. Chúng cho chúng ta biết những kiểu hành vi nào đó sẽ luôn luôn đem lại kết quả tốt đẹp, còn những kiểu hành vi khác luôn gây hậu quả xấu. Người khôn ngoan sẽ chọn hành vi thứ nhất. Người ngu dại sẽ chọn hành vi thứ hai. Và *luôn luôn* có kết quả tương ứng đi theo. Nhưng chúng ta không thể đổi những quan sát này thành các quy tắc bất di bất dịch hoặc những lời hứa được bảo đảm. Cuộc sống phức tạp hơn thế. Sự việc không phải lúc nào cũng diễn ra theo như cách nói đơn giản của châm ngôn. Và những người nam người nữ khôn ngoan tạo nên bộ sưu tập sách Châm Ngôn cũng biết điều đó, nên họ cũng cho chúng ta sách Gióp và Truyền Đạo, như chúng ta sẽ thấy bên dưới.

15.3 Văn chương khôn ngoan khác với các sách tiên tri

Thêm một bài tập nhỏ nữa.

> Xin đọc **Giê-rê-mi 22:13–17; Ê-xê-chi-ên 34:1–6** ("người chăn" là hình ảnh ẩn dụ chỉ các vua Y-sơ-ra-ên); **A-mốt 7:10–11; và Ê-sai 10:1–4**.
>
> Bây giờ xin đọc **Châm Ngôn 8:12–16; 16:10, 12–13; 20:8, 26; 25:2–5; 31:1–9**.

Cả hai nhóm bản văn trên đều nói về các vua, về chính quyền và các lãnh đạo chính trị. Bạn thấy những điểm khác nhau nào? Một mặt, đòn tấn công của các tiên tri có vẻ hằn học và cá nhân hơn nhiều. Họ đặc biệt lên án những lãnh đạo tham nhũng và thất bại, thậm chí còn nêu đích danh một số người. Họ rất sắc bén và cụ thể. Ngược lại, các nhà thông thái thì nêu ra những nguyên tắc và những sự kỳ vọng. Họ có vẻ lạc quan hơn, đưa ra những tiêu chuẩn lý tưởng của một chính quyền tốt bằng lời lẽ chung chung. Đây là cách cư xử mà những lãnh đạo chính trị nên có. Họ nói rất chung chung.

Một lần nữa, về nguyên tắc cơ bản thì không hề có mâu thuẫn giữa các tiên tri và nhà thông thái, ngay cả khi có sự khác biệt rõ ràng trong giọng văn. Châm ngôn mô tả điều cần có, còn các tiên tri mô tả hiện thực—theo cách nói của chúng ta là tình hình "thực tế". Và chúng ta cần cả hai góc nhìn. Bạn không thể chỉ trích *hiện trạng vấn đề* trừ khi bạn có khải tượng nào đó về *tình trạng tốt hơn phải có*. Kinh thánh cho chúng ta cả hai.

Bảng bên dưới cho thấy một số điểm khác biệt rõ rệt khác giữa tiên tri và nhà thông thái.

TIÊN TRI	NHÀ THÔNG THÁI
"Đức Giê-hô-va phán như vầy…"	"Hãy nghe lời khuyên dạy của ta…"
Thách thức lắng nghe để quyết định	Mời gọi học hỏi để hiểu biết
Tập trung vào sự cứu chuộc và đoán phạt của Chúa	Tập trung vào sự tạo dựng và quan phòng của Chúa
Thường nhắc đến lịch sử Y-sơ-ra-ên	Không nhắc đến lịch sử Y-sơ-ra-ên
Văn cảnh rất cụ thể và rõ ràng	Tính phổ quát, chung chung
Nói với cá nhân hoặc quốc gia cụ thể	Nói với bất kỳ ai hoặc tất cả những ai lắng nghe
Lối nói thẳng thắn và ra lệnh	Lối nói thuyết phục và suy ngẫm

Chúng ta đã thấy trong chương 11 và 12 rằng khi giảng các sách tiên tri, chúng ta không thể thật sự hiểu điều họ muốn nói nếu không biết bối cảnh lịch sử sứ điệp của họ. Chúng ta cần trả lời những câu hỏi "Ai?", "Việc gì?", "Khi nào?", "Ở đâu?" và "Tại sao?" càng rõ ràng càng tốt. Nhưng khi giảng Văn chương Khôn ngoan thì càng chung chung hơn. Thể loại này không phụ thuộc vào bối cảnh lịch sử cụ thể như kiểu của các sách tiên tri. Văn chương khôn ngoan có vẻ "vượt thời gian". Dĩ nhiên, nó vẫn được viết trong ngữ cảnh văn hóa của Y-sơ-ra-ên thời Cựu Ước, vì vậy, chúng ta vẫn cần phải biết văn hóa và cách sống của họ, để hiểu một số những câu cách ngôn và thành ngữ cụ thể. Nhưng ở phương diện khác, các sách này có thể nói với ý nghĩa tổng quát hơn.

15.4 Văn chương khôn ngoan nhấn mạnh Đức Chúa Trời là Đấng Sáng Tạo

Bạn sẵn sàng làm thêm một bài tập nhỏ nữa chứ?

> **Hãy đọc các bản văn luật pháp sau.** Trong khi đọc từng phân đoạn, đừng chỉ chú ý nội dung của luật pháp, mà hãy chú ý lý do được đưa ra. *Tại sao* người Y-sơ-ra-ên phải giữ những luật này?
>
> **Xuất Ê-díp-tô Ký 23:9; Lê-vi Ký 19:33–36; 25:39–43; Phục Truyền 15:12–15; 24:14–22.**
> Tôi chắc rằng bạn thấy tất cả đều nói về sự công bằng và lòng thương xót đối với những người thiếu thốn—người ngoại quốc, con nợ, nô lệ, người nghèo. Và trong từng trường hợp, Đức Chúa Trời nói đến cuộc xuất hành, nhắc người Y-sơ-ra-ên việc họ đã từng là người ngoại quốc và nô lệ ở Ai Cập—một thiểu số người nhập cư bị đàn áp – như thế nào. Nhưng Đức Chúa Trời đã đối xử tử tế với họ và giải cứu họ. Vì vậy, họ cần làm điều tương tự cho những người ở trong hoàn cảnh tương tự.
>
> **Bây giờ đọc các bản văn sau từ văn chương khôn ngoan: Châm Ngôn 14:31; 17:5; 19:17; 22:2; 29:7, 14; Gióp 31:13–15.**
> Một lần nữa, tất cả những bản văn này đều để cập đến cách chúng ta đối xử với người nghèo hoặc người thiếu thốn. Chúng ta nên đối xử với họ cách nhân từ, tôn trọng và công bằng khi giải quyết những ưu phiền của họ. Nhưng làm thế nào tác giả của Văn chương Khôn ngoan hậu thuẫn cho điều mình muốn nói? *Quay về với sự sáng tạo.* Đức Chúa Trời là Đấng Sáng Tạo của tất cả chúng ta, dù giàu hay nghèo. Vì vậy, nếu chúng ta chế nhạo hay sỉ nhục người nghèo, là thật ra chúng ta đang làm điều đó với Đức Chúa Trời, Đấng Tạo dựng nên họ. Còn nếu chúng ta đối xử tử tế với người nghèo, thì giống như "cho Chúa vay mượn vậy".

Vậy thì cả Luật pháp lẫn các sách khôn ngoan (và dĩ nhiên các tiên tri nữa) đều dạy về công bằng xã hội và lòng thương xót. Không có sự khác biệt nào trong mục tiêu của họ cả. Tất cả đều có ước muốn giống nhau. Tất cả đều muốn con người làm điều đúng đắn và tử tế trong xã hội. Nhưng sự khác biệt lớn nằm ở cách họ *thúc đẩy* người ta làm những việc này.

Luật pháp và các tiên tri chỉ ngược về lịch sử của Y-sơ-ra-ên, nhắc nhở Y-sơ-ra-ên rằng họ là dân tộc mà Đức Chúa Trời đã chuộc ra khỏi ách nô lệ trong cuộc xuất hành. Chúng nhắc Y-sơ-ra-ên về giao ước. Chúng ta đã thấy điều này trong các chương nói về các sách luật pháp và sách tiên tri. Những sách này nói với một dân được chuộc, là những người lẽ ra phải biết cách sống sao cho xứng hợp với những gì Đức Chúa Trời đã nhân từ làm cho họ.

Còn các tác giả viết các sách khôn ngoan không hề nói đến lịch sử của Y-sơ-ra-ên. Họ không tận dụng những truyền thống lịch sử vĩ đại về niềm tin của Y-sơ-ra-ên—tức là lời hứa với Áp-ra-ham, cuộc xuất hành, Si-na-i, lang thang trong hoang mạc, cuộc chinh phục xứ. Họ không nhắc đến câu chuyện cứu chuộc mà chúng ta đều biết rõ từ những sách đầu tiên trong Kinh thánh.

Lẽ nào những người thông thái của Y-sơ-ra-ên lại không biết những truyền thống này. Họ sống ở Y-sơ-ra-ên- *ắt hẳn* họ phải biết chứ! Và dĩ nhiên, bởi việc dùng tên thánh YHWH, Chúa, như họ thường dùng, họ chứng tỏ rằng họ biết Ngài là Đức Chúa Trời của sự cứu chuộc và của giao ước. Nhưng họ cũng biết (như tất cả người Y-sơ-ra-ên đều biết) rằng cũng chính Đức Chúa Trời Đấng Cứu Chuộc Y-sơ-ra-ên cũng là Đấng Tạo dựng thế giới và mọi dân tộc. Vì vậy, họ nghĩ rằng nếu Đức Chúa Trời nhất quán về mặt đạo đức, thì những tiêu chuẩn của Ngài cũng phải áp dụng cho mọi người. Họ thấy rằng có những nguyên tắc đạo đức được đưa vào trong chính cõi tạo vật. Có những cách sống đem lại ích lợi cho con người ở bất kỳ nơi nào, và cũng có những cách sống gây tổn hại cho cuộc sống con người ở khắp mọi nơi. Nói cách khác, trong khi các sách luật pháp và tiên tri được viết cho Y-sơ-ra-ên nói riêng trong tư cách dân được chuộc của Chúa, thì văn chương khôn ngoan có liên hệ với con người nói chung trong cả vũ trụ.

Tuy nhiên, không có mâu thuẫn nào ở đây cả. Vì như chúng ta đã thấy trong chương 10, Đức Chúa Trời đã tạo lập Y-sơ-ra-ên ngay từ ban đầu để trở thành phương tiện đem phước lành cho muôn dân. Đức Chúa Trời ban cho họ luật pháp này một phần là để khuôn đúc họ trở thành gương mẫu cho các dân khác. Vì vậy, lời dạy dỗ mà chúng ta thấy trong Luật pháp Cựu Ước có thể được dùng như một ví dụ điển hình hay mô hình cho dân khác. Và đó là điều các tác giả của văn chương khôn ngoan làm. Họ nhìn thấy những nguyên tắc chung nằm sau các luật lệ cụ thể, và họ chuyển đổi chúng thành lời khuyên, lời chỉ dẫn, những câu châm ngôn và hình ảnh ai cũng có thể hiểu được và ghi nhớ.

Tôi nghĩ rằng nếu chúng ta giảng những phân đoạn này thì cần ghi nhớ ý này. Văn chương khôn ngoan trong Kinh thánh không phải chỉ dành cho Cơ Đốc nhân, mà cho tất cả mọi người. Chúng ta đều là những con người, được tạo dựng theo hình ảnh của Chúa, sống trong thế giới của Chúa. Điều đó có nghĩa là chúng ta phải tôn trọng mọi người, cho dù họ xuất thân từ bối cảnh văn hóa hay sắc tộc nào, họ theo tín ngưỡng nào, hay địa vị xã hội của họ là gì đi nữa. Mọi người đều có sự bình đẳng cơ bản vì tất cả đều được Đức Chúa Trời tạo dựng. Văn chương khôn ngoan khẳng định điều đó, và nó là một đặc điểm hay để chúng ta bắt đầu rao giảng sứ điệp đó. Ngay bây giờ, chúng ta sẽ suy nghĩ thêm làm cách nào để điều này cũng có thể xây nên chiếc cầu nối với Phúc âm.

15.5 Văn chương khôn ngoan đặt ra những câu hỏi hóc búa

Bạn có thể làm thêm một bài tập nữa không? Bài tập này có hai phần. Ở mỗi phần, bạn sẽ đọc hai phân đoạn song song rồi đối chiếu chúng với nhau.

> **Xin đọc Thi Thiên 146:5–9.** Phân đoạn này nói gì về YHWH—Giê-hô-va Đức Chúa Trời? Nó thật ấm lòng phải không? Đó chính là Đức Chúa Trời mà Y-sơ-ra-ên biết và thờ phượng.
>
> **Bây giờ hãy đọc Gióp 24:1–12.** Thật là một sự tương phản lớn! Gióp thấy điều thật sự xảy ra cho người nghèo túng trong thế giới sa ngã, và đó là điều làm ta đau lòng. Nhưng tệ hơn hết, Gióp nói gì về Đức Chúa Trời trong câu 1 và câu 12? Đức Chúa Trời dường như không làm gì cả và không nói gì cả về sự bất công và đau khổ đến bi thảm trong thế giới của chúng ta.

> **Đọc Lê-vi Ký 26:3–5, 14–17; và Phục Truyền 30:15–18.**
> Những bản văn này trình bày "tính hợp lý" rõ ràng của giao ước giữa Đức Chúa Trời và Y-sơ-ra-ên. Nếu Y-sơ-ra-ên bước đi trong sự vâng phục Chúa, thì họ tiếp tục vui hưởng phước hạnh của Ngài. Nếu họ bất trung và gian ác, thì họ sẽ chịu nhiều đau khổ dưới sự đoán phạt của Ngài. Nghe có vẻ đơn giản.
>
> **Bây giờ xin đọc Truyền Đạo 8:14–9:4.**
> Có một sự tương phản hoàn toàn rõ rệt! Tác giả của sách Truyền Đạo (thường được gọi theo tên ông tự gọi mình trong sách—Qoheleth, nghĩa là "Nhà Truyền Đạo") chỉ ra rằng đôi lúc cuộc sống đem đến những điều trái ngược với mong đợi của chúng ta dựa trên Lê-vi Ký và Phục Truyền. Điều người này đáng được nhận thì lại thuộc về người không xứng đáng! Và cuối cùng, mọi người đều chết. Tất cả những việc này có ý nghĩa gì?

Như tôi đã nói, những người khôn ngoan của Y-sơ-ra-ên đều biết Torah và Thi Thiên. Vì vậy có vẻ như đôi lúc họ lấy ra một số những sự quả quyết mạnh mẽ mà chúng ta tìm thấy ở đó để thắc mắc. Giống như thể là họ làm điều bạn vừa mới làm trong bài tập ở trên. Họ nói "Hãy xem bản văn này nói gì nào. Rồi hãy nhìn thế giới xung quanh bạn. Chúng không khớp với nhau lắm phải không nào?"

Điều quan trọng ta cần nói với nhau ấy là không phải họ *phủ nhận* lẽ thật Kinh thánh. Họ là tín hữu, không phải người vô thần. Nhưng họ sẵn sàng *hỏi những câu hóc búa* về việc cuộc sống không phải lúc nào cũng diễn tiến cách hợp lý và tuyệt vời, hoặc y như điều Kinh thánh nói. Nhưng ngay khi ở giữa những thắc mắc đó, họ vẫn cứ tin vào và tin quyết rằng cuối cùng Chúa sẽ sửa lại mọi vật cho ngay. Vì vậy Truyền Đạo kết thúc với lời khuyên mạnh mẽ hãy

...kính sợ Đức Giê-hô-va và tuân giữ các điều răn của Ngài, Đó là phận sự của con người.
Vì Đức Chúa Trời sẽ đem ra xét xử mọi việc,
Kể cả những việc kín giấu, dù thiện hay ác.
(Truyền 12:13–14)

Có vẻ như ông nói "Đó là điều tôi *tin*, nhưng đây là điều tôi *thấy* trong thế giới này. Tại sao? Tại sao vậy?"

Điều quan trọng khi chúng ta giảng các sách văn chương khôn ngoan là duy trì được cảm giác cân bằng như chính văn chương khôn ngoan đã làm. Chúng ta có thể trở nên rất lạc quan và ngây thơ nếu chỉ đọc Châm Ngôn và nghĩ rằng cuộc sống sẽ luôn luôn như thế. Nhưng chúng ta có thể trở nên rất bi quan và nản lòng nếu chỉ đọc Truyền Đạo và nghĩ rằng sống cũng chẳng ích lợi gì vì cuộc sống vốn phù phiếm, chán chường và ngắn ngủi. Có một loại cơ chế "tự sửa sai" trong truyền thống văn chương khôn ngoan ngăn cản chúng ta đi từ thái cực này đến thái cực khác. Nó giống như cuộc trò chuyện giữa các sách diễn ra đại loại như vầy:

Châm Ngôn: "Đây là những chỉ dẫn cho cuộc sống. Hãy làm theo thì bạn sẽ sống lâu và hạnh phúc."

Gióp và Truyền Đạo: "Chúng tôi đã làm như vậy, nhưng cuộc sống không như thế."

Châm Ngôn: "Tuy nhiên, chúng ta sống trong thế giới của Đức Chúa Trời, và dù ở giữa sự đau khổ và thất vọng thì làm theo chỉ dẫn của Chúa vẫn luôn luôn tốt hơn, cho dù cuộc sống khó khăn hay bất công."

Sách Gióp vật lộn với sự chịu khổ của người tốt, là những người không đáng chịu như vậy. Đó là một vở kịch được viết một cách xuất sắc, trong đó chúng ta thấy một người đàn ông công chính hết mức có thể (cả người kể chuyện lẫn chính Đức Chúa Trời đều nói như vậy, 1:1, 8; 2:3) nhưng lại chịu đau khổ đến mức không thể tưởng tượng được. Những lời nói của các bạn ông nêu lên tất cả các nguyên nhân khả dĩ đối với sự đau khổ của ông—đặc biệt lý do thần học cho rằng ông hẳn đang chịu khổ vì đã phạm tội. Nhưng họ đã sai hoàn toàn. Chúng ta biết điều đó (vì chúng ta đã đọc những chương đầu), Đức Chúa Trời biết và Gióp biết. Nhưng ông vẫn phải chịu khổ. Và điều tồi tệ hơn hết không phải là sự chịu khổ của ông, mà là *sự im lặng của Đức Chúa Trời*. Gióp không thể "liên lạc" được với Chúa để nói rõ trường hợp của mình và được minh oan. Đến cuối cùng, khi Đức Chúa Trời phán, Ngài không "trả lời câu hỏi về sự chịu khổ". Thay vào đó, Ngài phục hồi mối liên hệ giữa Ngài với Gióp, và thực ra là bảo ông hãy tin cậy Đức Chúa Trời, Đấng lớn hơn điều chúng ta có thể tưởng tượng, một Đức Chúa Trời cuối cùng kiểm soát chính những thế lực xấu xa mà chúng ta không hiểu được.

Sách Truyền Đạo vật lộn với vấn đề cuộc sống có vẻ phù phiếm. Ông biết rằng cuộc sống đầy dẫy những điều tốt đẹp – thức ăn, nước uống, công việc, hôn nhân, gia đình, v.v... và tất cả những điều này đều là tặng phẩm Đức Chúa Trời ban mà chúng ta nên tận hưởng. Nhưng thường thì ngay cả những điều tốt đẹp nhất trong cuộc sống cuối cùng cũng bị hủy diệt hoặc lãng phí hay đến tay nhầm người. Và cuối cùng, sự chết dường như làm cho tất cả trở nên vô ích. Ông biết rằng làm người khôn ngoan thì tốt hơn làm kẻ ngu dại, nhưng khi bạn chết thì điều đó có gì quan trọng? Một người khôn ngoan chết đi cũng giống như kẻ ngu dại chết, và cả hai đều bất động như khúc gỗ, có gì khác nhau đâu? Tất cả đều vô nghĩa, thất vọng, vô dụng (đó là ý nghĩa của từ Hê-bơ-rơ thường được dịch là "hư không").

Tôi nghĩ Truyền Đạo là sách chú giải hay nhất của Cựu Ước về **Sáng Thế Ký chương 3**. Nó cho chúng ta thấy hậu quả của sự sa ngã trong cuộc sống con người. Nó nhìn chăm chăm vào cát bụi của sự chết mà Đức Chúa Trời nói là số phận của chúng ta. Chỉ có **Rô-ma 1:18–32** mô tả kỹ hơn những hậu quả kinh khủng của tội lỗi. Truyền Đạo đương đầu với những thực tế khắc nghiệt. Tác giả biết *một số* lẽ thật về Đức Chúa Trời và ông tiếp tục tin cậy Chúa, nhưng ông chỉ bối rối, đau đớn và chán nản trước những gì xảy ra trong thế giới. Có phải chúng ta đôi lúc cũng như vậy không? Tôi nghĩ rằng Truyền Đạo nói lên điều nhiều người suy nghĩ, cảm nhận và thắc mắc. Và điều đó tạo cầu nối với Phúc âm, như chúng ta sẽ nói đến sau đây.

Còn bây giờ, văn chương khôn ngoan giúp ích gì cho việc giảng dạy Kinh thánh của chúng ta? Tôi nghĩ rằng Đức Chúa Trời đưa những sách này vào Kinh thánh với cùng một lý do như các thi thiên than khóc. Chúng *cho phép* chúng ta đặt những câu hỏi hóc búa, đối diện với những vấn đề và sự đau khổ kinh khiếp, vật lộn với những điều khiến chúng ta bối rối và đôi khi khiến chúng ta than vãn cũng như phản đối trước những việc không đi theo cách thông thường của nó. Nhưng, cũng như các Thi Thiên than khóc, Văn chương Khôn ngoan làm tất cả những điều này *từ một đức tin khiêm nhường và lòng tin cậy*. Và tôi nghĩ đó là manh mối cho sự giảng dạy của chúng ta. Chúng ta phải hạ mình, đừng cố gắng "biết mọi thứ"—hoặc giả vờ là mình biết. Tôi nghĩ điều đó sẽ bảo vệ chúng ta tránh khỏi hai hiểm họa trái ngược như sau:

- Một mặt, một số người giảng Lời Chúa có thể rất *giáo điều*. Họ muốn có tất cả những câu trả lời đúng cho mọi vấn đề. Hễ điều gì mục sư nói đều phải là chân lý cuối cùng. Tôi hy vọng bạn không bị cám dỗ như vậy, nhưng có lẽ bạn biết vài người giảng dạy như vậy. Họ có thể giải thích mọi điều và khăng khăng cho rằng cách giải thích của họ phải được chấp nhận. Vấn đề ở chỗ đó chính là bản tính của những người bạn của Gióp. Họ nghĩ rằng mình có câu trả lời đúng. Nhưng họ đã hoàn toàn sai, và độc ác về phương diện chăm sóc mục vụ. Và cuối cùng Đức Chúa Trời lên án họ vì đã nói *sai* về Ngài và về Gióp.

- Hoặc mặt khác, một số người giảng Lời Chúa có thể rất *ngây thơ*. Họ giảng như thể mọi thứ sẽ diễn ra đúng y như điều Kinh thánh nói trong một câu này hay câu kia. Họ đưa ra những lời hứa hấp dẫn và những kỳ vọng thiếu thực tế. Họ phớt lờ việc chính Kinh thánh cho thấy rằng cuộc sống không phải lúc nào cũng diễn ra như thế trong thế giới sa ngã của chúng ta.

Chắc chắn, văn chương khôn ngoan khuyến khích chúng ta *hạ mình* khi giảng (giống như trong cuộc sống nói chung). Có những lúc chúng ta phải nói: "Tôi không biết câu trả lời cho vấn đề này. Tôi không biết tại sao những việc này xảy ra. Tôi không biết tại sao Đức Chúa Trời cho phép những việc xảy ra dường như mâu thuẫn với tất cả những gì chúng ta biết về Ngài. Và có *những người trong Kinh thánh* cũng không biết câu trả lời. Nhưng họ đặt câu hỏi và tranh chiến, rồi vật lộn trong nỗi đau và đôi khi trong cả sự tức giận. Đức Chúa Trời *cho phép* chúng ta làm điều đó—tức có cảm xúc như thế và nói những điều như vậy. Không có gì không ổn khi cảm thấy không ổn. Đức Chúa Trời còn cho chúng ta tấm gương của những con người như thế (trong các Thi Thiên than khóc và các sách như Giê-rê-mi, Gióp, và Truyền Đạo) là để chúng ta có thể lấy lời họ nói làm lời của mình. Nhưng chúng ta hãy nắm lấy Chúa ngay trong những tranh chiến, như họ đã làm. Chúng ta hãy cứ tin cậy Chúa ngay cả khi chúng ta không hiểu được Ngài. Kính sợ Đức Giê-hô-va là khởi đầu của sự khôn ngoan.

15.6 Văn chương khôn ngoan là cầu nối với Phúc âm

Ngay đầu chương này, tôi đã nói rằng văn chương khôn ngoan trong Cựu Ước là một phần trong toàn bộ những thể loại tác phẩm thuộc thế giới Cận Đông cổ thời bấy giờ. Những người Y-sơ-ra-ên khôn ngoan thuộc tầng lớp mang tính quốc tế mà chúng ta có thể tìm thấy trong nhiều nền văn hóa khác nhau. Và họ biết điều đó. Cựu Ước nói đến những người nam người nữ thông thái thuộc nhiều đất nước khác nhau xung quanh họ—đôi khi với sự ngưỡng mộ, và có khi không có cảm tình lắm! Chẳng hạn như họ biết về những truyền thống hay trường phái khôn ngoan của Ai Cập (Sáng 41:8; Xuất 7:11; 1 Vua 4:31), Ê-đôm (Giê 49:7), Ty-rơ (Êxê 28; Xa 9:2), A-si-ri (Ê-sai 10:13) và Ba-by-lôn (Ê-sai 44:25; 47:10; Giê 50:35). Và chúng ta có ví dụ về Nữ vương Sê-ba, là người đã đến thăm Sa-lô-môn, giống như những du khách quan tâm đến văn hóa khác, và ngưỡng mộ sự khôn ngoan của ông (1 Vua 4:29–34; 10:1–9). Nó giống như thể Giê-ru-sa-lem trở thành thành phố có trường đại học quốc tế!

Nhiều tác phẩm thuộc các nền văn hóa khác được tìm thấy—đặc biệt là từ Ai Cập và Mê-sô-bô-ta-mi (xứ A-si-ri và Ba-by-lôn). Điều thú vị là các sách ấy viết về sự khôn ngoan để cập một số vấn đề tương tự những vấn đề trong Cựu Ước. Ví dụ, chúng đưa ra những lời khuyên về các kỹ năng cơ bản của xã hội và các mối quan hệ—cách ứng xử với gia đình và bạn bè. Chúng quan tâm đến nội quy đạo đức, ổn định xã hội và việc khéo cai trị. Chúng đưa ra lời khuyên về cách để thành công trong đời sống chính trị. Chúng nói về cách để có một hôn nhân và gia đình hạnh phúc. Chúng cũng suy ngẫm về những vấn đề có tính triết lý hơn như là sự công bằng thiên thượng (các thần có hành xử công bằng không?) và vấn đề người công bình chịu khổ.

Rõ ràng là những người nam người nữ thông thái của Y-sơ-ra-ên không chỉ biết về sự khôn ngoan của những nền văn hóa khác, mà họ thậm chí còn vui thích khi sử dụng tư liệu này trong tác phẩm của mình. Một bản văn Ai Cập có tựa là *The Wisdom of Amenemope (Sự khôn ngoan của Amenemope),* có nhiều điểm tương tự với Châm Ngôn 22:17–24:22. Rõ ràng tác giả Châm Ngôn đã có được bản sao của tác phẩm này. Người ta cởi mở thừa nhận rằng Đức Chúa Trời cũng đã ban sự khôn ngoan cho những người thuộc dân tộc khác nữa.

Tuy nhiên, người Y-sơ-ra-ên nhận ra rằng họ nên dùng sự khôn ngoan của các dân tộc khác một cách cẩn trọng. Vì mặc dù họ có thể tôn trọng và nhận được ích lợi từ sự khôn ngoan của người khác, nhưng các tác giả Y-sơ-ra-ên không phải lấy y chang như vậy. Họ không mang cảm giác có lỗi vì đạo văn. Có những điểm khác nhau lẫn giống nhau rõ ràng.

Ví dụ, có những việc trong các bản văn ngoại quốc nói về sự khôn ngoan hoàn toàn không có trong các bản văn Cựu Ước, chẳng hạn chủ nghĩa đa thần (có nhiều thần); những tập tục và mối quan tâm đến những điều huyền bí ở "âm phủ" sau cái chết; sử dụng ma thuật; và thuyết định mệnh (chấp nhận bất kỳ điều gì xảy ra như là số phận vô cảm không thể thay đổi được).

Mặt khác, các tác giả Cựu Ước quả quyết niềm tin của họ nơi một Đức Chúa Trời hằng sống, chân thật, có một, là YHWH, Đức Chúa Trời của giao ước với Y-sơ-ra-ên. Mọi việc trong đời sống đều có liên quan đến Đức Chúa Trời và quyền tể trị của Ngài. Và khởi điểm cùng nguyên tắc khôn ngoan đầu tiên ấy là dành cho Đức Chúa Trời sự tôn kính và vâng phục chỉ thuộc về một mình Ngài mà thôi – "kính sợ Đức Giê-hô-va là khởi đầu sự khôn ngoan".

Vậy thì, tất cả những điều này xây chiếc cầu nối với Phúc âm ra sao?

Cũng như trong thời Cựu Ước, chúng ta hiện sống trong một thế giới mà ở đó, là những Cơ Đốc nhân, chúng ta có nhiều điểm chung với những người xung quanh mình. Những con người bình thường ở khắp mọi nơi đều ao ước sống vui vẻ, có gia đình hạnh phúc, yêu thích công việc của mình, thành công và được tôn trọng, và mong muốn sống trong một xã hội duy trì được trật tự tốt đẹp và trừng phạt hành vi sai trái. Đây là những mong ước trong mọi nền văn hóa. Chúng ta cũng gặp vấn đề y như những người khác. Chúng ta cũng gặp bệnh tật, cướp bóc, bạo lực và những cái chết đột ngột có vẻ như vô nghĩa. Chúng ta thắc mắc tại sao những việc như thế xảy ra và ao ước có một thế giới tốt đẹp hơn, nơi không hề có những điều như vậy. Đây là những đề tài được tìm thấy trong Văn chương Khôn ngoan trong Kinh thánh—và trong nền văn hóa xung quanh chúng ta. Chắc chắn, chúng ta có thể đem cả hai đến với nhau khi chúng ta trò chuyện và có khi trong cả bài giảng.

Tôi có nhiều bạn bè Cơ Đốc làm việc trong nhiều nền văn hóa khác nhau trên khắp thế giới. Họ nói rằng có nhiều điểm giao nhau giữa những câu cách ngôn và những câu chuyện trong những nền văn hóa này với văn chương khôn ngoan trong Kinh thánh. Vì vậy, Văn chương Khôn ngoan rất hữu ích trong việc tạo điểm tiếp xúc và xây dựng mối quan hệ với các nền văn hóa khác. Ví dụ Thánh kinh Hội Thái Lan gần đây xuất bản sách Châm Ngôn (riêng lẻ) bằng tiếng Thái vì đó là một công cụ hữu ích để bắt chuyện với người khác trong xã hội Thái Lan.

Tuy nhiên, chiếc cầu cũng chỉ là chiếc cầu. Phải có cái gì đó băng qua. Và đó là lúc chúng ta cần tìm cách để sử dụng chiếc cầu khôn ngoan vì Phúc âm. Tôi đề nghị chúng ta làm điều này qua ba từ đơn giản sau: *Đúng. Nhưng. Vì thế.*

- **Đúng** là khi chúng ta có thể đồng ý về nhiều vấn đề được nhiều người quan tâm và ao ước. Và chúng ta có thể cho thấy rằng Kinh thánh cũng nói về những điều có trong các sách khôn ngoan. Điều đó góp phần xây lên chiếc cầu.
- **Nhưng** là khi chúng ta phải nói rằng phần lớn những đau thương trong thế giới là do chính tội lỗi chúng ta gây nên (ngay cả khi không phải tất cả đều như vậy, nhưng sự thật vẫn là phần nhiều những đau khổ của chúng ta là hậu quả của tội lỗi hay sự ngu dại của con người). Đó là cách Kinh thánh "chẩn bệnh". Và chúng ta có thể chỉ ra điều đó trong mối liên hệ với bất kỳ vấn đề chung nào.
- **Vì thế** là khi chúng ta cho thấy điều Đức Chúa Trời đã làm qua Chúa Giê-xu Christ và câu chuyện lớn của Kinh thánh, để ban cho chúng ta sự cứu rỗi, sự sống và hy vọng. Đó là tin tốt lành để chia sẻ!

Tôi nghĩ rằng cách hay nhất để giảng sách **Châm Ngôn** có lẽ là giảng *theo chủ đề*. Chín chương đầu tiên tự thân nó đi theo chủ đề nên có thể giảng cả cụm các chương ấy chung với nhau. Nhưng từ đó trở đi, các châm ngôn dường như lộn xộn như một thác nước lớn. Thật không dễ giảng một bài giảng súc tích với một ý chính lấy từ cả chương mà có lẽ giảng cả bài giảng chỉ dựa trên một câu thì lại quá nhiều. Vì vậy, tôi nghĩ có lẽ sẽ ích lợi hơn khi chọn một vài chủ đề chính chúng ta thấy được lặp đi lặp lại, rồi giảng những chủ đề đó, dựa trên nhiều câu khác nhau. Khi làm như vậy, thì đây là việc chúng ta có thể làm để xây cầu nối với Phúc âm. Tôi sẽ đề nghị bốn chủ đề khá lớn. Bạn có thể tìm thấy thêm nhiều chủ đề như vậy khi tự nghiên cứu.

a) Sự khôn ngoan và gia đình: hôn nhân, cha mẹ và con cái

- *Đúng:* Có nhiều câu trong sách Châm Ngôn nói về hôn nhân, phẩm hạnh của người vợ tốt và tầm quan trọng của lòng chung thủy (Châm 5; 7; 12:4; 18:22; 19:14; 31:10–31). Và có nhiều câu nói về mối quan hệ giữa cha mẹ và con cái (1:8; 2:1; 3:11–12; 4:1–4; 13:24; 22:6, 15). Có lẽ có những câu châm ngôn tương tự trong các nền văn hóa khác. Bạn nên đưa ra một vài so sánh hữu ích giữa các câu châm ngôn trong Kinh thánh và những câu nói thường gặp trong văn hóa của bạn về hôn nhân và nuôi dạy con cái.
- *Nhưng:* Nhưng chúng ta nhìn thấy thực tế của sự sa ngã và tội lỗi của con người trong tất cả những lĩnh vực này. Hôn nhân đổ vỡ. Gia đình tan nát. Cha mẹ hung bạo. Con cái lầm đường lạc lối. Và chính Cựu Ước minh họa những thực tế này trong nhiều câu chuyện. Kinh thánh vô cùng trung thực về sự thất bại của con người trong mối quan hệ gia đình.
- *Vì thế:* Chúng ta cần Phúc âm tha thứ và ân điển của Chúa trong những mối quan hệ này. Và chúng ta cần kết nối bài giảng về điều Châm Ngôn nói với điều Tân Ước dạy về cách Phúc âm biến đổi các mối quan hệ trong gia đình.

b) Sự khôn ngoan và bạn bè

- *Đúng:* Châm Ngôn đánh giá cao tình bằng hữu (17:17; 27:6). Và Châm Ngôn nhìn thấy lòng nhân từ và rộng rãi là những phẩm chất quan trọng để duy trì tình bạn (11:17, 25; 12:10; 14:31; 22:9). Hầu như nền văn hóa nào cũng ca tụng những phẩm chất này.
- *Nhưng:* Sự sa ngã đã làm cho tất cả chúng ta trở nên ích kỷ và tham lam. Chúng ta tranh đấu cho bản thân, đôi khi lơ là người khác và phản bội chính bạn bè của mình. Cựu Ước cũng có nhiều câu chuyện về đề tài này!
- *Vì thế:* Chúng ta cần Phúc âm về tình yêu giải hòa của Đức Chúa Trời, là điều khiến chúng ta không chỉ trở thành bạn, mà còn thành anh chị em trong Đấng Christ. Đó thậm chí còn là mối quan hệ keo sơn hơn, đòi hỏi sự nhân từ và lòng rộng rãi nhiều hơn nữa giữa chúng ta.

c) Sự khôn ngoan và công việc

- *Đúng:* Việc làm là một trong những quà tặng tốt đẹp của Đức Chúa Trời trong công trình sáng tạo. Trong Sáng Thế Ký 1, chính Đức Chúa Trời cũng làm việc và Ngài tạo nên con người theo ảnh tượng của chính Ngài. Vì vậy, trong Châm Ngôn công việc được đánh giá cao thế nào, thì sự làm biếng cũng bị lên án mạnh mẽ thế ấy (6:10–11; 10:4–5; 12:11; 14:23; 26:13–16). Đây là giá trị văn hóa phổ biến (dù không phải ở đâu cũng theo). Công việc là điểm chung giữa chúng ta với hầu hết mọi người xung quanh.

- *Nhưng:* Công việc của chúng ta bị bại hoại và hư hỏng vì tội lỗi ở mọi phương diện. Chúng ta phải làm việc cực nhọc và đổ mồ hôi chỉ để tồn tại. Công việc có thể trở thành công cụ đàn áp và bóc lột người khác (như người Hê-bơ-rơ ở Ai Cập và nhiều nơi khác trên thế giới ngày nay). Có thể công việc có vẻ phù phiếm và làm chúng ta bực bội (như Truyền Đạo cho thấy rõ). Tội lỗi đã thâm nhập vào công sở qua những con đường chính.

- *Vì thế:* Chúng ta cần Phúc âm của Đức Chúa Trời phục hồi chúng ta trở về nhân tính thật của mình trong Chúa Giê-xu Christ. Tân Ước nói nhiều về tầm quan trọng của công việc, và cũng lên án sự làm biếng và ăn không ngồi rồi. Phúc âm biến đổi công việc của Cơ Đốc nhân. Ngay cả nô lệ cũng có thể làm việc "cho Chúa". Và công việc của chúng ta thậm chí có thể góp phần trong cả sự tạo dựng mới (Khải 21:24, 26). Trong Đấng Christ, công việc của chúng ta "không vô ích". Những lời Phao-lô nói ở cuối 1 Cô-rinh-tô 15 chủ ý vọng lại lời phàn nàn của Truyền Đạo. Qoheleth than thở "Mọi việc đều vô ích". Phao-lô nói "Không, không vô ích đâu khi bạn ở trong Đấng sống, là Cứu Chúa Giê-xu Christ."

d) Sự khôn ngoan với khổ đau và sự chết

- *Đúng:* Mọi nền văn hóa đều biết những thực tế của khổ đau, bất công và sự chết, và đối phó với chúng theo nhiều cách khác nhau. Văn chương khôn ngoan cũng vật lộn với những thảm họa này, đặc biệt là sách Gióp và Truyền Đạo.

- *Nhưng:* Mặc dù các tác giả của văn chương khôn ngoan biết tất cả về mối quan hệ giữa tội lỗi và khổ đau (với ý nghĩa tổng quát rằng phần lớn những đau khổ trên thế giới là do việc làm sai trái và sự ngu dại của con người gây ra), nhưng họ cũng biết rằng những câu hỏi lớn vẫn chưa có lời đáp.

Gióp nêu lên vấn đề về sự đau khổ của người tốt. Sách Gióp *phủ nhận* "những cách giải thích" mà ba người bạn và Ê-li-hu đã đưa ra. Vì vậy, chúng ta không nên đứng chung với họ và đưa ra những lý do tương tự như là "lời giải thích" khi bạn bè hay thuộc viên trong hội thánh chúng ta đang chịu đau khổ trong phương diện nào đó hoặc đang gặp tai họa. Một số người giảng lời Chúa bị cám dỗ nói rằng cuối cùng Gióp có phạm tội tự cho mình là công chính. Họ lấy ý này từ Gióp 32:1–2, chép rằng Gióp "tự thấy mình là người công chính", và họ nghĩ điều đó hẳn là sai trật và phạm tội. Nhưng Gióp cũng là người công chính trong mắt Đức Chúa Trời, và hai lần Ngài đã nói như vậy. Nếu Gióp đột ngột sa vào tội lỗi, thì Đức Chúa Trời đã bảo ba người bạn cầu nguyện cho ông, nhưng ngược lại Ngài bảo Gióp cầu nguyện cho họ. Ông đúng, còn họ sai. Vì thế, chúng ta không nên giảng sách Gióp theo hướng đứng về phía bạn của ông mà buộc tội Gióp. Đến cuối cùng, Đức Chúa Trời không trả lời câu hỏi của Gióp ("Tại sao tôi chịu khổ khi tôi biết đó không phải là sự trừng phạt vì tội lỗi?"). Mà Chúa thật có đáp lại ao ước của Gióp – ao ước có được sự hiện diện của chính Đức Chúa Trời và mối liên hệ đúng đắn với Ngài. Cuối cùng, Gióp được chứng minh là vô tội.

- **Vì thế:** Chúng ta cần đặt vấn đề Gióp nêu lên dưới ánh sáng của Phúc âm. Vì Đức Chúa Trời cũng ao ước tuyên bố chúng ta là công chính trong mắt Ngài. Nhưng điều đó chỉ có thể xảy ra qua Đấng chịu khổ vì chúng ta chứ không vì tội của Ngài. Vì cuối cùng Đấng công chính thật sự duy nhất chỉ có mỗi Chúa Giê-xu Christ. Và bởi vì Ngài, Đấng không hề làm điều gì sai trật, đã chịu khổ thay cho tội nhân chúng ta, nên chúng ta được xưng công bình bởi đức tin, và một ngày kia sẽ nhìn thấy Ngài là Đấng Cứu Chuộc hằng sống. Điều này không "giải quyết vấn đề" (cũng như sách Gióp), nhưng nó đặt vấn đề vào trong khuôn khổ của thập tự giá. Đức Chúa Trời đã hiện diện vì chúng ta.

Truyền Đạo đưa ra vấn đề về cái chết. Bản thân cuộc sống cũng đã đủ lộn xộn và chán nản rồi. Nhưng cho dù cuộc sống có tốt đẹp, thì sự chết cuối cùng cũng đến và dường như hủy diệt mọi giá trị và hy vọng. Sách Truyền Đạo kêu cầu Đức Chúa Trời làm điều gì đó vì tính phù phiếm và không chắc chắn của "sự sống dưới ánh mặt trời" và để thắng hơn lời rủa sả kinh khủng của chính sự chết.

- **Vì thế:** Chúng ta cần Phúc âm cho chúng ta biết rằng Đức Chúa Trời đã làm cả hai việc này. Tác giả Truyền Đạo không thể biết điều bây giờ chúng ta biết nhờ có Tân Ước. Ông không biết rằng Đức Chúa Trời (Đấng ông tin cậy nhưng không thể hiểu về Ngài) một ngày kia sẽ đích thân bước vào thế giới này. Và trong sự nhập thể của Con Ngài, Đức Chúa Trời đã trải qua đủ mọi giới hạn và thất vọng của "cuộc sống dưới ánh mặt trời". Và rồi chính Đức Chúa Trời, trong Đấng Christ, sẽ nếm trải chính những điều mà một câu trong sách Truyền Đạo mô tả là "hư không", và biến nó thành phương tiện cho sự cứu rỗi của chúng ta:

  Còn có một việc hư không này nữa xảy ra trên đất: *có lắm người công chính gặp phải những việc đáng ra phải xảy đến cho người gian ác, lại có lắm kẻ ác nhận được những điều mà đáng ra thuộc về người công chính* (Truyền 8:14; tôi tự in nghiêng)

Phao-lô có nghĩ đến câu này khi ông viết "Đức Chúa Trời đã làm cho Đấng không hề biết tội lỗi trở nên tội lỗi vì chúng ta, để trong Đấng ấy chúng ta được trở nên công chính trước mặt Đức Chúa Trời" (2 Cô 5:21) không? Có thể. Tôi không biết. Nhưng tôi tin rằng Phao-lô đã nghĩ đến Truyền Đạo khi ông hoàn thành phần Kinh thánh tuyệt vời về sự sống lại của Đấng Christ với những lời sau:

> Vậy, thưa anh em quý mến của tôi, hãy vững vàng, chớ rúng động, hãy làm công việc Chúa cách dư dật luôn, vì biết rằng công khó của anh em trong Chúa chẳng phải là vô ích đâu. (1 Cô 15:58)

"Không vô ích đâu!" Không vô nghĩa. Không trống rỗng. Không "phù phiếm". Từ Phao-lô dùng trong câu này cũng là từ mà bản dịch tiếng Hy Lạp của Cựu Ước (bản Bảy Mươi) đã dùng khi dịch từ thường xuyên vang vọng trong Truyền Đạo này: "Hư không! Mọi việc đều hư không!" Phao-lô nói "Không đâu!" Không còn hư không nữa, vì Đấng Christ đã chết và sống lại. Đức Chúa Trời đã đánh bại sự chết. Sự chết không còn chiến thắng nữa. Và đến cuối cùng, chính sự chết cũng sẽ không còn.

Vì vậy Phúc âm về sự sống, sự chết và sự sống lại của Chúa Giê-xu là câu trả lời của chính Kinh thánh đối với thách thức của Truyền Đạo.

Điều này không có nghĩa sách Truyền Đạo "không chính xác", hay lẽ ra sách này không nên có trong Kinh thánh. Không phải như vậy, sách Truyền Đạo đã *rất* đúng khi mô tả hiện thực cuộc sống trong thế giới sa ngã này. Cũng như Truyền Đạo, chúng ta có thể nhìn thấy nhiều điều tốt đẹp là những tặng phẩm từ Đức Chúa Trời trong công trình sáng tạo, nhưng chúng ta cũng có thể nhìn thấy mọi vật bị hư hoại và thất vọng ra sao vì tội lỗi. Bạn có thể nói như thế này: Truyền Đạo là sự ngẫm suy về *thế giới trong hiện trạng của nó từ Màn 1 và Màn 2 trong câu chuyện lớn của Kinh thánh*. Nhưng nó được viết bởi người sống trong Màn 3, lại không biết về điều Đức Chúa Trời sắp làm ở Màn 4, hay biết câu chuyện Kinh thánh sẽ kết thúc ra sao ở Màn 6. Bởi ân điển của Chúa, ngày nay chúng ta biết tất cả những gì Đức Chúa Trời đã làm qua Chúa Giê-xu Christ, và tất cả những điều Đức Chúa Trời sẽ làm khi Đấng Christ trở lại, như được bày tỏ trong Tân Ước. Và đó là cách tôi nghĩ chúng ta nên giảng Truyền Đạo. Chúng ta có thể khám phá tất cả những điều tác giả nói về cuộc sống—và đồng ý rằng điều ông quan sát là thực tế và đúng. Nhưng chúng ta biết rằng giải pháp duy nhất cho những nan đề và điều ác mà ông nhìn thấy phải được tìm thấy trong Phúc âm của Cứu Chúa Giê-xu Christ.

Một lần nữa (và là lần cuối cùng), tôi hy vọng bạn có thể thấy được thật hữu ích biết bao khi chúng ta đặt mọi điều đọc được trong Kinh thánh ngay trong dòng chảy của câu chuyện lớn. *Cả* Kinh thánh đem chúng ta đến với tin tốt lành của Đức Chúa Trời. Cho nên, ngay cả khi đọc những phần có "tin xấu", chúng ta cũng có thể nhìn thấy ý nghĩa của chúng dưới ánh sáng của sự mặc khải đầy đủ nhất của Đức Chúa Trời qua Phúc âm. Và ngay cả khi một quyển sách, như Truyền Đạo chẳng hạn, không *biết* về Phúc âm, thì qua những vấn đề chưa được giải đáp và khao khát chưa được thỏa mãn nó hướng ta đến Phúc âm đó.

Dưới đây là một vài chủ đề khác đặc biệt xuyên suốt sách Châm Ngôn. Sao không đọc qua toàn bộ sách, chọn ra những câu liên quan đến những chủ đề này, rồi biên soạn chúng thành một danh sách, và chọn những câu thích hợp nhất để xây dựng thành một bài giảng về chủ đề đó nhỉ![1]

- *Sự công chính và công bằng*. Có một sự quan tâm rất lớn từ những người đề cao các tiêu chuẩn công bằng và lẽ phải đối với sự liêm chính trong chính trị và việc sử dụng thẩm quyền một cách đúng đắn ngay trong cộng đồng. Và có một sự lên án mạnh mẽ không kém dành cho tất cả mọi hình thức gian ác và bất công.
- *Lòng nhân từ và thương xót*. Vì tình yêu, sự thành tín và lòng thương xót của Chúa rất được khen ngợi trong Y-sơ-ra-ên (đặc biệt trong Thi Thiên), nên đây phải là những phẩm chất của những người "kính sợ Đức Giê-hô-va".
- *Ngôn từ và lời nói*. Đức Chúa Trời cho chúng ta một công cụ vô cùng mạnh mẽ trong miệng của mình—đó là cái lưỡi (Gia-cơ cũng nói như vậy)! Có nhiều câu châm ngôn nói đến cách chúng ta sử dụng món quà là lời nói- khôn ngoan hay ngu dại, đem lại sự sống hay hủy diệt, chữa lành hay gây tổn thương. Nói hành đặc biệt bị lên án (như Phao-lô cũng đã lên án).

---

[1] Nếu bạn đọc quyển *Tyndale Commentary on Proverbs* (Downers Grove, IL: IVP Academic, 2009) của Derek Kidner, bạn sẽ thấy bảng khảo sát vô cùng hữu ích các chủ đề khác nhau trong sách Châm Ngôn, với nhiều câu Kinh thánh minh họa, trong phần Dẫn nhập.

BỐ CỤC BÀI GIẢNG MẪU Mặc dù tôi vừa nói rằng tốt nhất là giảng Châm Ngôn theo chủ đề, nhưng cũng có thể lấy cả một chương và lập bố cục bài giảng theo một vài ý chính. Xin xem ví dụ bên dưới.

Sự công chính trong đời sống
Châm Ngôn 11

Trong cả Cựu Ước lẫn Tân Ước, công chính không chỉ có nghĩa là ở trong mối liên hệ đúng đắn với Đức Chúa Trời, mà còn có nghĩa là trau dồi những mối quan hệ đúng đắn trên đất này trong xã hội. Châm Ngôn chứa đầy những câu nói về "người công chính", tương phản với kẻ gian ác. Chương này minh họa sự công chính được thể hiện trong một số phương diện.

Bạn có thể giảng một chương giống như phân đoạn này, làm cho hai ý đầu tiên trở nên gần gũi với xã hội nói chung. Nhưng khi đến phần ba, bạn có thể cho thấy cuối cùng sự bảo đảm duy nhất của chúng ta là ở nơi sự công chính đến từ Đấng Christ và bảo đảm cho chúng ta sự sống đời đời và an toàn trong ngày phán xét.

Nếu bạn giảng bản văn như thế này, đặc biệt cho Cơ Đốc nhân, bạn nên cố gắng liên hệ với các bản văn khác có liên quan trong sách luật pháp và tiên tri ở Cựu Ước, hoặc với một số lời dạy của Chúa Giê-xu và các sứ đồ trong Tân Ước.

1. Sự công chính trong đời sống kinh tế

- Câu 1 nêu lên nguyên tắc cơ bản (vd: Lê 19:35–36; Mi 6:10–11). Thiếu trung thực trong giao dịch buôn bán không chỉ trái luật, mà còn là một tội mà Đức Chúa Trời ghê tởm.
- Câu 15 vọng lại lời cảnh báo ở 6:1–5
- Câu 18 cho thấy tính không bền vững của của cải có được nhờ lừa dối, và giá trị của phần thưởng lương thiện.
- Câu 26 lên án kẻ đầu cơ, giữ lại điều người khác cần để kiếm lợi nhiều hơn nhờ tăng giá sau này- một điều ác diễn ra ở phạm vi quốc tế ngày nay.
- Câu 24–25 khen ngợi lòng rộng rãi, và có lẽ đã tác động đến Phao-lô ở 2 Cô-rinh-tô 9:6–15.

2. Sự công chính trong đời sống xã hội

- Câu 10–11: Với những vị trí lãnh đạo trong xã hội (trong các thành phố hay lãnh đạo cấp trung ương), tính liêm chính là một yêu cầu, và cũng là ích lợi cho mọi người.

- Câu 9, 12, 13: Giữa vòng bạn bè và láng giềng, người công chính cần phải cẩn thận về lời ăn tiếng nói của mình. Kẻ phao vu, kẻ hay nói xấu và ngồi lê đôi mách không chỉ bị ghét và gây nên sự tai hại lớn, mà họ còn trở thành điều Chúa gớm ghiếc (6:12–19) và cuối cùng, họ làm tổn hại chính bản thân mình (câu 17).

3. Sự công chính và an ninh trong đời sống

- Cuộc đời đầy dẫy những mối nguy hiểm và đe dọa tứ phía. Chương này quả quyết rằng cách tốt nhất để được an toàn là trở nên công chính—làm người chính trực ngay thẳng (câu 3, 6, 8, 19, 21, 30, 31). Điều này tương tự với câu châm ngôn trong Anh ngữ "Thật thà là thượng sách."
- Nhưng kinh nghiệm thực tế trong một thế giới sa ngã thì dường như không phải lúc nào cũng giống như vậy. Vì vậy, sự công chính dẫn đến "sự sống" ở đây hàm ý nói về ý nghĩa thuộc linh hay ý nghĩa đời đời nhiều hơn (câu 19, 30).
- Và ngay cả khi câu 18 không phải lúc nào cũng xảy ra đúng y như vậy, thì vẫn sẽ có kỳ tính sổ cuối cùng và kỳ tính sổ này sẽ sắp lại mọi việc cho đúng (câu 21).
- Vì vậy, đừng tin cậy vào của cải mà thôi. Điều quan trọng trong ngày cuối cùng không phải là thứ người ta *sở hữu*, mà là *tâm tính* của họ (câu 4, 21).

Người Tham lam
Truyền Đạo 5:8–20

Đây có thể là một sứ điệp cảnh báo Cơ Đốc nhân về những nguy hại của lòng tham (Tân Ước cũng nói nhiều về điều này, nhất là Chúa Giê-xu). Nhưng nó cũng có thể được dùng như một cách truyền giảng nhẹ nhàng, vì nó phơi bày một số nguy cơ và tính chất dối gạt của của cải và lòng tham—những điều đã trở nên quá phổ biến trong xã hội. Từ đó, ta có thể dẫn thân hữu đến Phúc âm, tin vui vượt xa hơn kết luận tích cực của chính phân đoạn này.

1. Tham lam kết hợp với quan liêu trở thành áp bức (5:8-9)

- Một quan sát rất chính xác về tính phân cấp trong xã hội, và cách tiền bạc dường như chảy ngược từ người nghèo vào túi người giàu (bất chấp mọi học thuyết "ưu tiên cho người kém may mắn hơn").

2. Tham lam không đem lại sự thỏa mãn mà tạo căng thẳng và lo lắng (5:10–12)

- Tham lam là tự đào mồ chôn chính mình. Bạn càng có nhiều của cải thì: i) càng có nhiều người ăn xin vây quanh bạn; ii) cá nhân bạn sẽ ít được hưởng thụ hơn, của cải chỉ còn tác dụng phô trương; iii) bạn càng lo lắng và mất ngủ. Vì vậy, người ta dùng rất nhiều tiền để giải quyết chuyện an ninh, xây tường cho cao, thuê người bảo vệ, lắp đặt hệ thống báo động, v.v...!

3. Tham lam không đáng tin cậy khi gặp hoạn nạn (5:13–14)

- Sự giàu có có thể dẫn đến cướp bóc, tranh chấp. Của cải có thể mất đi vì "gặp vận hạn". Thị trường đóng cửa. Ngân hàng phá sản.

4. Tham lam trở nên thảm bại trước sự chết (5:15–17)

- Những câu Kinh thánh này rất ảm đạm, nhưng hết sức thực tế. Hậu quả của Sáng Thế Ký 3. "Cuộc đời là chuyến hành hương giữa hai thời khắc trần truồng—lúc chào đời và lúc qua đời, nên tốt nhất là đem hành lý gọn nhẹ thôi" (John Stott[2]).
- Chúa Giê-xu: Lu-ca 12:13–21

5. NHƯNG cuộc đời là để tận hưởng như là quà tặng tốt lành từ Đức Chúa Trời (5:18–20)

- Đột ngột chuyển sang hướng tích cực.
- *Tham lam* có thể gây hủy diệt và nản lòng; nhưng *bản thân sự giàu có*, nếu có được một cách chân chính và nếu được đón nhận như một quà tặng từ Đức Chúa Trời, thì có thể được tận hưởng với công việc hiệu quả, niềm vui và sự thỏa lòng trong cuộc sống.
- Truyền Đạo có quan điểm tích cực về giá trị cuộc sống và công việc, cùng những điều tốt đẹp Chúa ban cho nhân loại trong thế giới này. Giải pháp của nhà truyền đạo đối với tội tham lam không phải là "chủ nghĩa khổ hạnh"- rút về cuộc sống nghèo khó và gian khổ giả dối. Thay và đó, ông khen ngợi sự hưởng thụ *có trách nhiệm*, cùng với sự thỏa lòng.

Từ đó, bạn có thể đi đến lời dạy trong Tân Ước về chủ đề này, vd: 1 Ti-mô-thê 6:6–10, 17–19.

---

[2] Vì tôi thường nghe ông nói trong các khóa về giảng dạy của ông.

Phụ lục 1

Tổ phụ của Y-sơ-ra-ên	Nô lệ ở Ai Cập	Cuộc xuất hành	Xứ	Các quan xét	Nền quân chủ thống nhất	Vương quốc bị phân chia	Nước Giu-đa	Giai đoạn hậu lưu đày
2000	1400			1000		900 800 700	600 500	400 →
Áp-ra-ham		Môi-se	Giô-suê	Sa-mu-ên	Sau-lơ	Y-sơ-ra-ên (miền Bắc)	587 T.C Giê-ru-sa-lem sụp đổ	E-xơ-ra
Y-sác		Si-na-i	Chinh phục		Đa-vít	721 T.C Sa-ma-ri sụp đổ	Ba-by-lôn	Nê-hê-mi
Gia-cốp		Giao ước	Các chi phải định cư		Sa-lô-môn		LƯU ĐÀY	Ba Tư
Giô-sép		Luật pháp			Đền thờ	Giu-đa (miền Nam)	538 T.C bắt đầu hồi hương	Hy Lạp
		Đền tạm				A-si-ri		La Mã
		Hoang mạc						

Thế kỷ của các vị tiên tri lớn

Phụ lục 2

	Thế kỷ thứ 10 T.C	Thế kỷ thứ 9 T.C	Thế kỷ thứ 8 T.C		Thế kỷ thứ 7 T.C	Thế kỷ thứ 6 T.C	Thế kỷ thứ 5 T.C
(mốc năm)	1000 — 900	900 — 800	800 — 700		700 — 600	600 — 500	500 — 400
	Nền quân chủ thống nhất	Giu-đa (miền Nam) / Y-sơ-ra-ên (miền Bắc)*	Giu-đa (miền Nam)	Y-sơ-ra-ên (miền Bắc)*	Giu-đa	Giu-đa	Giu-đa
CÁC VUA	Sau-lơ, Đa-vít, Sa-lô-môn	**Giu-đa:** Rê-hô-bô-am, A-bi-gia, A-sa, Giê-hô-sa-phát, Giê-hô-ram, A-cha-xia, A-tha-li, Giô-ách / **Y-sơ-ra-ên:** Giê-rô-bô-am I, Ôm-ri, A-háp, A-cha-xia, Giô-ram, Giê-hu, Giô-a-cha	A-ma-xia, Ô-xia, Giô-tham, A-cha	Giô-ách, Giê-rô-bô-am II, Mê-na-hem, Ô-sê	Ê-xê-chia, Ma-na-se, A-môn, Giô-si-a, Giê-hô-a-cha, Giê-hô-a-kim	Giê-hô-a-kin, Sê-đê-kia	**CÁC LÃNH ĐẠO:** E-xơ-ra, Nê-hê-mi
Sự kiện		931 T.C Vương quốc phân chia		721 T.C Sa-ma-ri sụp đổ		587 T.C Giê-ru-sa-lem sụp đổ. Lưu đày Ba-by-lôn. 538 T.C bắt đầu hồi hương	
CÁC TIÊN TRI	Na-than	Ê-li, Ê-li-sê	Ê-sai, Mi-chê	Ô-sê, A-mốt	Ê-sai, Mi-chê, Giê-rê-mi	Giê-rê-mi, Ê-xê-chi-ên, Ha-ba-cúc, Sô-phô-ni	A-ghê, Xa-cha-ri, Ma-la-chi

*Chỉ liệt kê các vua chính của vương quốc Y-sơ-ra-ên phía Bắc. Các vua khác chỉ cai trị vài ngày hoặc vài tuần.

Sách Tham khảo

Danh sách này bao gồm những quyển sách tôi thấy hữu ích—không nhất thiết có nghĩa là tôi đồng ý với mọi điều được viết trong sách. Danh mục bao gồm một số sách đơn giản và một số mang tính học thuật hơn. Một vài quyển khác cũ và có thể không dễ tìm. Nhưng nếu bạn có thể vào thư viện, thì một số trong những quyển này cũng giúp ích cho bạn.

Achtemeier, Elizabeth, *Preaching from the Old Testament*, Louisville: Westminster John Knox, 1989.
Bruce, F.F., *New Testament Development of Old Testament Themes*, Exeter: Paternoster and Grand Rapids: Eerdmans, 1968.
Clowney, Edmund P., *Preaching and Biblical Theology*, London: Tyndale, 1961.
Davis, Dale Ralph, *The Word Became Fresh: How to Preach from Old Testament Narrative Texts*, Fearn: Christian Focus, 2006.
Davis, Ellen F., *Wondrous Depth: Preaching the Old Testament*, Louisville: Westminster John Knox, 2005.
Duduit, Michael (ed.), *Handbook of Contemporary Preaching*, Nashville: Broadman, 1992.
Gibson, Scott M. (ed.), *Preaching the Old Testament*, Grand Rapids: Baker, 2006.
Goldsworthy, Graeme, *Preaching the Whole Bible as Christian Scripture*, Leicester: IVP and Grand Rapids: Eerdmans, 2000.
Greenslade, Philip, *A Passion for God's Story: Discovering Your Place in God's Strategic Plan*, Milton Keynes: Authentic, 2002.
Greidanus, Sidney, *Preaching Christ from the Old Testament: A Contemporary Hermeneutical Method*, Grand Rapids: Eerdmans, 1999.
Haslam, Greg (ed.), *Preach the Word: The Call and Challenge of Preaching Today*, Lancaster: Sovereign World, 2006.
Hill, Harriet & Hill, Margaret, *Translating the Bible into Action: How the Bible can be relevant in all languages and cultures*, Carlisle: Piquant, 2008.
Holbert, John C., *Preaching Old Testament: Proclamation & Narrative in the Hebrew Bible*, Nashville: Abingdon, 1991.
Kaiser, Walter C. Jr., *Preaching and Teaching from the Old Testament: A Guide for the Church*, Grand Rapids: Baker, 2003.
Kent, Grenville J.R. (et. al., eds.), *'He Began With Moses': Preaching the Old Testament Today*, Nottingham: IVP, 2010. In the USA, *Reclaiming the Old Testament for Christian Preaching*, Downers Grove: IVP, 2010.
Roberts, Vaughan, *God's Big Picture: Tracing the Story-Line of the Bible*, Leicester: IVP, 2002.
Standing, Roger, *Finding the Plot: Preaching in a Narrative Style*, Milton Keynes: Paternoster, 2004.

Williams, Michael, *How to Read the Bible through the Jesus Lens: A Guide to Christ-Focused Reading of Scripture,* Grand Rapids: Zondervan, 2012.

Hội Học giả Langham

Văn phẩm Langham và những dấu ấn của nó là mục vụ của Hội Langham

Hội Langham là một tổ chức toàn cầu, hoạt động nhằm theo đuổi khải tượng mà Đức Chúa Trời đã ủy thác cho người sáng lập Hội là John Stott - *Tạo điều kiện để hội thánh lớn lên, trưởng thành và trở nên giống Đấng Christ qua việc nâng cao các tiêu chuẩn giảng và dạy Kinh thánh.*

Khải tượng của chúng tôi là nhìn thấy phần nhiều hội thánh trên thế giới được trang bị cho sứ mạng và ngày càng trưởng thành trong Đấng Christ qua chức vụ của các mục sư và những người lãnh đạo, tức những những người tin, dạy và sống theo Lời Chúa.

Sứ mạng của chúng tôi là góp phần làm vững mạnh mục vụ Lời Chúa bằng cách:

- ủng hộ những hoạt động giảng dạy phù hợp với Kinh thánh ở các quốc gia
- khuyến khích việc sáng tác và phân phối văn phẩm Tin lành
- nâng cao giáo dục thần học Tin lành

đặc biệt ở những quốc gia mà hội thánh thiếu nguồn tài liệu.

Các công tác của chúng tôi

Langham Preaching (Langham Giảng dạy) hợp tác với những lãnh đạo quốc gia nhằm hỗ trợ các hoạt động giảng dạy đúng với Kinh thánh ở ngay tại địa phương cho các mục sư và những người giảng dạy Lời Chúa trên khắp thế giới. Với sự hỗ trợ của một nhóm huấn luyện từ nhiều quốc gia, chương trình hội thảo đa cấp độ cung cấp sự huấn luyện thực tiễn và được tiếp nối bằng một chương trình huấn luyện cho những người huấn luyện cấp địa phương. Các nhóm những người giảng dạy Lời Chúa ở địa phương và mạng lưới quốc gia và khu vực bảo đảm sự tăng trưởng liên tục và tiếp diễn, cố gắng xây dựng những phong trào sống động nhằm trung thành với giảng giải kinh.

Langham Literature (Văn phẩm Langham) cung ứng các sách vở theo quan điểm Tin lành thuần túy và các nguồn tại liệu điện tử bằng hình thức trợ cấp, giảm giá và phân phối cho phần lớn các mục sư, học giả và thư viện của trường thần học thuộc thế giới thứ ba. Chương trình cũng khuyến khích việc viết sách theo quan điểm Tin lành từ chính các mục sư bản địa bằng nhiều thứ tiếng, qua các hội thảo huấn luyện cho người viết và biên tập sách, tài trợ cho việc viết sách, dịch sách, tăng cường các nhà xuất bản Tin lành ở địa phương, và đầu tư vào các dự án văn học quan trọng trong khu vực, chẳng hạn bộ giải nghĩa Kinh thánh một quyển *The Africa Bible Comentary*.

Langham Scholars (Học giả Langham) hỗ trợ tài chính cho các sinh viên Tin lành thuộc thế giới thứ ba theo học tiến sĩ để rồi, khi họ trở về, họ có thể huấn luyện các mục sư và những người lãnh đạo Cơ Đốc khác bằng sự hiểu biết Kinh thánh và thần học đúng đắn. Chương trình trang bị cho những người sẽ trang bị lại cho người khác. Các học giả Langham cũng hợp tác với các trường thần học thuộc thế giới thứ ba trong việc củng cố nền giáo dục thần học Tin lành. Con số Học giả Langham học các chương trình tiến sĩ chất lượng cao ngay trong thế giới thứ ba ngày càng tăng lên. Ngoài việc dạy cho thế hệ mục sư kế tiếp, những học giả Langham đã tốt nghiệp còn tạo ảnh hưởng quan trọng qua ngòi bút và công tác lãnh đạo của họ.

Để biết thêm về Hiệp hội Langham và công tác của chúng tôi, xin truy cập **langham.org**.

Phụ lục theo Câu Kinh Thánh

Sáng Thế Ký
1	6, 245
1–2	17, 19, 39
1–11	172
2	6
3	241, 252
3–11	7, 18, 30, 31, 126
3:17	30
11	30
12	7, 18, 31, 49, 50
12:1–3	16, 126, 128, 196
12:3	49, 126, 138
15	49
17	49
18	127
18:18	128, 138
18:18–19	128
18:18–21	127
18:19	128, 138
18:19–21	138
18:21	138
19	127, 128
21	113
22:1	113, 114
22:1–19	98, 113
22:2	25, 54, 113, 114
22:5–8	114
22:7	113
22:9–10	114
22:11	113
22:11–14	114
22:12	114
22:15–18	114
22:18	114
40	108
41:8	243

Xuất Ê-díp-tô Ký
2:23–25	123
6:6–8	49
7:11	243
15:20	163
19	129
19:1	123
19:1–6	61, 123, 129, 138
19:3–6	62
19:4	62, 123, 125, 129, 138
19:4–6	159
19:5	139
19:5–6	129
19:6	139
20–23	118
20:2	123
20:14	234
20:20	114
21–23	160
21:1–11	124
21:12–19	158
21:16	153
21:20–21	147
21:26–27	147
21:28–36	158
23:1–9	158, 160
23:3	146
23:6	146
23:9	125, 237

Lê-vi Ký
10:11	129
18:1–3	159
18:5	120
19	62, 122, 130, 133, 159–161
19:2	159
19:3	160
19:4	161
19:4–8	161
19:5–8	161
19:9–10	149, 160

19:11–12	160	6:25	124
19:13	160	6:45	150
19:15–16	160	8	8
19:17	160	8:2	114
19:17–18	160	9:4–6	103
19:18	150, 160, 161	10:12	114
19:20–30	160	10:12–13	132, 150
19:26–28	161	10:13	145
19:30–31	161	10:17–18	132
19:32	160	10:19	132, 160
19:33–34	158, 160	12–26	118
19:33–36	125, 237	13:1–5	185
19:34	160	14:28–29	160
19:35–36	160, 250	15	160
19:36	159	15:11–18	124, 125
20:10	234	15:12–15	237
20:25–26	59	15:13–15	124
20:26	159	15:14	160
25:23	149	18:15–20	166
25:39–43	237	18:18	163
26	176	19:16–21	153
26:3–5	239	21:10–14	147
26:14–17	239	21:22–23	103
Phục Truyền Luật Lệ Ký		22–25	160
1–4	122	22:22	234
1–11	8	23:15–16	146
4:1	120	23:24–25	149
4:5–8	130	24:6	148, 158
4:6–8	130, 144, 145	24:7	153
4:23–40	176	24:10	158
4:32–34	120	24:10–13	148
4:39	26	24:14–15	158, 160
4:40	120, 145	24:14–22	237
5:29	145	24:19–22	148
6	8, 106	25:13–15	160
6:1–3	120	26	122
6:1–9	66	26:16–19	176
6:4	150	27:18	160
6:5	160	28–30	176
6:20–25	120, 124, 137	28:1–14	120
6:21–23	124	29–30	48
6:24	120, 124, 145	29–32	134

29:22–28	64	17:29	95
30	136	17:32	94
30:2	136	17:34–37	94
30:6	136	17:41–47	86
30:10	136	17:45–47	94
30:11–20	66	17:46	81
30:15–18	239	17:47	81
30:15–20	120	17:48–54	87
30:19–20	136	17:55–58	87
31:20–21	64	**2 Sa-mu-ên**	
31:24–29	64	7	49
33:10	129	11	96
34	50	12	96
34:4	50	21	102
Giô-suê		**1 Các Vua**	
1	47, 50, 216	4:29–34	243
1:8	216	4:31	243
2	54	8	213
6	54	8:41–43	226
7	153	**8:60**	226
8	103	10:1–9	243
24:19	64	11	170
Các Quan Xét		**2 Các Vua**	
2	55	6:15–17	166
3	55	19:15–19	226
3:7–11	55	**Nê-hê-mi**	
9	101	8	38
Ru-tơ		**Gióp**	
2	149	**1:1**	240
1 Sa-mu-ên		2:3	240
3	66	24:1	239
9	166	24:1–12	239
15:22	150	24:12	239
16:1–13	87	28	39
16:14–23	87	31:13–15	237
17	83	32:1–2	246
17:1–3	84, 86	38–41	39
17:4–11	86	**Thi Thiên**	
17:11	87	1	137, 146, 216, 222–224
17:12–40	86	1–41	215
17:16	88	1:1–3	120
17:26	87, 94	2	214, 217

2:7	25, 54, 114
2:8	25
3	210
6	210
7	229
8	207
10	229
106:47	217
13	210
15	223
17	229
18	210, 214
18:21	202
18:27	202
19	39, 137, 146, 223, 224
19:1–2	201
19:7–10	119
20	214
21	214
21:2	202
22	210, 214, 215, 225
22:6–18	214
22:12	215
22:13	215
22:14	215
22:15	215
22:16	215
22:17	215
22:18	215
22:22–31	215
22:27	215
23	204, 205
23:1	200
23:5	204
24	223
24:1	142
25	136
27	225
30	210
31	210
32	136, 210
33	39, 105, 207–209
33:1–3	208
33:4–5	105, 203
33:6–9	209
33:13–15	209
33:16–19	209
33:20–22	208, 209
34	210
34:10	224
35	229
36	223
37	223
37:1–2	201
37:26	148
39	210
40	210, 221
41	216
42	210
42–72	215
44	210
45	214
46	213, 221
47	207, 226
47:1	225
48	213
49	223
51	136
55	229
57	210
58	229
59	229
65	207, 210
66	207, 210
67	225, 226
69	229
71	210
72	214, 216, 217
73	210, 212, 217, 223, 224
73–89	215
73:15–28	212
74	210
76	213
78	217

79	217	**111:3**	224
80	210	**111:4**	224
83	229	**111:5**	224
84	213	**111:7**	224
86:9	225	**112**	223, 224
87	213, 225, 226	**112:3**	224
88	210, 212	**112:4**	224
89	214, 216, 217	**112:5**	148
90	217	**112:7**	224
90–106	215	**112:9**	224
91	210	113	207
92	210	114	218
93	217	116	210
93:1–4	203	117	207, 208, 225, 226
94	210	118	210
96	48, 220, 225, 227	119	137, 223
96–99	217	**119:45**	120
96:1	225	**119:47**	120
96:1–3	227	**119:97**	120
96:1–9	227	**119:127**	120
96:10–13	197	**119:160**	120
96:4	228	**120–134**	213
96:4–6	228	122	213
96:4–9	228	124	210
96:5	228	125	213
96:5–6	228	127	223
96:7–9	228	130	136
96:10	227, 228	132	214
96:10–13	227, 228	137	210
98	220, 225	138	210
99	225	142	210
100	207	**145–150**	207
101	214	**146:5–9**	239
102:15	225	**147:19–20**	120
103	207	**Châm Ngôn**	
103:2–4	202	**1:8**	245
104	39, 207	**2:1**	245
106	216, 221	**3:11–12**	245
107–150	215	**4:1–4**	245
109	229, 231	5	234, 245
110	214	**6:1–5**	250
111	207, 223	**6:10–11**	246

6:12–19	251	22:2	237
6:20–35	234	22:6	245
7	245	22:9	245
8:12–16	236	22:15	245
10:4–5	246	25:2–5	236
11	250	26:13–16	246
11:1	250	27:6	245
11:3	251	29:14	237
11:4	251	29:7	237
11:6	251	31:1–9	236
11:8	251	31:10–31	245
11:9	251	**Truyền Đạo**	
11:10–11	250	5:8–9	251
11:12	251	5:8–20	251
11:13	251	5:10–12	252
11:15	250	5:13–14	252
11:17	245, 251	5:15–17	252
11:18	250, 251	5:18–20	252
11:19	251	8:14	247
11:21	251	8:14–9:4	239
11:24–25	250	12:13–14	240
11:25	245	**Ê-sai**	
11:26	250	1:9–10	138
11:30	251	1:10–15	180
11:31	251	1:10–20	177
12:11	246	1:16–23	138
12:4	245	2:1–5	226
12:10	245	3:13–26	178
13:24	245	3:16–24	180
14:23	246	5:1–7	177
14:31	237, 245	5:8–22	178
16:10	236	7	185
16:12–13	236	7:1–12	167
17:17	245	7:14	14
17:5	160, 237	10:1–4	236
18:22	245	10:13	243
19:14	245	12:4–5	226
19:17	148, 237	19:19–25	226
20:8	236	20	171
20:26	236	24	187
21:3	150	25:6–9	187
22:17–24:22	243	25:35	187

35:4–6	26	2:14–37	193, 194
40–55	179	2:15	181
40:10–11	196	2:20	194
40:12–31	174	2:21	181
42:1	24, 54	2:22	181, 194
42:18–25	177	2:22–28	180
43:1–2	191	2:23	194
43:1–7	177	2:23–24	181
44:25	243	2:28	194
45:22	226	2:35	194
47:10	243	2:36–37	194
49:6	226	3–4	194
52:7	182, 189, 195, 197	3:1	194
52:7–10	66, 182	3:1–4:4	194
52:7–11	189, 195	5:1–17	174
52:8	182, 189, 195	7:1–15	177
52:9	182, 189	7:9–11	167
52:9–10	195	8:21	169
52:10	182, 189, 196	9:1	169
53	24, 186	9:3	169
53:1	196	10	39
53:6	205	11	181
56:3–8	226	11:1–13	181
60:1–3	226	13	171
65:17–25	7, 19, 187	13:1–11	174
66:19	226	18:7–10	183
Giê-rê-mi		18:18	234
2	180–182, 193, 194	19	170
2:1–3	194	19:1–13	180
2:1–8	193	22:13–17	236
2:1–13	174, 177	24	167
2:2	181	26	94, 108
2:3	181	27	171
2:4–8	193	28:15–16	185
2:5	193	29:11	191
2:6–7	193	31–33	179
2:8	193	31:1–14	177
2:9	193	31:15	14
2:9–13	193	31:31–33	186
2:10–12	194	31:33	137
2:13	181, 194	32	170
2:14–18	194	32:36–44	187

32:37–41	187	7:10–11	236
32:38–41	188	9:11–15	179
32:39	188	9:12	226
32:40	188	**Mi-chê**	
32:43–44	187	2:1–5	178
33:6–9	187	5:2–4	14
36	164	6:1–8	178
49:7	243	6:4	163
50–51	184	6:8	150
50:35	243	6:10–11	250
Ê-xê-chi-ên		**Ha-ba-cúc**	
4–5	171	2:6–20	178
16:49–50	138	**Xa-cha-ri**	
18	177	2:11	226
23	180	9	196
28	243	9:2	243
34:1–6	236	**Ma-la-chi**	
36:26–27	137	3	196
37	179	3:1	26
37:1–14	174	4:5	26
37:15–28	174	**Ma-thi-ơ**	
38–39	190	1–2	16
Đa-ni-ên		1:1–17	71
3:17–18	109	1:5–6	48
7	25	1:18	12
7:13–14	25	1:22–23	14
Ô-sê		2:5–6	14
1	177	2:14–15	14
2	179	2:16–18	14
4	178	2:23	14
6:1–16	66	3:16–17	24, 34
6:6	150	5:14–16	131
9:10	193	5:21–22	160
11:1	14, 193	5:43–48	231
13	179	5:45–48	133
Giô-ên		9:1–7	26
3:17–18	187	11:1–6	26
A-mốt		11:11–15	26
2:6–16	177	12:28	26
5:1–15	177	16:13	24
5:18–20	178	16:15	24
5:24	37	16:17	24

16:20	24	7:59–60	231
16:21–28	24	10	59
17:10–13	26	12	108
20:1–16	149	13:32–33	50
21:12–13	171	17:11	166
22:39–40	160	20:20	40, 42
23:23	149, 150	20:27	40, 42
28:18	26	**Rô-ma**	
Mác		1:18–32	241
2:27	145	8	143
4:41	24	8:1–4	161
7:9–13	149	8:3	135
12:32–33	150	8:4	137
14:62–63	26	8:18–22	30
Lu-ca		8:31–32	114
1:54–55	16	10:12–15	197
1:72–73	17	12:14	231
2:40	9	12:17	231
2:52	9	13:8–10	161
6:27–36	133	13:9	160
7:36–50	26	15:7	125
9:31	62	15:11	226
10:25–37	160	15:16	139
11:20	26	**1 Cô-rinh-tô**	
12:13–21	252	1:23	40
24	9	2:2	40
24:25–27	17, 38	10:13	115
24:44	38, 117	15	246
24:44–47	38	15:58	248
24:45–47	29	**2 Cô-rinh-tô**	
24:47–48	17	5:21	248
Giăng		9:6–15	250
1:1–3	39	**Ga-la-ti**	
3:16	114	1:4	114
8:58–59	26	3	19, 59
13:34	125	3:6–8	122
15:12	125	3:8	16, 31, 49, 126
15:17	125	3:13	103
20:31	92	**Ê-phê-sô**	
21:25	92	2–3	59
Công Vụ Các Sứ Đồ		2:11–3:6	226
1:1	29	2:19–25	50

2:21–22	213	12:22	213
4:32	125	12:22–24	50
Cô-lô-se		**Gia-cơ**	
1:15–20	19, 39	2:8	160
1:15–23	30	2:21–23	115
1:26	225	2:25–26	54
3:5	151	**1 Phi-e-rơ**	
3:13	125	1	160
1 Ti-mô-thê		1:2	159
6:6–10	252	1:4	50
6:17–19	252	1:14–15	159
2 Ti-mô-thê		1:18–19	159
3:14–16	10	2:9–12	62, 139, 159
3:14–4:2	4	2:12	62, 131
3:15	136	**2 Phi-e-rơ**	
3:15–16	230	3	19
3:16	141	**1 Giăng**	
3:16–17	121	3:15	160
4:20	108	**1 Giăng**	
Tít		4:11	125
2:9–14	162	4:19	125
Hê-bơ-rơ		**Khải Huyền**	
1:3	39	7:9–10	226
4	47	21	187
4:1–11	50	21–22	19, 31, 50, 144, 187, 226
11	33, 55, 94, 108, 110	21:1–5	19
11:17–19	115	21:24	246
11:31	54	21:26	246
11:35–40	94, 110	21:3	20
12:1–2	55		

www.ingramcontent.com/pod-product-compliance
Lightning Source LLC
Chambersburg PA
CBHW051750040426
42446CB00007B/290